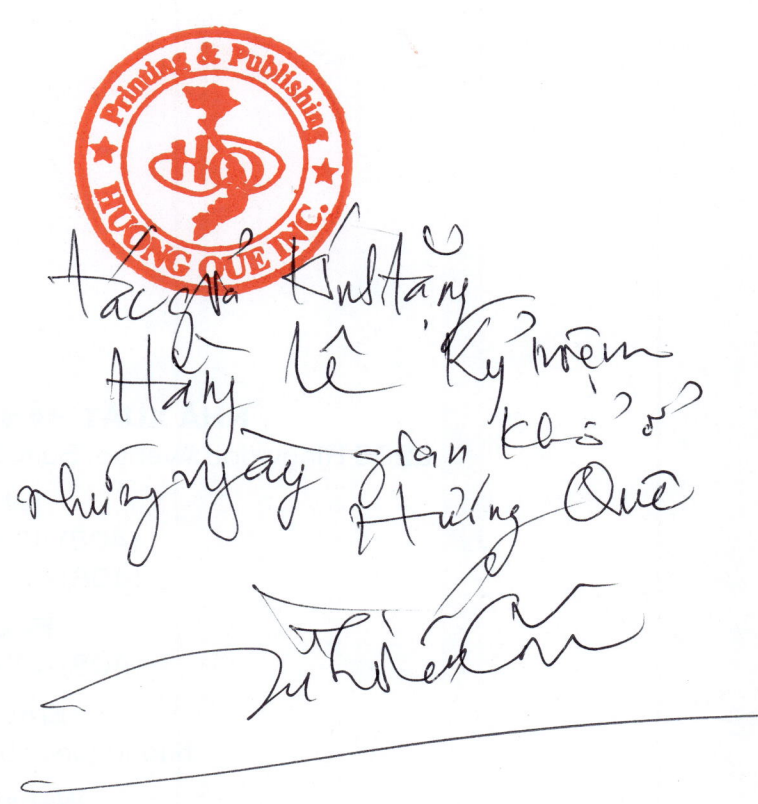

VÕ VĂN TƯỜNG & TỪ HIẾU CÔN

CHÙA VIỆT NAM HẢI NGOẠI
Võ Văn Tường – Từ Hiếu Côn

NHÀ XUẤT BẢN HƯƠNG QUÊ
2290 Ringwood Avenue, Suite E, San Jose, CA 95131, USA

Tel:
(408) 433-0078
(408) 433-0098

Fax:
(408) 433-0008

Email:
huongque@sbcglobal.net

Website:
www.huongque.net
www.lichhuongque.com

VÕ VĂN TƯỜNG - TỪ HIẾU CÔN

CHÙA VIỆT NAM HẢI NGOẠI

OVERSEAS VIETNAMESE TEMPLES

海外越南寺院

海外ベトナム仏教寺院

2

NHÀ XUẤT BẢN HƯƠNG QUÊ
HOA KỲ, 2017

LỜI NHÀ XUẤT BẢN

*"Mái chùa che chở hồn dân tộc,
Nếp sống muôn đời của tổ tông."*

Hai câu thơ của thi sĩ Huyền Không đã toát lên tâm thức Việt Nam của người Phật tử dù đang ở trong nước hay tại hải ngoại. Dưới mái chùa, sinh hoạt tu học của người con Phật lúc nào cũng thắm đượm tình tự quê hương, hướng về cội nguồn dân tộc và báo đáp tứ trọng ân.

Với ước vọng bộ sách **Chùa Việt Nam hải ngoại** sẽ ghi lại được một phần các công trình kiến trúc thờ tự và sinh hoạt tâm linh của những người Phật tử Việt Nam ở hải ngoại; được duyên lành, chúng tôi đã xuất bản và phát hành tập 1 **Chùa Việt Nam hải ngoại** vào mùa Vu Lan năm 2014.

Chỉ sau vài ngày sách phát hành tại Hoa Kỳ, Canada và các nước ở Châu Âu, Châu Úc; niềm vui tràn ngập đến với chúng tôi khi nhận được rất nhiều thư khen của chư Tôn đức lãnh đạo các Giáo hội Phật giáo cùng quý vị Phật tử gần xa. Chúng tôi xin dẫn một số thư và những dòng tiêu biểu.

Lá thư chúng tôi nhận đầu tiên vào ngày 10-9-2014 của Hòa thượng Thích Như Điển, Phương trượng chùa Viên Giác, Đức Quốc. Hòa thượng đã viết: *"... vui mừng khi thấy được một tác phẩm lớn đã được hình thành nơi hải ngoại ngày nay để giới thiệu với Phật tử cũng như chư Tôn đức khắp năm châu về những hình ảnh chùa chiền trong một chiều dài lịch sử của nhiều năm tháng, khi người Phật tử Việt Nam của chúng ta có mặt tại xứ người. Phải có cái TÂM mới thực hiện được việc này..."*.

Hòa thượng Thích Nguyên Siêu, trụ trì chùa Phật Đà, San Diego, Hoa Kỳ trong lá thư ngày 01-10-2014 đã viết: *" ... thấy lòng kính trọng, quý mến việc làm của anh Võ Văn Tường và anh Từ Hiếu Côn. Việc làm mang tính văn hóa ngàn năm cho Phật giáo Việt Nam hải ngoại. Việc làm này chỉ có người Việt Nam Phật tử có tấm lòng thương Phật thương chùa, và ý thức một cách sâu sắc và giá trị thực dụng của nền văn hóa giác ngộ làm lợi lạc cho con người mà phát tâm cống hiến hết cả công sức, thời gian ... để bảo trì và phát huy nền văn hóa cao đẹp này."*

Tại Tổ đình Từ Quang, Canada, Trưởng lão Thích Tâm Châu đã viết thư ngày 12-10-2014: *"Qua cuốn Chùa Việt Nam hải ngoại số 1 và có lẽ qua nhiều cuốn ảnh sau này, kỹ năng*

PUBLISHER'S INTRODUCTION

*"The temple roof protects the national soul,
It also preserves the eternal life of our ancestry."*

Two verses of the poet Huyền Không was well described the Vietnamese thoughts on the significance of the Buddhist temple regardless that person is living in Vietnam or abroad. Under the warming roof of the temple, Buddhist followers who can practice the Buddha way in the nationhood and fellowship, concern the ethnic origin and repay four deep gratitude.

We hope that the photo-book of *Overseas Vietnamese Buddhist Temples* illustrates a part of the visual worship structures and the spiritual activities of Vietnamese Buddhists in abroad to meet the needs for many. Thanks to the good conditions, we published *Overseas Vietnamese Buddhist Temples*, volume 1, on the occasion of Ullambana Festival in 2014.

After few days, the photo-book has been published in the United States, Canada, Europe, and Australia, we are very happy to receive a lot of compliments from the many masters in Sangha and Buddhist laymen in near and far. We would like to quote some following typical paragraphs:

On September 10 2014, we received the first letter from Most Venerable Thích Như Điển, the supreme abbot of Viên Giác Temple, Germany. He wrote: *"... I am so overjoyed to get the great work which has been formed in the diaspora today, introduced the beautiful images of Vietnamese temples to Buddhist Masters as well as laymen on over the world. These temples highlighted the long time and history on Vietnamese people, who settled down in aboard, established it to serve for their spiritual needs. Thanks to the great authors who must has the HEART (Bodhi mind), can afford to carry out this hard mission..."*

Most Venerable Thích Nguyên Siêu, the abbot of Phật Đà Temple, San Diego, United States, on a letter dated October 1 2014, wrote: *"... I would like to show my sincere respect and love to Journalist Võ Văn Tường and Publisher Từ Hiếu Côn who did the good job for all. The book is the great visual culture for years to Vietnamese Buddhism in aboard. Only Vietnamese Buddhists who are sincerely devoted to the Buddhas as well as temples, are deeply conscious the pragmatic values of the Enlightenment culture to benefit human beings, and are able to sacrifice their time and labor to promote and preserve this holy culture by carrying out this religious writing."*

At Từ Quang Temple, Canada, Most Venerable Thích Tâm Châu, on a letter dated October 12 2014, wrote: *"Overseas Vietnamese Buddhist Temples, volume 1, and probably later some another photo-books are very beautiful with the high skillful technique. Then, the special figure*

CHÙA VIỆT NAM HẢI NGOẠI - tập 2

出版社序言　　はじめに－出版社より

寺院屋簷庇護民族魂
祖宗萬世之生活方式

"寺院の屋根は民族の魂や
先祖代々の生活様式を守る。"

　　玄空法師所提的兩句詩，說出了在國內抑或在國外越南佛子們的心識。在寺院屋簷下，佛子們的修學活動在任何時候都充滿著故鄉情懷，民族溯源，慎終追遠，孝先敬祖。

　　本著此目的，故鄉出版社欲把在海外佛子們尊奉佛、菩薩和心靈生活的建築工程向大家介紹。2014年盂蘭盆節，本社有緣出版和發行《海外越南寺》第一集。

　　在美國、加拿大和歐洲各國、澳大利亞發行上述書籍後只幾天，我們收到了各佛教會諸尊德領導和遠近佛子們的稱讚信，令本社同仁欣喜萬分。以下我們僅摘登一部分稱讚信中的讚美詞句：

　　2014年9月10日，我們收到的第一封讚美信是由德國圓覺寺方丈釋如典和尚寄來的。和尚這樣寫道："……令我感到歡欣的是這一大作品能在今日的海外成功出版，為全球五洲各地的佛子們介紹在海外的越南寺院，這是旅居他鄉的越南佛子以他們的毅力與精神所建造的莊嚴巍峨伽藍。當然這是需要萬眾一心才可以完成的……."

　　美國聖地牙哥市佛陀寺住持釋元超和尚在2014年10月01日寄來的信說道："…. 我對武文祥和徐孝昆兩位作者的做法感到非常敬重和愛戴。這是為海外越南佛教具千年文化性的做法。此種做法只有敬佛和愛寺的越南佛子們才能做到，這是覺悟文化的深度意識和實用價值，令到各人發心貢獻出財力物力和寶貴的時間，以便保存和發揚這種崇高美好的文化。"

　　在加拿大慈光祖庭的釋心珠長老2014年10月12日來信說："通過《海外越南寺》第一集和日後再出版的更多圖片集，道友的攝影技能將更加刁

　　フエーン・コーン詩人のこの有名な二行の詞は、海外であれ国内であれ、どこに居てもベトナム系仏教徒たちの「ベトナム的心識」が変わらないと主張しています。特に海外にいる越南人仏子たちはお寺の屋根の下で民族の起源が忘れず、父母の恩・国王の恩・衆生の恩・三宝の恩などの四恩をいつも心に深く思い、日々の生活を送っています。

　　彼らが海外で建立したベトナム伝統建築様式を持つ仏寺院や、彼らの心霊的生活について可能な限り全部記録したいという思いから、2014年の盂蘭盆会を機に弊社は『海外でのベトナム寺院－Ｐａｒｔ１』を出版・発行させて頂きました。

　　米国・カナダ・ヨーロッパ各国・オーストラリアで発行の数日後、各国のベトナム仏教教会の指導者－「尊徳僧」達や仏教徒達からの絶賛の声が届いてきて、何よりの喜びでした。

　　以下には、皆さまから頂いた感想の手紙の一部を引用いたします。

　　最初に届いたのは2014年9月10日のティック・ニュー。ディエン和尚様（ドイツの「円覚寺」の方丈）のものです：「…我々越南人仏子が外国にいる長い歴史とともに歩んできたお寺の姿を、世界中の仏教徒や僧侶に紹介してくれる大作品がここ海外で生まれて本当に嬉しいです。それはそれに心がないと出来ないことです…」

　　米国サンディエゴの「仏陀寺」の住持職－ティック・グエン・シエウ和尚の2014年10月01日の手紙に：「…ヴォー・ヴァン・トゥーン氏とトゥ・ヒエウ・コン氏の努力に心酔して尊敬を払います。それは海外でのベトナム系仏教にとって非常に恒久文化的な貢献です。仏さま・寺院への愛を持ち、人のために存在しているこの覚悟文化（仏教）の実用価値を深く理解している越南仏子であるからこそ、その美しい仏教文化を保持・発揮するためにあのように時間と手間を掛けて身を尽くすことが出来たと思います。」

　　カナダの「慈光祖庭」、ティック・タム・チャウ長老の2014年10月12日の手紙に：「…『海外でのベトナム寺院－Ｐａｒｔ１』を通じて 、そして今後の続編でも通

5

càng siêu tuyệt, tâm ảnh của Đạo hữu càng được ghi đậm trong tâm khảm mọi người và đóng góp công sức không nhỏ vào dòng lịch sử Phật giáo Việt Nam trong và ngoài nước."

Ni sư Thích Nữ Giới Hương, trụ trì chùa Hương Sen, California đã viết trong thư ngày 19-02-2016:"... Hình ảnh nhiều màu sắc tươi vui của Phật, Pháp, Tăng và tứ chúng trong cuốn sách Chùa Việt Nam hải ngoại tập 1 (728 trang) là Thế gian trụ trì Tam Bảo. Ký giả Võ Văn Tường và Từ Hiếu Côn như hiện thân của những cư sĩ Phật giáo mang đạo vào đời với ước mong các độc giả sẽ thấy nơi Thế gian trụ trì Tam Bảo chính là Xuất thế Tam Bảo hay Đồng thể tự tánh Tam Bảo."

Tác giả Lưu Đình Long trên báo Giác Ngộ, Việt Nam ngày 04-11-2014 đã viết: "Ở đâu có người Việt, ở đó có chùa. Tôi rút ra điều đó và chắc chắn như thế sau khi xem tập sách ảnh Chùa Việt Nam hải ngoại của tác giả Võ Văn Tường và Từ Hiếu Côn."

Song song với việc phát hành tập 1, chúng tôi đã có kế hoạch cụ thể thực hiện tập 2. Chúng tôi lên lịch đến làm việc với từng chùa trong tổng số 200 ngôi chùa Việt ở hơn 30 tiểu bang của Mỹ và các tỉnh bang của Canada.

Do số lượng trang in có hạn nên trong tập 2, chúng tôi chỉ chọn 100 ngôi chùa. Mỗi chùa có bài giới thiệu ngắn về lịch sử, bài trí Phật điện và sinh hoạt, được dịch các ngôn ngữ Anh, Hoa và Nhật; và phần hình ảnh. Hầu hết hình ảnh do chúng tôi tự chụp; nhưng cũng có một số hình ảnh lễ hội, sinh hoạt không vào thời điểm chúng tôi đến nên quý chùa đã gửi cho chúng tôi.

Đặc biệt trong tập 2, chúng tôi có bài giới thiệu chung về ngôi *Chùa Việt Nam tại Châu Mỹ*, là sự ghi nhận thực tế của chúng tôi trong nhiều năm xuôi ngược từ Tây sang Đông, từ Bắc xuống Nam, viếng chùa trên đất Mỹ.

Chúng tôi mong có thuận duyên để tập 3, tập 4 sách **Chùa Việt Nam hải ngoại** tiếp tục đến với độc giả gần xa.

Chúng tôi xin cảm ơn tất cả chư Tôn đức Tăng, Ni; chư vị thiện nam, tín nữ, Phật tử khắp nơi đã nhiệt tình ủng hộ chúng tôi trong việc biên soạn và phát hành sách. Đặc biệt, Hòa thượng Thích Như Điển, Phương trượng chùa Viên Giác, Đức Quốc, dù đa đoan việc Phật sự vẫn nhận lời hiệu đính bản dịch cả hai ngôn ngữ Hoa và Nhật.

Rất mong được sự chung tay giúp đỡ, hỗ trợ của chư vị để bộ sách thêm phần phong phú và hoàn hảo.

Trân trọng,

Nhà xuất bản Hương Quê

of the authors are much more impressed in the heart of people because both of you have the significant contributions in the history of Buddhism in Vietnam and abroad. "

Venerable Thích Nữ Giới Hương, the abbess of Hương Sen Temple, California, on a letter dated February 19 2016: "... The brightly colorful images of the Buddha, Dharma and Sangha and four kinds of Buddhist disciples in *Overseas Vietnamese Buddhist Temples*, volume 1 (it has 728 pages) is the present Three Jewels in the world. Journalist Võ Văn Tường and Publisher Từ Hiếu Côn are the embodiment of the Buddhist laymen to bring the Buddhism into life with the hope that readers who will insight the Supreme and the True Nature of Three Jewels from the present Three Jewels in the world."

Journalist Lưu Đình Long on Giác Ngộ Newspaper, Vietnam, dated November 4 2014, wrote: "Wherever Vietnamese people live, that place the temples are existed. I draw this saying. Definitely, it is correct after I read and admired the photo-book of *Overseas Vietnamese Buddhist Temples* of *Võ Văn Tường and Từ Hiếu Côn.*"

In parallel with the publishing of volume 1, we have implemented the specific plans for volume 2. We scheduled to work with each of 200 Vietnamese Buddhist Temples in over 30 states in United States and some provinces in Canada.

Due to the limited number of pages in volume 2, we only select 100 temples. Each temple has a short introduction on the history, architecture and design of the Buddha shrine as well as the activities which are translated into English, Chinese and Japanese, are well illustrated with the colorful photos. Most of photos are taken by ourselves, but some special images are sent to us due to we were not presented in the events at the time.

In particular, in volume 2, we post a general introduction of Vietnamese Buddhist Temples in the United States. This is our practical recognition when we have visited hundreds of Vietnamese temples from west to east, from north to south in the United States for many years.

We wish that we will have good enough conditions to continuously publish *Overseas Vietnamese Buddhist Temples,* volume 3 and 4 to all readers from near and far.

We would like to express our sincere thanks to all most venerable monks, nuns, and Buddhist laymen from every where who put their efforts in assistance us in compiling and publishing the photo-book. In particular, Most Venerable Thích Như Điển, who is the supreme abbot of Viên Giác Temple, Germany, is very busy in his precious time, and enthusiastically accepted to edit both Chinese and Japanese translations.

Finally, we are looking forward to your generosity as well as ideas to improve the quality of the book.

May the Buddha bless you all.

Respectfully,

Hương Quê Publishing

練。佛寺的影像永留在各人的心坎中，並為國內外越南佛教歷史作出不小的貢獻。"

加利福尼亞州香蓮寺住持釋女戒香尼師於2016年02月19日寄來的信說道："《海外越南寺》第一集（728頁）的圖片色彩多姿，內容豐富，佛、法、僧與四眾形象盡顯於此，是世間住持三寶。武文祥和徐孝昆兩位記者是佛教居士的現身，傳揚佛教，希望諸位讀者將看到的世間住持三寶正是出世三寶或是同體自性三寶。"

越南《覺悟報》記者劉廷龍2014年11月04日寫道："在有越南人的地方就有寺院。我在看過由作者武文祥和徐孝昆合著的《海外越南寺》圖片集後領悟出和肯定這一點."

在發行第一集的同時，本出版社已經計劃進行編撰第二集。我們分別奔跑美國30多個州和加拿大各省的200多家寺院以便聯繫編寫介紹。

由於頁數有限，所以在第二集內，我們只選出100間寺院。每間寺院的歷史、佛殿佈置和很多只作簡短的介紹，並譯出英、華和日文；在圖片方面，幾乎所有都是作者自行拍攝的；也有部分盛會和活動圖片，由於是我們趕不上，所以由各寺院提供。

特別是在第二集裡，我們撰寫了《美洲的越南寺》一文，總括了我們多年來從西到東，從南至北，走遍美國各地參觀寺院所得到的實際記錄。

我們希望有順緣能繼續為遠近讀者出版《海外越南寺》第三和第四集。

我們也衷心感謝諸尊德僧尼；諸位善男信女，各地的佛子們熱情支持我們編撰和發行圖片集《海外越南寺》。特別，遠在德國圓覺寺的方丈釋如典和尚，儘管佛務繁忙，仍熱情接受為我們校訂華文和日文版的內容。

希望在各位齊心合力的幫助下，本圖片集的內容更添豐富和更臻完美。

此敬
故鄉出版社

じて二人の道有さま（著者）の優秀な記録技術および仏教への熱心は間違いなく読者に深く強い印象を残し、また国内外が関係なくベトナム仏教の歴史に大きな貢献が出来ていると思います。」

「フオーン・セン寺（蓮香寺）」住職のティック・ヌー・ジョーイ・フーン尼師は2016年02月19日の手紙に：「…『海外のベトナム寺院、Part 1（728ページ）』中で、陽気な色の仏、法、僧、四衆の写真は世間住持三宝だ。記者ヴォー・ヴァン・トゥーンとトゥ・ヒエウ・コン様は仏教信徒として生活に道を持ち込んで、そして読者たちが世間住持三宝は出世三宝または同体自性三宝として見えることを願っています」

リュ・ディン・ローン作家、2014年10月12日の『覚悟報』（仏教新聞）に：「ベトナム人がいる場所にはきっとお寺がある！と、ヴォー・ヴァン・トゥーンとトゥ・ヒエウ・コン著者の『海外でのベトナム寺院』特集を読んだあと、その結論を出しました。」

…

実際、我々はPart.1を発行する時にPart.2の作製計画をもう達成できていました。具体的に、カナダやアメリカに所在する合計200山のベトナム寺院を個々に訪れるとスケジュールしていました。

しかし、本書（Part.2）の印刷範囲が限られていますので、200山から100山に絞りました。その内容は主に各寺院の沿革・仏殿配置・仏事生活とその写真であり、簡単に英語・中国語・日本語に翻訳されています。写真の大部分は弊社が撮影したものですが、残りの一部（伝統祭日や弊社の担当者が訪問できない時に行われた行事の記念写真など）は寺院から頂いたものです。

特に、本書には、我々が数年間を掛けてアメリカやカナダの至る所に足を運んでベトナム寺院を訪問・調査してきた感想である『米州のベトナム寺院－総合紹介』という特集ページがあります。

今後は『海外でのベトナム寺院』のPart.3及びPart.4が読者様に届けるよう願っています。

本書を出版・発行するに当たり、資料提供のご助力及びご声援をくださった諸尊德僧・尼僧や善男信女・仏教徒さまに御礼申し上げたいです。特に、仏事で多忙の身でわざわざ本書の中国語・日本語訳文を校訂する時間や労力を割いてくださった、ドイツの「円覚寺」方丈－ティック・ニュー・ディエン和尚にも感謝いたします。

更に情報を追加して本書の内容満足度の向上にご協力お願いいたします。

フォーン・クエ出版社

CHÙA VIỆT NAM Ở CHÂU MỸ

VIETNAMESE TEMPLES IN THE UNITED STATES

Suốt nhiều năm đi khắp các tiểu bang của Hoa Kỳ và các tỉnh bang của Canada, từ Tây sang Đông, từ Bắc xuống Nam, chúng tôi đã viếng thăm hàng trăm ngôi chùa Việt lớn có, nhỏ có, vừa có; chùa tăng có, chùa ni có, chùa cư sĩ có; chùa Bắc tông có, chùa Nam tông có, chùa Khất sĩ có …

Dù đang ở trên đất Mỹ, nơi thủ đô Washington D.C. hay ở một làng quê xa xôi tận tiểu bang Minnesota, Oregon, New Hampshire, Louisiana (Hoa Kỳ), hay các tỉnh bang Ontario, Québec hoặc thành phố Vancouver (Canada)…, ngôi chùa Việt Nam vẫn được nhận ra một cách dễ dàng từ xa.

Ở đâu có người Việt, ở đó có chùa. Ngôi chùa Việt đã giữ được bản sắc văn hóa dân tộc qua hơn 30 năm có mặt trên đất Mỹ. Đến thăm một ngôi chùa Việt vào ngày chủ nhật, du khách Việt sẽ cảm thấy ấm áp tình đồng hương; sẽ thấy sự sống động qua nét giao thoa văn hóa Đông Tây; sẽ càng thấm thía sâu sắc hai câu thơ của nhà thơ, nhà sư Huyền Không:

Mái chùa che chở hồn dân tộc,
Nếp sống muôn đời của tổ tông.

Xin bắt đầu từ tên chùa. Ở Việt Nam, các ngôi tự viện Phật giáo thường dùng các tên với nội dung liên quan đến Phật pháp như: Thích Ca, A Di Đà, Dược Sư, Quán Thế Âm, Pháp Bửu, Diệu Pháp, Hoằng Pháp, Liên Hoa, Thiền Quang, Tịnh Độ…; liên quan đến phúc đức như: Sùng Đức, Sùng Thánh, Diên Linh, Diên Thọ, Phước Nghiêm…; liên quan đến địa phương như: Bái Đính, Linh Mụ, Ngọc Sơn… Riêng chùa Việt ở Mỹ, tên "Việt Nam" liên quan đến quê cha đất tổ; "Trúc Lâm" liên quan đến thiền phái riêng biệt của người Việt; hay pháp danh của các vị cao tăng Việt. Tên các chùa cổ, tổ đình và địa danh Việt thân thương thường được dùng làm tên hiệu là phổ biến hơn cả. Chẳng hạn, *chùa Việt Nam*

For years, we have visited hundreds of Vietnamese temples in United States and Canada. The temples are in different locations from west to east, from north to south, have various sizes of large, small, and medium as well as have various Buddhist sections of Mahayana, Theravada, and Mendicancy.

Whether at the Washington DC capital or at the remote towns in Minnesota, Oregon, New Hampshire, Louisiana in the United States or the provinces of Ontario, Quebec or Vancouver in Canada, the characteristics of Vietnamese temples are easily recognizable from a distance.

Anywhere Vietnamese people live, there is a temple. Temples have preserved Vietnamese culture for more than 30 years in the United States and Canada. When Vietnamese tourists visit a Vietnamese temple on Sunday, they will feel comfortable with their fellow Vietnamese. They will vividly see features constructed by the acculturation between the East-West and, also, deeply affected by the two verses from the poet – Late Most Venerable Huyen Khong:

"The temple roof protects the national soul,
It also preserves the eternal life of our ancestry."

To begin, the name of the temple is stated. In Vietnam, Buddhist temple is often used the names which are related to the Buddha Dhamma, such as Sakyamuni, Amitabha, Bhaisajya-Guru (Medicine Buddha), Avalokitesvara, Dhammaratna (Dharma Treasure), Saddharma (Wonderful Dharma), Dharma Spreading, Lotus Flower, Meditation Light, Sukhavati (Pure Land), and so on. The names also portray the virtue, such as Eminent Moral, Eminent Saint, Soul Prolonging, Life Prolonging, Merit Practice, and so on. The temple names also involve the name of the area like Bái Đính, Linh Mụ, Ngọc Sơn, and so on. Particularly in the United States, the names of Vietnamese temples are related to the fatherland as "Bamboo Forest", which means Vietnamese Zen School; or other names are under the great Vietnamese monks' names. The names of the ancient pagoda, Patriarchal temple, and

美洲的越南寺

多年來，我們走遍美國各州和加拿大各省。從西到東，從北至南。參拜過逾百間越南寺院，有大的，也有中和小規模的；分別是由僧、尼或居士任住持的寺院；有北傳佛教，南傳佛教和乞士派。

在美國，不論是在首都華盛頓，抑或是在明尼蘇達州、奧勒岡州、新罕布夏州、路易斯安那州，或是加拿大的安大略省、魁北克省或溫哥華市，人們很容易認得出越南寺院。

有越南人的地方，就有越南寺院。這種民族文化特色已在美國存在30多年。每週的週日，旅居美國的越南同胞或越南遊客在一家越南寺院見面時，倍感同鄉的親切情濃；會感受到東西方文化交匯的特色；更能深深體會到玄空法師所提的詩句：

寺簷庇護民族魂
祖宗萬世之戒律

我們開始從越南寺談起。在越南，佛教的寺院常以同佛法有關內容命名，如釋迦、阿彌陀、藥師、觀世音、法寶、妙法、弘法、蓮華、禪光、淨土....；或同福德有關的如：崇德、崇聖、延齡、延壽、福嚴....；或同地方有關的，如：拜訂、靈母、玉山.....。在美國的寺院。"越南"寺同祖國故鄉有關；"竹林"同越南與眾不同的禪派有關。或使用越南高僧的法名。也有用越南為名的古寺、祖庭，而且相當普遍。例如在西雅圖市的越南寺，在洛杉磯市的越南寺，在鳳凰城的越

米州のベトナム系仏教の寺院

米州にあるベトナム系仏教の寺院はどんな様子か？それを探りたい思いから、長年にわたり、西から東へ、北から南へ、アメリカとカナダの各地を旅していました。そして数百も訪れてきたベトナムのお寺の中で、小さいものから大きいものまで；僧系、尼僧系、或いは居士系；また北宗派、南宗派、乞士派など、様々な種類があると分ってきました。

アメリカの大都市のワシントンDCであれ田舎のミネソタ州、オレゴン州、ニューハンプシャー州、ルイジアナ州であれ、そしてカナダのオンタリオ州やケベック州であれ、メトロのバンクーバーであれ、海外で建立されたにも関わらず、ベトナム系仏教の寺院は遠くから見てもすぐ分かるほど、非常にベトナムならではの存在感でした。

「ベトナム人がいるなら、そこにきっとお寺がある」とよく言われます。米州でのベトナム仏教寺院のたった三十数年の歴史は短いか長いかは言えませんが、母国の伝統文化の特性が上手に維持できています。もしあなたがベトナム人の旅行者であれば、いつかの日曜日でも米州にあるベトナム寺院に訪問し、そこで同郷人の温かい気持ちと共に、西洋と東洋が混じり合った特色を肌で感じてみましょう。そうしたら、下のフエーン・コーン詩人（ベトナム仏教禅宗派の有名な禅師兼詩人）の詩句の深い意味が理解できるようになるでしょう。

"寺院の屋根は民族の魂
そして先祖代々の生活様式を守る"

米州のベトナム寺院とベトナムにある寺院の違いが数多くありますが、寺院の名前から紹介していきます。ベトナムでは、寺院の名前の大部分は仏法に関する言葉を使います。例えば：仏さまに関する言葉：釈迦（Thích Ca）、阿弥陀（A Di Đà）、薬師（Dược Sư）、観世音（Quán Thế Âm）、蓮華（Liên Hoa）、禅光（Thiền Quang）、法宝（Pháp Bửu）、妙法（Diệu Pháp）、弘法（Hoằng Pháp）、静土（Tịnh Độ）…；「福」と「徳」の意味を表す言葉：崇徳（Sùng Đức），崇聖（Sùng Thánh），延霊（Diên Linh），延壽（Diên Thọ）、福厳（Phước Nghiêm）…；或いは仏教に関わる有名な地名：バイ・ディン（Bái Đính），リーン・ムー（Linh

ở Seatlle, *chùa Việt Nam* ở Los Angeles, *chùa Việt Nam* ở Phoenix, *chùa Việt Nam* ở Sugar Land (ảnh 01); *thiền viện Trúc Lâm Đại Đăng* ở Bonsall, *thiền viện Chánh Pháp* ở Oklahoma, *thiền viện Bồ Đề* ở Braintree, *thiền viện Đạo Viên* ở Lantier; *chùa Vĩnh Nghiêm* ở Pomona, *chùa Pháp Hoa* ở El Monte, *chùa Linh Sơn* ở Austin, *chùa Phổ Minh* ở Fort Smith, *chùa Vạn Hạnh* ở Santee, *chùa Quan Âm* ở Montréal, *chùa Linh Mụ* ở Stone Mountain, *chùa Kỳ Viên* ở Washington, *chùa Pháp Vân* ở Mississauga; *tu viện Kim Sơn* ở Watsonville, *tu viện Liễu Quán* ở Warner Springs, *tổ đình Từ Quang* ở Montréal; *tịnh xá Minh Đăng Quang* ở Westminster, *tịnh xá Ngọc Sơn* ở Portland, *tịnh xá Ngọc Hòa* ở San Jose, *chùa Hương Sen* ở Perris ...

Gắn với tên chùa là lịch sử. Những ngôi chùa mang tên chùa Việt Nam được thành lập rất sớm. *Chùa Việt Nam* ở Phoenix (1983), *Chùa Việt Nam* ở Sugar Land (1990). Đặc biệt, *chùa Việt Nam* ở Los Angeles được Hòa thượng Thích Thiên Ân thành lập vào năm 1975, là ngôi chùa Việt Nam đầu tiên tại Mỹ.

Đến nay, chùa Việt Nam được xây dựng rất nhiều, có mặt khắp các tiểu bang của Hoa Kỳ và các tỉnh bang của Canada, nhưng chưa có một con số thống kê nào chính xác. Chúng tôi đã tham

location of the temple are as landmarks due to their popular official names. For example, Vietnam Temples in Seatlle, Los Angeles, Phoenix, and Texas (Photo 01); Trúc Lâm Đại Đăng Meditation Center in Bonsall, Bồ Đề Zen Center in Braintree, Đạo Viên Meditation Center in Lantier; Vĩnh Nghiêm Pagoda in Pomona, Pháp Hoa Temple in El Monte, Linh Sơn Pagoda in Austin, Pho Minh Pagoda in Fort Smith, Vạn Hạnh Temple in Santee, Quan Âm Pagoda in Montréal, Linh Mụ Pagoda in Stone Mountain, Kỳ Viên Temple in Washington, Pháp Vân Temple in Mississauga; Kim Sơn Monastery in Watsonville, Liễu Quán Monastery in Warner Springs, Tổ đình Từ Quang Temple in Montréal; Minh Đăng Quang Vihara in Westminster, Ngọc Sơn Temple in Portland, Ngọc Hòa Monastery in San Jose, Hương Sen Temple in Perris, and so on.

Vietnamese history is often associated with temple name. The sanctuaries are attached with Vietnamese names were established from a very early time, such as the Vietnam Temple in Phoenix in 1983, and the Vietnam Temple in Sugar Land in 1990. In particular, the Vietnam Temple in Los Angeles was founded in 1975 by Most Venerable Thích Thiên Ân, and was the first Vietnamese Buddhist temple in the United States.

So far, many Vietnam temples have been built and presented all over the United States and Canada; however, no one knows the exact statistics. We have researched the reference list of overseas Vietnamese temples on many Buddhist websites and annual booklets, but only 60 % of

Ảnh 01. Chùa Việt Nam ở Los Angeles (1975)
Photo 01. Vietnamese Temple in Los Angeles in 1975
圖01．在洛杉磯市的越南寺（1975）
写真1　ロサンゼルスの「ベトナム寺院」（1975）

Ảnh 02. Tôn tượng Bồ tát Quán Thế Âm chùa Việt Nam ở Sugar Land (cao 22m, 2001)
Photo 02. Statue of Avalokitesvara Bodhisattva in Vietnamese Temple, Sugar Land (high 22 meters, 2001)
圖02．在舒格蘭市越南寺的觀世音菩薩尊像（高22米，2001）
写真2　テキサス州シュガーランドの「ベトナム寺院」の観世音菩薩立像（身の丈約220cm、2001年）

南寺，在舒格蘭市也有越南寺（圖1）；波恩莎爾市的竹林大燈禪院，奧克拉荷馬州的正法禪院，布賴恩特市的菩提禪院，拉恩蒂爾市道圓禪院，波莫納市的永嚴寺，艾爾蒙地市的法華寺，奧斯丁市的靈山寺，史密斯堡市的普明寺，桑蒂市的萬幸寺，蒙特利爾市的觀音寺，石頭山市的靈母寺，華盛頓市的祇園寺，密西沙加市的法雲寺，沃森維爾市的金山修院，溫納斯普利斯市的了觀修院，蒙特利爾市的慈光祖庭，西敏市的明燈光精舍，波特蘭市的玉山精舍，聖荷西市的玉和精舍⋯．

用越南為名的寺院很早就成立。如在鳳凰城的越南寺（1983年），在舒格蘭市也有越南寺（1990年）。特別，在洛杉磯市的越南寺是由釋天恩法師於1975年建立，是在美國第一間越南寺。

至今，越南寺院遍佈美國各州和加拿大各省。但未有正確的的統計數據。我們在佛教的很多網頁和每年印行的佛教資料上參考海外越南寺院的名目，但60%無法以電話聯絡。

Mụ），ゴック・ソン（Ngọc Sơn）⋯　などです。

その一方で、米州のベトナム寺院は、祖国を示す「ヴィエト・ナム」という名前や、ベトナム系仏教の一宗派の名前（例えば、「竹林」Trúc Lâm）、或いは母国の有名な高僧さまの法名などを利用する傾向があります。特に、母国にある著名な古寺や祖庭の名前と地名の利用は一番多いです。具体的に、シアトルの「越南寺」（chùa Việt Nam）、ロサンゼルスの「越南寺」，フェニックスの「越南寺」シュガーランドにも「越南寺」（写真1）；カリフォルニア州ボンソールの「竹林大灯禅院」（thiền viện Trúc Lâm Đại Đăng）、オクラホマの「正法禅院」（thiền viện Chánh Pháp）、マサチューセッツ州ブレインツリーの「菩提禅院」（thiền viện Bồ Đề）、カナダのケベック州ランシェールの「道圓禅院」（thiền viện Đạo Viên）、カリフォルニア州ポモナの永厳寺（chùa Vĩnh Nghiêm）、カリフォルニア州エルモンテの「法華寺」（chùa Pháp Hoa）、テキサス州オースティンの「霊山寺」（chùa Linh Sơn）、アーカンソー州フォートスミスの普明寺（chùa Phổ Minh）、カリフォルニア州サンティーの「萬行寺」（chùa Vạn Hạnh）、カナダのケベック州モントリオールの「觀音寺」（chùa Quan Âm）、ジョージア州ストーン・マウンテンの「靈媽寺」（chùa Linh Mụ）、ワシントン市の「祇園寺」（chùa Kỳ Viên）、カナダのミシサガの「法雲寺」（chùa Pháp Vân）、カリフォルニア州ワトソンビルの「金山修院」（tu viện Kim Sơn）、モントリオールの「慈光祖庭」（tổ đình Từ Quang）、カリフォルニア州ワーナースプリングス「了觀修

Ảnh 03. Tôn tượng Bồ tát Quán Thế Âm thiền viện Chân Nguyên ở Adelanto (cao 7,5m, 2007, đá hoa)
Photo 03. The marble statue of Avalokitesvara Bodhisattva in Chân Nguyên monastery, Adelanto (high 7.5 meters, 2007)
圖03. 在阿德蘭托市真元禪院的觀世音菩薩尊像（高7.5米，2007，花崗石）
写真3　カリフォルニア州アデラントの「真源禅院」にある観世音菩薩立像（全高約750cm、大里石、2007年）

Ảnh 04. Tôn tượng Bồ tát Quán Thế Âm tu viện Cát Trắng ở Mims (cao 10m, 2012, đá hoa)
Photo 04. The marble statue of Avalokitesvara Bodhisattva in Cát Trắng monastery, Mims (high 10 meters, 2012)
圖04.　在米姆斯市白沙修院的觀世音菩薩尊像（高10米，2012，花崗石）
写真4　「カット・チャン（百砂）修院」にある観世音菩薩立像（全高約10m、大里石、2012年）

khảo danh mục chùa Việt Nam hải ngoại trên nhiều website Phật giáo và các tập tài liệu in ấn hàng năm nhưng 60% là không liên lạc được qua điện thoại. Thậm chí, có một số chùa, khi chúng tôi đến nơi chỉ thấy là một mảnh đất trống!

Nhìn chung, diện tích mỗi chùa rộng hẹp khác nhau, nhưng từ xa, khách hành hương dễ dàng nhận ra ngôi chùa Việt qua lá cờ Phật giáo và tượng Bồ tát Quán Thế Âm lộ thiên. Có một số nơi, tôn tượng Bồ tát Quán Thế Âm lộ thiên là điểm hành hương, lễ bái của hàng vạn Phật tử và du khách mỗi năm như: *chùa Việt Nam* ở Sugar Land (ảnh 02), *thiền viện Chân Nguyên* ở Adelanto (ảnh 03), *tu viện Cát Trắng* ở Mims (ảnh 04), chùa Tam Bảo ở Tulsa (ảnh 05), *chùa Quang Nghiêm* ở Stockton...

Những chùa có diện tích rộng rãi thường tôn trí nhiều pho tượng Phật, Bồ tát lộ thiên sống động nét từ bi ở sân trước hoặc trong khuôn viên chùa. Đó là tượng đức Phật Thích Ca, vườn tượng Tứ động tâm, tượng đức Phật A Di Đà, tượng Bồ tát Di Lặc, tượng 18 vị A La Hán... ở các nơi như: *tu viện Viên Quang* ở Clover (ảnh 06), *tu viện Cát Trắng* ở Mims, *chùa Cổ Lâm* ở Seattle, *chùa Linh Sơn* ở Santa Fe, *chùa Diệu Đế* ở Pensacola, *tu viện Pháp*

documents do not provide the contact numbers. Even when we arrived at some temples, we just found a vacant piece of land.

In general, the land of each temple varies, but, so far, pilgrims can easily realize Vietnamese temples by its Buddhist flags and the Bodhisattva Avalokitesvara statues in the open air. There are a number of places that have the open air statues of Avalokitesvara Bodhisattva, which is considered the spiritual pilgrimage destination by thousands of Buddhists and tourists each year, such as the Vietnam Temple in Sugar Land (Photo 02), Chân Nguyên Monastery in Adelanto (photo 03), Cát Trắng Monastery in Mims (photo 04), Tam Bảo Temple in Tulsa (photo 05), Quang Nghiêm Pagoda in Stockton, and so on.

In the front yard or in the precincts of the large temple, there often enshrines many open-air statues of Buddhas and Bodhisattvas whose compassionate features are vivid and lively. They are Shakyamuni Buddha, Four Holy Buddhist Sites, Amitabha Buddha, Maitreya Bodhisattva, and 18 Arhat statues in many places such as, Viên Quang Monastery at Clover Park View (06 photos), Cát Trắng Monastery in Mims, Cổ Lâm Pagoda in Seattle, Linh Sơn Temple Santa Fe, Diệu Đế Temple in Pensacola, Pháp Vương Monastery in Escondido, Bảo Quang Pagoda in Santa Ana, Kim Quang Temple in Sacramento, Thiện Ân Pagoda in Fresno (photo 07),

Ảnh 05. Tôn tượng Bồ tát Quán Thế Âm chùa Tam Bảo ở Tulsa (cao 17,37m, 2010, đá hoa)
Photo 05. The marble statue of Avalokitesvara Bodhisattva in Tam Bảo Temple, Tulsa (high 17.37 meters, 2010)
圖05. 在土爾沙市三寶寺的觀世音菩薩尊像（高17.37米，2010，花崗石）
写真5　オクラホマ州タルサの「三宝寺」にある観世音菩薩立像（全高約17.37m、大里石、2010年）

Ảnh 06. Tượng Bồ tát Di Lặc và tượng 18 A La Hán tu viện Viên Quang ở Clover
Photo 06. Maitreya Bodhisattva and 18 Arhat statues in Viên Quang Monastery, Clover
圖06. 克羅弗市圓光修院彌勒菩薩像和十八阿羅漢像
写真6　サウスカロライナ州クローバー市にある「円光修院」の弥勒菩薩像および十八阿羅漢諸像

甚至有些寺院的地址，在我們到達時只是空地一片！

總括來說，每間寺院的面積各有不同。然而，香客通過佛教旗幟和露天的觀世音菩薩像，從遠處就能認得是越南寺院。有些地方，尊置在露天的觀世音菩薩像是每年成千上萬佛子和遊客行香與膜拜的地點，如：在舒格蘭市的越南寺（圖02），在阿德蘭托市的真元禪院（圖03），在米姆斯市的白沙修院（圖04），土爾沙市的三寶寺（圖05），在史塔克頓市的光嚴寺等等。

面積廣闊的寺院，在前院或庭院裡尊置很多雕琢栩栩如生，面露慈容的露天佛像、菩薩像。分別是釋迦佛像，四動心園，阿彌陀佛像，彌勒菩薩像，十八阿羅漢像等等。在克羅弗市的圓光修院（圖06），米姆斯市的白沙修院，西雅圖市的古林寺，聖塔菲市的靈山寺，彭薩科拉市的妙諦寺，埃斯孔迪多市的法王修院，聖塔安娜市的寶光寺，沙加

院」（tu viện Liễu Quán）、ウェストミンスターの「明灯光精舍」（tịnh xá Minh Đăng Quang）、ポートランドの「玉山精舍」（tịnh xá Ngọc Sơn）、カリフォルニア州サンノゼの「玉和精舍」（tịnh xá Ngọc Hòa）、ペリスの「チューア・フオーン・セン」（蓮香寺、chùa Hương Sen）…は典型的な例です。

寺院の名前はその歴史を表します。「ベトナム寺院」という名前があるお寺は、だいたいアメリカで一番早くから建立されたものです。例えば、アリゾナ州フェニックスの「チュア・ヴィエト・ナム」（越南寺、Chùa Việt Nam）は1983年からであり、シュガーランドの「チュア・ヴィエト・ナム」は1990年に建造されたものであります。特に、ロサンゼルスに所在している「チュア・ヴィエト・ナム」は1975年にティック・ティエン・アン和尚様により創立されたもので、アメリカのベトナム寺院の中で一番古いお寺です。

米州全土にはもはや数え切れないほどのベトナム系仏教の寺院が存在します。現在まで我々は様々な方法で調査してきましたが、具体的な数値はまだ把握できていません。更に、仏教に関するウェブサイトや毎年出版される仏教に関する書籍で見つけたベトナム寺院のところに連絡してみたら、その6割位は電話が通じませんでした。実際に訪れてみると、実在しない空地のモノが多かったと分かりました。

寺院の面積も、構築もさまざまありますが、仏教旗や聖観世音菩薩立像などを見るとベトナムのと

Ảnh 07. Tượng 18 A La Hán chùa Thiện Ân ở Fresno
Photo 07. 18 Arhat Statues in Thiện Ân Temple, Fresno
圖07．弗雷斯諾市善恩寺的十八阿羅漢像
写真7　カリフォルニア州フレズノ市の「善恩寺」にある「十八阿羅漢諸像」

Ảnh 08. Tượng hóa thân Bồ tát Địa Tạng - Địa Tạng Viên Quang tự ở Lynnwood
Photo 08. Ksitigarbha Bodhisattva statue in Địa Tạng Viên Quang Temple, Lynnwood Park
圖08．林伍德市地藏圓光寺的地藏菩薩化身像
写真8　ワシントン州リンウッド市の「地藏円光寺」に安置されている「変身中の地像菩薩諸像」

Vương ở Escondido, *chùa Bảo Quang* ở Santa Ana, *chùa Kim Quang* ở Sacramento, *chùa Thiện Ân* ở Fresno (ảnh 07), *chùa Phước Huệ* ở Tacoma, *Địa Tạng Viên Quang tự* ở Lynnwood (ảnh 08), *tổ đình Từ Quang* ở Montréal...

Khi nói về kiến trúc chùa, thông thường chúng ta hay nhắc đến cổng chính, ngôi chánh điện, bảo tháp, giảng đường, thiền đường, tăng xá... Kiến trúc ngôi chùa Việt ở Mỹ thật đa dạng, phong phú, toát lên tâm thức dân tộc.

Các chùa có cổng tam quan là: *chùa Cổ Lâm* ở Seattle (ảnh 09), *Địa Tạng Viên Quang tự* ở Lynnwood, *chùa Phổ Hiền* ở Worcester (ảnh 10), *pháp viện Minh Đăng Quang* ở Tampa (ảnh 11), *tổ đình Từ Đàm Hải Ngoại* ở Irving (ảnh 12), *chùa Pháp Vân* ở Mississauga, *chùa An Lạc* ở Indianapolis ...

Kiến trúc chính của chùa là ngôi chánh điện, hội trường đa năng và tăng xá. Nhiều ngôi chánh điện mang kiến trúc phương Đông và văn hóa Việt Nam được xây dựng mới hoặc sửa lại từ một ngôi nhà thờ, chẳng hạn như *thiền viện Chân Nguyên* (chùa Sa mạc) ở Adelanto, *chùa Huệ Quang* (ảnh 13), *chùa Bảo Quang* (ảnh 14) và *tu viện Hoa Nghiêm* ở Santa Ana, *chùa Việt Nam* ở Sugar Land, *chùa Vạn Hạnh* ở Santee (ảnh 15), *chùa Viên Thông* ở Houston (ảnh 16), *chùa Pháp Quang* ở Grand Prairie (ảnh 17), *chùa Phổ Từ* ở Hayward, *chùa Đức Viên* ở San Jose, *chùa Tam Bảo* ở Baton Rouge, chùa An Lạc

Phước Huệ Temple in Tacoma, Địa Tạng Viên Quang Temple in Lynnwood Park (photo 08), tổ đình Từ Quang Temple in Montréal, and so on.

In architecture, we usually tend to refer to the main gate, the Buddha hall, the stupa, the lecture hall, the meditation room, and the monk hall. These architecture characteristics make Vietnamese temple is as a consummate piece of Asian art with multiple forms.

The temples have the triple gates, such as the Cổ Lâm Temple in Seattle (photo 09), Địa Tạng Viên Quang Temple in Lynnwood, Phổ Hiền Temple in Worcester (photo 10), Minh Đăng Quang Vihara in Tampa (photo 11), Tổ đình Từ Đàm Hải Ngoại Temple in Irving (photo 12), Pháp Vân Pagoda in Mississauga, An Lạc Temple in Indianapolis, and so on.

The main structure of the temple is the Buddha hall, the multi-purpose hall, and the sangha room. There are many main shrines with the Oriental and Vietnamese cultural architecture that were newly built or revised from a church such as, Chân Nguyên Monastery in Adelanto desert, Huệ Quang Pagoda (photo 13), Bảo Quang Pagoda (photo 14), Hoa Nghiêm Temple in Santa Ana, Vietnam Temple in Sugar Land, Vạn Hạnh Temple in Santee (photo 15), Viên Thông Temple in Houston (photo 16), and Pháp Quang Temple in the Grand Prairie (photo 17). Some the temples also install the Benefactor Stupa, such as Phổ Từ Temple in Hayward, Đức Viên Pagoda in San Jose, Tam Bảo Temple in Baton Rouge, An Lạc Temple ở Indianapolis… A few temples built the Báo Ân Stupas as Tam Bảo Temple in Baton Rouge, Pháp Vân Temple

Ảnh 09. Tam quan chùa Cổ Lâm ở Seattle
Photo 09. The three-door gate in Cổ Lâm Temple, Seattle
圖09. 西雅圖市古林寺的山門
写真9 シアトルの「古林寺」の三関大門

Ảnh 10. Tam quan chùa Phổ Hiền ở Worcester
Photo 10. The triple-gate in Phổ Hiền Temple, Worcester
圖10. 伍斯特市普賢寺的山門
写真10 ウーセスターの「普賢寺」の三関大門

緬度市的金光寺，弗雷斯諾市的善恩寺（圖07），塔科馬市的福惠寺，林伍德市的地藏圓光寺（圖08），蒙特利爾市的慈光祖庭等等。

談到寺院的建築，通常我們提到寺院的大門、正殿、寶塔、講堂、禪堂、僧舍等等，在美國越南寺院的建築式多元化，體現民族心識。

有山門的寺院是：西雅圖市的古林寺（圖09），林伍德市地藏圓光寺，伍斯特市的普賢寺（圖10），坦帕市的明燈光法院（圖11），歐文市海外慈曇祖庭（圖12），密西加沙市的法雲寺，印第安納波利斯州的安樂寺……等等。

寺院的主要建築物是正殿，多功能會堂和僧舍。很多正殿具東方建築格式和越南文化色彩，有新建的，也有由舊教堂改建，例如阿德蘭托市真元禪院（沙漠寺），聖塔安娜市惠光寺（圖13.），寶光寺（圖14）和華嚴修院，舒格蘭市的越南寺，桑蒂市的萬行寺（圖15），休士頓市圓通寺（圖16），大草原城的法光寺（圖17），海沃德市的普慈寺，聖荷西市德圓寺，巴頓魯治的三寶寺，

すぐ分かるほど独特なデザインがあります。立派な聖観世音菩薩立像が安置されているお陰で著名となり、いつも大勢の人々に訪れられる寺院は：シュガーランドの「チュア・ヴィエット・ナム」（越南寺 chùa Việt Nam 写真2）、アデラントの「真源禅院」（thiền viện Chân Nguyên、写真3）、ミムスの「カット・チャン修院」（tu viện Cát Trắng 写真4）、タルサの「三宝寺」（chùa Tam Bảo、写真5）、ストックトンの「光厳寺」（chùa Quang Nghiêm）であります。

面積の余裕がある寺院は広い境内に多くの巨大仏像および菩薩立像をよく安置しています。よく見掛けられるのは釈迦如来仏像、四大聖地群像、阿弥陀如来仏像、弥勒菩薩像、聖観世音菩薩立像、十八阿羅漢諸像です。こちらの巨大仏像は次の寺院にあります、それは「円光修院」（tu viện Viên Quang 写真6）、フロリダ州ミムスの「カット・チャン修院」（tu viện Cát Trắng）、シアトルの「古林寺」（chùa Cổ Lâm）、サンタフェの「霊山寺」（chùa Linh Sơn）、ペンサコーラの「妙諦寺」（chùa Diệu Đế）、エスコンディード市の「法王修院」（tu viện Pháp Vương）、サンタアナの「宝光寺」サクラメントの「金光寺」（chùa Kim Quang）、フレズノの（chùa Thiện Ân 写真7）、たコマの「福恵寺」（chùa Phước Huệ）リンウッドの「地藏円光寺」（Địa Tạng Viên Quang tự、写真8）、モントリオール「慈光祖庭」（tổ đình Từ Quang）…

寺院の建築といえば、だいたい大門、ご正殿、宝塔、禅堂、講堂、僧舍などをよく取り上げられていいます。米州にあるベトナムのお寺の建築は多様な特徴がありますが、いずれもベトナムらしいものです。三観大門のある寺院は：シアトルの「古林寺」(chùa Cổ Lâm 写真9)、リンウッドの「地藏円光

Ảnh 11. Tam quan pháp viện Minh Đăng Quang ở Tampa
Photo 11. The three-door temple gate in Minh Đăng Quang Vihara, Tampa
圖11. 坦帕市明燈光法院的山門
写真11　タムパの「明灯光法院」の三関大門

Ảnh 12. Tam quan tổ đình Từ Đàm Hải Ngoại ở Irving
Photo 12. Tổ đình Từ Đàm Hải Ngoại Temple, Irving
圖12. 歐文市海外慈曇祖庭的山門
写真12　アービングの「海外慈曇祖庭」の三関大門

ở Indianapolis. Một số ít chùa có xây tháp Báo Ân như *chùa Tam Bảo* ở Baton Rouge, *chùa Pháp Vân* ở Mississauga, *chùa Quan Âm* ở Montréal... So với các chùa theo hệ phái Bắc tông, Nam tông mang dáng vẻ chung, hệ phái Phật giáo Khất sĩ cũng giữ nét đẹp kiến trúc truyền thống qua *tịnh xá Ngọc Sơn* ở Portland (ảnh 18), *pháp viện Minh Đăng Quang* ở Tampa...

Tổng thể về kiến trúc trong 10 năm gần đây, nhiều ngôi chùa đã được xây dựng mới, lớn đẹp, uy nghiêm như *chùa Viên Thông* ở Houston, *thiền viện Chân Nguyên* ở Adelanto. Nhiều chùa đang được xây dựng lớn như: *tu viện Kim Sơn* ở Watsonville, *chùa Điều Ngự* ở Westminster, *chùa Bát Nhã* ở Santa Ana, *thiền viện Trúc Lâm Đại Đăng* ở Bonsall, *Thích Ca thiền viện* ở Riverside, *chùa Tịnh Luật* ở Houston, *chùa Việt Nam* ở Sugar Land, *tu viện Viên Quang* ở Clover cùng hàng trăm ngôi chùa khác. Nét đặc biệt trong việc tạo dựng các ngôi phạm vũ trang nghiêm là hầu hết chư tăng, chư ni đều trực tiếp xây dựng. Chẳng hạn, chư ni chùa Viên Thông đã cùng một số Phật tử đảm nhận công việc xây dựng ngôi chùa to lớn suốt 7 năm (ảnh 19). Tâm huyết, tình cảm, công sức của biết bao tăng, ni và Phật tử hải ngoại thật vô lượng, vô biên!

Nhìn chung, đa số chánh điện các chùa thờ chư Phật, Bồ tát cùng chư vị A La Hán, Hộ Pháp, Tiêu Diện, Minh Vương... Ở Việt Nam, việc bài trí tượng

in Mississauga, Quan Âm Pagoda in Montréal. In compare to Mahayana Buddhist School, Theravada temples have the common architecture and Mendicant Buddhist Sect, also, preserves the feature of traditional architecture, like Ngọc Sơn Temple in Portland (photo 18), Minh Đăng Quang Vihara in Tampa, and so on.

In regards to the general architecture in the last 10 years, many temples were newly built to be solemn and majestic, such as Viên Thông Monastery in Houston, Chân Nguyên Monastery in Adelanto. Many large temples were constructed like Kim Sơn Monastery in Watsonville, Điều Ngự Temple in Westminster, Bát Nhã Temple in Santa Ana, Trúc Lâm Đại Đăng Temple in Bonsall, Thích Ca thiền viện in Riverside, Tịnh Luật Temple in Houston, Việt Nam Temple in Sugar Land, Viên Quang Monastery at Clover and hundreds of other temples. A distinctive feature in founding temples is almost Buddhist monks and nuns themselves directly built it. For example, the nuns and local Buddhists of Viên Thông Monastery built this great temple for seven years (photo 19). The zeal, emotion, and effort of so many monks and nuns are truly immeasurable and boundless!

Overall, the majority of the Buddha halls are used to worship Buddhas, Bodhisattvas, Arhats, Dharmapalas, Paladharamas, and Rajas. Often, in Vietnam, the arrangement of statues varies depending on the region and Buddhist sects. Meanwhile, in the United States, the majority of Vietnamese Buddhist shrines respectfully and simply present its less noticeable differences. The general model for the sanctuary is

Ảnh 13. Ngôi chánh điện chùa Huệ Quang ở Santa Ana
Photo 13. The Buddha shrine of Huệ Quang Temple in Santa Ana
圖13. 聖塔安娜市惠光寺的正殿
写真13　カリフォルニア州サンタアナの「慧光寺」のご正殿

Ảnh 14. Toàn cảnh chùa Bảo Quang ở Santa Ana
Photo 14. Full view of Bảo Quang Temple in Santa Ana
圖14. 聖塔安娜市寶光寺全景
写真14　サンタアナの「慧光寺」の全景

印第安納波利斯州的安樂寺。有些寺院建有報恩塔，如在巴頓魯治的三寶寺，密西加沙市的法雲寺，蒙特利爾市的觀音寺等等。與北傳佛教，南傳佛教寺院一般的格式相比，乞士派佛教的寺院具有傳統的建築特色，如在波特蘭市的玉山精舍（圖18），坦帕市明燈光法院。

在最近10年的建築總體中，很多寺院都已新建，寬敞、美觀和巍峨，如在休士頓市的圓通寺，阿德蘭托市真元禪院。正在大興土木的寺院有：沃森維爾市的金山修院，西敏市的調御寺，聖塔安娜市的般若寺，波恩莎爾市的竹林大燈禪院，河濱市的釋迦禪院，休士頓市的淨律寺，舒格蘭市越南寺，克羅弗市的圓光修院和數以百計的其他寺院。建造這些巍峨梵宇特別之處是由寺院的僧尼直接參加建築工作。例如圓通寺的諸尼與佛子們一道擔任這間大型寺院的建築工作，歷時7年（圖19）。海外諸僧尼和佛子們在建設寺院工作中熱情、盡心，可謂功德無量無邊！

總括來看，越南的寺院，在正殿尊奉諸佛、菩薩及諸位阿羅漢、護法、焦面大士、冥王等等。各寺供奉的位置視每個地區、宗

寺」(Địa Tạng Viên Quang tự)、ウーセスターの「普賢寺」(chùa Phổ Hiền、写真10)、タムパの「明灯光法院」(pháp viện Minh Đăng Quang、写真11)、アービングの「海外慈曇祖庭」(tổ đình Từ Đàm Hải Ngoại 写真12)、カナダ国オンタリオ州ミシサガの「法雲寺」(chùa Pháp Vân) などがあります。

寺院建築の中で一番注目されるのは「金堂（仏殿）」、「正殿」、「多能会場」、「僧舎」であります。ベトナム伝統文化と建築の特徴を持った多くの「正殿」は、教会から改造されたモノです。具体的に、アデラントの「真源禅院」(thiền viện Chân Nguyên)、「恵光寺」(chùa Huệ Quang 写真13)、「宝光寺」(chùa Bảo Quang 写真14)、サンタアナの「華厳修院」(tu viện Hoa Nghiêm)、シュガーランドの「越南寺」(chùa Việt Nam)、サンティーの「万行寺」(chùa Vạn Hạnh、写真15)、ヒューストンの「圓通寺」(chùa Viên Thông 写真16)、グランドプレーリーの「法光寺」(chùa Pháp Quang 写真17)、ヘイワードの「普慈寺」(chùa Phổ Từ)、サンノゼの「德圓寺」(chùa Đức Viên)、バトンルージュの「三宝寺」(chùa Tam Bảo) などです。

その一方で、「報恩塔」のあるお寺はかなり珍しく、例えば、バトンルージュの「三宝寺」、ミシサガの「法雲寺」、モントリオールの「観音寺」はその例となります。やや一般的な建築を持った北宗派と南宗派の寺院と違い、仏教乞士宗派の寺院の建築はそれなりの特別さがあります。その例としては、ポートランドの「玉山寺」(写真18)、タムパの「明灯光法院」…

ここ10年以内に建造された寺院の建築の特徴

Ảnh 15. Toàn cảnh chùa Vạn Hạnh ở Santee
Picture 15. Vạn Hạnh Temple in Santee
圖15. 桑蒂市的萬行寺全景
写真15　カリフォルニア州サンティー市の「万幸寺」

Ảnh 16. Toàn cảnh chùa Viên Thông ở Houston
Picture 16. Viên Thông Monastery in Houston
圖16. 休士頓市圓通寺全景
写真16　テキサス州ヒューストンにある「圓通寺」

thờ trong các chùa thường khác nhau tùy theo vùng miền, hệ phái, tông phái. Còn ở Mỹ, đa số các chùa Việt bài trí điện Phật đơn giản, trang nghiêm, ít thấy sự khác nhau. Mô hình chung được an trí là: Trên cao, tượng đức Phật Thích Ca được tôn thờ ở giữa, hai bên là tượng Bồ tát Quán Thế Âm và tượng Bồ tát Địa Tạng (ảnh 20). Tầng dưới kế, phía trước là bộ tượng Tây Phương Tam Thánh. Hai góc bên chánh điện là Hộ Pháp và Tiêu Diện. Phía sau điện Phật có bàn thờ Tổ sư Bồ Đề Đạt Ma và di ảnh chư vị Tổ sư, chư vị trụ trì chùa đã viên tịch. Ngoài ra, các pho tượng khác thường được thờ trong chùa là tượng đức Phật A Di Đà, đức Phật Dược Sư, Bồ tát Di Lặc, Bồ tát Văn Thù, Bồ tát Phổ Hiền, Bồ tát Chuẩn Đề, hoặc tôn giả Ca Diếp, tôn giả A Nan...

Hầu hết các tượng thờ lớn nhỏ đều được các chùa đặt chế tác tại Việt Nam, bằng các chất liệu đá, đồng, gỗ, gốm, fiberglass... với kiểu dáng giống tượng các chùa tại Việt Nam. Cũng có chùa đặt tượng ở Đài Loan, Trung Quốc... nhưng không nhiều.

Âm hưởng đậm đà bản sắc Việt Nam còn được thể hiện qua các phương diện khác ở các chùa Việt tại nước ngoài. Ngoài tượng thờ, các pháp khí, pháp cụ, pháp phục Phật giáo như chuông, trống, mõ, nhang án, bát hương, phướn, lọng che, áo tràng... cũng được chư tăng, ni, Phật tử mang từ quê nhà

the statue of Shakyamuni Buddha at the middle on the uppermost level, while Avalokitesvara and Ksitigarbha Bodhisattvas are at both sides (image 20). On the next lower level, the front is the Three Saints of Pure Land (Amitabha Buddha, Kuan-yin, and Mahasthamaprapta Boddhisattvas). Often, two corners of the main hall are the altars of Dharmapala and Paladharama Boddhisattvas. Behind the Buddha hall, there are the altars of the Bodhidharma patriarchs, the deceased Masters, and the Abbots. In addition, the temples also worship other statues, such as Amitabha Buddha, Medicine Buddha, Maitreya, Manjushri, Samantabhadra, Thousand eye-hand Bodhisattvas, or Venerable Kassapa, and venerable Ananda, and so on.

Most of the large and small Buddhist statues, which are made by stone, copper, wood, ceramic, and fiberglass in Vietnam, have a design similar to the statues in temples in Vietnam, however, there are few statues made in Taiwan and China.

Also, the echoes of charming Vietnam characteristics are reflected in other aspects of the overseas Vietnamese temples. Besides the above statues, Dharma implements, garments, instruments, such as bells, drums, gongs, incense container, banners, parasols, and robes, which clergy and Buddhists buy from Vietnam. Therefore, whenever the believers enter Vietnamese temple in the United States that could be they often feel familiar and comfortable with the national spirit.

There is a concern over a matter of the language. All communication and chants in the temple are spoken Vietnamese

Ảnh 17. Toàn cảnh chùa Pháp Quang ở Grand Prairie
Picture 17. Pháp Quang Temple in Grand Prairie
圖17. 大草原城法光寺的全景
写真17　テキサス州グランドプレーリーにある「法光寺」

Ảnh 18. Ngôi chánh điện tịnh xá Ngọc Sơn ở Portland
Photo 18. Ngọc Sơn Temple in Portland
圖18. 波特蘭市玉山精舍的正殿
写真18　オレゴン州ポートランドにある「玉山静舎」のご正殿

派而定。而在美國，大多數越南寺的佛殿不只簡單，莊嚴，很少有差別。一般的尊置：最高和中間尊置釋迦佛像，兩旁是觀世音菩薩像和地藏菩薩像（圖20）。接著的一層，前面是西方三聖像。正殿的兩隅是護法與焦面大士像。佛殿後面尊奉菩提達摩祖師和寺內已圓寂的諸位祖師、住持的遺照。此外，在寺內尊奉的其他佛像有阿彌陀佛像、藥師佛像、彌勒菩薩像、文殊菩薩像、普賢菩薩像、準提菩薩像或迦葉與阿難尊者等等。

寺院內的幾乎所有大小佛像均是在越南製作，主要是用石、銅、木、陶瓷和玻璃纖維強化塑膠等等，與越南各寺的佛像款式相似。也有些是到台灣和中國訂造，但不多。

海外很多越南寺院，在其他方面均受到越南寺院的濃厚色彩影響。除了供像之外，就如鐘、鼓、磬、木魚、香案、香爐、幡、羅傘、袈裟等等佛教法器、法具和法服，都是由諸僧、尼和佛子們從家鄉帶來的。因此，

は、新鮮さや威厳さはもとより、広さが一番重視されいるようです。その具体例としては、ヒューストンの「圓通寺」とアデラントの「真源禅院」が挙げられます。その他に、まだ広く改造中の寺院が数百もあります。例えば、ワトソンビルの「金山修院」、ウェストミンスターの「調御寺」、サンタアナの「般若寺」、ボンソールの「竹林大灯禅院」、リバーサイドの「釈迦禅院」、ヒューストンの「淨律寺」、シュガーランドの「越南寺」、クローバーの「円光修院」など…。特に、我々が極めて感動したのは、諸僧や諸尼僧が数年間を掛け、直接に建造に参加する事により立派な僧家が出来たことにほかなりません。例えば、テキサス州ヒューストンの「圓通寺」の場合、諸尼様達と門徒たちが七年間に心を込め、建造したといいます。

一般的には、ベトナム系仏教寺院の仏殿は諸仏、諸菩薩、諸阿羅漢、護法、燃面大士、および明王等を祀ります。仏壇の装飾については、ベトナムでは地方、そして系派や宗派によって違ってきますが、アメリカではそのような違いが殆どなく、大部分の仏殿は非常に簡潔に修飾されております。一般の仏殿内仏像配置の構成は：一番上の段に、釈迦如来仏は真中で、その両側に観世音菩薩像と地蔵菩薩像；次の段に、西方三聖像であり、その両側は護法菩薩と燃面大士菩薩の仏壇となります。本尊の裏側は菩提達磨祖師の仏壇および物故した祖師や住職様の遺影があります。その他に、寺院の境内によく見られるのは阿弥陀仏像、薬師仏像、弥勒菩薩像、文殊菩薩像、准提菩薩像、または阿難尊者像、迦葉尊者像 などです。

Ảnh 19. Chư ni và Phật tử xây chùa Viên Thông ở Houston (ảnh tư liệu của chùa)
Photo 19: Nuns and Buddhist followers of Viên Thông Monastery are constructing, Houston (documentary photo of the temple)
圖19. 休士頓市圓通寺諸尼和佛子們合力建寺院 （資料圖片）
写真19 テキサス州ヒューストン市の「圓通寺」— 建造中の様子（当寺の資料用写真）

Ảnh 20. Điện Phật chùa An Lạc ở Indianapolis
Photo 20. Buddha Hall in An Lạc Temple, Indianapolis
圖20. 印第安納波利斯州的安樂寺佛殿
写真20 カリフォルニア州サンノゼ市の「安楽寺」のご金堂（仏殿）

qua. Cho nên, dù đang ở trên đất Mỹ, người Phật tử bước vào chùa đều cảm thấy sự thân quen, đầm ấm nét hồn dân tộc.

Về ngôn ngữ, mọi việc giao tiếp và tụng niệm trong chùa đều bằng tiếng Việt, cho dù thực hiện nghi thức truyền thống theo từng mỗi hệ phái, thiền phái. Còn ở các buổi lễ lớn, đặc biệt là các buổi giảng pháp, thường có nhiều Phật tử nước ngoài và thiếu nhi tham dự, các thầy sử dụng tiếng Việt lẫn tiếng Anh. Ngoài kiến thức và bằng cấp cử nhân Phật học, nhiều thầy trụ trì đã có học vị tiến sĩ tại Mỹ, Nhật Bản, Ấn Độ và các nước khác, như: cố Hòa thượng Thích Thiên Ân, cố Hòa thượng Thích Mãn Giác, Hòa thượng Thích Viên Lý, Hòa thượng Thích Đồng Tuyên, Thiền sư Khải Thiên, Thượng tọa Thích Thiện Thái, Thượng tọa Thích Hạnh Đức, Ni sư Thích Nữ Minh Huệ, Ni sư Thích Nữ Giới Hương, Sư cô Thích Nữ Nguyên Hương ...

Những hình ảnh về nếp sinh hoạt các chùa nói trên mà chúng tôi đã trình bày, cho thấy sức sống ngập tràn đạo vị và đậm nét dân tộc của ngôi chùa Việt Nam ở Mỹ. Đa số các chùa mỗi ngày đều có thời khóa tụng niệm. Ngoài ra, cuối tuần các chùa đều có buổi tụng kinh, giảng pháp (ảnh 21) và ẩm thực chay (miễn phí). Một số nơi còn tổ chức các lớp dạy Việt ngữ, nhiều hình thức sinh hoạt Gia đình Phật tử và các chương trình xã hội, y tế, từ thiện. Hằng năm,

language, regardless of the traditional rituals performed that are different according to the various Buddhist sects. But in the grand ceremonies, especially at the Dharma talk where many foreign Buddhists and children attend, the Buddhist masters both speak Vietnamese and English languages. Besides knowledge and a bachelor's degree in Buddhist Studies, many abbots and abbesses graduated with the highest academic degree of a Ph.D. (Philosophy Doctorate) in the United States, Japan, India, and other countries, such as Late Most Venerable Thích Thiên Ân, Late Most Venerable Thích Mãn Giác, Most Venerable Thích Viên Lý, Most Venerable Thích Đồng Tuyên, Venerable Khải Thiên, Venerable Thích Thiện Thái, Venerable Thích Hạnh Đức, Venerable Thích Nữ Minh Huệ, Venerable Thích Nữ Giới Hương, Venerable Thích Nữ Nguyên Hương, and so on.

The images of the above temples point out the sincere and devoted vitality with the national trait of Vietnam Buddhist temples in the United States. In addition, every weekend, most of the temples often organize the chanting, Dharma talks (photo 21) and free vegetarian cuisine. Also, some temples host the Vietnamese language classes, Buddhist youth activities, social programs, health care, and charity. On the occasion of annual festivals, such as the Lunar New Year, Mid-Autumn, Vesak, Ullambana, Buddhist Enlightenment, Amitabha Buddha, Avalokitesvara Bodhisattva and Medicine Buddha, many Buddhist followers and countrymen can attend

Ảnh 21. Buổi giảng pháp tại chùa Phổ Từ ở Hayward
Photo 21. Dharma Talk in Phổ Từ Temple, Hayward
圖21. 海沃德市普慈寺的佛法講座
写真21 カリフォルニア州ヘイワード市にある「普慈寺」での説法

Ảnh 22. Lễ Phật Đản tại tu viện Kim Sơn ở Watsonville
Photo 22. Buddha's Birthday ceremony at Kim Sơn Monastery, Watsonville
圖22. 沃森維爾市金山修院的佛誕慶祝儀式
写真22. カリフォルニア州ワトソンビル市にある「金山修院」の灌仏会

儘管在美國。佛子們進入寺院，均有熟悉的感覺，具有濃厚的民族魂。

在語言方面，寺內的一切交流和誦念均用越語，儘管所進行的傳統儀式視每個宗派、禪派而定。在大節日裡，特別是法會講座，通常有外國的佛子們和少兒們參加，法師們用的語言是越語和英語。除了有見識和獲得發給佛學學士文憑之外，很多住持師傅還取得美國、日本、印度和其他國家的博士學位，如：釋天恩故法師，釋滿覺故法師，釋圓理法師，凱天禪師，釋董宣法師，釋善泰法師，釋行德法師，釋女戒香尼師等等。

我們已說過，上述寺院的活動是多麼的多彩多姿，體現出在美國越南寺院的道位和民族色彩。大多數寺院每日均定時誦念。此外，各寺每週均舉行誦念、講法活動（圖21）和開齋宴（免費）。有些寺院還組織教學越語，組織佛子家庭活動和社會、醫療和慈善活動。

每年的大節日如春節、中秋、佛誕、盂

仏像の大部分はベトナムで制作されたものであり、その素材は石、銅の合金、木、陶、繊維ガラスなどです。デザインはベトナムでの仏像と変わりません。中国大陸や台湾の仏像を注文する寺院もありますが、少ないようです。さらに、ベトナム仏教らしさを著したのは、仏像だけではなく、法具、法器、太鼓、梵鐘、霊具膳、仏飯器、香炉、打敷などでもあります。これらの仏具の全ては門徒たちによりベトナムから運ばれたそうです。そのためか、アメリカにあるにも関わらず、ベトナム寺院に入るとすぐに母国の雰囲気、その温かみと馴染みが感じられます。

利用されている言語については、宗派とその儀式が関係なく、全ての活動がベトナム語で行われているようです。ただし、大きな祭事の際に参加する外国人の仏教徒と子供が多いとき、ベトナム語と英語は両方使われます。仏学修士号を取得したほか、海外の大学で博士号を有する住職さまがたくさんいます。たとえば：ティック・ティエン・アン故和尚さま（Thích Thiên Ân）、ティック・マン・ジャック故和尚さま（Thích Mãn Giác）、ティック・ヴィエン・リー和尚さま（Thích Viên Lý）、ティック・ドーン・トェーン和尚さま（Thích Đồng Tuyên）、カイ・ティエン禅師さま（Khải Thiên）、ティック・ティエン・タイ尚座さま（Thích Thiện Thái）、ティック・ハイン・ドゥック尚座さま（Thích Hạnh Đức）、ティック・ヌー・ジョーイ・フーン尼師さま（Thích Nữ Giới Hương）、ティック・ヌー・グエン・フオーン尼師さま（Sư cô Thích Nữ

Ảnh 23. Lễ quy y Tam Bảo tại thiền viện Chân Không ở Honolulu
Photo 23. The Ceremony of Refuge Three Gems in Chân Không Zen Center, Honolulu
圖23. 檀香山市真空禪院的三寶皈依儀式
写真23. ハワイ州ホノルルにある「真空禪院」での「三宝得度式」

Ảnh 24. Lớp Việt ngữ tại chùa Đức Viên ở San Jose
Photo 24. Vietnamese language class at Đức Viên Monastery, San Jose
圖24. 聖荷西市德圓寺的越語班
写真24. サンノゼの「德円寺」－ベトナム語教室

những ngày lễ tết như Nguyên đán, Trung thu, Đại lễ Phật Đản, Vu Lan, Phật Thành Đạo, các lễ vía đức Phật A Di Đà, Bồ tát Quán Thế Âm, pháp hội Dược Sư..., các chùa thường tổ chức trang nghiêm, chu đáo cho đông đảo Phật tử, đồng hương gần xa về chùa tu học, lễ bái và sinh hoạt văn nghệ... Hình ảnh hàng trăm, hàng ngàn người dự lễ, tham gia các khóa tu học ở *chùa Pháp Vân* (Canada); *chùa Việt Nam, tu viện Kim Sơn* (ảnh 22), *tu viện Pháp Vương, tu viện Viên Quang, thiền viện Chân Không* (ảnh 23), *tổ đình Minh Đăng Quang, Như Lai thiền tự, chùa Phổ Từ, chùa Liễu Quán, niệm Phật đường Fremont, thiền viện Vô Ưu* (Hoa Kỳ)... khiến người xem thấm đẫm niềm cảm xúc. Càng xúc động hơn khi nhìn thấy trong số đó có các cụ ngồi xe lăn, các cháu bé khép nép bên chân cha mẹ..., ai ai cũng chí tâm thành kính, lòng đầy hoan hỉ mà trang nghiêm! Từ những hình ảnh các thầy cô Phật tử trẻ tuổi hướng dẫn 500 em nhỏ chăm chú học tiếng Việt (13 lớp sáng, 13 lớp chiều) tại *chùa Đức Viên* (ảnh 24) ở San Jose ngày chủ nhật mỗi tuần; hình ảnh 80 thiện nam, tín nữ người Mỹ đến *chùa Tam Bảo* (ảnh 25) ở Baton Rouge ngồi thiền và pháp đàm với thầy trụ trì mỗi tối thứ sáu hàng tuần; hình ảnh hằng trăm, hằng ngàn Phật tử hành hương viếng chùa mỗi độ xuân về hoặc các dịp lễ, vía chư Phật, chư Bồ tát: *chùa Hương Sen* (ảnh 26), *chùa Phổ Từ, thiền viện Chân Nguyên*...; hình ảnh 500, 700 tăng, ni và Phật tử theo học các khóa tu học Phật

to practice, worship, and join the cultural performance.

Images of hundreds, thousands of people attending and participating in the retreats at Pháp Vân Pagoda (Canada); Vietnam Temple, Kim Sơn monastery (photo 22), Pháp Vương monastery, Viên Quang monastery, Chân Không Zen Center (photo 23), Minh Đăng Quang Vihara, Như Lai Temple, Phổ Từ Temple, Liễu Quán Temple, Niệm Phật Đường Fremont, Vô Ưu Zen Center (USA), and so on make viewers full of emotion. It is more emotional than when in a crowd, such as there are some old people on the wheelchairs and children are subservient beside their parents. Everyone is sincere and devoted. They are not only joyful, but also respectful! From the images of the young Buddhist teachers guide 500 children, who are learning intently the Vietnamese language. There have 13 classes in the morning and 13 classes in the afternoon every Sunday in Đức Viên Pagoda (photo 24), San Jose. The image of 80 male and female Americans who practice meditation, join Dharma talk with the abbot every Friday night in Tam Bảo Temple (photo 25), Baton Rouge. The image of hundreds and thousands of Buddhist pilgrims who are from far come to pay homage at the temple on every Lunar New Year, holiday, Buddha Day, and Boddhisattva Day at Hương Sen Temple (photo 26), Phổ Từ Temple, Chân Nguyên Zen Center, and so on. The images of 500 to 700 monks, nuns and Buddhist followers attend the annual Dharma Course in North America

Ảnh 25. Buổi pháp đàm tại chùa Tam Bảo ở Baton Rouge
Photo 25. Dharma Talk at Tam Bảo Temple, Baton Rouge
圖25. 巴頓魯治市三寶寺的法談會
写真25．ルイジアナ州バトンルージュ市の「三宝寺」— 法談会

Ảnh 26. Đoàn Phật tử hành hương du xuân viếng chùa Hương Sen ở Perris
Photo 26. On occasion of Lunar New Year, Buddhist pilgrims visit Hương Sen Temple, Perris
圖26. 佛子團春遊行香到佩里斯州香蓮寺拜佛
写真26　カリフォルニア州ペリスの「チューア・フオーン・セン」-蓮香寺参拝旅行をしている仏教徒団体

蘭盆節、佛成道日、阿彌陀佛誕、觀世音菩薩誕、藥師法會等等，各寺均莊嚴和周到地舉辦各種活動，讓遠近的眾多佛子、同鄉來參加修學、膜拜和舉辦文藝活動。成千上百人在法雲寺（加拿大）；越南寺，金山修院（圖22），法王修院，圓光修院，真空禪院（圖23）明燈光祖庭，如來禪寺，普慈寺，了觀寺，Fremont唸佛堂，無憂禪院（美國）參加行禮，修學佛法的形象令人感到無限感動。更令人感動的是有坐在輪椅上的老人家，端坐在父母身邊的小孩們，人人都誠心誠意，虔誠禮佛！聖荷西市德圓寺每週週日由身為佛子的年輕老師們指導500名小孩專心學習越語（上午13班，下午13班）（圖24）；80名美國善男信女每週週五晚上到巴頓魯治市的三寶寺坐禪和跟住持法師進行法談（圖25）；每年有500至700名僧、尼和佛子在北美佛法修學班學習（圖26，27，28）等等景象，從而看到了一股美好的發展風氣，為

Nguyên Hương) ...

上記の建築様式や活動習慣からみると、米州のベトナム仏教寺院は、非常に仏教的、かつ国民的な活力を持っています。殆どの寺院は毎日お経の唱念、そして週末に読経や説法（写真21）および精進料理の提供（無料）を行います。多くの寺院はベトナム語講座や仏教徒家族型活動および慈善活動も開催しています。毎年、旧正月、仲秋節、灌仏会、盂蘭盆会、成道会、阿弥陀仏や観世音菩薩の入魂式、薬師法会など…重要な祭日を機に、修学や礼拝しに訪れる多くの同郷人や仏教徒を大歓迎し、厳かに祭式を執り行います。カナダの「法雲寺」、「金山修院」（写真22）、「真空禅院」（写真23）、「如来禅寺」、「円光修院」、「法王修院」、「明灯光祖庭」、「普慈寺」、「了観寺」などの仏法修学活動に参加し、礼拝しに訪れた数百、数千人もの参拝客の写真を見たら複雑な気持ちがもたらされました。特に、我々が言葉に出来ないほど感無量したのは、車椅子のお年寄りたちと子供たちも頑張って参拝して参ったことです。また、サンノゼの「徳圓寺」で毎週日曜日に子供たちが一生懸命ベトナム語を勉強している姿（写真24）；バトンルージュの「三宝寺」で住職様と一緒に座禅そして法談している80人のアメリカ人の仏教徒たちの姿（写真25）；伝統祭事を執り行っている「チューア・フオーン・セン」

Ảnh 27. Chư tăng, ni và Phật tử tham quan Mexico năm 2013
Photo 27. Monks, nuns, and Buddhists visited Mexico in 2013
圖27. 2013年諸僧、尼和佛子到墨西哥參觀
写真27. 僧、尼僧、仏教徒たちのメキシコ旅行記念写真（2013年、在アメリカベトナム仏教協会）

pháp Bắc Mỹ (ảnh 27, 28, 29) hàng năm v.v... cho thấy một phong khí phát triển tốt đẹp mới đang dần dần định hình cho Phật giáo Việt Nam tại Mỹ!

Với tiến độ phát triển này, thiết nghĩ, năm năm, mười năm tới, diện mạo ngôi chùa Việt Nam tại Mỹ chắc chắn sẽ thay đổi nhiều. Ngôi chùa Việt trong tương lai sẽ trở thành trung tâm sinh hoạt tín ngưỡng, văn hóa, giáo dục và xã hội không chỉ cho cư dân Mỹ gốc Việt trong từng vùng mà còn là nơi sinh hoạt tâm linh hướng thượng cho người Mỹ bản địa; càng là nơi lưu giữ bản sắc văn hóa Việt, đồng thời giao lưu và tiếp biến văn hóa tại địa phương, tạo nên sự phát triển văn hóa phong phú, đa dạng và tiến bộ hơn.

Với tất cả những đặc điểm trình bày trên, ngôi chùa Việt Nam tại Mỹ còn là điểm du lịch tâm linh tịnh lạc, an toàn, bổ ích. Hy vọng, từ vài chục ngôi chùa là điểm du lịch hành hương hiện nay, sẽ có hàng trăm ngôi chùa Việt Nam tại Mỹ trở thành danh lam thắng cảnh, đón tiếp hàng vạn, hàng chục vạn Phật tử, du khách khắp thế giới đến tham quan, chiêm bái, tu học, sinh hoạt. Tất cả thực sự trở thành nơi nương tựa tâm linh, tinh thần không thể thiếu cho vô lượng quần sinh trong thế gian đầy trần cấu này.

(photo 27, 28, 29). These pictures are well illustrated the new atmosphere and good development, gradually shaped the Vietnamese Buddhism figure in America!

With such a developed process, we can guess that in next five or ten years, the Vietnam temples in the United States will certainly change very much. In the future, Vietnamese Buddhist temple will become the center of religious activities, culture, education and society, not only for Vietnamese-American population in each region, but also for local Americans. Furthermore, Vietnamese Buddhist temple, which is the place to preserve Vietnamese culture, simultaneously communicates and exchanges with local acculturation, and makes the culture rich, diversity, and improved.

Also, with all the above advantages, Vietnamese temple in the United States is the spiritual tourist destination which is holy, peaceful and safe. Hopefully, from a few dozen pilgrimage temples in present, there will have hundreds of Vietnamese temples in America to welcome tens of thousands of Buddhists and tourists around the world to visit, worship, and practice Buddhism. All temples become the integral spiritual shelters for countless human beings in the defilable secular world.

Ảnh 28. Khóa tu học Phật pháp Bắc Mỹ năm 2012 ở Santa Clara
Photo 28. Dharma Course in North America in 2012, Santa Clara
圖28. 2012年在聖塔克拉拉市的北美佛法修學班
写真28. 「第2回北米仏法修学コース」の合宿（サンタクララ、2012年）

美國的越南佛教逐步定型!

以這樣的發展進度,可以想像得到,在今後的五年、十年後,美國的越南寺面貌一定會有很大的改變。在今後,越南寺將不只成為在每個區內的越裔美國人信仰、文化、教育和社會活動中心,而且也是本地美國人向上心靈的活動地方;更是保存越南文化特色的地方,同時是在當地的文化交流與傳承,使越南文化的發展更加豐富、多元化和更進步。

以上述的特點,在美國的越南寺還是靜樂、安全和有裨益的心靈旅遊地方。希望,從目前作為行香旅遊地方的數十間寺院,日後在美國會有數以百間越南寺院成為名勝古蹟,迎來成千上萬世界各地的佛子、香客到來參觀、膜拜、修學和從事各種佛法活動。真正成為在這充滿塵垢世間中無量群生不可缺少的心靈、精神依靠地方。

蓮香寺(写真26)、「普慈寺」、「真源禅院」で盛り上がった数百、数千人の参拝客の姿;毎年開催される「北米仏法修学コース」の合宿に参加する500人以上の若い僧、尼僧たちの姿(写真27、28、29)から見ると、米州においてのベトナム系仏教の発展は大きな可能性を持っていると見えてきます。

今のような発展スピードが維持できるなら、次の5年、10年の米州のベトナム寺院のあり方はさらに進化していくでしょう。そのときのベトナム仏教寺院は、ベトナム人だけではなく、地元のアメリカ人も気楽に通える、信仰的、文化的、教育的、社会的な交流センターとなると期待しています。その結果、ベトナム同郷人のコミュニティにおけるベトナム文化の特色の維持ができると共に、ベトナム文化の流入と浸透により、地元における文化の多様性の発達を大いに促進することができます。

上記の特徴により、米国のベトナム寺院はまた安心安全で、精神的に癒される理想な観光地でもあります。有名な観光地と巡礼地となった寺院は、現在の数十から近い将来に数百となるよう願っています。そして毎年、数千人ではなく、数万人もの世界中の仏教徒と観光客が訪れる、人々の不可欠な精神的支えとなるよう心から祈ります。

Ảnh 29. Khóa tu học Phật pháp Bắc Mỹ năm 2014 ở San Diego
Photo 29. Dharma Course in North America in 2014, San Diego
圖29.　　 2014年在聖地亞哥市的北美佛法修學班
写真29.　「第4回北米仏法修学コース」の合宿(サンディエゴ、2014年)

CANADA

CHÙA PHẬT QUỐC PHỔ HIỀN

NORTH YORK, ONTARIO, CANADA

297 Garyray Drive, North York, Ontario M9L 1P2, Canada

Tel: (416) 745-7388

Trụ trì: Hòa thượng Thích Chân Toàn

Chùa Phật Quốc Phổ Hiền tọa lạc tại tỉnh bang Ontario, ở phía Đông Nam Canada.

Chùa được Hòa thượng Thích Chân Toàn thành lập vào năm 1995. Hòa thượng là vị đệ tử cuối cùng của đức cố Trưởng lão Hòa thượng Thích Tịnh Khiết, Đệ nhất Tăng thống Giáo hội Phật giáo Việt Nam Thống Nhất. Chùa là một thành viên sáng lập Hội Phật giáo Quốc tế

tại Ontario.

Điện Phật được bài trí tôn nghiêm với rất nhiều tượng thờ theo hệ thống kinh tạng các tông phái, hệ phái Phật giáo trên thế giới. Điện chính tôn trí tượng đức Phật Thích Ca, đức Phật A Di Đà, cùng chư Bồ tát Quán Thế Âm, Văn Thù, Phổ Hiền ... Chùa tôn thờ Xá Lợi Phật do đức Tăng thống Phật giáo Tích Lan cúng tặng và hai bộ y: một bộ y của đức Tổ sư Nguyên Thiều, một bộ y của đức Đệ nhất Tăng thống do bà Từ Cung (mẹ vua Bảo Đại) cúng dường.

Chùa có chúng hội học xứ (Dharma Study Group), có lịch tu học hàng tuần, hàng tháng. Hàng năm, vào các ngày Đại lễ Phật Đản, lễ Phật Thành Đạo, lễ Vu Lan ..., chùa tổ chức trang nghiêm, chu đáo, đón tiếp đông đảo Phật tử đến chùa lễ bái, tu tập, sinh hoạt.

PHẬT QUỐC PHỔ HIỀN TEMPLE

NORTH YORK, ONTARIO, CANADA

297 Garyray Drive, North York, Ontario M9L 1P2, Canada
Tel: (416) 745-7388
Abbot: Most Venerable Thích Chân Toàn

In 1995, Most Venerable Thích Chân Toàn founded Phật Quốc Phổ Hiền Temple in Ontario, South-eastern Canada. He is the last disciple of the Late Most Venerable Thích Tịnh Khiết who was the first Supreme Patriarch of the Unified Vietnamese Buddhist Congregation. Most Venerable Thích Chân Toàn is a founding member of the International Buddhist Society in Ontario.

The Buddha shrine is decorated with statues from various Buddhist sects of the world. Sakyamuni and Amitabha Buddhas, Avalokitesvara, Manjushri, and Samantabhadra Bodhisattvas are enshrined in the center. Phật Quốc Phổ Hiền Temple possesses and displays valuable items, such as the Buddha's relic is donated by Ceylon Buddhist Sangha and the wonderful robes of Từ Cung Queen (Emperor Bảo Đại's mother) were offered to Nguyên Thiều, Patriarch and the first leader of the Unified Buddhist Sangha.

The temple has scheduled weekly and monthly activities for Buddhist practice. There is a Dharma Study Group who are diligent in learning and practicing the Buddha's way. On the annual main events of; Lunar New Year, Vesak's Day, Ullambana Festival, the mid-autumn festivals and others, the temple welcomes many Buddhist followers from near and far to attend the rituals, retreats, and the cultural program in the peaceful Buddhist and national relationship.

佛國普賢寺

NORTH YORK, ONTARIO, CANADA

地址：297 Garyray Drive, North York, Ontario M9L 1P2, Canada
Tel：(416)745-7388
住持：釋真全法師

佛國普賢寺座落加拿大東南面安大略省。由釋真全法師於1995年成立。法師是統一越南佛教教會第一僧統釋淨潔故長老法師的最後弟子。該寺也是安大略省國際佛教會創立成員之一。

佛殿的佈置莊嚴。尊奉很多屬於世界佛教各宗派經藏系統的佛像。正殿尊奉釋迦佛像、阿彌陀佛像，觀世音菩薩像，文殊菩薩像，普賢菩薩像。寺院尊奉有錫蘭佛教僧統贈與的佛舍利和兩套袈裟：一套是祖師元韶的，另一套是第一僧統的袈裟，由慈宮皇太后（保大皇帝的母親）供養。

寺院設有佛法研究小組(Dharma Study Group)，每週、每個月均有組辦修學活動。在每年的春節、佛誕大典、佛成道日、盂蘭盆節等等的大節日，寺院組辦很多佛事活動，既莊嚴又周到，迎來不少佛子到來拜佛、修習和參加活動。

仏国普賢寺

NORTH YORK, ONTARIO, CANADA

住所：297 Garyray Drive, North York, Ontario M9L 1P2
Tel：(416)745-7388
住職：ティック・チャン・トアン和尚

仏国普賢寺はカナダオンタリオ州にあるベトナム系仏教の寺院で、1995年ティック・チャン・トアン和尚様により建立された。ティック・チャン・トアン様は『統一越南仏教教会』の最高位の僧侶であるティック・ティン・キエット故長老和尚様の最後の弟子である。それに、彼の仏国普賢寺は『オンタリオ州国際仏教協会』の創立班の一員である。

金堂仏殿には複数の仏教宗派の仏像が厳かに安置されておる。正殿には釈迦仏像・阿弥陀仏像および諸菩薩像（観世音・文殊・普賢…）がある。また、寺院の貴重な文化財といえば、スリランカ仏教僧統様から頂いた仏舎利、僧服2着：グエン・ティエウ祖師の僧衣と第一僧統の僧服（バオ・ダイ王の母親であるトゥ・クーン様から頂いたという）である。

寺院には「衆会学処」（達磨学会）があり、毎週毎月修学活動が行われる。毎年の灌仏会、盂蘭盆会、ご成道などの祭日に、寺院は祭式を厳粛かつ周到に行い、修学・参詣する多くの仏教徒を迎える。

CHÙA PHẬT QUỐC PHỔ HIỀN

Điện Phật
The Buddha shrine
佛殿
仏殿

Tượng đức Phật Thích Ca
The statue of Sakyamuni Buddha
釋迦佛像
釈迦仏像

Tượng A La Hán
The statues of Arhats

阿羅漢像
阿羅漢諸像

CHÙA VIỆT NAM HẢI NGOẠI - tập 2

Điện Phật
The Buddha shrine
佛殿
仏殿

Bàn thờ Bồ tát Quán Thế Âm
The altar of Avalokitesvara Bodhisattva

觀世音菩薩像供案
観世音菩薩の仏壇

Đại lễ Phật Đản (2015)
Vesak's Day (2015)
佛誕大典（2015）
灌仏会（2015）

THIỀN VIỆN ĐẠO VIÊN

LANTIER, QUÉBEC, CANADA

435 Chemin de la Sablière, Lantier, Québec J0T 1V0, Canada
Tel: (819) 323-4332, Fax: (438) 792-4824
Email: tvdaovien@yahoo.com, Website: www.daovien.org
Viện chủ: Trưởng lão Hòa thượng Thích Thanh Từ
Trụ trì: Thượng tọa Thích Tuệ Tĩnh
Quản viện: Đại đức Thích Đăng Tấn

Thiền viện Đạo Viên thuộc Hội Thiền học Việt Nam tại hải ngoại được thành lập vào năm 2002 trên diện tích 21,85ha (54ac). Thiền viện có không gian yên tĩnh, thoáng đãng, trong lành; có cảnh quan thiên nhiên tươi đẹp với rừng thông xanh bao bọc chung quanh; có cơ sở tu học, hành thiền khang trang, đầy đủ tiện nghi, giao thông thuận tiện.

Trưởng lão Hòa thượng Thích Thanh Từ đã làm chủ lễ An vị Phật vào ngày 13 tháng 10 năm 2002. Đến ngày 28 tháng 6 năm 2009, Thượng tọa Thích Thông Phương làm chủ lễ đặt đá xây dựng ngôi chánh điện. Thiền viện đã tổ chức trang nghiêm, trọng thể lễ Lạc thành, lễ An vị tượng Bồ tát Quán Thế Âm lộ thiên vào ngày 29 tháng 9 năm 2013.

Điện Phật được bài trí tôn nghiêm ở tầng lầu. Hương án giữa thờ tượng đức Phật Thích Ca thuyết pháp. Án thờ hai bên tôn trí tượng Bồ tát Văn Thù và Bồ tát Phổ Hiền. Tổ đường thờ tượng Tổ sư Bồ Đề Đạt Ma. Sân bên phải thiền viện có tôn tượng Bồ tát Quán Thế Âm tuyệt đẹp, cao 26ft (8m) được tạo tác bằng đá hoa ở Việt Nam.

Thiền viện có lịch tu học, sinh hoạt hàng tuần, hàng tháng. Vào các ngày tết Nguyên Đán, Đại lễ Phật Đản, lễ Vu Lan, lễ Phật Thành Đạo ..., Thiền viện tổ chức trang nghiêm, chu đáo, đón tiếp đông đảo thiện nam, tín nữ, Phật tử khắp nơi về tu học, nghe pháp, sinh hoạt.

ĐẠO VIÊN MEDITATION CENTER

LANTIER, QUÉBEC, CANADA

435 Chemin de la Sablière, Lantier, Québec J0T 1V0, Canada
Tel: (819) 323-4332, Fax: (438) 792-4824
Email: tvdaovien@yahoo.com, Website: www.daovien.org
Founding Abbot: Elder Most Venerable Thích Thanh Từ
Abbot: Senior Venerable Thích Tuệ Tĩnh
Manager: Venerable Thích Đăng Tấn

Đạo Viên Meditation Center was established in 2002 on the 21.85 hectare (54 acre) area belonging to the Vietnamese Zen Association Overseas. The Center possesses natural beauty with the surrounding green pine forest, artistic architecture, spacious meditation hall, well furnished facilities, convenient transportation and more. These serve not only religious purposes, but also as a tourist attraction as well.

On 13th October 2002, Elder Most Venerable Thích Thanh Từ hosted the Buddha Installation Ceremony. By 28th June 2009, Senior Venerable Thích Thông Phương attended and blessed the groundbreaking ceremony to build the Buddha shrine. On completion, on 29th September 2013, the Inauguration Ceremony and Avalokitesvara Bodhisattva Commemoration were conducted.

The Buddha shrine in the upstairs is respectfully shaped with the Sakyamuni Buddha in the center, while the Manjushri and Samantabhadra Bodhisattvas at both sides. The Bodhidharma Patriarch is enshrined in the master hall. On the right yard, the beautiful marble Avalokitesvara Bodhisattva statue, which was carved in Vietnam, stands is 26 feet (8m) high.

The center has scheduled its weekly and monthly activities for Buddhist practice. On the main annual occasions of, the Lunar New Year, Vesak's Day, Ullambana Festival, Buddha enlightenment and others, the center welcoms hundreds of monks, nuns, guests, male and female devotees from near and far to attend the rituals, retreats, and the cultural program.

道圓禪院

LANTIER, QUÉBEC, CANADA

地址：435 Chemin de la Sablière, Lantier, Québec J0T 1V0, Canada
Tel: (819) 323-4332, Fax: (438) 792-4824
Email: tvdaovien@yahoo.com, Website: www.daovien.org

院主：釋清慈長老法師
住持：釋惠靜法師
管院：釋登晉法師

道圓禪院屬於海外越南禪學會，成立於2002年，面積21.85 公頃（54英畝）。禪院的環境安靜，空氣清新；自然景觀美麗，周圍是翠綠的松林；設有修學、行禪的地方。面積寬敞，設備齊全，交通方便。

釋清慈長老法師在2002年10月13日主持佛安位儀式。至2009年6月28日，釋通方法師主持正殿建設的奠基儀式。2013年9月29日，禪院莊嚴、隆重舉行落成典禮，露天觀世音菩薩像安位儀式。

佛殿設在樓上，佈置莊嚴。中間香案尊奉釋迦佛說法像，香案兩旁尊置文殊菩薩像和普賢菩薩像。祖堂祀奉菩提達摩祖師像。禪院右邊尊置慈祥的觀世音菩薩像，像高26英尺（8米），是在越南用花崗石雕鑿的。

禪院在每週和每個月都有修學佛法和其他佛事活動。在春節，佛誕大典、盂蘭盆節、佛成道日等等，禪院莊嚴和周到地組織各種佛事活動，各地的眾多善男信女和佛子們到來修學、聽法和參加各種活動。

道円禅院

LANTIER, QUÉBEC, CANADA

住所：435 Chemin de la Sablière, Lantier, Québec J0T 1V0, Canada
Tel：(819) 323-4332, Fax：(438) 792-4824
Email：tvdaovien@yahoo.com, Website：www.daovien.org

院長：ティック・タン・トゥ長老和尚
住職：ティック・トエー・ティン尚座
管長：ティック・ダーン・タン大德

道円禅院は2002年面積21.85haを持った土地に造られたベトナム禅仏教寺院であり、海外でのベトナム禅学会に属しておる。道円禅院のいい所は明るくて静かで風光明媚な土地にあり、境内がきれいな松林に囲まれており、修習用施設が新しくて設備が整っていて交通も便利な事である。

ティック・タン・トゥ長老和尚様は2002年10月13日に本尊仏像の安置式を司会された。そして2009年6月28日に開催された正殿の起工式の司会はティック・トーン・フーン上座様である。特に、2013年9月29日に禅院は寺院の落成式および聖観世音菩薩立像の安置式を厳粛に執り行った。

仏殿は2階に尊厳に配置されており、説法釈迦仏像および両側の文殊・普賢菩薩像を本尊として祀る。祖堂は菩提達磨祖師像を祀る。禅院の右側の庭にはベトナムで作製された高さ8mもある大理石の聖観世音菩薩立像が安置されておる。

禅院の修習・生活活動は毎週、毎月開催される。毎年の旧正月、灌仏会、盂蘭盆会、ご成道などの祭日に、禅院は祭式を周到に行い、聴法・修学・参詣する善男信女や仏教徒などを迎える。

THIỀN VIỆN ĐẠO VIÊN

Đường đến thiền viện
Road to the Center

進入禪院之路
禅院への道

Toàn cảnh thiền viện
The Panorama view

禪院全景
禅院の全景

Mặt bên ngôi chánh điện
A side of the Main hall
正殿的側門
御本殿の側面

Tượng đài Bồ tát Quán Thế Âm
The statue of Avalokitesvara Bodhisattva
觀世音菩薩像台
观世音菩薩記念碑台

Tủ kinh sách
The cabinets of scriptures
經書櫃
お経

THIỀN VIỆN ĐẠO VIÊN

Điện Phật
The Buddha shrine
佛殿
仏殿

Trưởng lão Hòa thượng Thích Thanh Từ
Elder Most Venerable Thích Thanh Từ
釋清慈長老法師
ティック・タン・トゥ長老和尚樣

Bàn thờ Tổ sư Bồ Đề Đạt Ma
The altar of Bodhidharma Patriarch
菩提達摩祖師供案
菩提達磨祖師の仏壇

CHÙA VIỆT NAM HẢI NGOẠI - tập 2

Ảnh kỷ niệm
Photo for memories

紀念圖片
記念写真

CHÙA QUAN ÂM

MONTRÉAL, QUÉBEC, CANADA

3781 Ave de Courtrai, Montréal, Québec H3S 1B8, Canada
Tel: (514) 735-9425, Fax: (514) 342-9787
Email: chuaquanam@gmail.com, Website: www.chuaquanam.ca
Trụ trì: Thượng tọa Thích Trường Phước

Chùa Quan Âm được Ban Trị sự Hội Phật giáo Quan Âm cùng với sự đóng góp công quả, tịnh tài của 776 thiện nam, tín nữ, Phật tử đã xây dựng vào năm 1984. Đến ngày 18 tháng 11 năm 1984, lễ An vị Phật được chùa tổ chức trang nghiêm, trọng thể dưới sự chủ lễ của hai vị lãnh đạo tinh thần Hội Phật giáo Quan Âm và chùa Quan Âm là Thầy Thích Minh Tâm (Viện chủ chùa Khánh Anh, Pháp quốc) và Thầy Thích Như Điển (Viện chủ chùa Viên Giác, Đức quốc). Từ năm 1986 đến nay, các vị trụ trì chùa kế tiếp nhau là: Thầy Thích Viên Diệu, Thầy Thích Minh Thông, Thầy Thích Viên Diệu và Thầy Thích Trường Phước.

Thầy Thích Nhất Chân làm Hội trưởng Hội Phật giáo Quan Âm từ năm 1987 đến năm 1995; sau đó là Thầy Thích Trường Phước.

Thượng tọa Thích Trường Phước, vị trụ trì từ năm 1995 đến nay đã đưa đạo tràng và tổ chức

Gia đình Phật tử vào nền nếp sinh hoạt tu học; thế phát xuất gia cho nhiều đệ tử Tăng, Ni; phát triển cơ sở vật chất, xây tháp Phổ Đồng, dựng tôn tượng Bồ tát Địa Tạng lộ thiên ...

Điện Phật được bài trí tôn nghiêm. Hương án giữa tôn trí tượng đức Phật Thích Ca tọa thiền trên đài sen, phía trước tôn trí tòa Cửu Long và tượng đức Phật A Di Đà. Các bàn thờ hai bên tôn trí tượng: Bồ tát Quán Thế Âm, Bồ tát Địa Tạng, Hộ Pháp và Tiêu Diện. Chùa có điện Quan Âm thờ tượng Bồ tát Quán Thế Âm Thiên thủ Thiên nhãn và tượng Bồ tát Di Lặc. Ở sân trước và sân bên phải chùa tôn trí tượng Bồ tát Quán Thế Âm và tượng Bồ tát Địa Tạng.

Chùa có lịch sinh hoạt, tu học hàng tuần cho đạo tràng và Gia đình Phật tử. Hàng tháng có khóa tu Bát quan trai giới. Vào các ngày tết Nguyên Đán, Đại lễ Phật Đản, lễ Vu Lan ... hàng năm, chùa tổ chức trang nghiêm, chu đáo đón tiếp đông đảo chư Tăng, Ni, Phật tử ... khắp nơi về lễ bái, tu học, sinh hoạt.

QUAN ÂM TEMPLE

MONTRÉAL, QUÉBEC, CANADA

3781 Ave de Courtrai, Montréal, Québec H3S 1B8, Canada
Tel: (514) 735-9425, Fax: (514) 342-9787
Email: chuaquanam@gmail.com, Website: www.chuaquanam.ca
Abbot: Senior Venerable Thích Trường Phước

In 1984, Quan Âm Temple was founded by the Buddhist Executive Board of the Quan Âm Association with financial contributions from 776 devoted Buddhists. By 18th November 1984, the Buddha Installation Ceremony which was held. It was led by two spiritual leaders of the Buddhist Association and Quan Âm Temple: Most Venerable Thích Minh Tâm (Abbot of Khánh Anh Temple, France) and Most Venerable Thích Như Điển (Abbot of Viên Giác Temple, German). Since 1986 the successive Abbots have been: Venerable Thích Viên Diệu, Venerable Thích Minh Thông, Venerable Thích Viên Diệu and at present, Senior Venerable Thích Trường Phước.

Venerable Thích Nhất Chân was appointed as the Chairman of Quan Âm Buddhist Association from 1987 to 1995; after that Senior Venerable Thích Trường Phước took charge from 1995 to the present. They have helped and trained Buddhist followers in orderly organization, conducted disciples to be nuns and monks, and developed many infrastructures such as, Phổ Đồng stupa, Ksitigarbha Bodhisattva statue, and so on.

The Buddha hall is respectfully presented, with the statue of the meditating Sakyamuni Buddha statue on the lotus, worshiped in the middle of the altar. At the front, on the nine dragon base, there is a statue of Amitabha Buddha. On both sides of the altar, Avalokitesvara, Ksitigarbha Bodhisattvas, Dharmapala and Paladharama are tranquilly seated. The temple also has an Avalokitesvara stupa where the elegant Thousand Eye-Hand Avalokitesvara and Maitreya Bodhisattvas are situated. In the front courtyard and the right terrace, the statues of Avalokitesvara and Ksitigarbha Bodhisattvas are respectfully enshrined.

The temple has its' weekly practice sessions and the monthly Eight precepts retreats. On the annual Lunar New Year, Vesak's Day, Ullambana Festival and others, the temple has welcomed many monks, nuns, and Buddhists from near and far to worship and practice following the Buddha's way.

觀音寺

MONTRÉAL, QUÉBEC, CANADA

地址：3781 Ave de Courtrai, Montréal, Québec H3S 1B8, Canada
Tel：(514)735-9425, Fax：(514)342-9787
Email: chuaquanam@gmail.com, Website: www.chuaquanam.ca
住持：釋長福法師

　　觀音寺由觀音佛教會理事會和776善男信女，佛子所捐獻，建於1984年。1984年11月18日，寺院舉行佛安位儀式，莊嚴和隆重。安位儀式由觀音佛教會和觀音寺的兩位精神領導人釋明心法師（法國慶英寺院主）和釋如典法師（德國圓覺寺院主）主持。從1986年至今，分別由：釋圓妙法師、釋明通法師、釋圓妙法師、釋長福法師任住持。

　　釋一真法師從1987到1995年任觀音佛教會會長，後來由釋長福法師繼任。

　　從1995年至今，觀音寺住持釋長福法師把道場和佛子家庭列入佛法修學活動；為很多僧，尼剃髮出家；發展基本建設：建普同塔，尊置露天的地藏菩薩像等等。

　　佛殿佈置莊嚴。中間香案尊奉在蓮臺上坐禪的釋迦佛像，前面尊置九龍座和阿彌陀佛像。兩旁香案尊置觀世音菩薩像，地藏菩薩像，護法像和焦面大士像。寺院設有觀音殿尊奉千手千眼觀世音菩薩像和彌勒菩薩像。在前院和右邊庭院尊置露天的觀世音菩薩像和地藏菩薩像。

　　每週，寺院為道場和佛子家庭組織修學佛法活動。每月組辦八關齋戒修學。每年的春節，佛誕大典，盂蘭盆節等等大節日，寺院莊嚴舉行佛事活動，周到地迎接來自各方的僧，尼和佛子到寺院瞻拜，修學和參加各種活動。

観音寺

MONTRÉAL, QUÉBEC, CANADA

住所：3781 Ave de Courtrai, Montréal, Québec H3S 1B8, Canada
Tel：(514)735-9425, Fax：(514)342-9787
Email：chuaquanam@gmail.com, Website：www.chuaquanam.ca
住職：ティック・トルーン・フオーク尚座

　　観音寺は1984年カナダケベック州の「観音仏教会」の知事管理員会が776名の善男信女や仏教徒の献金献納を集めて建立したベトナム仏教寺院。1984年11月18日、観音仏教会の精神指揮者であるティック・ミン・タム師（フランス、「慶英寺」の住職）及び観音寺の精神指揮者であるティック・ニュ・ディエン師（ドイツ、「円覚寺」の住職）という2名の司会者の下で、御本尊の安置式が厳かに執り行われた。1986年から現在までの住職は次の順番：ティック・ヴィエン・イエウ師、ティック・ミン・トォーン師、ティック・ヴィエン・イエウ師（再就任）、ティック・トルーン・フオーク師。

　　また、「観音仏教会」の会長はティック・ニャト・チャン師（1987～1995）、ティック・トルーン・フオーク師（1995～現在）である。特に、ティック・トルーン・フオーク師は当寺の住職職兼観音仏教会会長に就任してから現在まで様々な貢献をしてきた。具体的に：寺院の「仏教徒家庭」と「道場」の活動を発達させて軌道に乗らせる、多数の僧侶・尼の出家式を行う、施設の設備を増やして整える、普同塔を建造する事を指示する、露天観世音菩薩立像を安置することなど…

　　観音寺の建築については：本仏殿が荘厳に飾られて騎蓮花台釈迦仏像を本尊して祀っている。本尊の前には阿弥陀仏像及び九龍座である。両側の仏壇には観世音菩薩像・地蔵菩薩像・護法菩薩像・燃面菩薩像が安置されている。また、境内に千手千眼観世音菩薩及び弥勒菩薩を祀る観音殿もある。寺院の前庭と右側の花園に出ると、露天観音立像と地蔵菩薩像が見える。

　　寺院の仏教徒家庭と道場は毎週修学活動を開催している。そして月一回修八関斎戒がある。旧正月・灌仏会・盂蘭盆会などを機に、他方から参拝・修学しに来る諸僧侶・尼・仏教徒をお迎えして厳かに祭式を執り行う。

CHÙA VIỆT NAM HẢI NGOẠI - tập 2

Mặt tiền chùa
The front of the Temple
寺院正門
寺院の正面

Tôn tượng Bồ tát Địa Tạng 　　地藏菩薩尊像
The statue of Ksitigarbha Bodhisattva 　地藏菩薩立像

Tháp Phổ Đồng 　　普同塔
Phổ Đồng stupa 　　普同塔

 CHÙA QUAN ÂM

Điện Phật
The Buddha shrine
佛殿
仏殿

Bàn thờ Bồ tát Địa Tạng
The altar of Ksitigarbha Bodhisattva
地藏菩薩供案
地蔵菩薩の仏壇

Bàn thờ Bồ tát Quán Thế Âm
The altar of Avalokitesvara Bodhisattva
觀世音菩薩像供案
観世音菩薩の仏壇

Điện Phật
The Buddha shrine
佛殿
仏殿

Điện Quan Âm
The shrine of Avalokitesvara Bodhisattva
觀音殿
観音殿

Bàn thờ chư Tổ
The altar of Patriarchs
諸祖香案
諸祖祭壇

CHÙA QUAN ÂM

Sinh hoạt Gia đình Phật tử
Buddhist group activities
佛子家庭活動
仏教徒家庭の活動

TỔ ĐÌNH TỪ QUANG

MONTRÉAL, QUÉBEC, CANADA

2176 Rue Ontario Est, Montréal, Québec H2K 1V6
1978 Rue Parthenais, Montréal, Québec H2K 3S3

Tel: (514) 525-8122

Email: todinhtuquang@gmail.com
Website: www.phatgiaovietnamhaingoai.org

Khai Sơn: Trưởng lão Hòa thượng Thích Tâm Châu

Vào tháng 6 năm 1985, Hòa thượng Viện chủ đã mua một xưởng gỗ trên đường Parthenais để kiến lập ngôi Tổ đình. Sau đó, Tổ đình mua tiếp 3 căn nhà cũ bên cạnh hướng ra đường Ontario và xây dựng, chỉnh trang dần thành ngôi tự viện trang nghiêm ngày nay.

Điện Phật được bài trí tôn nghiêm. Hương án giữa thờ tượng đức Phật Thích Ca

và hai vị Tôn giả Ca Diếp, A Nan. Án thờ hai bên tôn trí tượng Bồ tát Quán Thế Âm và Bồ tát Địa Tạng. Trong ngôi chánh điện còn có nhiều hương án thờ Thích Ca Tam Tôn, Tây Phương Tam Thánh, chư Phật, chư Bồ tát, A La Hán ... Sân trước chùa có tượng đài Bồ tát Quán Thế Âm, tượng Thập bát A La Hán và tượng chân dung Hòa thượng Viện chủ. Hòa thượng Viện chủ đương nhiệm Thượng thủ Giáo hội Phật giáo Việt Nam trên Thế giới.

Tổ đình có thời khóa tu học, sinh hoạt hàng tuần, hàng tháng cho tăng chúng và Phật tử. Tổ đình tổ chức trang nghiêm, chu đáo các ngày lễ, tết, an cư hàng năm cho tăng chúng và đông đảo thiện nam, tín nữ, Phật tử, đồng hương đến lễ bái, tu học, sinh hoạt vui vẻ, thắm tình đạo vị.

TỔ ĐÌNH TỪ QUANG TEMPLE

MONTRÉAL, QUÉBEC, CANADA

2176 Rue Ontario Est, Montréal, Québec H2K 1V6
1978 Rue Parthenais, Montréal, Québec H2K 3S3
Tel: (514) 525-8122
Email: todinhtuquang@gmail.com
Website: www.phatgiaovietnamhaingoai.org
Founder: Most Venerable Thích Tâm Châu

In June 1985, Most Venerable Thích Tâm Châu bought a wood shop on Parthenais Street to establish the temple. After that, he purchased three old houses next to this place which face Ontario Avenue, which is where the temple is today.

The Buddha shrine in which the Sakyamuni Buddha statue is seated in the middle with his two great disciples, Bhante Kasyapa and Ananda, is very holy. On both sides, there are Avalokitesvara and Ksitigarbha Bodhisattvas. Beside them are other saints who are respectfully worshiped in this hall, such as the statues of the Sakyamuni Buddha Holy Trinity, the statues of the Amitabha Buddha Holy Trinity, Buddhas, Bodhisattvas and Arhats.

In the front of the temple, there are monuments of Avalokitesvara Bodhisattva, Eighteen statues of Arhats and a portrait of Most Venerable Thích Tâm Châu. Presently the Most Venerable Thích Tâm Châu is the leader of the Vietnam Buddhist Temples around the World. It has a regular schedule of weekly and monthly activities for Buddhist monks and laymen. The temple also organizes the annual summer retreats and the great festivals on holidays and the New Year, for monks and Buddhist followers to worship and practice following the Buddha's way.

慈光祖庭

MONTRÉAL, QUÉBEC, CANADA

地址：2176 Rue Ontario Est, Montréal, Québec H2K 1V6
1978 Rue Parthenais, Montréal, Québec H2K 3S3
Tel: (514) 525-8122
Email: todinhtuquang@gmail.com, Website: www.phatgiaovietnamhaingoai.org
院主：釋心珠法師長老

1985年6月，釋心珠法師在Parthenais街購買了一間木廠，建立祖庭。後來，祖庭繼續購買鄰近面向安大略街的三間舊屋，在加以修葺後，逐漸成為目前的莊嚴修院。

佛殿內的佈置莊嚴。中間香案供奉釋迦佛像和迦葉與阿難尊者。兩旁的供案尊置觀世音菩薩像和地藏菩薩像。正殿還有其他的香案尊奉釋迦三尊、西方三聖，諸佛、諸菩薩，阿羅漢等等。祖庭前的院內安置了觀世音菩薩像，十八羅漢像和院主法師肖像。院主法師曾任世界越南佛教會上首。

祖庭在每週和每個月，都為僧眾和佛子們組辦佛法修學班和其他的活動。每逢各大節日和春節，祖庭均舉辦周到和莊嚴的儀式，讓遠近的僧眾，善男信女，佛子和同鄉到來膜拜、修學和活動，氣氛歡愉。

慈光祖庭

MONTRÉAL, QUÉBEC, CANADA

住所：2176 Rue Ontario Est, Montréal, Québec H2K 1V6
1978 Rue Parthenais, Montréal, Québec H2K 3S3
Tel：(514)525-8122
Email：todinhtuquang@gmail.com, Website：www.phatgiaovietnamhaingoai.org
院長：ティック・タム・チャウ和尚様

慈光祖庭はカナダ、ケベック州モントリオール市にあるベトナム仏教の寺院である。1985年6月に、ティック院長はパルトネ通りにある小さい製材工場を購入し、この寺院を建造した。そのあと、三つの隣家を購入して寺院の伽藍を現在のように広げた。

本尊の釈迦如来像および迦葉尊者・阿難尊者立像が祀られた仏殿は荘厳感が溢れている。本尊の両側には観世音菩薩像や地蔵菩薩像が安置されていた。近くの金堂にある釈迦三尊、西方三聖、諸仏、諸菩薩および阿羅漢などの仏壇も立派に飾られている。庭園に出ると、観世音菩薩立像、十八阿羅漢諸像および院長和尚様の像が見られる。院長和尚様は現在ベトナム仏教協会の会長役に就任しているようである。

他の寺院のように、慈光祖庭で毎週毎月に仏法講座が行われる。一年のベトナム伝統祭事の際、仏教徒はもとより、一般の礼拝客および善男信女も丁寧に迎え、幅広いおもてなしで接待をする。

TỔ ĐÌNH TỪ QUANG

Điện Phật
The Buddha shrine
佛殿
仏殿

Bàn thờ Bồ tát Quán Thế Âm
The altar of Avalokitesvara Bodhisattva
觀世音菩薩像供案
観世音菩薩の仏壇

Bàn thờ Bồ tát Địa Tạng
The altar of Ksitigarbha Bodhisattva
地藏菩薩供案
地蔵菩薩の仏壇

TỔ ĐÌNH TỪ QUANG

Điện Phật
The Buddha shrine
佛殿
仏殿

Tượng đức Phật A Di Đà
The statue of Amitabha Buddha
阿彌陀佛像
弥陀仏像

Bàn thờ Hộ Pháp
The altar of Dharmapala
護法供案
護法菩薩の仏壇

Bàn thờ Tổ
The altar of Patriarchs
祖師供案
祖霊舎

Bàn thờ Tây Phương Tam Thánh
The statues of the Amitabha Buddha Holy Trinity
西方三聖供案
西方三聖を祀る壇

Bàn thờ chư Phật, Bồ tát và A La Hán
The altars of Buddhas, Bodhisattvas, and Arhats

諸佛、菩薩和阿羅漢供案
菩薩および諸仏の仏壇

USA

TU VIỆN LIÊN TRÌ

MT. VERNON, ALABAMA, USA

2276 West Red Fox Road, Mt. Vernon, AL 36560

Tel: (251) 829-9660, (251) 508-8898

Email: lientrimonastery@yahoo.com
Website: www.lientri.org

Tu viện Trưởng: Hòa thượng Thích Tịnh Từ
Liên lạc: Tỳ kheo Ni Thanh Diệu Giác

Tu viện Liên Trì - Trung tâm thiền định đạo Phật, được Hòa thượng Thích Tịnh Từ thành lập vào năm 2006 trên một khu đất rộng hơn 28ha (70ac), được mua lại từ một gia đình triệu phú ở thành phố Mt. Vernon, tiểu bang Alabama. Mặt bằng tu viện rộng lớn, giáp tận rừng thông bao la xanh tốt quanh năm. Tu viện có ba hồ chứa nước thiên nhiên, có long mạch, rộng hơn 4ha (10ac). Cảnh trí tu viện thoáng đãng, an tịnh và tú lệ. Tu viện chính thức sinh

hoạt vào ngày 10 tháng 01 năm 2009.

Tu viện đang tiếp tục xây dựng thêm phòng lưu trú, thiền đường; thiết trí vườn thiền Trúc Lâm, ao sen Tịnh Độ, vườn tượng Tứ Động Tâm và tôn tượng Bồ tát Quán Thế Âm lộ thiên.

Điện Phật được bài trí tôn nghiêm, thờ tượng đức Phật Thích Ca và hai Tôn giả Ca Diếp, A Nan. Sân trước là hồ bán nguyệt, sơn thủy hữu tình.

Tu viện có Hội đồng chỉ đạo gồm các Hòa thượng: Thích Tịnh Nghiêm, Thích Tịnh Từ, Thích Tịnh Diệu, Thích Minh Đạt, Thích Phước Thuận, Sakya Trí Tuệ, Thích Nguyên Hạnh và Thích Liêm Chính. Dưới Hội đồng chỉ đạo, có Ban Điều hành và các Ban chuyên trách do Hòa thượng Tu viện Trưởng Thích Tịnh Từ lãnh đạo. Tu viện có lịch tu tập, sinh hoạt hàng tuần, hàng tháng; có các chương trình đào tạo nhân sự, chương trình tu tập cho Tăng, Ni và thiện nam, tín nữ, Phật tử Việt Mỹ. Tu viện đáp ứng nhu cầu tu học của hàng ngàn thanh, thiếu niên; tổ chức Gia đình Phật tử Việt Mỹ tại Hoa Kỳ và hải ngoại trong mùa hè hàng năm.

LIÊN TRÌ MONASTERY

MT. VERNON, ALABAMA, USA

2276 West Red Fox Road, Mt. Vernon, AL 36560
Tel: (251) 829-9660, (251) 508-8898
Email: lientrimonastery@yahoo.com, Website: www.lientri.org
Abbot: Most Venerable Thích Tịnh Từ
Contact: Bhikkhuni Thanh Diệu Giác

In 2006, Most Venerable Thích Tịnh Từ purchased an area of 28 hectares (70 acres) from a millionaire family in the city of Mt. Vernon, Alabama and he founded Liên Trì Monastery aka the Buddhist meditation center. The perimeter is so large that its border reaches to an immense evergreen pine forest. The monastery has three natural water reservoirs which are 4 hectare (10 acre) wide and have the underground pulses. It is really the majestic and quiet place to serve for religious purposes and tourist attractions. The monastery has been officially began to act since 10th January 2009.

The monastery is under construction, with plans to build a meditation hall, a Trúc Lâm Zen garden, a Pure-Land lotus pond, Four Holy Buddhist Places, an Avalokitesvara Bodhisattva statue and more. The Buddha hall is enclosed with the respectful statues of Sakyamuni Buddha, two Bhante Kasyapa and Ananda. In the front yard, there is a semi-circular pool and rockery display.

The monastery has a directing council of the elder monks who include: Most Venerable Thích Tịnh Nghiêm, Most Venerable Thích Tịnh Từ, Thích Tịnh Diệu, Thích Minh Đạt, Thích Phước Thuận, Sakya Trí Tuệ, Thích Nguyên Hạnh and Thích Liêm Chính. Under the directing council, the executive committee are supervised by the Abbot, Most Venerable Thích Tịnh Từ.

The monastery has scheduled its activities weekly and monthly for Buddhist practice. It also has a personal training program for training Buddhists and retreats for Vietnamese- American clergy and Buddhist disciples. The monastery often hosts the annual summer retreats for the Vietnamese-American Buddhist Youth Association in the United States. It meets the religious need of thousands of Buddhists..

蓮池修院

MT. VERNON, ALABAMA, USA

地址：2276 West Red Fox Road, Mt. Vernon, AL 36560
Tel: (251) 829-9660, (251) 508-8898
Email: lientrimonastery@yahoo.com , Website: www.lientri.org
修院長：釋淨慈法師
聯絡：清妙覺比丘尼

　　蓮池修院又稱為佛教禪定中心，由釋淨慈法師於2006年成立，面積逾28公頃（70英畝）。是向阿拉巴馬州弗農市一位百萬富翁購買的。修院面積廣闊，與終年翠綠的大松林毗連。修院裡有三個天然蓄水湖，有龍脈，面積寬達4公頃多（10英畝）。修院景緻秀麗，寬闊和安靜。修院於2009年01月10日正式活動。

　　修院正在繼續建留居室、禪堂；設置竹林禪園，淨土蓮池，佛教四大聖地像群和尊置觀世音菩薩像。

　　佛殿的佈置莊嚴，尊奉釋迦佛像和迦葉、阿難尊者像。前院是半月湖，山水有情。

　　修院設有指導理事會，成員有：釋淨嚴、釋淨慈、釋淨妙、釋明達、釋福順、釋智慧、釋原行和釋廉政等法師。指導理事會之下，有調度組和各個專責組，由修院長釋淨慈法師領導。修院在每週、每個月均有組辦佛法修學活動；組辦人事培訓班；僧尼和越美善男信女、佛子修習班。修院還為上千青少年組辦佛法修學班；在每年的暑期，為在美國和海外的越美佛子家庭組織各種活動。

蓮池修院

MT. VERNON, ALABAMA, USA

住所：2276 West Red Fox Road, Mt. Vernon, AL 36560
Tel：(251)829-9660, (251)508-8898
Email：lientrimonastery@yahoo.com, Website：www.lientri.org
院長：ティック・ティン・トゥ和尚
連絡担当者：ニー・タン・イエウ・ジャック比丘

　　蓮池修院（仏教禅定センター）はアラバマ州マウント・ヴァーノンに位置するベトナム仏教寺院であり、2006年当市に居た大富豪家族から購入された面積28haもある土地の上にティック・ティン・トゥ和尚様に建立されたという。

　　修院の伽藍は非常に広く、一年中豊かな緑をたたえる松林と接しておる。境内には「龍脈」の存在する天然水湖が三つあり、その総面積は4ha以上である。境内の風景は明るく静かで綺麗である。

　　蓮池修院は2009年1月10日より正式に活動を開催した。現在でもまだ禅堂、寝室を増築し、竹林禅園、浄土蓮池、四動心像園および露天の聖観世音菩薩立像などの伽藍配置をしておる。

　　修院の仏殿は荘厳に飾られ、本尊の釈迦仏像とその弟子－迦葉・阿難尊者像を祀る。前庭には半月湖があり、山水有情の風景と言える。

　　蓮池修院の行政的な構成については、まず指導役会があり、そのメンバーはティック・ティン・ギエム（Thích Tịnh Nghiêm）、ティック・ティン・トゥ（Thích Tịnh Từ）、ティック・ティン・イエウ（Thích Tịnh Diệu）、ティック・ミン・ダッ（Thích Minh Đạt）、ティック・フーク・トゥアン（Thích Phước Thuận）、ティック・チー・トェー（Thích Trí Tuệ）、ティック・グエン・ハイン（Thích Nguyên Hạnh）及び ティック・リエム・チイン（Thích Liêm Chính）。指導役会の下は執行部と事業部があり、両方ともティック・ティン・トゥ院長様が担当する。

　　修院の活動については、毎週、毎月仏教の修習・生活があり、人事育成プログラムや外来の仏教徒・僧侶・善男信女（民族不問）向けの修習プログラムも用意しておる。また、毎年の夏に、数千人もの青少年の修学の需要に対応し、アメリカや海外で「越米仏子家族」を開催するという。

TU VIỆN LIÊN TRÌ

Đường vào tu viện
Road to Monastery

進入修院的道路
表参道

Cảnh quan tu viện
Landscape of Monastery

修院景觀
境内の風景

CHÙA VIỆT NAM HẢI NGOẠI - tập 2

Ngôi chánh điện 正殿
The Main hall 本殿

Nhà khách (Tea hut) 賓客室
Guest houses (Tea Huts) 接客室

59

TU VIỆN LIÊN TRÌ

Điện Phật
The Buddha shrine
佛殿
仏殿

Trai đường
The dining hall
齋堂
食堂

CHÙA BÁT NHÃ

BAUXITE, ARKANSAS, USA

1000 Tom Road, Bauxite, AR 72011

Tel & Fax: (501) 557-9958

Email: batnhatemple@ymail.com
Website: www.chuabatnhausa.org

Trụ trì: Đại đức Thích Hạnh Hiếu

Năm 2000, Niệm Phật đường Bát Nhã được thành lập từ một mobile home trên mảnh đất của gia đình Phật tử. Đến năm 2004, chư thiện nam, tín nữ và Phật tử tại địa phương đã cùng phát tâm mua lô đất rộng 4 ha (10 ac); Thầy trụ trì cùng quý Phật tử đã xây dựng hơn 8 năm và đổi tên thành chùa Bát Nhã.

Kiến trúc chùa mang phong cách Á Đông, hài hòa trong cảnh quan thiên nhiên tươi đẹp và yên tĩnh. Sân trước chùa rộng thoáng với nhiều công trình xây dựng: cổng tam quan, tôn tượng đức Phật A Di Đà, đài Quán Thế Âm, tượng Bồ tát Di Lặc, tượng Bồ tát Văn Thù, tượng Bồ tát Phổ Hiền, hồ sen ...

Điện Phật được bài trí tôn nghiêm tôn thờ đức Phật Thích Ca, Bồ tát Quán Thế Âm, Bồ tát Địa Tạng và hai bộ tượng Tây Phương Tam Thánh, Thích Ca Tam Tôn.

Hằng tuần, hằng tháng, chùa đều có lịch sinh hoạt tu học cho Phật tử. Các ngày lễ Phật Đản, Vu Lan, tết Nguyên Đán, tết Trung Thu ... đều được chùa tổ chức chu đáo, nội dung phong phú, thu hút đông đảo Phật tử và đồng hương tham dự.

BÁT NHÃ TEMPLE

BAUXITE, ARKANSAS, USA

1000 Tom Road, Bauxite, AR 72011
Tel & Fax: (501) 557-9958
Email: batnhatemple@ymail.com
Website: www.chuabatnhausa.org
Abbot: Venerable Thích Hạnh Hiếu

In 2000, Bát Nhã Buddha House was established from a mobile home of a Buddhist family. By 2004, the local good men, women and Buddhist believers purchased 4 hectare (10 acre) piece of land. After spending eight years to build the temple on that land, the Abbot and Buddhists renamed it as the Bát Nhã Temple.

The architectural style of the temple has a variety of forms which adds to the harmony with the beautiful natural scenery. The front yard is wide open with many constructions, such as the three-door temple gate, statues of Amitabha Buddha, Avalokitesvara, Maitreya, Manjushri, Samantabhadra Bodhisattvas and a lotus pond.

The Buddha shrine is respectfully presented with Sakyamuni Buddha, Avalokitesvara, Ksitigarbha Bodhisattvas and two sets: The statues of the Amitabha Buddha Holy Trinity and The statues of the Sakyamuni Buddha Holy Trinity.

The temple has scheduled its activities weekly and monthly for Buddhist practice. Especially on the occasions of the Vesak's Day, Ullambana Festival, Lunar New Year, Autumn festival and more. It is well organized with rich religious content to serve the Buddhist community.

般若寺

BAUXITE, ARKANSAS, USA

地址：1000 Tom Road, Bauxite, AR 72011
Tel & Fax: (501) 557-9958
Email: batnhatemple@ymail.com
Website: www.chuabatnhausa.org
住持：釋行孝法師

2000年，一個佛子家庭撥出地方成立般若念佛堂。至2004年，當地的善男信女和佛子們發心購買了4公頃土地；由住持法師同佛子們在長達8年多的時間內興建，後來易名為般若寺。

寺院的建築具亞東風格，與周圍安靜的天然美景和諧相應。寺院的前面寬闊，有很多建築工程：建有山門，尊置阿彌陀佛像，觀世音菩薩像台，彌勒菩薩像，文殊菩薩像，普賢菩薩像和蓮池⋯⋯

佛殿尊奉釋迦佛像，觀世音菩薩像，地藏菩薩像，西方三聖和釋迦三尊像，佈置十分莊嚴。

在每週，每個月，寺院均為佛子們組辦各種修學活動。在佛誕，盂蘭盆節，春節和中秋節等等的大節日裡均隆重舉辦各種佛事活動，莊嚴和周到，內容豐富，吸引不少佛子和同鄉到來參加。

般若寺

BAUXITE, ARKANSAS, USA

住所：1000 Tom Road, Bauxite, AR 72011アメリカ
Tel & Fax: (501) 557-9958
Email: batnhatemple@ymail.com
Website: www.chuabatnhausa.org
住職：ティック・ハイン・ヒェウ大徳様

般若寺はアメリカ合衆国アーカンソー州ボーキサイト市に所在するベトナム仏教のお寺である。2000年に「般若念仏堂」の名称で建立されたが、当時の伽藍はモバイルハウス（移動式施設）であった。2004年に、ティック・ハイン・ヒェウ住職様は地元の仏教徒たち及び善男信女の寄付を貰い、面積約4ヘクタールの敷地を購入し、それから8年をかけて現在の僧家を建造した。完成当時の名前は「般若寺」に変更されたという。

遠くから見ると、ベトナム建築スタイルを持つこの般若寺は、静かで美しい自然に囲まれている。広々とした前庭には、三関大門、阿弥陀仏立像、聖観世音菩薩塔、文殊菩薩像、普賢菩薩像、蓮池などのベトナム仏教特色がある建築物が存在している。

荘厳な仏殿では釈迦仏像、観世音菩薩像、地蔵菩薩像、二つの西方三聖諸像および釈迦三尊像が祀られている。

般若寺の仏法修学活動は定例的に（毎週、毎月）行われる。灌仏会、盂蘭盆会、旧正月、中秋節など、毎年、一年の伝統祭日を機に、祭式を厳かに開催し、善男信女や参拝客など多くの人々を歓迎している。

CHÙA BÁT NHÃ

Toàn cảnh chùa
Full view of the Temple
寺院全景
全景

Tam quan chùa
Triple gate of the Temple
寺院山門
三関大門

Mặt tiền chùa
The front of the Temple
寺院正門
寺院の正面

CHÙA VIỆT NAM HẢI NGOẠI - tập 2

Toàn cảnh chùa
Full view of Temple

寺院全景
全景

Tôn tượng Bồ tát Quán Thế Âm ở hồ sen
The statue of Avalokitesvara Bodhisattva in Lotus Lake

蓮池中的觀世音菩薩尊像
蓮池での観世音菩薩立像

Cảnh chùa vào mùa Đông
Scenery in winter
冬天的寺院景色
般若寺の冬景色

65

CHÙA BÁT NHÃ

Tôn tượng đức Phật A Di Đà
The statue of Amitabha Buddha
阿彌陀佛尊像
阿弥陀仏像

Đài Quán Thế Âm
The statue of Avalokitesvara Bodhisattva
觀世音菩薩像台
観世音塔台

Tượng Bồ tát Di Lặc
The statue of Maitreya Bodhisattva
彌勒菩薩像
弥勒菩薩像

Tượng Bồ tát Phổ Hiền
The statue of Samantabhadra Bodhisattva
普賢菩薩像
普賢菩薩像

Tượng Bồ tát Văn Thù
The statue of Manjushri Bodhisattva
文殊菩薩像
文殊菩薩像

Điện Phật
The Buddha shrine
佛殿
仏殿

Bàn thờ Bồ tát Quán Thế Âm
The altar of Avalokitesvara Bodhisattva.
觀世音菩薩像供案
観世音菩薩の仏壇

Bàn thờ đức Phật Thích Ca
The altar of Sakyamuni Buddha
釋迦佛像和釋迦三尊的供案
釈迦如来仏と釈迦三尊の仏壇

Bàn thờ Bồ tát Địa Tạng
The altar of Ksitigarbha Bodhisattva
地藏菩薩供案
地蔵菩薩の仏壇

Bàn thờ Tổ
The altar of Patriarchs
祖師供案
祖霊舎

CHÙA BÁT NHÃ

Đại hồng chung　　　　　　　　　　　大洪鐘
The great bell　　　　　　　　　　　　梵鐘

Tủ kinh sách　　　　　　　　　　　　經書櫃
The cabinet of scriptures　　　　　　　お経

CHÙA VIỆT NAM HẢI NGOẠI - tập 2

Đại lễ Phật Đản
Vesak's Day
佛誕大典
灌仏会

Tết Nguyên Đán
Lunar New Year

春節
旧正月

Kỷ niệm 10 năm thành lập chùa
10th anniversary of the establishment of the Temple
般若寺成立10 週年紀念
建立10周年記念日

CHÙA PHỔ MINH

FORT SMITH, ARKANSAS, USA

1914 Jenny Lind Road, Fort Smith, AR 72901

Tel: (479) 783-8743

Email: thichvienquang@163.com

Trụ trì: Thượng tọa Thích Viên Quang

Chùa Phổ Minh được thành lập vào năm 1986 tại số 3811 Mussett Road, thành phố Fort Smith. Do cơ sở nhỏ hẹp, Thượng tọa trụ trì kiêm Hội trưởng Hội Phật giáo Việt Nam Arkansas đã vận động Phật tử, đồng hương đóng góp tịnh tài mua lại ngôi nhà thờ lớn, có chỗ đậu xe rộng rãi để

Phật tử đến chùa sinh hoạt thuận lợi. Sau một thời gian sửa chữa, ngôi chùa mới chính thức hoạt động vào ngày 05 tháng 9 năm 2010, nhân lễ Vu Lan Phật lịch 2.554.

Điện Phật được bài trí tôn nghiêm, thờ tượng đức Phật Thích Ca, Bồ tát Quán Thế Âm, Bồ tát Địa Tạng và Bồ tát Chuẩn Đề. Đối diện hương án thờ Phật là bàn thờ Hộ Pháp và bàn thờ Tiêu Diện. Giữa vườn hoa xinh xắn ở sân trước chùa tôn trí tượng Bồ tát Quán Thế Âm lộ thiên.

Chùa có lịch sinh hoạt tu học hàng tuần, hàng tháng. Vào các ngày tết Nguyên Đán, lễ Phật Đản, lễ Vu Lan, tết Trung Thu ... chùa đón tiếp đông đảo thiện nam, tín nữ, Phật tử khắp nơi về lễ bái, tu học, sinh hoạt trong không khí tươi vui, thắm tình đạo vị.

PHỔ MINH TEMPLE
FORT SMITH, ARKANSAS, USA

1914 Jenny Lind Road, Fort Smith, AR 72901
Tel: (479) 783-8743
Email: thichvienquang@163.com
Abbot: Senior Venerable Thích Viên Quang

In 1986, Phổ Minh Temple was established at 3811 Mussett Road, Fort Smith. Due to the narrow base, Senior Venerable Thích Viên Quang, who was the Abbot and the Chairperson of Vietnamese Buddhist Council in Arkansas, asked Buddhist followers to contribute money to buy a big church with a spacious parking lot. After a long period of repairing, the new temple officially operated on 5th September 2010 (Buddhist calendar 2554), on the occasion of the Ullambana festival.

The Buddha shrine is enclosed with the statues of Sakyamuni Buddha, Avalokitesvara, Ksitigarbha and the Cundi Bodhisattvas. Opposite the Buddha's altar, a place for worship of Paladharama and Dharmapala. In the beautiful flower garden in front of the temple there is the beautiful Avalokitesvara Bodhisattva statue.

The temple practices its routines every week and month. On the days of Lunar New Year, Vesak's Day, Ullambana Festival, Mid-Autumn and more, the temple receives a large number of male and female Buddhists to worship and practice in the cheerful and friendly Buddhist environment.

普明寺

FORT SMITH, ARKANSAS, USA

地址：1914 Jenny Lind Road, Fort Smith, AR 72901
Tel: (479) 783-8743
Email: thichvienquang@163.com
住持：釋圓光法師

普明寺於1986年成立，位於史密斯堡市麻塞特街3811號。由於地方狹窄，普明寺住持兼阿肯色州越南佛教會會長釋圓光法師發動佛子、同鄉，籌集資金購買一間大教堂，有一個寬大的停車場，方便佛子到來活動。經一段時間的修葺後，值佛曆2554年盂蘭盆節，即2010年9月5日，新寺院正式活動。

佛殿的佈置莊嚴，供奉釋迦佛像，觀世音菩薩像，地藏菩薩像和準提菩薩像。佛香案對面是供奉護法和焦面大士的供案。寺院前的庭院是一個美麗的花園，花園裡尊置露天的觀世音菩薩像。

寺院每週，每個月都組辦各種修學佛法的活動。每年的春節，佛誕，盂蘭盆節，中秋節等等，寺院迎來十方的眾多善男信女，佛子到此膜拜，修學和活動，氣氛愉快。

普明寺

FORT SMITH, ARKANSAS, USA

住所：1914 Jenny Lind Road, Fort Smith, AR 72901
Tel: (479) 783-8743
Email: thichvienquang@163.com
住職：ティック・ヴィエン・グアーン上座様

普明寺はアメリカ合衆国アーカンソー州西部フォート・スミス市に所在するベトナム仏教の寺院である。1986年にミュゼー通り（Mussett Road）の3811番地に建造された。建立当初の伽藍が狭くて不便だったため、この寺院の住職和尚様（当時、フォート・スミス市ベトナム仏教会会長でもある）は、ベトナム人の市民や仏教徒たちからの寄付を貰い、より広い敷地（現在地）を購入し、大きな駐車場も含めた、新しい僧家を立て直した。

それから2010年まで数回の増改築を経て、ようやく2010年9月5日（仏暦2554年）の盂蘭盆会を機に、正式に活動を再開したという。

仏殿が荘厳されており、釈迦如来仏像、観世音菩薩像、地藏菩薩像及び准提菩薩像を本尊としている。ご本尊の向こう側に面燃大士と護法菩薩の仏壇が配置されている。寺院の前庭にある小さな花園で観音菩薩立像がある。

普明寺の活動は定例的に（毎週、毎月）開催される。旧正月、盂蘭盆会、中秋節などの伝統祝祭日を機に、善男善女や仏教徒や礼拝客をたくさん迎えている。

Toàn cảnh chùa
Full view of Temple
寺院全景
全景

CHÙA VIỆT NAM HẢI NGOẠI - tập 2

Điện Phật
The Buddha shrine
佛殿
仏殿

Bàn thờ Hộ Pháp và bàn thờ Tiêu Diện
The altars of Dharmapala and Paladharama
護法供案和焦面大士供案
護法菩薩および焦面大士の仏壇

75

CHÙA PHỔ MINH

Bàn thờ Tổ
The altar of Patriarchs
祖師供案
祖霊舎

Đại hồng chung
The great bell
大洪鐘
梵鐘

Tủ kinh sách
The cabinets of scriptures
經書櫃
お経

Trai đường
Dining hall
齋堂
喰堂

Phòng khách
Visitor room
客房
客室

CHÙA VIỆT NAM HẢI NGOẠI - tập 2

Tết Nguyên Đán
Lunar New Year

春節
旧正月

CHÙA PHỔ MINH

Đại lễ Phật Đản 佛誕大典
Vesak's Day 灌仏会

Tết Trung Thu 中秋節
Mid-Autumn Festival 中秋節

CHÙA VIỆT NAM HẢI NGOẠI - tập 2

Lễ Vu Lan
Ullambana
Festival
盂蘭盆節
盂蘭盆会

CHÙA AN TƯỜNG

OAKLAND, CALIFORNIA, USA

682 28th Street, Oakland, CA 94609

Tel: (510) 444-5218; (510) 299-7362

Email: tuyduyen2007@yahoo.com

Khai sơn: Hòa thượng Thích Thanh An
Trụ trì: Đại đức Thích Giác Đạo

Chùa được cố Hòa thượng Thích Thanh An và cố Thượng tọa Thích Thiện Tường thành lập vào năm 1991. Đến năm 2008, chùa mua căn nhà bên cạnh làm tăng xá. Đại đức Thích Giác Đạo, đệ tử của Hòa thượng Thích Thanh An, nhận nhiệm vụ trụ trì từ năm 2008. Hòa thượng Thích Thanh An sanh năm 1937 tại thành phố Đà Nẵng. Ngài xuất gia năm

1958 tại chùa Linh Ứng, và viên tịch ngày 11 tháng 12 năm 2014 tại chùa Mỹ Khê, thành phố Đà Nẵng, Việt Nam. Ngài là vị cao tăng đức độ, thường khuyến tấn Tăng Ni, Phật tử tinh chuyên tu học, niệm Phật.

Điện Phật được bài trí tôn nghiêm, thờ tượng đức Phật Thích Ca, đức Phật A Di Đà, Bồ tát Quán Thế Âm, Bồ tát Đại Thế Chí và Hộ Pháp. Chùa còn có tượng Bồ tát Di Lặc và Bồ tát Quán Thế Âm bằng cẩm thạch; đặc biệt pho tượng Bồ tát Quán Thế Âm cao 1,2m (3.6ft) tôn trí ở phòng khách là pho tượng gỗ hóa thạch.

Chùa có lịch sinh hoạt, tu học hàng tuần, hàng tháng. Vào các ngày lễ tết như: Tết Nguyên Đán, Đại lễ Phật Đản, lễ Vu Lan, tết Trung Thu ..., chùa tổ chức trang nghiêm, chu đáo đón tiếp đông đảo Phật tử, đồng hương xa gần về lễ bái, tu học, sinh hoạt.

AN TƯỜNG TEMPLE
OAKLAND, CALIFORNIA, USA

682 28th Street, Oakland, CA 94609
Tel: (510) 444-5218; (510) 299-7362
Email: tuyduyen2007@yahoo.com
Founder: Most Venerable Thích Thanh An
Abbot: Venerable Thích Giác Đạo

In 1991, the Late Most Venerable Thích Thanh An and the Late Senior Venerable Thích Thiện Tường established An Tường Temple. By 2008, the adjacent house was bought to expand the temple boundary. Since 2008, the Late Most Venerable Thích Thanh An appointed his disciple, Venerable Thích Giác Đạo, as Abbot. Most Venerable Thích Thanh An was born in 1937, Đà Nẵng, Vietnam. In 1958, he became a monk at Linh Ứng Pagoda and on 11th December 2014 he passed away at Mỹ Khê Pagoda, Đà Nẵng, Vietnam. He was a virtuous monk, who often advised Buddhist monks, nuns and followers to diligently practice Buddhism and read the Buddha names.

The Buddha shrine is respectfully formed for the worship of Sakyamuni and Amitabha Buddhas, Avalokitesvara, Mahasthamaprapta Bodhisattvas and Dharmapala. There are marble stone statues of Maitreya and Avalokitesvara Bodhisattvas. A special 1.2 meter (3.6ft) high statue of Avalokitesvara Bodhisattva, made of the petrified wood is, enshrined in the living room.

The temple has schedules its activities for weekly and monthly Buddhist practice. On the big annual occasions, such as Lunar New Year, Vesak's Day, Ullambana Festival and the mid-autumn, the temple has welcomed many devotees from near and far to participate in activities at the temple.

安祥寺

OAKLAND, CALIFORNIA, USA

地址：682 28th Street, Oakland, CA 94609
Tel: (510) 444-5218; (510) 299-7362
Email: tuyduyen2007@yahoo.com
開山：釋清安法師
住持：釋覺道法師

寺院由釋清安故法師和釋善祥故法師於1991年成立。至2008年，寺院購買鄰居的一間房屋建僧舍。釋清安法師的弟子釋覺道法師從2008年開始任住持。釋清安法師於1937年在峴港市出生。1958年在靈應寺出家，2014年12月11日在越南峴港市美溪寺圓寂。法師是一位德行高的僧人，經常勸度僧尼，佛子精專修學，念佛。

寺院的佛殿佈置莊嚴，尊奉釋迦佛像，阿彌陀佛像，觀世音菩薩像，大勢至菩薩像和護法像。寺內還有用玉石雕鑿的彌勒菩薩像和觀世音菩薩像；特別是尊置在客廳的1.2米（3.6英尺）高的觀世音菩薩像是用化石木雕鑿的。

寺院在每週和每個月內都定期組辦修學佛法活動。在每年的各大節日裡，如春節，佛誕大典，盂蘭盆節，中秋節等等，寺院均周到舉辦各種莊嚴的佛事，讓遠近的佛子，同鄉到來供拜，修學和參加各種活動。

安祥寺

OAKLAND, CALIFORNIA, USA

住所：682 28th Street, Oakland, CA 94609
Tel：(510) 444-5218; (510) 299-7362
Email：tuyduyen2007@yahoo.com
創立者：ティック・タン・アン和尚様
住職：ティック・ジャック・ダオ大徳様

安祥寺は1991年ティック・タイン・アン故和尚様とティック・ティエン・トゥーン故尚座様により建立された寺院である。2008年、隣の民家物件を購入し、僧舎を建造した。当年、寺院の住職は、ティック・タイン・アン故和尚の弟子であるティック・ジャック・ダオ大徳となり、現在まで在職している。ティック・タイン・アン故和尚様は1937年ダナン市に誕生、1958年より地元の「霊応寺」で出家、2014年12月11日ミー・ケー寺で入寂されたという。生時、故和尚様は常に弟子の僧・尼僧・仏教徒達の修学・念仏を励まし、非常に優しい、偉い高僧の一人であった。

金堂仏殿は荘厳されており、釈迦仏像・阿弥陀仏像・観世音菩薩像・大勢至菩薩像と護法菩薩像を本尊として祀る。境内にある翡翠弥勒菩薩像と翡翠観世音菩薩立像の他に、高さ1.2mのある木化石の観世音菩薩立像が寺院の客室に安置されておる。

寺院の生活・修学活動は毎週、毎月定例的に行われる。毎年、ベトナム旧正月・灌仏会・盂蘭盆会・仲秋節などの一年の伝統祭日を機に、祭式を周到かつ厳かに執り行い、仏法修学や参拝しに訪れる多くの外来の仏教徒や同郷を歓迎する。

CHÙA VIỆT NAM HẢI NGOẠI - tập 2

Tượng Bồ tát Di Lặc
The statue of Maitreya Bodhisattva
彌勒菩薩像
弥勒菩薩像

Tăng xá
The Monk hall
僧舍
僧舍

Điện Phật
The Buddha shrine
佛殿
仏殿

Bàn thờ Bồ tát Quán Thế Âm
The altar of Avalokitesvara Bodhisattva
觀世音菩薩像供案
観世音菩薩の仏壇

Bàn thờ Bồ tát Đại Thế Chí
The altar of Mahasthamaprapta Bodhisattva
大勢至菩薩供案
大勢至菩薩の仏壇

Bàn thờ Hộ Pháp
The altar of Dharmapala
護法供案
護法菩薩の仏壇

83

CHÙA AN TƯỜNG

Đài Quán Thế Âm
The statue of Avalokitesvara Bodhisattva

觀世音菩薩像台
観世音台

Tượng Bồ tát Di Lặc
The statue of Maitreya Bodhisattva

彌勒菩薩像
弥勒菩薩像

Tượng Bồ tát Quán Thế Âm
The statue of Avalokitesvara Bodhisattva

觀世音菩薩像
観世音菩薩立像

Tủ kinh
The cabinets of scriptures
經書櫃
お経が納められた棚

Bàn thờ Tổ
The altar of Patriarchs

祖師供案
祖霊舎

CHÙA VIỆT NAM HẢI NGOẠI - tập 2

Lễ truy niệm cố Hòa thượng Thích Thanh An
The anniversary of the passing of the Late Most Venerable Thích Thanh An

釋清安故法師追念儀式
ティック・タイン・アン故和尚の追念儀式

Tết Trung Thu (2014) 中秋節（2014）
Mid-Autumn Festival (2014) 中秋節（2014）

CHÙA VIỆT NAM HẢI NGOẠI - tập 2

Ảnh kỷ niệm
Photos for memories
紀念圖片
記念写真

CHÙA BẢO PHƯỚC

SAN JOSE, CALIFORNIA, USA

270 Senter Road, San Jose, CA 95111
Tel: (408) 365-1228; (408) 887-5822

Email: chuabaophuoc@gmail.com
chuabaophuocsanjose@gmail.com
Website: www.baophuoc.org

Trụ trì: Thượng tọa Thích Hải Tích

Chùa được Thượng tọa Thích Hải Tích thành lập vào năm 2007 tại thành phố San Jose trên diện tích 6.000m² (1.5ac). San Jose là một trong mười thành phố lớn nhất của Hoa Kỳ, là thành phố có số lượng người Mỹ gốc Việt đông nhất Hoa Kỳ. Tên chùa "Bảo Phước" với ý nghĩa là điểm tụ tạo cơ hội giao hạt giống phước đức cho chư Tăng, chư Ni và quý Phật tử.

Chùa đã xây dựng ngôi chánh điện mới từ năm 2011. Lễ An vị Phật được chùa tổ chức long trọng, trang nghiêm vào ngày 11 tháng 5 năm

2013, nhân dịp khánh lễ Phật Đản 2.637, Phật lịch 2.557. Chùa đang có đề án xây dựng giảng đường, thư viện, trai đường, tăng xá và dưỡng lão đường, tạo nơi tu học, sinh hoạt tiện nghi, an tịnh cho chư Tăng, Ni và Phật tử.

Điện Phật được bài trí tôn nghiêm, thờ tượng Tây Phương Tam Thánh, đức Phật Thích Ca, đức Phật Dược Sư, Bồ tát Di Lặc, Bồ tát Văn Thù và Bồ tát Phổ Hiền. Các tượng thờ ở chùa đều là những tác phẩm mỹ thuật đặc sắc và quý giá, như bộ tượng Tây Phương Tam Thánh bằng gỗ đàn hương thếp vàng y, mỗi tượng cao 3,5m (11.5ft) kể cả thân quang. Ở sân trước và sân bên, chùa tôn trí nhiều tượng: Tam Thế Phật; đức Di Lặc, Bồ tát Quán thế Âm, Bồ tát Địa Tạng ...

Chùa có lịch tụng niệm, tu học hàng ngày, hàng tuần, hàng tháng. Chùa có các sinh hoạt văn hóa truyền thống dân tộc như trường Việt ngữ Phước Huệ, võ truyền thống Bình Định, múa lân v.v...sinh hoạt vào ngày chủ nhật hàng tuần. Vào các ngày tết Nguyên Đán, Đại lễ Phật Đản, lễ Vu Lan và các ngày vía chư Phật, chư Bồ tát hàng năm, chùa tổ chức trang nghiêm, chu đáo, đón tiếp đông đảo thiện nam, tín nữ, Phật tử xa gần về lễ bái, tu học, sinh hoạt.

BẢO PHƯỚC TEMPLE
SAN JOSE, CALIFORNIA, USA

270 Senter Road, San Jose, CA 95111
Tel: (408) 365-1228; (408) 887-5822
Email: chuabaophuoc@gmail.com, chuabaophuocsanjose@gmail.com
Website: www.baophuoc.org
Abbot: Senior Venerable Thích Hải Tích

In 2007, Senior Venerable Thích Hải Tích founded Bảo Phước Temple on a land area of 6,000m² (1.5 acres) in San Jose, which is one of the ten largest cities in the United States that has the largest Vietnamese American people in the United States. "Bảo Phước" means the precious merit. He named the temple title with the sense that this temple is a common religious place where on Sangha and Buddhist followers can come and plant the merit seeds.

In 2011, the new main hall was built. On May 11, 2013, on the occasion of Buddha Birthday at the 2637 years aka the 2557 Buddhist calendar, the temple organized the great inauguration ceremony. The temple has had many new projects to build the lecture hall, library, dining hall, Monk's rooms, nursing home, and other accommodations to give comfort and convenience for monks, nuns, and Buddhist practitioners who come to attend the retreat.

The Buddha shrine is respectfully presented with many elegant statues, such as the Amitabha Buddha Holy Trinity, Sakyamuni Buddha, Medicine Buddha, Maitreya, Manjushri, and Samantabhadra Bodhisattvas. These statues are the unique precious works of art, due to their gilded sandalwood statues of the Amitabha Buddha Holy Trinity which are 3.5 meter (11.5ft) tall including with an optical body. In the front yard and side yard, there also enshrined many Statues of the Buddhas of the three Times, Maitreya, Avalokitesvara, Ksitigarbha Bodhisattvas, and so on.

The temple has daily, weekly and monthly practice sessions and special weekly traditional cultural activities, such as Phước Huệ Vietnamese language school, Bình Định traditional martial arts, the dragon dance and more. On big annual occasions of the Lunar New Year, Vesak's Day, Ullambana Festival, Buddha and Bodhisattva Days, the temple has welcomed hundreds of male and female Buddhists from near and far to participate the rituals and retreats.

寶福寺

SAN JOSE, CALIFORNIA, USA

地址：270 Senter Road, San Jose, CA 95111
Tel: (408) 365-1228; (408) 887-5822
Email: chuabaophuoc@gmail.com, chuabaophuocsanjose@gmail.com , Website: www.baophuoc.org
住持：釋海積法師

寺院由釋海積法師於2007年在聖荷西市成立，面積6.000平方米（1.5英畝）。聖荷西市是美國十大城市之一，也是美國有最多越裔美國人居住的城市。"寶福"這個寺名意思是為諸僧、諸尼和佛子們撒播福種的地方。

寺院從2011年建新正殿。值佛曆2557年，佛誕2637週年紀念，寺院於2013年5月11日舉行佛安位儀式，隆重和莊嚴。寺院有計劃興建講堂，圖書館，齋堂，僧舍和養老院，為僧、尼和佛子們建造設備齊全，安靜的修學和活動地方。

佛殿的佈置莊嚴，供奉西方三聖像，釋迦佛像，藥師佛像，彌勒菩薩像，文殊菩薩像和普賢菩薩像。寺內供奉的像均是獨特和寶貴的美術作品，如西方三聖像是用檀香木雕鑿，並貼上金衣，每尊像高3.5米（11.5英尺），包括身光。在寺院前和側面的庭院裡尊置很多塑像：三世佛像，彌勒菩薩像，觀世音菩薩像和地藏菩薩像．．．．。

寺院在每日，每週和每月均有組辦誦念和修學佛法活動。為了承傳民族傳統文化，寺院開辦福惠越語學校，平定傳統武術班，舞獅學習班等等．這些活動都在每週週日舉行。在每年的春節，佛誕大典，盂蘭盆節和諸佛誕，諸菩薩誕，來自十方的眾多善男信女，佛子到來參加由寺院組織的供拜活動。佛事活動既周到又莊嚴。

宝福寺

SAN JOSE, CALIFORNIA, USA

住所：270 Senter Road, San Jose, CA 95111
Tel：(408)365-1228；(408)887-5822
Email：chuabaophuoc@gmail.com / chuabaophuocsanjose@gmail.com
Website：www.baophuoc.org
住職：ティック・ヴィエン・ユーン尚座

宝福寺は2007年サンノゼ市にある、面積6.000m2もある敷地にティック・ヴィエン・ズーン尚座様により建立されたお寺である。サンノゼはアメリカの十大都市の一つであり、ベトナム系アメリカ人が一番多い都市でもある。「宝福」という名前は、当寺で修学する諸僧侶・尼・仏教徒達の心に福徳の種をまく機会が集まる場所を意味すると言われる。

寺院の正殿は2011年に新しく建造されたものである。2013年5月11日（仏暦2557年の灌仏会（釈迦誕生記念式典）2637年を機に）宝福寺は仏像安置式を厳かに再開した。在修学の諸僧侶・尼僧・仏教徒の為に、現在宝福寺は新しい講堂、図書館、喰堂、僧舎、養老堂等…を建てる予定がある。

仏殿は荘厳されており、西方三聖像・釈迦仏像・薬師仏像・弥勒菩薩像・文殊菩薩像・普賢菩薩像を祀る。宝福寺で祀られている仏像の多くは特色な美術作品である。例えば、本尊の西方三聖像は（いずれも像高約3.5m）、全身鍍金された香木緑檀で作製された貴重の仏像である。寺院の前庭と側庭には三世仏像・弥勒仏像・観世音菩薩像・地蔵菩薩像…が安置される。

寺院では毎日毎週毎月定例的に修学・念経会を開催される。他には、日曜日に行われるベトナムの伝統民族学教室もたくさんある、例えば：「福恵越語教室」、「ビン・ディン武術館」、「獅子舞クラブ」等…一年の伝統祭日：旧正月・灌仏会・盂蘭盆会・諸佛諸菩薩の懺法のとき、寺院はいつも周到に執り行っており、多くの外来の善男信女や仏教徒を歓迎する。

CHÙA VIỆT NAM HẢI NGOẠI - tập 2

Toàn cảnh chùa
Full view of the Temple
寺院全景
全景

CHÙA BẢO PHƯỚC

Điện Phật
The Buddha shrine
佛殿
仏殿

Tủ kinh Đại Tạng
Tripitaka cabinet
大藏經書櫃
大蔵経が収められた棚

CHÙA VIỆT NAM HẢI NGOẠI - tập 2

Điện Phật
The Buddha shrine
佛殿
仏殿

Đèn Quang Minh
The Quang Minh Light
光明燈
光明灯

Bàn thờ đức Phật Dược Sư
The altar of Medicine Buddha
藥師佛供案
薬師仏の仏壇

Bàn thờ Bồ tát Di Lặc
The altar of Maitreya Bodhisattva
彌勒菩薩供案
弥勒菩薩の仏壇

Tượng Bồ tát Văn Thù
The statue of Manjushri Bodhisattva
文殊菩薩像
文殊菩薩像

Tượng Bồ tát Phổ Hiền
The statue of Samantabhadra Bodhisattva
普賢菩薩像
普賢菩薩像

Bàn thờ Tổ
The altar of Patriarchs
祖師供案
祖霊舎

CHÙA BẢO PHƯỚC

Tượng Tam Thế Phật
The statues of the Buddhas of the three Times
三世佛
三世仏像

Đỉnh đồng
The copper urn
銅鼎
銅香炉

Tượng đức Phật Thích Ca
The statue of Sakyamuni Buddha
釋迦佛像
釈迦仏像

Tượng Bồ tát Quán Thế Âm
The statue of Avalokitesvara Bodhisattva
觀世音菩薩像
观世音菩萨立像

CHÙA VIỆT NAM HẢI NGOẠI - tập 2

Đại lễ Phật Đản (2015) 佛誕大典（2015）
Vesak's Day (2015) 灌仏会（2015）

CHÙA BẢO PHƯỚC

Lễ An vị Phật
The Buddha installation ceremony

佛安位儀式
本尊仏像の安置式典

CHÙA VIỆT NAM HẢI NGOẠI - tập 2

Tiệc chay gây quỹ xây chùa
The Fund Raising
設齋宴籌款建寺
寺院建築用の寄付金の為の精進料理提供会

Lễ Chẩn tế　　　　　　　　　　　　賑濟儀式
The great Festival of Water Spirits and Land Ghost　　鎮魂祭

97

THIỀN VIỆN CHÂN KHÔNG III

CHATSWORTH, CALIFORNIA, USA

20372 Devonshire Blvd, Chatsworth, CA 91311
Tel: (818) 477-0221, (720) 412-0379
Email: chankhongtv@aol.com, thichtrivien12@yahoo.com

Viện chủ: Hòa thượng Thích Thông Hải
Quản viện: Thượng tọa Thích Trí Viên

Thiền viện được Hòa thượng Thích Huyền Dung thành lập vào năm 2003 với tên Phật Quang thiền viện. Năm 2011, do sức khỏe yếu, Ngài về Orange County và viên tịch năm 2013. Hòa thượng Thích Thông Hải đảm nhận viện chủ và đổi tên thiền viện Chân Không III từ năm 2011. Hòa thượng còn là viện chủ thiền viện Chân Không II tại Honolulu và viện chủ tu viện An Lạc tại Ventura. Thiền viện có diện tích 836m² (9,000sq.ft), một phần căn nhà do gia đình đạo hữu Mười Trương, pháp danh Tâm Ngọc Phước cúng dường.

Điện Phật được bài trí tôn nghiêm, thờ đức Phật Thích Ca, đức Phật Dược Sư và tượng Tây Phương Tam Thánh. Sân trước chùa có tôn tượng: Tây Phương Tam Thánh, Bồ tát Quán Thế Âm và Hộ Pháp.

Chùa có lịch sinh hoạt, tu tập hàng tuần, hàng tháng; mở lớp yoga, lớp thiền ... Các ngày lễ, tết hàng năm, chùa đều tổ chức trang nghiêm, chu đáo, đón tiếp đông đảo Phật tử xa gần về tham dự.

CHÂN KHÔNG MEDITATION CENTER (III)
CHATSWORTH, CALIFORNIA, USA

20372 Devonshire Blvd, Chatsworth, CA 91311
Tel: (818) 477-0221; (720) 412-0379
Email: chankhongtv@aol.com ; thichtrivien12@yahoo.com
Founding Abbot: Most Venerable Thích Thông Hải
Manager: Senior Venerable Thích Trí Viên

In 2003, this Meditation Center was founded under the title Phật Quang by Most Venerable Thích Huyền Dung. In 2011, due to health problems, he moved to Orange County and passed away there in 2013. Most Venerable Thích Thông Hải took charge as an Abbot and changed its name to Chân Không Meditation Center (III) in 2011. Most Venerable Thích Thông Hải is also the Abbot of both Chân Không Meditation Center (II) in Honolulu and An Lạc Monastery in Ventura. The Monastery (III) has an area of 836m^2 (9,000sq.ft) in which a part of the building was donated by family of Mười Trương or (Buddhist name Tâm Ngọc Phước)..

The Buddha shrine is shaped with the respectful altar of Sakyamuni and Medicine Buddhas and the Amitabha Buddha Holy Trinity, Avalokitesvara Bodhisattva and Dharmapala.

The center has a calendar of activities, practiced every week and every month. They include yoga and meditation classes. It often organizes the annual Lunar New Year holidays, welcoming all Buddhist believers from near and far, to attend.

真空禪院 III

CHATSWORTH, CALIFORNIA, USA

地址：20372 Devonshire Blvd, Chatsworth, CA 91311
Tel：(818) 477-0221; (720) 412-0379
Email：chankhongtv@aol.com ; thichtrivien12@yahoo.com
院主：釋通海法師
管院：釋智圓法師

　　真空禪院由釋玄容法師於2003年成立，名為佛光禪院。2011年，由於年高體弱，法師回橙郡，並於2013年圓寂。從2011年起，釋通海法師擔任院主和更名為真空禪院III。釋通海法師也是火奴魯魯市（檀香山）真空禪院II的院主和范朵拉市安樂修院的院主。禪院的面積836平方米（9,000 sq. ft），一部分房屋是由道友十張，法名心玉福捐贈。

　　佛殿的佈置莊嚴，尊奉釋迦佛像，藥師佛像和西方三聖像。庭院尊置：西方三聖像，觀世音菩薩像和護法像。

　　禪院每週和每個月都組辦佛法修學班；開設瑜伽班，修禪班等等，每年的各大節日，寺院均莊嚴和周到地組辦各項佛事活動，迎接遠近眾多佛子來參拜。

真空禅院（三）

CHATSWORTH, CALIFORNIA, USA

住所：20372 Devonshire Blvd, Chatsworth, CA 91311
Tel：(818) 477-0221; (720) 412-0379
Email：chankhongtv@aol.com ;
thichtrivien12@yahoo.com
院長：ティック・テョーン・ハイ和尚さま
管理委員長：ティック・チー・ヴィエン様

　　真空禅院は2003年にティック・フエン・ズーン和尚様によって「仏光禅院」という名前で設立されたお寺である。2001年、ティック・フエン・ズーン和尚様は体調不良でオレンジ・カントリーへ帰郷し、2013年に当地で入寂された。従って、ティック・テョング・ハイ和尚様が「仏光禅院」の住職に就任し、2011年より禅院の名前を「真空禅院（三）」に付け直したという。ティック・テョング・ハイ住職は、元々ハワイ州ホノルルにある「真空禅院（二）」及びカリフォルニア州ベンチュラにある「安楽修院」の住職でもある。真空禅院の面積は約836㎡ もあり、伽藍の一部はムオイ・トルーン道有さま（法名「タム・ゴック・フーク」という）の家族から寄付されたモノである。.

　　仏殿は荘厳されており、釈迦仏や薬師仏及び西方三聖を本尊とする。前庭には、西方三聖立像、観世音菩薩立像および護法菩薩立像がある。

　　寺院の活動は、仏法修学、交流活動、ヨガ講座や禅などがあり、定例的に行われる。毎年の伝統行事はいつも厳かに執り行い、礼拝に来る大勢の仏教徒を迎える。

Mặt trước thiền viện
The front of the center

禪院正門
禅院の正面

Tủ kinh
The cabinet of scriptures
經書櫃
お経が納められた棚

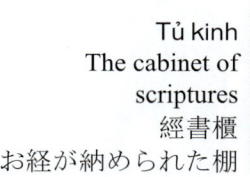
Đại hồng chung
The great bell
大洪鐘
梵鐘

Tượng Bồ tát Quán Thế Âm
The statue of Avalokitesvara Bodhisattva
觀世音菩薩像
観世音菩薩立像

THIỀN VIỆN CHÂN KHÔNG III

Điện Phật
The Buddha shrine
佛殿
仏殿

Tượng Tây Phương Tam Thánh
The statues of the Amitabha Buddha Holy Trinity
西方三聖像
西方三聖

Tượng đức Phật nhập Niết Bàn
The statue of Lord Buddha's Maha Parinirvana
釋迦涅槃像
涅槃像

Tượng Hộ Pháp
The statue of Dharmapala
護法像
護法立像

Vãng sanh đường
Chanting hall for the Deceased
往生堂
往生堂

Bàn thờ Tổ
The altar of Patriarchs
祖師供案
祖霊舎

CHÙA VIỆT NAM HẢI NGOẠI - tập 2

Tụng kinh
Chanting

誦經
読経

Lễ thọ Bát quan trai giới
Eight precepts retreat

受八關齋戒儀式
受八関斎戒儀礼

Ảnh kỷ niệm
Photo for memories

紀念圖片
記念写真

VÕ VĂN TƯỜNG & TỪ HIẾU CÔN

THIỀN VIỆN DIỆU NHÂN

RESCUE, CALIFORNIA, USA

4241 Duncan Hill Road, Rescue, CA 95672
Tel: (530) 676-7108; (916) 222-8784, Fax: (530) 672-2497
P.O. Box 265, Rescue, CA 95672
Email: tvdieunhan2002@gmail.com
Website: www.dieunhan.net
Trụ trì: Ni sư Thích Nữ Thuần Tuệ

Thiền viện được Trưởng lão Hòa thượng Thích Thanh Từ khai sơn vào năm 2002 trên ngọn đồi Duncan do 6 chị em Lục Hòa dâng cúng nhà và đất diện tích 4,40ha (gần 11ac). Đầu tiên, Hòa thượng giao trách nhiệm trụ trì thiền viện cho Ni trưởng Thích Nữ Như Đức và cho thành lập Hội Thiền học Diệu Nhân trực

thuộc thiền viện Viên Chiếu (Việt Nam) do Ni sư Thích Nữ Thuần Bạch làm Hội trưởng. Ngài đã đến chứng minh buổi lễ trọng thể đặt viên đá xây dựng ngôi chánh điện vào ngày 16 tháng 11 năm 2002.

Thiền viện tu tập theo Thiền tông Việt Nam, đường lối Trúc Lâm Yên Tử. Diệu Nhân là tên vị Thiền sư ni Việt Nam (1041-1113), đời thứ 17, Thiền phái Tỳ Ni Đa Lưu Chi.

Điện Phật được bài trí tôn nghiêm, thờ đức Bổn sư Thích Ca.

Hiện thiền viện đang xin giấy phép để xây dựng thành ngôi phạm vũ khang trang.

Trong không gian yên tĩnh của núi rừng, hàng ngày Ni chúng vừa tu, vừa học, vừa làm.

Thiền viện có lịch sinh hoạt, tu học hàng tuần, hàng tháng cho Phật tử; có lớp tu tập cho giới trẻ và Phật tử người Mỹ vào mỗi tối thứ hai. Hàng năm, ngoài việc tổ chức trang nghiêm, chu đáo các ngày lễ, tết; thiền viện còn tổ chức khóa tu mùa Xuân, khóa tu mùa Thu và những buổi tu học ngoài trời, những đêm ngắm trăng uống trà luận đạo trong sân chùa tạo sự thoải mái, an lạc cho các thiền sinh.

DIỆU NHÂN MEDITATION CENTER

RESCUE, CALIFORNIA, USA

4241 Duncan Hill Road, Rescue, CA 95672
Tel: (530) 676-7108; (916) 222-8784
P.O. Box 265, Rescue, CA 95672
Fax: (530) 672-2497
Email: tvdieunhan2002@gmail.com, Website: www.dieunhan.net
Abbess: Senior Venerable Thích Nữ Thuần Tuệ

In 2002, Zen Master Thích Thanh Từ founded Diệu Nhân Meditation Center on 4.4 hectares (11acres) of land in Duncan hill which was donated by six Lục Hòa sisters. First, Zen Master Thích Thanh Từ appointed Most Venerable Thích Nữ Như Đức as the Abbess and Senior Venerable Thích Nữ Thuần Bạch as the head of Diệu Nhân (the Vietnamese Buddhist Meditation Congregation which originated from Viên Chiếu Meditation Center in Vietnam). On 16th November 2002, Zen Master Thích Thanh Từ attended and blessed for the grand foundation stone laying ceremony to build a Buddha shrine. Diệu Nhân Meditation Center follows the Vietnamese meditation of Trúc Lâm Yên Tử. Diệu Nhân is the name of Zen Nun Master (1041-1113) who belonged to the 17th generation of Tỳ Ni Đa Lưu Chi line.

The Buddha shrine is respectfully presented for the worship of Sakyamuni Buddha. Currently the center is asking for a permit, from the authorities, to build a grand Buddha hall. Nuns practice, study and work hard every day, in the quiet atmosphere of the mountain. It observes weekly and monthly routines for Buddhists. There are the meditation classes organised for Buddhist youth and the broader community every Monday evening. It also organizes festivals, (including New Year,) spring and fall retreats, and outdoor practice sessions, drinking tea on full moon nights, in the courtyard, to create peace and comfort for Zen for practitioners.

妙仁禪院

RESCUE, CALIFORNIA, USA

地址：4241 Duncan Hill Road, Rescue, CA 95672
Tel: (530) 676-7108; (916) 222-8784
P.O. Box 265, Rescue, CA 95672
Fax: (530) 672-2497
Email: tvdieunhan2002@gmail.com, Website: www.dieunhan.net
住持：釋女純慧尼師

妙仁禪院由釋清慈長老法師於2002年開山。禪院位於鄧肯山崗上，由陸和6姐妹奉獻房屋土地建成，面積共4.4公頃（將近11英畝）。最初，釋清慈長老法師交由釋女如德尼長任禪院住持，並成立直屬圓照（越南）禪院的妙仁禪學會，由釋女純白任會長。2002年11月16日，釋清慈法師到來證明禪院正殿的奠基儀式。

禪院修習越南禪宗，以竹林安子為路線。妙仁（1041-1113）是越南禪派一位尼師的法名，屬毘尼多流支禪派。

佛殿的佈置莊嚴，供奉南無本師釋迦牟尼佛。

目前，禪院正在申請建築批准書，以便興建巍峨的梵宇。

在山林靜謐的空間，每日，尼眾一邊修禪，一邊學習，一邊工作。禪院在每週，每個月均為佛子們組辦佛法學習班。每週週一晚上，為年青人和是美國人的佛子開辦修習班。每年的大節日，春節裡，禪院周到和莊嚴地舉辦各種膜拜儀式；禪院還組織春季修學班，秋季修學班和露天的修學座談，月圓之夜，禪生們坐在禪院的花園裡，喝茶賞月論道，心懷舒暢，精神安樂。

妙仁禅院

RESCUE, CALIFORNIA, USA

住所：4241 Duncan Hill Road, Rescue, CA 95672
P.O. Box 265, Rescue, CA 95672
Tel 1：(530)676-7108 / Tel 2：(916)222-8784
Fax：(530)672-2497
Email：tvdieunhan2002@gmail.com, Website：www.dieunhan.net
住職：ティック・ヌー・テュアン・トゥエ尼師さま

妙仁禅院は2002年にティック・タン・トゥー和尚様によって建造された、カリフォルニア州のダンカン丘陵地にある寺院である。この禅院の伽藍は、仏教徒の「ルック・ホアー」姉妹（6人の兄弟）が寺院に寄付した個人の家と敷地（面積4．4ha）であったという。当時、ティック・タン・トゥー和尚様はティック・ヌー・ニュー・ドゥック尼師様をこの寺院の住職に任命すると伴い、「妙仁禅学会」（ベトナムにある「円照禅院」に直属することになった）を設立し、ティック・ヌー・テュアン・バック尼師様を会長に任命した。そして2010年11月16日に開催されたご正殿の起工式にも出席したという。

妙仁禅院は純ベトナム仏教禅宗 — 竹林安子禅派（"Trúc Lâm Yên Tử" 14世紀頃）ふうに活動しておる。しかし、「妙仁」という名前はベトナム仏教系の毘尼多流支禅派の高僧さま（1041-1113）の法名から付けられたという。

禅院の仏殿は荘厳されており、釈迦如来仏をご本尊としている。現在、新しいご金堂を建て直すために、所轄自治体に建造許可を申請しているという。

禅院の尼僧たちが毎日仕事や勉強および仏法修学をしながら、産地の静かな雰囲気の中で日々を過ごしておる。外来の仏教徒の場合、ベトナム人向けの修学コースは毎週・毎月定例的に開催され、アメリカ人の仏教徒と若者は月曜日の夕方に交流活動がある。そのほかに、春期修学コースと秋季修学コースもある。仏法修学以外は、正月や灌仏会などの一年の伝統祭事、寺院の庭園で「飲茶論道」（美味しいお茶を飲みながら仏教の話をする）という活動も行っておる。

CHÙA VIỆT NAM HẢI NGOẠI - tập 2

Toàn cảnh thiền viện — 禪院全景
Full view of the Meditation Center — 禅院の全景

Thiền đường — 禪堂
Meditation hall — 禅堂

Điện Phật — 佛殿
The Buddha shrine — 仏殿

Nhà sinh hoạt — 起居室
Activity hall — 共同生活室

Thiền viện vào mùa Đông — 禪院的冬景
Meditation Center in winter — 冬季の禅院

THIỀN VIỆN DIỆU NHÂN

Đại lễ Phật Đản (2013)
Vesak's Day (2013)

佛誕大典（2013）
灌仏会（2013）

Tết Nguyên Đán
Lunar New Year

春節
正月

CHÙA VIỆT NAM HẢI NGOẠI - tập 2

Các khóa tu học (2014)　　　各屆修學班（2014）
The retreats (2014)　　　仏法学習（2014）

CHÙA DƯỢC SƯ

GARDEN GROVE, CALIFORNIA, USA

11111 Magnolia Street, Garden Grove, CA 92841
Tel: (714) 638-4128, Fax: (714) 638-0721
Email: nitruong@duocsutemple.com
Website: www.duocsutemple.com
Viện chủ: Ni trưởng Thích Nữ Như Hòa

Chùa được Ni trưởng Như Hòa sáng lập vào năm 1982 và chánh thức sinh hoạt hợp pháp với danh xưng Giáo hội Phật giáo Việt Nam Ni bộ Bắc tông tại Hoa Kỳ. Sau vài lần dời chỗ vì số lượng Phật tử đến tu học tăng cao, năm 1986, chùa mua căn nhà rộng rãi tại địa điểm hiện nay. Năm 1995, chùa được xây dựng thành ngôi đại già lam khang trang, mỹ lệ. Chùa đã tiếp tục mua thêm 4 căn nhà cạnh bên để đủ nhu cầu sinh hoạt Phật sự.

Điện Phật được bài trí tôn nghiêm. Hương án giữa thờ đức Phật Thích Ca, đức Phật A Di Đà và đức Phật Dược Sư. Hai bên có bàn thờ Bồ tát Quán Thế Âm và Bồ tát Địa Tạng. Sân trước chùa có tôn tượng Bồ tát Quán Thế Âm lộ thiên.

Chùa có chương trình tu học, sinh hoạt hàng tuần, hàng tháng: khóa lễ cầu an, cầu siêu, hằng thuận, tu Bát quan trai, pháp thoại, tụng giới ... Gia đình Phật tử Chánh Pháp có hơn 400 đoàn sinh với các lớp học tiếng Việt và Phật pháp vào mỗi ngày chủ nhật. Hàng năm, ngoài việc tổ chức trang nghiêm, chu đáo các ngày lễ, tết; chùa còn mở các khóa An cư kiết hạ, đại lễ Hoa đăng kỷ niệm ngày vía Bồ tát Quán Thế Âm, trai đàn Minh Dương Thủy Lục (thủy tán tro cốt) và đẩy mạnh các hoạt động từ thiện xã hội. Đặc biệt, chùa đã ba lần khai diễn Đại giới đàn Dược Sư với tam đàn cụ túc vào các năm 1999, 2005, 2011.

Dược Sư là ngôi Ni tự và Ni trường lớn, tổ chức hoạt động quy củ, nghiêm tịnh, đã tiếp đón đông đảo Phật tử, đồng hương gần xa về lễ bái, tu học, sinh hoạt thường xuyên.

DƯỢC SƯ TEMPLE

GARDEN GROVE, CALIFORNIA, USA

11111 Magnolia Street, Garden Grove, CA 92841
Tel: (714) 638-4128, Fax: (714) 638-0721
Email: nitruong@duocsutemple.com
Website: www.duocsutemple.com
Founding Abbess: Most Venerable Thích Nữ Như Hòa

In 1982, Dược Sư Temple was founded by Most Venerable Thích Nữ Như Hòa and officially worked under the legitimate title of Bhikkhuni Sangha of North Vietnamese Buddhist Sect in the United States. After several re-locations, due to the increase number of Buddhist practitioners, she bought the spacious house, in its present location, in 1986. In 1995, the temple was built with the great conditions on that land. After that, she continued to buy the next four neighboring houses to meet the needs of Buddhist affairs.

The Buddha shrine is respectfully presented with the center altar of Sakyamuni, Amitabha and Bhaishajyaguru Buddhas. At either side, there are statues of Avalokitesvara and Ksitigarbha Bodhisattvas. The front yard also has the Avalokitesvara Bodhisattva statue in the open air.

The temple has weekly and monthly programs which include, prayers for peace, funeral services, wedding services, Eight precepts retreat, Dharma talk, and precept recite. Chánh Pháp Buddhist group has more than 400 students in Vietnamese language classes and also in the Dharma classes for every Sunday. Every year, beside ceremonies on holidays and for the Lunar New Year, the temple also offers; retreats, a Lantern ceremony, Avalokitesvara Bodhisattva Day, the great festival of Water Spirits and Land Ghost (spreading ashes into the sea) and promotes charitable activities. Specifically, it has organized three ordained ceremonies for Bhikkhuni in the 1999, 2005 and 2011.

The Dược Sư Temple is one of the greatest nunneries known in the United States. It maintains the strict rules and beliefs so that it may operate properly. It is a good place to train nuns. The temple has received numerous Buddhist followers from near and far to practice and worship.

藥師寺

GARDEN GROVE, CALIFORNIA, USA

地址：11111 Magnolia Street, Garden Grove, CA 92841
Tel: (714) 638-4128 ● Fax: (714) 638-0721
Email: nitruong@duocsutemple.com ● Website: www.duocsutemple.com
院主：釋女如和尼長

藥師寺由釋女如和尼長於1982年在美國創立，並以越南佛教教會北傳尼部的名義正式合法活動。由於到來修學的佛子人數日漸多，1986年，寺院購買了目前的地址，面積比較大。1995年，建成了現今壯麗巍峨的大伽藍。繼後，又購買了鄰近的4間房屋，擴建寺院，才能滿足佛事活動的需求。

佛殿的佈置莊嚴，中間香案供奉釋迦佛像，阿彌陀佛像和藥師佛像。兩旁設有觀世音菩薩和地藏菩薩香案。寺的前院尊置了露天的觀世音菩薩像。

寺院在每週和每個月都有舉辦佛法修學班和各種佛事活動，如：祈安，超度，恆順，八關齋戒，講法，誦經⋯⋯。每週週日，正法佛子家庭有400多團生參加由寺院舉辦的越語班和佛法班。每年除了在各大節日和春節舉行莊嚴和周到的供拜儀式之外，寺院還開設結夏安居課，在觀世音菩薩誕舉辦花燈會，冥陽水陸齋壇（水葬骨灰）和大力促進各項社會慈善活動。特別，寺院曾經於1999，2005，2011年3次開藥師大戒壇傳授三壇具足戒。藥師寺是尼寺和是一所大的尼校。組織的活動規矩，嚴淨，遠近不少佛子和同鄉到來參拜，修學和活動。

薬師寺

GARDEN GROVE, CALIFORNIA, USA

住所：11111 Magnolia Street, Garden Grove, CA 92841
Tel：(714) 638-4128, Fax：(714) 638-0721
Email：nitruong@duocsutemple.com, Website：www.duocsutemple.com
院長：ティック・ヌー・ニュー・ホアー尼師様

薬師寺はアメリカ合衆国カルフォニア州にあるベトナム仏教のお寺である。このお寺は1982年にティック・ヌー・ニュー・ホアー院長により建立されたもので、「在アメリカベトナム仏教教会・大乗仏教尼部」という名義で活動していた。仏法修学で通う仏教徒が年々増えているため、薬師寺は数回も移転していたが、1986年、安定したい思いから現住所の敷地を購入した。伽藍をより広くしたと共に、寺院の層家も立派に建造された（1995）。現在まで隣家を四棟も購入してさらに施設を拡大したという。

仏殿が荘厳されており、釈迦仏像、阿弥陀仏像および薬師仏像を本尊としている。両側は観世音菩薩と地蔵菩薩の仏壇である。前庭には観世音菩薩立像が安置されている。

薬師寺は定例的な活動が様々ある。子弟の教育機関として創設された「正法仏教徒家庭」は常時400成員がおり、毎週の日曜日にベトナム語講座と仏法修学を行っている。毎年、一年のベトナムの伝統祭事以外、慈善活動、結夏安居式典、聖観世音菩薩誕生記念式典（花灯路）、鎮魂祭（散骨式典）なども執行している。特に、仏教の重要な儀式の一つである「薬師大戒壇」が三回（1999，2005，2011）も開催したという。

薬師寺はとても厳しく戒律を守る大きな尼寺であると知られている。常に多くの参拝するベトナム人の礼拝客や尼僧を歓迎している。

CHÙA VIỆT NAM HẢI NGOẠI - tập 2

Toàn cảnh chùa
Full view of the Temple

寺院全景
全景

Ni trường Dược Sư
Hall for Dược Sư nuns

藥師尼校
藥師学校

CHÙA DƯỢC SƯ

Mặt bên chùa
Side view of the Temple
寺院側門
寺院の側面

Tôn tượng Bồ tát Quán Thế Âm
The statue of Avalokitesvara Bodhisattva
觀世音菩薩像
観世音菩薩立像

CHÙA VIỆT NAM HẢI NGOẠI - tập 2

Điện Phật
The Buddha shrine

佛殿
仏殿

Đại lễ Phật Đản 佛誕大典
Vesak's Day 灌仏会

Lễ thọ giới Tỳ kheo Ni 比丘尼受戒儀式
The ordained ceremony for Bhikkhuni 比丘受戒仪式

Lễ Giao thừa 除夕供拜儀式
Lunar New Year Eve 大晦日

CHÙA VIỆT NAM HẢI NGOẠI - tập 2

Lễ hội Quán Thế Âm
Festival of Avalokitesvara Bodhisattva

觀世音廟會
観世音祭事

Lễ trai đàn Minh Dương Thủy Lục
The great festival of Water Spirits and Land Ghost

冥陽水陸齋壇儀式
仏教の鎮魂儀礼

Giảng pháp
Dharma talk

講法
講法

117

CHÙA DƯỢC SƯ

Hoạt động từ thiện xã hội
Charitable activities

社會慈善活動
慈善活動

Ảnh kỷ niệm
Photos for memory

紀念圖片
記念写真

Gia đình Phật tử Chánh Pháp
Chánh Pháp Buddhist group

正法佛子家庭
「正法仏教徒家庭」

CHÙA ĐẠI NHẬT NHƯ LAI

SAN JOSE, CALIFORNIA, USA

1631 S. White Road, San Jose, CA 95127
Tel: (408) 926-1998, (408) 649-0879, Fax: (408) 926-1998

Email: thongdat72@yahoo.com
Website: www.chuadainhatnhulai.org
Viện chủ: Hòa thượng Thích Thông Đạt

Chùa Đại Nhật Như Lai do Hòa thượng Thích Thông Đạt thành lập. Năm 1998, Hòa thượng lập Hội chùa Đại Nhật Như Lai tại thành phố Los Angeles, miền Nam California để hoạt động Phật sự. Đến năm 2002, Hòa thượng chuyển Hội về thành phố San Jose, miền Bắc California, tạo mãi căn nhà rộng gần 2.000m² (21,000sq.ft) ở đường White, thành lập chùa năm 2009, tổ chức trọng thể lễ An vị

Phật vào năm 2010.

Đại Nhật Như Lai hay Tỳ Lô Giá Na Phật chính là pháp thân của đức Phật Thích Ca. Ngài là biểu hiện của ánh sáng trí tuệ chiếu soi và diệt trừ bóng tối của vô minh.

Điện Phật được bài trí tôn nghiêm, tôn trí tượng chư Phật được thếp vàng rực rỡ: đức Phật Thích Ca, Đại Nhật Như Lai, Ngũ Trí Như Lai và Tây Phương Tam Thánh. Bàn hai bên hương án chính thờ chư vị Tôn đức đã viên tịch và chư vị hương linh Phật tử quá vãng. Ở sân trước, chùa tôn trí hai tượng đài Bồ tát Quán Thế Âm.

Vào các ngày lễ tết hàng năm, chùa tổ chức trang nghiêm, chu đáo đón tiếp đông đảo thiện nam, tín nữ Phật tử đến lễ bái, sinh hoạt. Đặc biệt, chùa có lịch trình cúng Tsog (Hội Cúng) mỗi tháng hai ngày âm lịch, từ 19g đến 21g30: Ngày 10 cúng chư Phật và chư Thiên; ngày 25 cúng Hộ Pháp.

ĐẠI NHẬT NHƯ LAI TEMPLE
SAN JOSE, CALIFORNIA, USA

1631 S. White Road, San Jose, CA 95127
Tel: (408) 926-1998, (408) 649-0879, Fax: (408) 926-1998
Email: thongdat72@yahoo.com, Website: www.chuadainhatnhulai.org
Abbot: Most Venerable Thích Thông Đạt

In 1998, Đại Nhật Như Lai Temple was originally established by Most Venerable Thích Thông Đạt in Los Angeles, Southern California. In 2002, he purchased a 2,000m² (21,000sq.ft) house in White Road, San Jose, Northern California. In 2009, he converted it to a temple and in 2010, he happily held a great Buddha Installation Ceremony.

The Vairocana Tathagata is the dharma body of the Sakyamuni Buddha. He is the symbol of the insight which eradicates the darkness of ignorance.

The Buddha shrine is the home to many brilliant gilded statues, such as the Sakyamuni Buddha, Vairocana Tathagata, Five Kinds of Wisdom Tathagata and the Amitabha Buddha Holy Trinity. The deceased, including priests and Buddhist disciples are worshiped at the altars on both sides. In the front yard, there are two statues of Avalokitesvara Bodhisattvas.

The temple hosts annual ceremonies to welcome a large number of male and female Buddhist believers to worship and practice. In particular, there are two monthly ritual sessions of Tsog, from 7 to 9 pm: worshiping Buddhas and Saints on the 10th day and Dharmapala on the 25th day.

大日如來寺

SAN JOSE, CALIFORNIA, USA

地址：1631 S. White Road, San Jose, CA 95127
Tel: (408) 926-1998, (408) 649-0879, Fax: (408) 926-1998
Email: thongdat72@yahoo.com, Website: www.chuadainhatnhulai.org
院主：釋通達法師

大日如來寺由釋通達法師成立。1998年，法師在加州南部洛杉磯市成立大日如來寺會以便進行佛事活動。至2002年，法師把會址遷到加州北部的聖荷西市，在懷特街購買將近2.000平方米（21,000英尺）土地，2009年寺院建成，2010年隆重舉行佛安位儀式。

大日如來或是毘盧遮那佛正是釋迦佛的法身佛。這是光明智慧照耀和滅除無明黑暗的表現。

寺院佛殿的佈置莊嚴，尊置貼金輝煌的諸佛，如釋迦佛像，大日如來佛像，五智如來像和西方三聖像。主香案兩旁尊奉已圓寂的諸尊德和諸位過往佛子的香靈。在寺院前面，尊置了兩座觀世音菩薩像。

在每年的春節，寺院莊嚴和周到地迎接十方的善男信女來參拜。特別，寺院在陰曆每月有兩日組織供拜會。初十拜諸佛和諸天；廿五拜護法，從晚上7時至9時30分。

大日如来寺

SAN JOSE, CALIFORNIA, USA

住所：1631 S.White Road, San Jose, CA 95127
Tel:(408)926-1998, (408)649-0879, Fax:(408)926-1998
Email:thongdat72@yahoo.com, Website:www.chuadainhatnhulai.org
院主：ティック・テョーン・ダット和尚

大日如来寺はティック・テョーン・ダット和尚様により建立されたお寺である。元は「大日如来寺会」であり、1998年にカリフォルニア州南部ロサンゼルス市に創立され、2002年からカリフォルニア州北部サンノゼ市に移ったという歴史。そして面積約 2.000m2（21,000sq.ft）のある民家から改造され、2009年に正式に「大日如来寺」となった。本尊の仏像の安置式は2010年に行われた。

大日如来（毘盧舎那仏とも呼ばれる）は釈迦仏の法身の一つ、太陽の力との仏、知恵の光で宇宙をあまねく照らす密教の中心尊である。

仏殿は荘厳に飾られ、金メッキされたご本尊（釈迦仏像・大日如来仏像・五智如来仏像および西方三聖）は華やかに安置される。本尊の両側には、諸故尊徳と諸故仏教徒の仏壇である。寺院の前庭には、2台の聖観世音菩薩立像がある。

毎年の伝統祭日を機に、寺院は周到に祭式を執り行い、礼拝や修学の為に訪れる多くの仏教徒・善男信女を歓迎する。特に、毎月2回で特別なTSOG儀式が行われる。具体的に、旧暦10日に諸佛と諸天を；旧暦25日に護法菩薩を、19時から21時半まで供えるという。

CHÙA ĐẠI NHẬT NHƯ LAI

Toàn cảnh chùa
Panorama of the Temple
寺院全景
全景

Mặt tiền chùa
The front of the Temple
寺院正門
寺院の正面

Tôn tượng Bồ tát Quán Thế Âm
The statue of Avalokitesvara Bodhisattva
觀世音菩薩像
观世音菩薩立像

CHÙA VIỆT NAM HẢI NGOẠI - tập 2

Điện Phật
The Buddha shrine

佛殿
仏殿

Tượng Đại Nhật Như Lai
The statue of Vairocana Tathagata
大日如來佛
大日如来仏像

Bàn thờ chư Tôn đức đã viên tịch
The altar of the Late Masters
已圓寂的諸尊德供案
入寂の諸尊徳様の仏壇

Bàn thờ chư hương linh Phật tử
The altar of the Deceased
諸佛子香靈供案
故仏教徒の仏壇

123

CHÙA ĐẠI NHẬT NHƯ LAI

Lễ cúng Tsog
The Tsog Ritual

供拜儀式
ツォグを供える儀礼

Lễ hiệp kỵ
The Deceased Day

合忌儀式
御合忌

124

CHÙA VIỆT NAM HẢI NGOẠI - tập 2

Lễ Vu Lan
Ullambana Festival
盂蘭盆節
盂蘭盆会

Hành hương Ấn Độ, Nepal
Pilgrimage in India and Nepal
到印度、尼泊爾行香
ネパール・インドでの行香

125

TU VIỆN ĐẠO TÂM

BIG BEAR, CALIFORNIA, USA

PO. BOX 2864, Big Bear City, CA 92314-2864
Tel: (909) 585-6785; (214) 405-5810, (469) 888-3788
Email: tamhanh2001@yahoo.com
Tu viện Trưởng: Thượng tọa Thích Tâm Hạnh

Tu viện được Thượng tọa Thích Tâm Hạnh thành lập vào năm 2004. Ban đầu, tu viện Đạo Tâm ở địa chỉ 1515 Ross Avenue, thành phố Carrollton, tiểu bang Texas. Đến năm 2014, Thượng tọa chuyển tu viện về địa điểm hiện nay ở miền Nam tiểu bang California. Tọa lạc trên độ cao khoảng 2.400m (8,000ft) với đường đèo quanh co uốn lượn, mây núi chập chùng, tu viện có cảnh trí thiên nhiên tươi đẹp, không gian thoáng đãng, khí hậu mát mẻ, trong lành.

Điện Phật được bài trí trang nghiêm, thờ tượng đức Phật Thích Ca. Ở sân trước, tu viện tôn trí tượng đức Phật Thích Ca.

Tu viện có lịch sinh hoạt hàng tuần: tụng kinh, ngồi thiền, thuyết pháp bằng tiếng Việt và tiếng Anh. Hàng năm, tu viện tổ chức bốn kỳ tu học cho Phật tử vào các dịp lễ Phật Đản, lễ Vu Lan, lễ Dâng Y và lễ Phật Thành Đạo, mỗi kỳ 10 ngày. Thượng tọa Tu viện Trưởng là một giảng sư danh tiếng của Phật giáo Việt Nam tại hải ngoại, thường xuyên thuyết giảng tại Phật học viện Quốc tế, các khóa tu học Phật pháp tại các tự viện khắp nơi.

ĐẠO TÂM MONASTERY
BIG BEAR, CALIFORNIA, USA

45574 4th Street, Big Bear, CA 92315
PO. BOX 2864, Big Bear City, CA 92314-2864
Tel: (909) 585-6785; (214) 405-5810, (469) 888-3788
Email: tamhanh2001@yahoo.com
Abbot: Senior Venerable Thích Tâm Hạnh

In 2004, Đạo Tâm Monastery was founded by Senior Venerable Thích Tâm Hạnh. Initially, the address was at 1515 Ross Avenue, Carrollton, Texas. By 2014, he shifted it to the current location in Southern California. Located at an altitude of 2,400m (8,000ft) altitude, with a winding mountain pass, clouds rolling over the mountains, the monastery has beautiful natural scenery. It serves for the religious purposes and as an exquisite tourist attraction too.

The Buddha shrine and front yard are respectfully formed with the elegant Sakyamuni Buddha statues. The monastery has scheduled its rich activities for Buddhist practice in weekly, such as recite, meditation and Dharma talks in English and Vietnamese. On big annual occasions, such as; Vesak's Day, Ullambana Festival, Kathina and the Enlightened Buddha. The four seasonal retreats are held for Buddhists in a ten day period. The Abbot, who is a famous master, often gives Dharma talks in the International Buddhist Institute and other temples.

道心修院

BIG BEAR, CALIFORNIA, USA

地址：45574 4th Street, Big Bear, CA 92315
PO. BOX 2864, Big Bear City, CA 92314-2864
Tel：(909) 585-6785；(214) 405-5810, (469) 888-3788
Email: tamhanh2001@yahoo.com
修院長：釋心行法師

　　修院由釋心行法師於2004年成立。起初，道心修院設在得克薩斯州卡羅爾頓市魯斯阿文諾街1515號。至2014年，法師遷徙修院到加州南部目前的地址。寺院座落在高度大約2.400米（8.000英尺）的山上，山路蜿蜒曲折，山雲重疊。修院有美麗的天然景緻，空間寬敞，氣候清涼。

　　修院的佛殿佈置莊嚴，尊奉釋迦佛像。在前院，尊置釋迦佛像。

　　修院每週均有誦經、坐禪，用越語和英語說法等活動。每年，修院在佛誕，盂蘭盆節，供僧衣節和佛成道日組織4期修學活動，每期10日。修院長是在海外越南佛教有名的講師，經常在國際佛學院，在各地寺院的佛法修學課上說講。

道心修院

BIG BEAR, CALIFORNIA, USA

住所：45574 4th Street, Big Bear, CA 92315
PO. BOX 2864, Big Bear City, CA 92314-2864
Tel：(909) 585-6785, (214) 405-5810, (469) 888-3788
Email：tamhanh2001@yahoo.com
院長：ティック・タム・ハイン尚座

　　道心修院は2004年ティック・タム・ハイン尚座様により建立されたお寺である。建立当時、道心修院はテキサス州北東部キャロルトン市1515ロス・アベニューという住所の所にあったが、2014年より現在の土地（カリフォルニア州南部）に移った。標高約2400mの山地にあるこの寺院は、明るく静かな空間はもとより、綺麗な自然にも恵まれておる。

　　金堂仏殿は厳かに配置されており、釈迦仏像を本尊として祀る。また前庭に露天の釈迦仏像が安置されておる。

　　修院で毎週行われる仏法修学・念経・座禅・説法等の活動がベトナム語と英語の両方である。更に、毎年の灌仏会・盂蘭盆会・迦絺那衣式・正道会を機に、道心修院は4つの仏教徒向けの仏法修学コース（10日間）を開催する。ちなみに、修院の住職尚座様は海外で有名なベトナム仏教講師の一人であり、「国際仏学院」など、アメリカ中のベトナム仏教寺院に説法のために行き巡っているようである。

CHÙA VIỆT NAM HẢI NGOẠI - tập 2

Đường lên tu viện 登上修院的道路
Road to the Monastery 修院への道

TU VIỆN ĐẠO TÂM

Tu viện Đạo Tâm 道心修院
Full view of Đạo Tâm Monastery 道心修院

Tu viện (cảnh mùa Đông) 修院（冬景）
Đạo Tâm Monastery in Winter 冬期の修院

Điện Phật 佛殿
The Buddha shrine 仏殿

CHÙA VIỆT NAM HẢI NGOẠI - tập 2

Hành lễ / Ceremony / 行禮 / 行礼

Khất thực / Alms giving / 乞食 / 乞食

Giảng pháp tại Phật học viện Quốc tế
Giving Lectures in the International Buddhist Institute
在國際佛學院講法
国際仏学院での説法

Giảng pháp tại các khóa tu học Phật pháp
Dharma talks at the retreats
在佛法修學課上講法
仏法学習コースでの説法

VÕ VĂN TƯỜNG & TỪ HIẾU CÔN

CHÙA ĐIỀU NGỰ

WESTMINSTER, CALIFORNIA, USA

14472 Chestnut Street, Westminster, CA 92683
Tel: (714) 890-9513
Email: chuadieungu@gmail.com, Website: www.chuadieuphap.us
Viện chủ: Hòa thượng Thích Viên Lý, Trụ trì: Thượng tọa Thích Viên Huy

Chùa được Hòa thượng Thích Viên Lý khai sơn vào tháng 10 năm 2008 trên diện tích 6.000m² (1.5ac) ở vị trí trung tâm của quận hạt Orange, nơi tập trung nhiều người Mỹ gốc Việt sinh sống. Hòa thượng Viện chủ đã tốt nghiệp Tiến sĩ Triết học và Tôn giáo tại Hoa Kỳ. Chùa đang xây dựng ngôi chánh điện mới

và các lưu phòng rộng 1.254m² (13,500sq.ft) bên cạnh hội trường rộng lớn hiện nay.

Điện Phật được bài trí tôn nghiêm, chính giữa thờ tượng đức Phật Thích Ca, hai bên là tôn tượng của Bồ tát Văn Thù và Bồ tát Phổ Hiền; phía sau bàn Phật là bàn thờ chư Tổ và Linh đường. Ở sân trước, chùa tôn trí tượng đức Phật Dược Sư, Bồ tát Di Lặc, Bồ tát Quán Thế Âm và Bồ tát Địa Tạng.

Chùa có tạp chí Điều Ngự, xuất bản 4 số hàng năm. Đặc biệt, chùa có Đài truyền hình IBC, phát hình 24/24 tại miền Nam California trên băng tần 57.8 và phát hình trên toàn thế giới qua hệ thống Galaxy 19 và Iphone... Đài do Hòa thượng Viện chủ sáng lập và làm Tổng Giám đốc. Chùa có Gia đình Phật tử Điều Ngự và Trung tâm Việt Ngữ.

Chùa có lịch sinh hoạt, tu học hàng ngày, hàng tuần, hàng tháng: Cầu an, cầu siêu, tụng kinh, thuyết pháp, bố tát, thọ Bát quan trai, các lớp giáo lý, các lớp văn hoá, Việt ngữ ... Hàng năm, chùa tổ chức trang nghiêm, chu đáo các ngày tết Nguyên Đán, Đại lễ Phật Đản, lễ Vu Lan và ngày vía chư Phật, chư Bồ tát cho đông đảo Tăng, Ni, thiện nam, tín nữ, Phật tử đến lễ bái, tu học, sinh hoạt. Điều Ngự là một trong những ngôi chùa lớn, nổi tiếng tại hải ngoại.

ĐIỀU NGỰ TEMPLE

WESTMINSTER, CALIFORNIA, USA

14472 Chestnut Street, Westminster, CA 92683
Tel: (714) 890-9513
Email: chuadieungu@gmail.com, Website: www.chuadieuphap.us
Founder: Most Venerable Thích Viên Lý, Abbot: Senior Venerable Thích Viên Huy

In October 2008, Most Venerable Thích Viên Lý, who is holds a Doctorate of Philosophy and Religion in the United States, established Điều Ngự Temple on land covering an area of 6.000m² (1.5 acres) in Orange County, the heart to the Vietnamese-American community in Southern California. A new Buddha hall and the visitor rooms covering 1.254 m² (13,500sq.ft) are to be constructed next to the large conference hall.

The Buddha shrine is respectful shaped with the statues of Sakyamuni Buddha in the middle, Manjushri and Samantabhadra Bodhisattvas on both sides. Behind it, there are the altars of patriarch and the deceased. In front yard, the Medicine Buddha, Maitreya, Avalokitesvara and Ksitigarbha Bodhisattvas are enshrined.

A Buddhist magazine of Điều Ngự Temple is published four times a year. In particular, the temple has the IBC Television on "57.8" band, via the Galaxy 19 and Iphone, broadcast 24/24 in Southern California and worldwide. Most Venerable Thích Viên Lý is the Director and founder of this IBC Television. The temple also has the Điều Ngự Buddhist Youth and Vietnamese Language Center.

The temple has abundant daily, weekly and monthly activities, such as peaceful prayer for people and the deceased, Dharma talks, precept recitations, Buddhist cultural and Vietnamese language classes. Every year, the temple hosts events on special occasions, such as the Lunar New Year, Vesak's Day, Ullambana Festival, Buddha Days and more, for which a large number of monks, nuns and Buddhist followers come to worship and practice. Điều Ngự Temple is one of the largest and famous Vietnamese Temples in United States.

調御寺

WESTMINSTER, CALIFORNIA, USA

地址：14472 Chestnut Street, Westminster, CA 92683
Tel: (714) 890-9513
Email: chuadieungu@gmail.com, Website: www.chuadieuphap.us
院主：釋圓理法師，　住持：釋圓輝法師

寺院由釋圓理法師於2008年10月開山，面積6.000平方米（1.5英畝），位於橙郡的中心區，這裡聚居很多越裔美國人。院主法師在美國修哲學和宗教博士畢業。寺院正在目前寬大的會堂旁邊建設新的正殿和留宿房間，面積1.254平方米（13,500sq.ft）。

佛殿裡的佈置莊嚴，中間香案供奉釋迦佛像，兩邊香案尊奉文殊菩薩像和普賢菩薩像；佛殿的後座是諸祖供案和靈堂。在前院，寺院尊置藥師佛像，彌勒菩薩像，觀世音菩薩像和地藏菩薩像。

寺院出版調御雜誌，每年出版4期。特別，寺院設有IBC電視台，在加州南部的57.8波段全天播放，通過Galaxy 19 和 Iphone系統向全世界播放。電視台是由院主法師創辦和任總裁。寺院有調御佛子家庭和越語中心。

寺院內每天，每週和每個月都有組辦：祈安，超度，誦經，說法，菩薩，受八關齋戒，教理班，文化班，越語班……。每年春節，佛誕大典，盂蘭盆節和諸佛、諸菩薩誕，寺院莊嚴、周到地組辦佛事活動，讓眾多僧，尼，善男信女，佛子到來參拜，修學。調御寺是海外有名的大寺院之一。

調御寺

WESTMINSTER, CALIFORNIA, USA

住所：14472 Chestnut Street, Westminster, CA 92683
Tel：(714)890-9513
Email：chuadieungu@gmail.com, Website：www.chuadieuphap.us
院長：ティック・ヴィエン・リー和尚様，　住職：ティック・ヴィエン・フイー尚座様

調御寺（面積約6000㎡）は2008年ベトナム系アメリカ人の多いカリフォルニア州オレンジ郡中心部にティック・ヴィエン・リー和尚様により建造されたベトナム仏教寺院である。創立者兼院長ティック・ヴィエン・リー和尚様はアメリカの大学で哲学宗教学研究科博士課程単位を修得し、卒業したという。現在、寺院の広い会場の隣に新しいご正殿と保管室を建造しており、総面積約1.254m2（13,500sq.ft）である。

荘厳された仏殿は中心の釈迦仏像及び両側の普賢菩薩と文殊菩薩を本尊として祀る。ご本尊の裏には諸祖の仏壇と霊堂である。寺院の前庭に薬師仏像、弥勒菩薩像、観世音菩薩像および地蔵菩薩像が安置されておる。

調御寺は、毎年4回出版される「調御雑誌」というプライベートマガジンを所有している。特に、「IBCテレビ」というプライベートチャネルもあり、57.8 GHz帯域を使い南カリフォルニアで24時間放送と、アイフォンやギャラクシーなどのスマートフォンシステムを通じて24時間世界中放送という構成となっている。このIBCテレビは院長様が創立し、現在まで社長をしている。その他、調御寺には「調御仏教徒家庭」と「越語センター」も所有している。

寺院の修学活動は毎日、毎週、毎月単位で具体的なスケジュールにより行われている：求安、求超、念経、説法、布薩、受八関斎、ベトナム語教室、仏法学習教室、文化学習教室など…毎年、寺院はあちこちから参拝・修学しに訪れる多くの僧、尼僧、仏教徒、善男信女を迎え、伝統祭事：旧正月、盂蘭盆会、灌仏会、諸仏諸菩薩の懺法等を厳かに執り行う

調御寺は海外のベトナム系仏教寺院の中で非常に著名な寺院の一つである。

Điện Phật
The Buddha shrine
佛殿
仏殿

CHÙA ĐIỀU NGỰ

Đại hồng chung
The great bell
大洪鐘
梵鐘

Tượng Bồ tát Di Lặc
The statue of Maitreya Bodhisattva
彌勒菩薩像
弥勒菩薩像

Tủ kinh
The cabinet of scriptures
經書櫃
お経が納められた棚

Ngôi chùa đang được xây dựng (06-8-2016)
Temple has been building (August 06, 2016)
正在興建的寺院（2016年8月06日）
建設中の僧舎（2016年8月6日）

Bản vẽ ngôi chùa mới
The new master plan of the Temple
新寺院藍圖
新しい僧舎のイメージ図

CHÙA VIỆT NAM HẢI NGOẠI - tập 2

Tết Nguyên Đán 春節
Lunar New Year 旧正月

Lễ Vu Lan 盂蘭盆節
Ullambana Festival 盂蘭盆会

CHÙA ĐIỀU NGỰ

Đài IBC
IBC Television

電視台
IBC局

Công tác từ thiện xã hội
Social charity work

社會慈善工作
慈善社會活動

CHÙA ĐỨC VIÊN

SAN JOSE, CALIFORNIA, USA

2420 Mc Laughlin Avenue, San Jose, CA 95121
Tel: (408) 993-9158
Tịnh uyển: 21055 Summit Road, Los Gatos, CA 95033
Tel: (408) 395-3673
Website: www.ducvien.org, Email: ducvienpagoda@gmail.com

Trụ trì: Ni sư Thích Đàm Nhật

Chùa Đức Viên được Sư Bà Đàm Lựu sáng lập năm 1980. Sơ khởi, chùa là ngôi nhà nhỏ ở số 2003 đường Evelyn được Sư Bà thuê để thờ Phật, thuyết pháp và hướng dẫn Phật tử tu học. Năm 1984, để có nơi hướng dẫn Phật tử về tu học trang nghiêm và mang hình ảnh văn hoá Việt Nam, Sư Bà phát nguyện kiến tạo ngôi già lam Đức Viên.

Các năm 1985 và 1986, chùa mua được hai lô đất có căn nhà cũ tại 2420 đường Mc Laughlin, thành phố San Jose. Năm 1991, chùa khởi công xây ngôi Đại Hùng bảo điện. Ngôi bảo điện hoàn thành vào năm 1995.

Điện Phật được bài trí trang nghiêm. Hương án chính giữa trên cao thờ bộ tượng Tây Phương Tam Thánh (đức Phật A Di Đà, Bồ tát Quán Thế Âm và Bồ tát Đại Thế Chí). Bên dưới thờ tượng Thích Ca Tam Tôn (đức Phật Thích Ca, Bồ tát Văn Thù và Bồ tát Phổ Hiền). Bàn hai bên thờ Bồ tát Quán Thế Âm và Bồ tát Địa Tạng. Ngoài ra, chùa có thờ đức Chúa Ông Cấp Cô Độc và Tôn giả A Nan. Chung quanh chánh điện có 12 bức phù điêu "Chín phẩm vãng sanh" để nhắc nhở Phật tử phát tín nguyện niệm Phật cầu sanh Tây phương Cực lạc.

Mặt tiền chùa tôn trí tượng đức Phật A Di Đà bằng đồng và hai tượng Hộ Pháp Kim Cương. Có một đôi hạc cao đứng chầu đỉnh đồng trước sân chùa. Khuôn viên chùa có vườn cảnh đẹp, có hòn non bộ, có động Quan Âm. Chùa có hai bia ký, một bia về công đức xây chùa và một bia về hành trạng của Sư Bà Đàm Lựu.

Sư Bà người làng Tam Xá, huyện Thanh Oai, tỉnh Hà Đông, Việt Nam. Xuất gia từ nhỏ tại chùa Cự Đà. Năm 1951, Sư Bà thọ giới Tỳ kheo Ni tại chùa Quán Sứ, Hà Nội. Năm 1952, Sư Bà học đạo tại chùa Dược Sư, Sài Gòn. Năm 1964, Sư Bà đi du học ở Tây Đức. Năm 1979, Sư Bà đến Hoa Kỳ. Năm 1980, Sư Bà về thành phố San Jose hành đạo và sáng lập chùa Đức Viên. Sau 19 năm tận tụy, chăm lo việc đạo việc đời, Sư Bà quy Tây năm 1999. Việc kiến tạo ngôi già lam danh tiếng, trang nghiêm được thế hệ đệ tử tiếp nối.

Ni Sư Đàm Nhật và Ni chúng học theo hạnh nguyện của Sư Bà, đã khởi công xây dựng ngôi Trai đường năm 2004, ngôi Ni xá năm 2008 và phát triển mạnh nhiều sinh hoạt tu học, thuyết pháp, khóa tu tịnh khẩu chuyên niệm Phật, hành hương ... Đặc biệt, chùa có trường Việt ngữ Đức Viên hoạt động vào ngày chủ nhật hằng tuần. Trường có 13 lớp sáng, 13 lớp chiều với 500 học sinh (từ lớp 1 đến lớp 5) và 70 giáo viên.

Năm 2009, chùa Đức Viên có thêm cơ sở thứ hai là Đức Viên Tịnh Uyển với diện tích rộng 50ac (20ha), nằm giữa vùng núi cao của thành phố Los Gatos, tiểu bang California, cây xanh bạt ngàn, tươi mát quanh năm. Cảnh quan nơi đây thật yên tĩnh, không khí trong lành để chùa tổ chức những khóa niệm Phật nghiêm mật cho đại chúng, và là chỗ cho Ni chúng luân phiên nhập thất niệm Phật theo tâm nguyện của Sư Bà tọa chủ chùa Đức Viên khi còn sinh tiền.

ĐỨC VIÊN BUDDIST COMMUNITY PAGODA

SAN JOSE, CALIFORNIA, USA

2420 Mc Laughlin Avenue, San Jose, CA 95121
Tel: (408) 993-9158
Tịnh uyển: 21055 Summit Road, Los Gatos, CA 95033
Tel: (408) 395-3673
Website: www.ducvien.org , Email: ducvienpagoda@gmail.com
Abbess: Senior Venerable Thích Đàm Nhật

In 1980, Most Venerable Thích Đàm Lựu founded Đức Viên Temple. Originally, she hired a small house at 2003 Evelyn Road, San Jose, to worship Buddha, preach and practice Buddha's way. In 1984, to have a proper place for spreading Buddhism and preserving

Vietnamese cultural, she made a vow to build the magnificent Đức Viên Temple.

In the 1985 and 1986, two plots of land with an old house at 2420 McLaughlin Street, San Jose were purchased. In 1991, the construction of the temple was started and was finally completed in 1995.

The Buddha hall is respectfully formed. At the central altar, there are The statues of the Amitabha Buddha Holy Trinity and The statues of the Sakyamuni Buddha Holy Trinity. At the both sides of altar are Avalokitesvara and Ksitigarbha Bodhisattvas. In addition, The statue of Anathapindika and Ananda are worshiped. Around the hall, there are 12 reliefs of the "Nine Lotus Levels in Pure Land" to remind Buddhists to read the Buddha name and pray to be born in the Blissful World. In the front yard, the bronze Amitabha Buddha statue and two statues of the Diamond Dharmapalas are worshiped. Especially, a pair of high cranes standing at the top brass. In the grounds, there are the beautiful gardens, the artistic bonsai and a beautiful Avalokitesvara cave. The temple has two inscriptions: one is the donation of merit for building the temple and the other is about Most Venerable Đàm Lựu's virtue life.

Most Venerable Đàm Lựu lived in Tam Xá village, Thanh Oai district, Hà Đông province, Vietnam. She was ordained at Cự Đà Temple. In 1951, she received full ordination of Bhikkhuni at Quán Sứ Pagoda, Hanoi. In 1952, She studied Buddhism at Dược Sư Temple, Saigon, before going to Germany to study in 1964. In 1979 she arrived in the United States. In 1980, she came to San Jose to spread Buddhism and founded the Đức Viên Temple. After 19 years of the great contributions to Buddhism and life, she passed away in 1999. Her nun disciples are the successors in establishing the famous temple for many generations.

The Abbess Thích Đàm Nhật and nuns who are following the will of their Late Master, started to construct the Assembly hall in 2004, the nunnery in 2008 and developed many activities including; retreats, lectures, chanting the Buddha's Names, pilgrimages and more. In particular, the temple organizes the Đức Viên Vietnamese language school every Sunday. The school has 13 morning classes and 13 evening classes with 500 students (from grades 1 to 5) and 70 teachers.

In 2009, Đức Viên opened the second religious temple - Đức Viên Tịnh Uyển - which is on a 50 acre (20 hectare) large plot, located among the evergreen mountains of Los Gatos, California. The shrine precincts are provide places of serenity and solemnity, which are effective in calming worshipers' minds. Many reading Buddha's name retreats are continuously organized for Buddhist followers and specially for nuns under the wishes of the Late Most Venerable Đàm Lựu.

德圓寺

SAN JOSE, CALIFORNIA, USA

地址：2420 Mc Laughlin Avenue, San Jose, CA 95121
Tel:(408) 993-9158
淨苑： 21055 Summit Road, Los Gatos, CA 95033
Tel:(408) 395-3673
Website: www.ducvien.org, Email: ducvienpagoda@gmail.com
住持：釋曇日尼師

德圓寺由曇榴尼長於1980年創立。最初，尼長租用Evelyn Avenue 2003號一間小屋來供佛、說法和指引佛子修學，1984年，為了讓佛子們有個莊嚴和具有越南文化形象的地方來修學，尼長發願建造德圓伽藍。

1985和1986年，該寺購買了聖荷西市Mc Laughlin 路2420號兩塊地。地上有一所舊屋。1991年，興建大雄寶殿，並於1995年竣工。

佛殿佈置莊嚴。中間供案上方尊奉西方三聖像（阿彌陀佛，觀世音菩薩和大勢至菩薩），下面是釋迦三尊像（釋迦佛，文殊菩薩和普賢菩薩）。供案兩旁尊置觀世音菩薩像，地藏菩薩像。此外，該寺還尊奉給孤獨長者像和阿難尊者像。正殿周圍有12幅"九品往生"浮雕，提醒佛子發信願念佛求生西方極樂。

寺院前面尊置銅鑄的阿彌陀佛和兩尊金剛護法像。寺院前院銅鼎兩旁豎著一對高高的鶴。寺院園林景色優美，有假山，有觀音洞。還有兩塊關於曇榴尼長建寺和修行功德的碑記。

尼長是越南河東省清威縣三社村人。自小在巨陀寺出家。1951年，在河內市館使寺受比丘尼戒。1952年，尼長在西貢藥師寺學道。1964年，尼長到西德留學。1979年，尼長來到美國。1980年尼長到聖荷西市行道，並創立德圓寺。19年來為佛事和社會福利工作而鞠躬盡瘁，1999年尼長歸西。這座著名伽藍的建造工作由其弟子繼承。

釋曇日尼師與尼眾學習尼長的行願，於2004年動工並建竣齋堂，2008年建尼舍。並在修學、說法、淨口專念佛修、行香等等方面加大發展活動。特別，該寺設有德圓越語學校，每週週日上課一天。上午有13班，下午有13 班，共500名學生（一年級至五年級的學生）和70名教員。

2009年，德圓寺增添第二分支是德圓淨苑，面積50英畝（20公頃），位於加利福尼亞州洛思加圖斯市，周圍綠樹茂盛，終年氣候涼爽。此地景觀十分安靜，空氣清新，是為大眾組織嚴密念佛課和尼眾輪番入室念佛的地方，這是德圓寺尼長的心願。

徳円寺

SAN JOSE, CALIFORNIA, USA

正式住所：2420 Mc Laughlin Avenue, San Jose, CA 95121
Tel:(408)993-9158
寺院の精苑：21055 Summit Road, Los Gatos, CA 95033
Tel:(408)395-3673
Website:www.ducvien.org, Email:ducvienpagoda@gmail.com
住職：ティック・ダム・ニャト尼師

　徳円寺は1980年にダム・リュウ尼師が創立したベトナム系仏教の寺院。創立当時、僧舎が無いため、ダム・リュウ尼師はある小さい賃貸住宅（住所：2003 Evelyn Avenue、サンノゼ、カリフォルニア）を利用して御本尊を祀り、説法や仏教徒の修学指導をしていた。1984年、門徒の仏教徒たちが厳粛に修学できる場所はもちろん、ベトナム文化の尊厳を守れるためでもある理由でちゃんとした修学施設が必要だと考え、ダム・リュウ師は発願して徳円寺の伽藍の建造を決心した。

　1985年〜1986年に、徳円寺は同市にある2軒の中古住宅の付いている土地（住所：2420 McLaughlin Avenue）を購買して、1991年より大雄宝殿工事を開始した。この宝殿は1995年に立派に落成したという。

　寺院の建築について：

　仏殿は荘厳されており、本尊の西方三聖像（阿弥陀仏・観世音菩薩・大勢至菩薩）が高い位置に安置されておる。その下は釈迦三尊像（釈迦仏・普賢菩薩・文殊菩薩）である。本尊の両側には観世音菩薩と地蔵菩薩の仏壇が配置されておる。仏殿の本尊以外、徳円寺では給孤独（Anathapindadasya）及び阿難尊者も祀られている。

　正殿の周辺には、極楽で往生できる、一人前の仏様となれるためにちゃんと念仏を唱えるよう門徒の仏教徒たちを願懸けさせる『九品往生』という12枚の浮彫が飾られてある。

　寺院の正面に出ると、阿弥陀仏銅像と2つの金鋼護法像が見える。庭園に入ると、双鶴香炉銅像が飾られておる。境内には素敵な花園や盆石や観音洞窟などもある。そのほか、記念石碑は二基があり、一基は寺院建造公徳を刻んだもので、もう一つはダム・リュウ尼師の修行についてである。

　ダム・リュウ尼師はベトナム、ハドーン省、タイン・オアイ郡、タム・サー村出身で、小さいときに出家する。1951年、ハノイの「クアン・スー寺」で比丘尼の受戒を受け、1952年サイゴンの薬師寺で修行を開始する。1964年より西徳国へ留学し、1979年から渡米する。1980年、米国カリフォルニア州サンノゼに転居して、ここで修行を続けながら徳円寺を創立するという。それから修行や仏教伝播に身を尽くす19年が経ち、1999年、ダム・リュウ尼師は一路帰西。徳円寺の著名な伽藍の建造はその弟子たちが継続している。

　現在の住職―ダム・ニャト尼師及び門徒の尼たちは故開山尼師の願いに従って、次々に食堂（2004年）と尼舎（2008年）を建造し、修学・説法・仏教徒家庭・巡回旅行など様々な内容を設けて寺院の活動を拡大している。特に、徳円寺に属する「徳円ベトナム語学院」という学校がある。この学院は毎週の日曜日しか営業していないが、午前の13組と午後の13組、教員70人と約500名の生徒が在学中で大活躍している。

　更に、2009年、徳円寺には「徳円浄苑」という第2施設が誕生した。この伽藍はカリフォルニア州ロス・ガトスの山地に位置する、面積約20ヘクタールも持つ土地に建てられて、一年中緑の森林に囲まれている。空気がきれいで静かな場所であることで、ここに常に厳密なお念経が行われており、故開山尼師の生前の心願通りに門徒の尼衆が交代で入室して念仏する所ともなっている。

Toàn cảnh chùa
Full view of the Temple

寺院全貌
徳円寺の全景

CHÙA VIỆT NAM HẢI NGOẠI - tập 2

Toàn cảnh chùa
Full view of the Temple

寺院全貌
徳円寺の全景

CHÙA ĐỨC VIÊN

Toàn cảnh chùa
Full view of the Temple
寺院全貌
德円寺の全景

Mặt tiền chùa
The front of the Temple
寺院正門
寺院の正面

Sân trước chùa
The front yard of the Temple
寺院前院
前庭

CHÙA VIỆT NAM HẢI NGOẠI - tập 2

Sân trước chùa 寺院前院
The front yard of the Temple 前庭

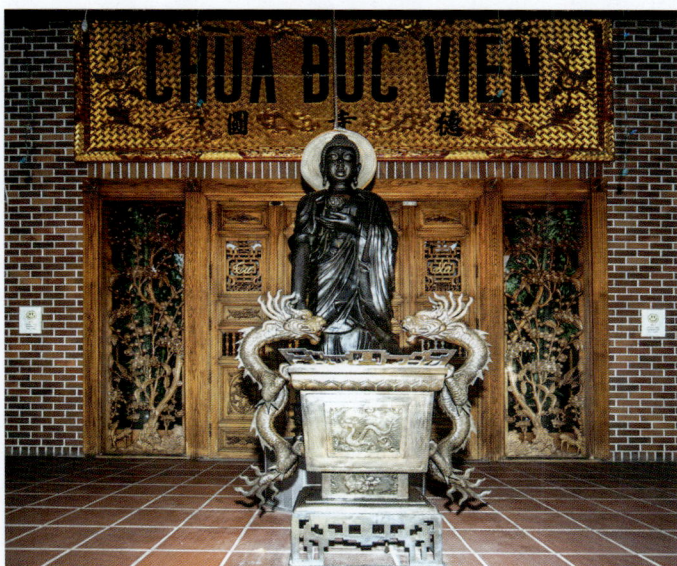

Tượng đức Phật A Di Đà
The statue of Amitabha Buddha
阿彌陀佛像
阿弥陀仏像

Bia đá
The stelae
石碑
石碑

Tôn tượng Bồ tát Quán Thế Âm lộ thiên
The statue of Avalokitesvara Bodhisattva
露天觀世音菩薩像
露天観世音菩薩立像

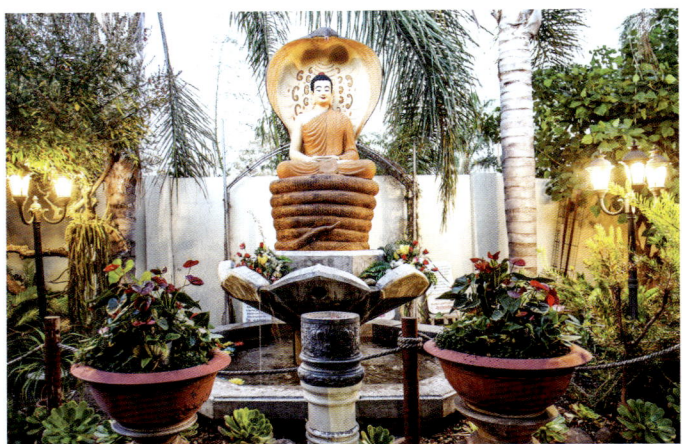

Tượng đức Phật Thích Ca lộ thiên
The statue of Sakyamuni Buddha
露天的釋迦佛像
露天釈迦仏像

Non bộ
The rockery exhibition

假山
盆石

Mộc bảng
The wood table

木板
木板

Khánh đá
The stone board

石牌匾
慶石

CHÙA VIỆT NAM HẢI NGOẠI - tập 2

Điện Phật
The Buddha shrine
佛殿
仏殿

Phù điêu "Chín phẩm vãng sanh"
The reliefs of "Nine Lotus Levels in Pure Land"
"九品往生" 浮雕
『九品往生』の浮彫

Bàn thờ Bồ tát Địa Tạng
The altar of Ksitigarbha Bodhisattva
地藏菩薩供案
地藏菩薩像

Bàn thờ chư Tổ
The altar of Patriarchs
諸祖祀堂
諸祖祭壇

149

 CHÙA ĐỨC VIÊN

Phòng thờ Sư Bà khai sơn
The worship room of the Late Most Venerable Đàm Lựu

開山尼長祀奉室
御開山様の祭室

CHÙA VIỆT NAM HẢI NGOẠI - tập 2

Trai đường 齋堂
The dining hall 食堂

Ngôi Ni xá 尼舍區
Nunnery 尼舍

Điện Phật trong Ni xá
The Buddha shrine in nunnery
尼舍內的佛殿
尼舍內仏殿

151

CHÙA ĐỨC VIÊN

Khóa tu Bát Quan Trai giới
Eight precepts retreat

八關齋戒修業
修八関斎戒

Khóa sinh hoạt mùa Đông dành cho thiếu nhi
The winter activities for children

兒童冬季活動課
兒童の冬期生活プログラム

CHÙA VIỆT NAM HẢI NGOẠI - tập 2

Trường Việt ngữ Đức Viên
Đức Viên Vietnamese language school

德圓越語學校
德円越語学校

CHÙA ĐỨC VIÊN

Lễ chung thất cố Trưởng lão Thích Tâm Châu
The 49th Day Anniversary of the passing of the Late Elder Most Venerable Thích Tâm Châu

釋心珠長老終七儀式
ティック・タム・チャウ故長老の忌明け法要

Ni chúng
Sangha

尼眾
尼衆

CHÙA VIỆT NAM HẢI NGOẠI - tập 2

Cảnh quan Tịnh uyển — 淨苑景觀
Tịnh uyển landscape — 淨苑の風景

Ngôi chánh điện — 正殿
The Main hall — 正殿

Điện Phật — 佛殿
The Buddha shrine — 仏殿

Thiền đường — 禪堂
Meditation hall — 禅堂

Tượng chân dung cố Sư Bà Đàm Lựu
The statue of the Late Most Venerable Đàm Lựu
曇榴故尼長肖像
ダム・リュウ故尼師の彫像

155

CHÙA ĐỨC VIÊN

Ni xá
Nunnery

尼舍
尼舎

Điện Phật
The Buddha shrine

佛殿
仏殿

Bàn thờ Bồ tát Chuẩn Đề
The altar of the Cundi Bodhisattva

準提菩薩供案
準提菩薩仏壇

CHÙA VIỆT NAM HẢI NGOẠI - tập 2

Ni xá — Nunnery — 尼舍 / 尼舍

Điện Phật — The Buddha shrine — 佛殿 / 仏殿

Bàn thờ Tổ — The altar of Patriarchs — 祖師供案 / 祖霊舎

Đại hồng chung — The great bell — 大洪鐘 / 梵鐘

Vườn táo — Apple orchard — 蘋果園 / リンゴ園

157

CHÙA ĐỨC VIÊN

Khóa tu hải ngoại Đàm Viên (2014)
Overseas Đàm Viên retreat (2014)

2014年曇圓海外修業
『曇円海外修学プログラム』

TỊNH XÁ GIÁC LÝ

WESTMINSTER, CALIFORNIA, USA

14471 Titus Street, Westminster, CA 92683
Tel: (714) 891-8527; (714) 618-0315 * Fax: (714) 414-8360
Email: tinhxagiacly@gmail.com; tnlienlien@gmail.com

Viện chủ: Hòa thượng Thích Giác Sĩ
Trụ trì: Thượng tọa Thích Giác Liên
Trưởng chúng Ni: Sư cô Thích Nữ Liên Liên

Tịnh xá được Hòa thượng Thích Giác Sĩ thành lập vào năm 2001. Tháng 9 năm 2013, Hòa thượng tiếp tục tạo lập một cơ sở mới cho Ni chúng tu học ở số nhà 11262 Lampson Avenue, Garden Grove, CA 92840 mang tên Tổ đình Giác Lý. Tịnh xá và Tổ đình mang tên Giác Lý là tên vị Trưởng lão Đạo Phật Khất sĩ Việt Nam đã thành lập Giáo đoàn 5 vào năm

1960 với hơn 20 tịnh xá, tịnh thất ở một số tỉnh miền Trung và miền Nam Việt Nam.

Điện Phật được bài trí tôn nghiêm, thờ tượng đức Phật Thích Ca thiền định, đức Phật nhập Niết Bàn, Thất Phật Dược Sư, tượng Bồ tát Quán Thế Âm và Bồ tát Địa Tạng. Trong khuôn viên tịnh xá tôn trí nhiều tượng: Bồ tát Di Lặc, Bồ tát Quán Thế Âm, Bồ tát Địa Tạng... Đặc biệt, tịnh xá có bộ tượng chú Đại Bi bằng đá hoa gồm 84 tượng hóa thân của Bồ tát Quán Thế Âm được an vị năm 2012.

Tịnh xá có lịch sinh hoạt, tu học hàng tuần, hàng tháng. Hàng năm vào các ngày lễ tết: Tết Nguyên Đán, Đại lễ Phật Đản, lễ Vu Lan, lễ vía Quan Âm, lễ tưởng niệm đức Tổ sư Minh Đăng Quang vắng bóng ..., Tịnh xá tổ chức trang nghiêm, chu đáo, tiếp đón đông đảo chư vị Tăng, Ni trong hệ phái, quý Phật tử và đồng hương đến lễ bái, tu học, sinh hoạt.

GIÁC LÝ MONASTERY
WESTMINSTER, CALIFORNIA, USA

14471 Titus Street, Westminster, CA 92683
Tel: (714) 891-8527; (714) 618-0315, Fax: (714) 414-8360
Email: tinhxagiacly@gmail.com; tnlienlien@gmail.com
Founding Abbot: Most Venerable Thích Giác Sĩ
Abbot: Senior Venerable Thích Giác Liên
Chief Nun: Venerable Thích Nữ Liên Liên

In 2001, Giác Lý Monastery was founded by Most Venerable Thích Giác Sĩ. In September 2013, he purchased a house at 11262 Lampson Avenue, Garden Grove, California, to make a new nunnery, to be named Giác Lý Monastery. "Giác Lý" which is the title of both religious places, is the honored name of an Elder monk who founded the Vietnamese Buddhist Mendicant Congregation in 1960 with more than 20 pagodas in central and southern Vietnam.

The Buddha shrine is enclosed with respectful statues, such as the Meditation Sakyamuni Buddha, the Buddha Maha Parinirvana, Seven of Medicine Buddhas, Avalokitesvara and Ksitigarbha Bodhisattvas. The monastery precinct also has many other statues of Maitreya, Avalokitesvara and Ksitigarbha Bodhisattvas. A special statue of the Great Compassion Mantra with 84 incarnations of the Avalokitesvara Bodhisattva, which is made of the marble stone and was installed in 2012.

The monastery has scheduled its weekly and monthly activities for Buddhist practice. On the big annual occasions of Lunar New Year, Vesak's Day, Ullambana Festival, the Avalokitesvara's Days, the Anniversary of the Passing of Master Minh Đăng Quang, and more. The monastery often organizes the rituals for many devotees from near and far to participate and worship.

覺理精舍

WESTMINSTER, CALIFORNIA, USA

地址：14471 Titus Street, Westminster, CA 92683
Tel:(714) 891-8527; (714) 618-0315, Fax:(714) 414-8360
Email: tinhxagiacly@gmail.com; tnlienlien@gmail.com
院主：釋覺士法師, 住持：釋覺連法師
尼眾長：釋女蓮蓮尼姑

精舍由釋覺士法師於2001年成立。2013年9月，法師繼續修造一家新的單位，讓尼眾修學，地址在11262 Lampson Avenue, Garden Grove, CA 92840，名為覺理祖庭。精舍和祖庭以越南佛教乞士派長老覺理法師的法號為名。1960年，覺理法師成立越南乞士派第五教團，在越南中部和南部各省建立20多間精舍和淨室。

寺院的佛殿莊嚴，尊奉釋迦佛禪定像，釋迦佛入涅槃像，七佛藥師像，觀世音菩薩像和地藏菩薩像。在精舍範圍內，尊置很多塑像：彌勒菩薩像，觀世音菩薩像，地藏菩薩像等等。特別，精舍有一套用花崗石雕鑿的大悲咒像，包括觀世音菩薩84化身像，是於2012年安位的。

精舍內每週和每月都舉辦修學和佛事活動。每年的春節、佛誕大典、盂蘭盆節，觀音誕，明燈光祖師雲遊紀念日等等，精舍均莊嚴和周到地組織各種佛事活動，迎接派內諸僧尼，遠近的佛子和鄉親到來供拜，修學和參加各種佛事活動。

覚理精舎

WESTMINSTER, CALIFORNIA, USA

住所：14471 Titus Street, Westminster, CA 92683
Tel:(714)891-8527；(714)618-0315
Fax:(714)414-8360
Email:tinhxagiacly@gmail.com; tnlienlien@gmail.com
院主：ティック・ジャック・シー和尚, 住職：ティック・ジャック・リエン尚座
尼僧長：ティック・ヌー・リエン・リエン尼子

覚理精舎は2001年にティック・ジャック・シー和尚によって建立されたお寺である。2013年9月、第2施設が11262 Lampson Avenue, Garden Grove, CA 92840という住所に「覚理祖庭」の名前で作られた。精舎・祖庭の名前「覚理」はベトナム仏教乞士派の覚理長老から付けられたモノで、覚理長老は1960年に『教団5』（ベトナム中部と南部にある２０の精舎・精室が加盟した大教団の事）を創立した、著名な乞士僧である。

荘厳な仏殿は禅定釈迦仏像・涅槃仏像・薬師七仏像および観世音・地蔵菩薩像を本尊として祀る。精舎の境内には、多くの仏像が安置されており：弥勒菩薩像、観世音菩薩立像、地蔵菩薩像…特に、2012年に安置された大理石の大悲咒諸像（総84の観世音菩薩像）がある。

精舎の修学・生活は毎週、毎月開催される。毎年、旧正月・灌仏会・盂蘭盆会・観音に関する祭式・明灯光祖師入寂想念日などを機に、覚理精舎は礼拝・修学しに訪れる諸高僧・尼や外来の仏教徒および同郷を歓迎し、周到にかつ厳かに祭事を執り行う。

TỊNH XÁ GIÁC LÝ

Mặt tiền tịnh xá
The front of the Monastery
精舍正門
精舎の正面

Điện Phật
The Buddha shrine
佛殿
仏殿

Tủ kinh sách
The scripture case
經書櫃
お経

CHÙA VIỆT NAM HẢI NGOẠI - tập 2

Tượng Bồ tát Di Lặc
The statue of Maitreya Bodhisattva
彌勒菩薩像
弥勒菩薩像

84 tượng hóa thân Bồ tát Quán Thế Âm
The 84 statues of the incarnation Avalokitesvara Bodhisattvas

觀世音菩薩84化身像
八十四の変身観音菩薩像

TỊNH XÁ GIÁC LÝ

Ảnh kỷ niệm
Photo for memories

紀念圖片
記念写真

Sinh hoạt Gia đình Phật tử Trúc Lâm
Trúc Lâm Buddhist groups Activity

竹林佛子家庭的活動
「竹林仏教徒家庭」の活動

CHÙA GIÁC MINH

EAST PALO ALTO, CALIFORNIA, USA

763 Donohoe Street, East Palo Alto, CA 94303
Tel: (650) 325-7353, (650) 326-2087
Email: chuagiacminh@gmail.com
Website: www.chuagiacminh.org
Trụ trì: Hòa thượng Thích Thanh Cát

Chùa Giác Minh được Hòa thượng Thích Thanh Cát sáng lập vào năm 1977, là một trong những ngôi chùa đầu tiên tại miền Bắc California. Chùa có diện tích gần 4.000m² (1ac), nằm cách trường Đại học và bệnh viện Stanford 5 dặm. Ban đầu, năm 1976, ngài thuê ngôi nhà ở Mountain View để hoạt động Phật sự. Sang năm 1977, ngài đã tạo mãi lô đất ở thành phố East Palo Alto, làm lễ đặt viên đá xây chùa vào ngày 18 tháng 9 năm 1977, khởi công xây ngôi chánh điện vào ngày 06 tháng 8

năm 1980. Sau đó, ngài cho xây ngôi tăng xá hai tầng phía sau ngôi chánh điện.

Ngôi chánh điện hai tầng. Điện Phật được tôn trí tầng trên, thờ tượng đức Phật Thích Ca uy nghiêm thiền định giữa đài cao, được đắp và thếp vàng tại chùa. Bàn thờ hai bên, thờ tượng đức Phật A Di Đà và Bồ tát Quán Thế Âm. Tầng dưới là trai đường và phòng sinh hoạt.

Sân trước, chùa tôn trí tượng đức Phật Thích Ca bằng đá hoa, thiền định dưới cội Bồ Đề (cây cao khoảng 15m (50ft) do Hội Phật giáo Nhật Bản tặng năm 1977); và tượng Bồ tát Quán Thế Âm. Bên trái tượng đức Phật có đại hồng chung được đúc tại thành phố San Jose và hai ngôi tháp.

Chùa mở cửa hàng ngày từ 07 giờ đến 17 giờ để Phật tử thập phương vào lễ Phật. Hàng tuần có khóa lễ cầu an, cầu siêu. Chư Tăng, Ni đi tụng kinh khuyến tu cho các bệnh nhân ở bệnh viện Stanford khi cần. Vào những ngày lễ và tết hàng năm, chùa tổ chức trang nghiêm, chu đáo cho đông đảo thiện nam, tín nữ, Phật tử về chùa lễ bái, tu học, sinh hoạt.

GIÁC MINH TEMPLE
EAST PALO ALTO, CALIFORNIA, USA

763 Donohoe Street, East Palo Alto, CA 94303
Tel: (650) 325-7353, (650) 326-2087
Email: chuagiacminh@gmail.com
Website: www.chuagiacminh.org
Abbot: Most Venerable Thích Thanh Cát

In 1977, Giác Minh Temple was established by Most Venerable Thích Thanh Cát, as one of the first temples in Northern California. The temple covers an area of almost 4,000m² (1 acre), is 5 miles from Stanford University and Hospital. Initially, in 1976, he rented a house in Mountain View to spread Buddhism. By 1977, he purchased new land in the city of East Palo Alto. The foundation stone laying ceremony, was held on September 18th, 1977 and building started on the Buddha hall on August 6th, 1980. Then, he constructed a two-storey building behind the Buddha hall for the resident monks.

On the high storey of the two-level Buddha shrine, the gilded meditation Sakyamuni, Amitabha Buddhas and Avalokitesvara Bodhisattva are worshiped. Downstairs is the living room and a mufti-purposed hall. In the front yard, there is a Avalokitesvara Bodhisattva statue and a 15m (50ft) tall, marble Sakyamuni Buddha statue meditating under the Bodhi tree, which was donated in 1977 by the Japanese Buddhist Association. On the left, there are two stupas and the great bell which was made in San Jose, California.

The temple opens daily from 7am to 5pm for Buddhists from all over. Each week chanting for the living and the deceased is held. The resident monks and nuns sometimes visit patients at Stanford Hospital to pray for the patients. The temple also hosts the big annual events of Lunar New Year, Buddha's Days and others. to serve the Buddhist community.

覺明寺

EAST PALO ALTO, CALIFORNIA, USA

地址：763 Donohoe Street, East Palo Alto, CA 94303
Tel: (650) 325-7353, (650) 326-2087
Email: chuagiacminh@gmail.com , Website: www.chuagiacminh.org
住持：釋清吉法師

覺明寺由釋清吉法師於1977年成立，是加州北部最早建立的寺院之一。寺院的面積將近4.000平方米（1英畝），距離史丹佛大學和醫院5公里。最初，1976年，大師在山景城租一間屋進行佛事活動。至1977年，大師在東帕羅奧圖市購買一塊地，1977年9月18日為建寺舉行奠基禮，1980年8月06日寺院正殿正式動工。隨後，大師在正殿後面建兩層高的僧舍。

正殿有兩層，佛殿佈置在上層，威嚴的釋迦佛禪定像尊置在一座高臺上，佛像髹金色。供案兩旁尊奉阿彌陀佛像和觀世音菩薩像。樓下是齋堂和起居室。

寺院前面的庭院裡，尊置花崗石雕鑿的釋迦佛禪定像。佛像尊置在15米（50ft）高的菩提樹下，是由日本佛教會1977年贈送的；還有觀世音菩薩像。佛像左邊有大洪鐘，是在聖荷西市鑄造的，還有兩座塔。

寺院每天從上午07時開門至下午5時，讓十方佛子禮佛。每週組辦祈安，超度儀式。在有需要時，諸僧尼到醫院去為病人誦經勸修。在每年的大節日和春節，寺院會莊嚴和周到地組辦各種佛事活動，讓善男信女和佛子們到寺院參拜，修學和參加各種活動。

覚明寺

EAST PALO ALTO, CALIFORNIA, USA

住所：763 Donohoe Street, East Palo Alto, CA 94303
Tel：(650)325-7353, (650)326-2087
Email：chuagiacminh@gmail.com, Website：www.chuagiacminh.org
住職：ティック・タイン・カット和尚

覚明寺は1977年ティック・タイン・カット和尚様によって建立されたモノで、カリフォルニ州北部にあるベトナム系仏教寺院の中で一番古いお寺の一つである。この寺院は約4000㎡の広い面積があり、スタンフォード大学・スタンフォード病院まで5マイル位離れた場所に立地されておる。

覚明寺の建立以前、ティック・タイン・カット住職様はマウンテン・ビューに或る一軒家を借りて仏事を行っていた。1977年、イースト・パロ・アルト市に位置する土地を購買して、当年9月18日に覚明寺の起工式を執り行った。そして正殿の建造は1980年8月6日からである。その後、正殿の裏側に更に2階建の僧舎を増築したという。

正殿は2階建てで、仏殿はその2階に配置され、当寺で合金製金メッキされた威厳がある禅定釈迦仏座像を本尊として祀っておる。本尊の両側は阿弥陀仏と観世音菩薩の仏壇である。正殿の1階には食堂と共同生活室である。前庭には、菩提樹（15m位）の下で禅定を修する釈迦仏像（大理石、1977年に日本仏教協会から寄贈されたモノ）が安置されており、その左側にサンノゼ市で造られた梵鐘がある。その他、観世音菩薩立像や2つの塔もある。

覚明寺で礼仏できる時間は毎日7：00～17：00（営業時間）である。また、毎週求安・求超の行事が行われる。更に、必要なとき、寺院の僧侶たちはスタンフォード病院の患者に歓修念誦もする。毎年の伝統祭日を機に厳かに祭式、修学活動、参拝式などを執り行い、多くの善男信女や仏教徒を迎える。

CHÙA GIÁC MINH

Tượng đức Phật Thích Ca
The statue of Sakyamuni Buddha
釋迦佛像
释迦仏像

Đại hồng chung
The great bell
大洪鐘
梵鐘

CHÙA VIỆT NAM HẢI NGOẠI - tập 2

Điện Phật
The Buddha shrine
佛殿
仏殿

CHÙA GIÁC MINH

Các sinh hoạt Phật sự của chùa
The Temple activity
寺院的各種佛事活動
寺院の仏事

TU VIỆN HỘ PHÁP

EL MONTE, CALIFORNIA, USA

3048 Lashbrook Avenue, El Monte, CA 91733
Tel: (626) 453-0109, (626) 377-1103
Email: TuVienHoPhap@gmail.com
Website: www.HoPhap.org
Phương trượng: Thượng tọa Thích Tuệ Uy

Tu viện Hộ Pháp do Thượng tọa Thích Tuệ Uy thành lập vào năm 1994. Khởi đầu là một tịnh thất nhỏ ở Gardena, California; qua nhiều năm thuê mướn nhiều nơi để hoằng pháp, cuối cùng tu viện sinh hoạt Phật sự ổn định tại thành phố El Monte từ ngày 01 tháng 8 năm 2004. Hiện tu viện đã có kế hoạch xây dựng cho rộng rãi và tiện nghi hơn trong những năm tới.

Chánh điện với hương án giữa thờ đức Phật Thích Ca Mâu Ni màu vàng y rực sáng, phía trước

là tôn tượng Tây Phương Tam Thánh, Bồ tát Di Lặc và Bồ tát Chuẩn Đề; hai bên tôn trí Bồ tát Văn Thù và Bồ tát Phổ Hiền, tạo nên một Phật điện trang nghiêm và ấm cúng.

Sân trước, tu viện tôn trí nhiều pho tượng lộ thiên: tượng Phật Ngọc Hòa Bình dưới cây cổ thụ hơn 100 năm xanh mát, cùng với tượng: Bồ tát Di Lặc, Bồ tát Quán Thế Âm, Bồ tát Địa Tạng, và đức Hộ Pháp; có con đường hành thiền xinh xắn uốn lượn quanh tu viện, xuyên qua vườn Bảo Huệ Hương bao phủ với nhiều hoa thơm cây trái che mát quanh năm và suối nước chảy róc rách; với sự bố trí hài hòa Quan Âm Các, vườn Lâm Tỳ Ni, tượng đức Phật thuyết pháp, Phật nhập Niết Bàn, tháp Phật Thích Ca - Đa Bảo đã tạo cảnh trí thanh tịnh và an lạc chốn thiền môn.

Tu viện có lịch trình tu học, sinh hoạt hàng ngày, hàng tuần và hàng tháng. Đông đảo Phật tử đồng hương về tu viện lễ bái, sinh hoạt, tu học vào các ngày tết Nguyên Đán, Đại lễ Phật Đản, lễ Vu Lan và các pháp hội, lễ vía Phật và Bồ tát. Website: HoPhap.org với nhiều chuyên mục, thông tin phong phú, hình ảnh rõ đẹp, được tu viện cập nhật thường xuyên hàng ngày.

HỘ PHÁP MONASTERY

EL MONTE, CALIFORNIA, USA

3048 Lashbrook Avenue, El Monte, CA 91733
Tel: (626) 453-0109, (626) 377-1103
Email: TuVienHoPhap@gmail.com , Website: www.HoPhap.org
Abbot: Senior Venerable Thích Tuệ Uy

In 1994, Senior Venerable Thích Tuệ Uy established Hộ Pháp Monastery. Originally, it started in a small place in Gardena, California. Over the years, he hired and moved through many places to perform missionary activities, eventually on 1st August 2004, Hộ Pháp Monastery was established, in El Monte City. For the sake of many, he now has a plan to rebuild it to be the spacious halls in the near future.

The main shrine hall is respectfully presented with the statue of Sakyamuni Buddha in the bright beautiful yellow robe. In front side, there are the statues of the Amitabha Buddha Holy Trinity, Maitreya, and the Cundi Bodhisattvas. At either side, Manjushri and Samantabhadra Bodhisattvas are located. All the tranquil statues create solemnity and sincerity for the Buddha hall.

In the front yard, there are also many revered saints, such as the statue of Jade Buddha under the 100 year old tree, Maitreya, Avalokitesvara, Ksitigarbha Bodhisattvas and Dharmapala. The peaceful meditation path and a pure stream are wind through the Bảo Huệ Hương flower garden and the year-round fragrant fruit garden. The shrine precinct is enclosed by green trees, the Avalokitesvara stupa, Lumbini Park, Buddha giving a sermon at Parinirvana and the Prabhutaratna Buddha stupa. These harmonious arrangements are effective in calming worshipers' minds.

The temple has scheduled its regular daily, weekly and monthly activities for clergy and Buddhist believers. Many devotees come to Hộ Pháp Temple to attend the retreats and ritual performances on the special events, such as for the Lunar New Year, Vesak's Day, Ullambana Festival and Buddha Anniversary Days. The Monastery hosts the website: HoPhap.org that provides the update information with many well illustrated images on Hộ Pháp Monastery and Buddhism in the United States as well as in the world.

護法修院

EL MONTE, CALIFORNIA, USA

地址：3048 Lashbrook Avenue, El Monte, CA91733
Tel：(626) 453-0109, (626) 377-1103
Email：TuVienHoPhap@gmail.com, Website：www.HoPhap.org
方丈：釋惠威法師

　　護法修院由釋惠威法師於1994年成立。起初是在加利福尼亞州加迪納市的一家小淨室；經過多年租用多個地方來弘法後，終於從2004年8月01日開始，修院在加州艾爾蒙地市穩定地舉行佛事活動。目前，修院已計劃在今後幾年內重建更寬敞，設備更齊全的修院。

　　正殿中間的香案尊奉釋迦牟尼佛像，身披金衣，光輝燦爛。前面是西方三聖像，彌勒菩薩像和準提菩薩像；兩旁尊置文殊菩薩像和普賢菩薩像，使佛殿顯得莊嚴和溫暖。

　　寺院前的庭院裡尊置了很多露天的佛像：在樹齡逾百年的古樹蔭下尊置了和平玉佛像，還有彌勒菩薩像，觀世音菩薩像，地藏菩薩像和護法像。修院周圍闢有蜿蜒曲折、小小的行禪道路，穿越過終年鳥語花香，流水潺潺的寶惠香園。還有觀音閣，藍毗尼園，佛說法像，佛入涅槃像，釋迦－多寶佛塔等等建築的設置和諧，為修院平添清靜和安樂的景緻。

　　修院在每日、每週和每個月均組織佛法修學班和各種活動。在每年的春節、佛誕大典、盂蘭盆節和法會，諸佛和菩薩誕，眾多的佛子和鄉親來到修院膜拜、修學。修院的網頁:HoPhap.org 有很多專欄，訊息豐富，圖片清晰，修院每日更新內容。

護法修院

EL MONTE, CALIFORNIA, USA

住所：3048 Lashbrook Avenue, El Monte, CA 91733
Tel：(626)453-0109, (626)377-1103
Email：TuVienHoPhap@gmail.com, Website：www.HoPhap.org
方丈：ティック・トエ・ウィ尚座

　　護法修院は1994年ティック・トエ・ウィ尚座様に建立されたお寺である。建立当初、カリフォルニア州ガーデナ市にあるただの小さな静室であったが、賃貸を利用しあちこちへ移された数年に渡り、ようやく2014年8月1日よりエルモンテ市現在の住所で仏事活動を安定させる事にした。これからより広く便利な伽藍を造るよう改増築の計画も準備したという。

　　護法修院の正殿に位置する金堂仏殿は立派に荘厳されており、輝くゴールデンの釈迦牟尼仏像を本尊として祀る。ご本尊の手前に西方三聖立像・弥勒菩薩像・准提菩薩像が配置されており、その両側は文殊菩薩像と普賢菩薩像がある。この配置方式のお陰か、仏殿は威厳満々である。寺院の前庭に出ると、露天の仏像がたくさん安置される：百歳樹の下に配置された平和のための翡翠仏像、弥勒菩薩像、観世音菩薩立像、地蔵菩薩像および護法菩薩像…その他、境内は周りを小さく綺麗に設計された歩禅道に囲まれ、小川と多くの緑・花に彩られたバオ・フエ・フォン（Bảo Huệ Hương）禅園もあり、観音閣・ルンビニ園・説法仏像・涅槃仏像・釈迦仏多宝塔と共に、安楽かつ清浄な雰囲気を維持できている。

　　修院の修学活動は毎日・毎週・毎月定例的に行われる。ベトナム旧正月、灌仏会、盂蘭盆会などの伝統祭日及び仏教の伝統祭式：仏・菩薩に関する法要などの機に、多くの外来仏教徒や礼拝客が護法修院に訪問する。

　　修院のウェブサイトHoPhap.orgに載せる豊富な項目や写真及び活動に関する情報がいつも（殆ど毎日）更新されるよう努力しておる。

TU VIỆN HỘ PHÁP

Toàn cảnh tu viện — 修院全景 / 全景
Full view of the Monastery

Cổng tu viện — 修院大門 / 大門
Gate of Monastery

Vườn Lâm Tỳ Ni — 藍毗尼園 / ルンビニ園
Lumbini garden

Tôn tượng Phật Ngọc Hòa Bình
The statue of Jade Buddha for World Peace
尊置和平玉佛像
平和大翡翠仏立像

Tháp Thích Ca - Đa Bảo Phật
The stupa of Prabhutaratna Buddha
釋迦-多寶佛塔
釈迦・多宝仏塔

Tượng Bồ tát Quán Thế Âm
The statue of Avalokitesvara Bodhisattva
觀世音菩薩像
観世音菩薩立像

Điện Phật
The Buddha shrine
佛殿
仏殿

Tượng Bồ tát Chuẩn Đề
The statue of Cundi Bodhisattva
準提菩薩像
準提菩薩像

Tượng đức Phật nhập Niết Bàn
The statue of Lord Buddha's Maha Parinirvana
釋迦涅槃像
涅槃像

Tủ kinh
The cabinet of scriptures
經書櫃
お経が納められた棚

TU VIỆN HỘ PHÁP

Đại lễ Phật Đản
Vesak's Day

佛誕大典
灌仏会

Lễ Vu Lan
Ullambana Festival

盂蘭盆節
盂蘭盆会

CHÙA HUYỀN GIÁC

SACRAMENTO, CALIFORNIA, USA

5210 58th Street, CA 95820

Tel: (916) 455-6652, (916) 667-1855

Email: huyengiacpagoda@gmail.com

Viện chủ: Thượng tọa Thích Minh Hậu

Chùa do Thầy Thích Minh Hậu thành lập vào năm 2005. Huyền Giác, Vĩnh Gia Huyền Giác (665-713) là tên vị Thiền sư Trung Quốc đời Đường, là đệ tử được Lục Tổ Huệ Năng ấn chứng. Ngài nổi tiếng với tên Nhất Túc Giác (giác ngộ trong một đêm). Ngài là tác giả của hai tác phẩm ngắn nhưng thông dụng ở chốn thiền môn là "Chứng đạo ca" và "Thiền tông Vĩnh Gia tập".

Điện Phật được bài trí tôn nghiêm. Hương án giữa thờ tượng đức Phật Thích Ca và bộ tượng Tây Phương Tam Thánh (đức Phật A Di Đà, Bồ tát Quán Thế Âm và Bồ tát Đại Thế Chí). Bàn hai bên thờ Bồ tát Quán Thế Âm và Bồ tát Địa Tạng. Bàn phía trước thờ hai vị Hộ Pháp (tượng đồng, năm 2010). Bàn phía sau thờ Tổ sư Bồ Đề Đạt Ma. Sân trước, chùa tôn trí tượng Bồ tát Di Lặc.

Chùa có lịch tụng niệm, tu học, sinh hoạt hàng tuần, hàng tháng. Hàng năm, vào các dịp lễ tết: Tết Nguyên Đán, Đại lễ Phật Đản, lễ Vu Lan và các ngày vía chư Phật, chư Bồ tát, chùa đều tổ chức trang nghiêm, chu đáo đón tiếp đông đảo thiện nam, tín nữ, Phật tử xa gần đến lễ bái, tu học, sinh hoạt. Chùa cũng là điểm đến viếng thăm của nhiều đoàn Phật tử hành hương ở tiểu bang California và các tiểu bang khác.

HUYỀN GIÁC TEMPLE
SACRAMENTO, CALIFORNIA, USA

5210 58th Street, Sacramento, CA 95820
Tel: (916) 455-6652; (916) 667-1855
Email: huyengiacpagoda@gmail.com
Founding: Senior Venerable Thích Minh Hậu

In 2005, Huyền Giác Temple was founded by Bhikkhu Thích Minh Hậu. Vĩnh Gia Huyền Giác (Yongjia Xuanjue, 665-713) who is the Chinese monk in Tang Dynasty, is approved an enlightened one by his Zen master, the sixth Patriarch Hui Neng. Huyền Giác is known as Nhất Túc Giác i.e. the monk enlightened in one night. He is the famous author of two short meditation books, like "**Chứng đạo ca**" (the Enlightened Songs) and "**Thiền tông Vĩnh Gia tập**" (Vĩnh Gia Meditation Collections).

The Buddha hall is respectfully presented with the statues of Sakyamuni Buddha and the Amitabha Buddha Holy Trinity. At both sides, Avalokitesvara and Ksitigarbha Bodhisattvas are enshrined. There are also two bronze Dharmapala statues in the front altar and Bodhidharma Patriarch in the back altar. In the beautiful front garden, there is a laughing Maitreya Bodhisattva statue which can be viewed from afar.

The temple has its practice sessions daily and monthly. On the annual Lunar New Year, Vesak's Day, Ullambana Festival and other big Days, it welcomes many Buddhist devotees from near and far to participate. It is also an ideal pilgrimage site in California for the Buddhist world.

玄覺寺

SACRAMENTO, CALIFORNIA, USA

地址：5210 58th Street, Sacramento, CA 95820
Tel: (916) 455-6652; (916) 667-1855
Email: huyengiacpagoda@gmail.com
院主：釋明厚法師

玄覺寺由釋明厚法師於2005年成立。永嘉玄覺（665-713）是中國唐朝一位法師的法號，是由六祖惠能大師印證的弟子。玄覺大師以一宿覺（在一晚之間覺悟）而享有盛名。大師也是禪門兩部簡短而通用的作品《永嘉證道歌》以及《禪宗永嘉集》的作者。

佛殿的佈置莊嚴。中間香案尊奉釋迦佛像和西方三聖像（阿彌陀佛像，觀世音菩薩像和大勢至菩薩像）。香案兩旁尊奉觀世音菩薩像和地藏菩薩像。前方香案尊奉兩位護法像（銅像，2010年鑄造）。後面的是菩提達摩祖師像。前院尊置彌勒菩薩像。

寺院內每週和每月都有誦念和修學活動。每年的春節、佛誕大典、盂蘭盆節和諸佛誕、諸菩薩誕，寺院均莊嚴和周到地組織各種佛事活動，迎接遠近的善男信女和佛子到來供拜，修學和參加各種佛事活動。寺院也是加州和鄰近各州很多佛子行香團到來拜佛的地方。

玄覚寺

SACRAMENTO, CALIFORNIA, USA

住所：5210 58th Street, Sacramento, CA 95820
Tel：(916) 455-6652; (916) 667-1855
Email：huyengiacpagoda@gmail.com
院主：ティック・ミン・ハウ比丘

玄覚寺は2005年にティック・ミン・ハウ住職様に建立された。「玄覚」は永（よう）永嘉（か）嘉玄覚」（665-713）の事、中国の唐代初期の禅僧、禅宗の六祖である慧能の直弟子である。永嘉玄覚禅師は「一宿覚」の別称があり、禅宗で短いが非常に著名な2つの経：『証道歌』と『禅宗永嘉集』の作者であると知られている。

荘厳な仏殿は釈迦仏像と西方三聖諸像（阿弥陀仏・観世音菩薩・大勢至菩薩）を祀る。本尊の両側は観世音・地蔵菩薩の仏壇である。本尊の手前は2つの護法菩薩銅像（安置2010年）、裏は菩提達磨祖師の仏壇がある。お寺の前庭には、弥勒菩薩像が安置されている。

玄覚寺の念経・修学活動は毎週、毎月開催される。毎年、ベトナム伝統の旧正月・灌仏会・盂蘭盆会・諸佛諸菩薩に関する祭式等のとき、礼拝・修学しに訪れる外来の仏教徒や善男信女を歓迎し、周到にかつ厳かに祭事を執り行う。

玄覚寺は、カリフォルニア州地元はもとより、その周辺の州にとっても人気の仏教徒団体むけの行香地の一つとなっている。

CHÙA HUYỀN GIÁC

Toàn cảnh chùa
The full view of the Temple
寺院全景
全景

Tượng Bồ tát Di Lặc lộ thiên
The statue of Maitreya Bodhisattva
露天彌勒菩薩像
露天の弥勒菩薩像

Bàn thờ Bồ tát Địa Tạng
The altar of Ksitigarbha Bodhisattva
地藏菩薩供案
地藏菩薩の仏壇

Ảnh kỷ niệm
Photo for memories
紀念圖片
記念写真

CHÙA VIỆT NAM HẢI NGOẠI - tập 2

Điện Phật
The Buddha shrine
佛殿
仏殿

CHÙA HƯƠNG SEN

PERRIS, CALIFORNIA, USA

19865 Seaton Avenue, Perris, CA 92570

Tel: (951) 657-7272

Email: huongsentemple@gmail.com, thichnugioihuong@yahoo.com
Website: www.chuahuongsen.com

Trụ trì: Ni sư Thích Nữ Giới Hương

Chùa Hương Sen được Ni sư Thích Nữ Giới Hương thành lập vào ngày 15/4/2010 tại số 24615 Fir Avenue, Moreno Valley, CA 92553. Chùa đã tổ chức trọng thể lễ An vị Phật vào ngày 27/6/2010. Do cơ sở sinh hoạt nhỏ hẹp nên vào ngày 08/5/2013, Ni sư đã dời chùa về địa chỉ mới ở thành phố Perris trên diện tích gần 1 ha. Ngôi chùa mới nằm giữa một nông trại yên tĩnh. Bao bọc phía trước và sau chùa là những dãy núi cao thấp mờ ẩn tạo cho chùa cảnh trí thanh tịnh, thoáng đãng, ngập tràn đạo vị!

Ở sân trước chùa có tượng đức Phật Thích Ca lộ thiên đang tĩnh tọa dưới vườn cây cảnh thiên nhiên và tượng Bồ tát Quán Thế Âm tôn trí dưới bóng cây dương liễu xanh mát.

Điện Phật được bài trí tôn nghiêm. Hương án giữa thờ đức Phật Thích Ca, đức Phật A Di Đà và bộ tượng Tây Phương Tam Thánh.

Ni sư trụ trì chùa đã biên soạn và chuyển ngữ

20 tác phẩm về Phật học và văn học bằng tiếng Việt và tiếng Anh từ năm 2004 đến nay như: *Bồ tát và Tánh không trong Kinh tạng Pali và Đại thừa; Luân hồi trong lăng kính Lăng Nghiêm; Ban mai xứ Ấn - 3 tập; Pháp Ngữ trong kinh Kim Cang, Tập thơ nhạc Nắng Lăng Nghiêm, A Hàm-Mưa Pháp chuyển Hóa Phiền Não;* và *Việt Nam Danh lam cổ tự...* Ni sư cũng là nhà thơ của các đĩa CD ca nhạc Phật giáo: *Đào Xuân lộng ý Kinh, Niềm tin Tam Bảo, Trăng tròn nghìn năm đón chờ ai, Ánh trăng Phật pháp, Bình minh tỉnh thức, Tiếng hát già lam, Cảnh đẹp chùa xưa* và *Hoa ưu đàm đã nở.*

HƯƠNG SEN BUDDHIST TEMPLE
PERRIS, CALIFORNIA, USA

19865 Seaton Avenue, Perris, CA 92570
Tel: (951) 657-7272; Cell: (951) 616-8620
Email: huongsentemple@gmail.com, thichnugioihuong@yahoo.com
Website: www.huongsentemple.com
Abbess: Venerable Bhikkhuni Thích Nữ Giới Hương

On April 15 2010, Venerable Bhikkhuni Thích Nữ Giới Hương established Hương Sen Temple at 24615 Fir Avenue, Moreno Valley, CA 92553. The Buddha Installing Ceremony was greatly held on June 27 2010. Due to the narrow premises, on May 8 2013, it was shifted to a new address in the city of Perris on an area of 1 hectare. There are peaceful mountain ranges at the surround of the new temple. It is the farming place of a serene and solemn religious atmosphere, which is effective in calming worshipers' minds.

In the beautiful front yard, the outdoor imposing 1.2m tall and 900kg heavy white stone statue of Sakyamuni Buddha meditating on the lotus throne and the elegant white statue of Avalokitesvara Bodhisattva are enshrined in the shady green willow trees. The Zen garden has special features of its own. It no longer serves religious purposes alone but is exquisite tourist attractions as well.

The Buddha shrine is respectfully shaped. At the center of the altar, the tranquil statues of Sakyamuni Buddha, Amitabha Buddha, and Avalokitesvara Bodhisattva are revered. At the next altar, the Three Honored Buddhas of the West are worshipped.

The abbess has published and translated around 20 books on Buddhism and literature in Vietnamese and English since 2004 to present as: *Bồ tát và Tánh không trong Kinh tạng Pali và Đại thừa* (The Concepts of Bodhisattva and Emptiness in Pali Nikaya and Mahayana Buddhism); *Luân hồi trong lăng kính Lăng Nghiêm* (Reincarnation in Surangama Sutra); *Ban mai xứ Ấn* (Dawn in India) - 3 volumes; *Pháp Ngữ trong kinh Kim Cang* (Famous Sentences in Vajraparamita Sutra), *Tập thơ nhạc Nắng Lăng Nghiêm* (The Poems and Songs in Surangama Sutra), *A Hàm-Mưa Pháp chuyển Hóa Phiền Não* (Agama – the Dharma Rain to transform the Defilement), and *Việt Nam Danh Lam Cổ Tự* (The Famous Buddhist Temples in Vietnam), and so on. She is also a Buddhist poet in the Buddhist Music CDs: *Đào Xuân lộng ý Kinh* (Cherry Flowers display the Sutra deep Ideas), *Niềm tin Tam Bảo* (The Confidence in Three Precious Gems), *Trăng tròn nghìn năm đón chờ ai* (Whom the Moon waiting for over thousands years), *Ánh trăng Phật pháp* (The Moonlight of Dharma), *Bình minh tỉnh thức* (The mindful Dawn) (Piano Variations for Meditation), *Tiếng hát già lam* (Songs from the Pure Temple), *Cảnh đẹp chùa xưa* (The Quaint Scenic of the Buddhist Pagoda), and *Hoa ưu đàm đã nở* (Udumbara Flowers beautifully Blooming).

香蓮寺

PERRIS, CALIFORNIA, USA

地址：19865 Seaton Avenue, Perris, CA 92570
Tel: (951) 657-7272
Email: huongsentemple@gmail.com, thichnugioihuong@yahoo.com, Website: www.chuahuongsen.com
住持：釋女戒香尼師

香蓮寺由釋女戒香尼師於2010年4月15日成立，地址在24615 Fir Avenue, Moreno Valley, CA 92553。寺院於2010年6月27日隆重舉行佛安位儀式。由於活動地方狹窄，所以於2013年5月08日，尼師把寺院搬遷到Perris 市的新地址，面積將近一公頃。新寺院在一個農莊的中間。寺院前後是青綠的群山，環境清幽，空氣涼爽。

寺的前院是一個天然的園林，在此尊置了露天釋迦牟尼佛靜坐像，觀音菩薩像尊置在青綠的楊柳樹下。

佛殿的佈置莊嚴。中間香案尊置釋迦牟尼佛像、阿彌陀佛像和西方三聖像。

從2004年至今，寺院住持尼師用越文和英文編纂和翻譯20部佛學和文學作品：在巴利和大乘經藏的菩薩和性空、楞嚴棱鏡中的輪廻、印度之神--三集、金剛經的法語、楞嚴陽光詩歌集、阿含-法雨轉化煩惱和越南名藍古寺。尼師也是一位詩人，越南佛教音樂CD光盤：春桃弄意經、三寶信念、千年圓月等待誰、佛法月光、覺醒的黎明、迦藍歌聲、古寺美景和已開的優曇花。

蓮香寺

PERRIS, CALIFORNIA, USA

住所：19865 Seaton Avenue, Perris, CA 92570
Tel：(951) 657-7272
Email: huongsentemple@gmail.com, thichnugioihuong@yahoo.com , Website: www.chuahuongsen.com
住職：ティック・ヌー・ジョイ・フオーン尼師

蓮香寺は2010年4月15日に「24615 Fir Avenue, Moreno Valley, CA 92553」という住所でティック・ヌー・ジョイ・フオーン尼師により創立されたベトナム仏教寺。2010年6月27日、ご本尊の安置式は厳かに執り行われた。2013年5月8日、より広い伽藍で活動したいという思いから、同州ペリス市の或る静かな農場に位置する現所在地に移られた。雄偉な山脈に囲まれ、広くて空気通が良い今の伽藍は非常に修行に適切である。

蓮香寺の前庭に木の下で静座中釈迦仏像及び観世音菩薩立像が安置される。荘厳な金堂仏殿で本尊の釈迦仏像・阿弥陀仏像・西方三聖像が祀られる。

ティック・ヌー・ジョイ・フオーン住職様は2004年から現在に至り、仏教学・文化学関連書籍を20冊位ベトナム語と英語で編集・翻訳されていた、例えば：『大乗仏教経典とパーリ仏典の中の「菩薩」と「性空」』、『楞厳経の視点から見た「輪廻」』、『インドの夜明け』（3話構成）、『金剛経の中の「法語」』、『楞厳の陽気』という歌と詩の特集、『ア・ハム一煩悩の熵を滅除する法雨』、『ベトナム名所古寺』等…また、多数の仏教文楽アルバムの曲の作詞をも経験されていたという：『Đào Xuân lộng ý Kinh』、『Niềm tin Tam Bảo』（三宝信心）、『Trăng tròn nghìn năm đón chờ ai』（千年の満月が誰を待っているの？）、『Ánh trăng Phật pháp』（仏法の月光）、『Bình minh tỉnh thức』（眼覚めた夜明け）、『Tiếng hát già lam』（伽藍の歌声）、『Cảnh đẹp chùa xưa và Hoa ưu đàm đã nở』（古寺の美景と咲いた優曇花）。

CHÙA VIỆT NAM HẢI NGOẠI - tập 2

Toàn cảnh chùa
Full view of the Temple

寺院全景
全景

Mặt tiền chùa
The front of the Temple
寺院正門
寺院の正面

CHÙA HƯƠNG SEN

Toàn cảnh chùa
Full view of the Temple
寺院全景
全景

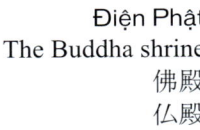

Điện Phật
The Buddha shrine
佛殿
仏殿

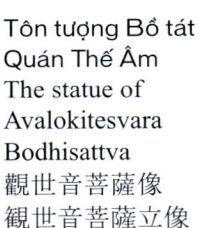

Tôn tượng Bồ tát
Quán Thế Âm
The statue of
Avalokitesvara
Bodhisattva
觀世音菩薩像
観世音菩薩立像

Đêm tiệc chay, văn nghệ gây quỹ xây dựng ngôi chánh điện (2015)
Non-Profit Fundraising for constructing the Buddha hall (2015)

籌款建正殿的齋宴和文藝之夜。（2015年）
2005年のご正殿の建造費寄付会（精進料理の食事と音楽演奏等）

Mặt đĩa ca nhạc Phật giáo
The Discs of Buddhist music of Hương Sen Temple
佛教音樂光盤
仏教音楽のCD等

VÕ VĂN TƯỜNG & TỪ HIẾU CÔN

CHÙA KHÁNH HỶ

GARDEN GROVE, CALIFORNIA, USA

10502 Orangewood Avenue, Garden Grove, CA 92840
Tel: (714) 638-4946, (714) 333-8924
Email: chuakhanhhy@gmail.com
Trụ trì: Tỳ kheo Thích Pháp Tánh

Chùa được Ni sư Thích Nữ Tuệ Từ thành lập vào năm 2003 tại thành phố Westminster, quận hạt Orange, tiểu bang California. Đến năm 2008, Ni sư dời chùa về thành phố Garden Grove cũng thuộc quận hạt Orange, và giao nhiệm vụ trụ trì cho thầy Thích Pháp Tánh (em ruột, xuất thân từ tu viện Quảng Hương Già Lam, Sài Gòn và chùa Từ Đàm, Huế).

Điện Phật được bài trí tôn nghiêm, thờ đức Phật Thích Ca, Bồ tát Quán Thế Âm, Bồ tát Địa Tạng, Hộ Pháp, Tiêu Diện và Tổ sư Bồ Đề Đạt Ma. Mặt tiền chùa tôn trí tượng Bồ tát Di Lặc. Sân sau chùa tôn trí tượng Bồ tát Quán Thế Âm bằng đá hoa cương, hòn giả sơn với thác nước lung linh huyền diệu; đặc biệt là tác phẩm Cửu Long phún thủy được chạm trổ từ một gốc cổ thụ với bộ tượng Thập bát A La Hán được bài trí ở trên, mang nét điêu luyện, sống động.

Hàng ngày chùa có khóa lễ Tịnh độ; hàng tuần có lớp học Việt ngữ; mỗi tháng có hai kỳ lạy Sám hối và khóa tu Bát quan trai giới. Vào các ngày tết Nguyên Đán, Đại lễ Phật Đản, lễ Vu Lan hàng năm, chùa đều tổ chức trang trọng, chu đáo, đón tiếp đông đảo Phật tử, đồng hương về chùa lễ bái, tu học, nghe pháp và sinh hoạt.

KHÁNH HỶ TEMPLE

GARDEN GROVE, CALIFORNIA, USA

10502 Orangewood Avenue, Garden Grove, CA 92840
Tel: (714) 638-4946, (714) 333-8924
Email: chuakhanhhy@gmail.com
Abbot: Bhikkhu Thích Pháp Tánh

In 2003, Senior Venerable Thích Nữ Tuệ Từ established Khánh Hỷ Temple in the city of Westminster, Orange County, California. By 2008, she moved to Garden Grove, Orange County and appointed Bhikkhu Thích Pháp Tánh, her real blood brother, came from Quảng Hương Già Lam Temple in Sài Gòn and Từ Đàm Temple in Huế, to be an Abbot.

The Buddha shrine is enclosed with many respectful statues of Sakyamuni Buddha, Avalokitesvara, Ksitigarbha Bodhisattvas, Dharmapala, Paladharama, and Bodhidharma Patriarch. On the front of the temple, the Maitreya Bodhisattva is also enshrined. In the backyard, there is the marble Avalokitesvara Bodhisattva, a bonsai, a shimmering magical waterfall watering the Nine Dragons carved on a banyan tree and the Eighteen Arhat statues. The high skilled Buddhist art works are in harmony with nature which create effective calming of worshipers' minds.

The temple has scheduled its abundant activities, such as daily Pure Land scripture reciting, weekly Vietnamese language class, Eight precepts retreats and bi-weekly repentance and more. Moreover, the temple also hosts the annual big events of: the Lunar New Year, Vesak's Day, Ullambana Festival and others to serve Buddhist community.

慶喜寺

GARDEN GROVE, CALIFORNIA, USA

地址：10502 Orangewood Avenue, Garden Grove, CA 92840
Tel: (714) 638-4946, (714) 333-8924
Email: chuakhanhhy@gmail.com
住持：釋法性比丘

　　慶喜寺由釋女惠慈尼師於2003年成立。寺院座落加州橙郡威斯敏斯特市。至2008年，尼師把寺院遷到橙郡的加登格羅夫市，把住持的任務交給釋法性法師（其胞弟，在西貢廣香伽藍修院和順化慈曇寺出身）

　　佛殿佈置莊嚴，尊奉釋迦佛像，觀世音菩薩像，地藏菩薩像，護法像，焦面大士像和菩提達摩祖師像。寺院前面尊置彌勒菩薩像。寺院後面尊置花崗石雕鑿的觀世音菩薩像，假山和瀑布；特別是噴水的九龍，這是用一根古樹根雕鑿的，十八羅漢像設置在上面，維妙維肖。

　　寺院每日均舉行淨土儀式；每週組辦越語班；每月有兩期敬拜懺悔和修八關齋戒。每年的春節，佛誕，盂蘭盆節，寺院均隆重和周到地組織各種活動，迎接眾多佛子和同鄉到寺院膜拜，修學，聽說法和參加各種活動。

慶喜寺

GARDEN GROVE, CALIFORNIA, USA

住所：10502 Orangewood Avenue, Garden Grove, CA 92840
Tel：(714)638-4946, (714)333-8924
Email：chuakhanhhy@gmail.com
住職：ティック・ファップ・タイン比丘様

　　慶喜寺は2003年カリフォルニア州オレンジ郡ウェストミンスター市でティック・ヌー・トエ・トゥ尼師により建立されたベトナム仏教寺院である。2008年より同じオレンジ郡にあるガーデングローブ市へ移され、住職は創立者の実弟であるティック・ファップ・タイン師（経歴：サイゴンの「廣香伽藍修院」、そしてフエーの「慈曇寺」）となった。

　　荘厳な仏殿では釈迦仏像、観世音菩薩、地蔵菩薩像、護法菩薩像、燃面大士菩薩像および菩提達磨祖師像が祀られる。寺院の前庭に弥勒菩薩像が安置される。裏庭には、きらきらとした滝の付いている盆石や大理石の観世音菩薩立像がある。その他、裏庭に置かれる「九龍噴水」という木製作品は非常に独特であり、古樹の幹から精細に彫刻された九龍の上に十八阿羅漢諸像が配置されたという。

　　寺院では静土式（毎日）、ベトナム語教室（毎週）、懺悔礼拝と八関斎界コース（月2回）という活動が行われている。それ以外、毎年外来の仏教徒やベトナム同郷及び参拝客が修学・礼拝・聴法しに訪れるよう、寺院は華やかに旧正月・灌仏会・盂蘭盆会など伝統祭事を執り行う。

CHÙA VIỆT NAM HẢI NGOẠI - tập 2

Mặt tiền chùa
The front of the Temple
寺院正門
寺院の正面

Điện Phật
The Buddha shrine
佛殿
仏殿

Tượng Bồ tát Quán Thế Âm
The statue of Avalokitesvara Bodhisattva
觀世音菩薩像
観世音菩薩立像

Bàn thờ Hộ Pháp
The altar of Dharmapala
護法供案
護法菩薩の仏壇

Bàn thờ Tiêu Diện
The altar of Paladharama
焦面大士供案
焦面大士の仏壇

Tượng Tổ sư Bồ Đề Đạt Ma
The statue of Bodhidharma Patriarch
菩提達摩祖師像
菩提達磨立像

191

CHÙA KHÁNH HỶ

Điện Phật 佛殿
The Buddha shrine 仏殿

Hòn giả sơn
Rockery exhibit
假山
盆石

Tượng Bồ tát Di Lặc
The statue of Maitreya Bodhisattva
彌勒菩薩像
弥勒菩薩像

Tượng Thập bát A La Hán 十八阿羅漢像
The statues of Eighteen Arhats 十八阿羅漢諸像

Lễ Phật 拜佛
Paying homage at the Buddha 礼仏

Tụng kinh 誦經
Chanting 読経

CHÙA VIỆT NAM HẢI NGOẠI - tập 2

Pháp hội Dược Sư 藥師法會
Medicine Buddha Assembly 藥師法会

Hành hương 行香
Pilgrimage 巡礼の旅

193

VÕ VĂN TƯỜNG & TỪ HIẾU CÔN

CHÙA KIỀU ĐÀM

SANTA ANA, CALIFORNIA, USA

1129 South Newhope Street, Santa Ana, CA 92704
Tel: (714) 927-8484, (714) 360-4018, (714) 725-2473
Email: chuakieudam1129@yahoo.com; chuakieudamusa@gmail.com
Trụ trì: Ni sư Thích Nữ Nguyên Bổn

Chùa được Ni sư Thích Nữ Nguyên Bổn thành lập vào năm 2013 trên diện tích 1.208m² (13,000 sq.ft) thuộc thành phố Santa Ana, quận lỵ quận Orange. Chùa đã tổ chức trang nghiêm, trọng thể lễ An vị Phật vào ngày 19 tháng 6 năm 2013, được sự quang lâm chứng minh của chư Tôn đức Giáo phẩm: Hòa thượng Thích Thắng Hoan, Hòa thượng Thích Nguyên Trí, Hòa thượng Thích Nguyên Siêu …

Điện Phật được bài trí tôn nghiêm, thờ tượng đức Phật Thích Ca, Bồ tát Di Lặc, Bồ tát Quán Thế Âm, Hộ Pháp và Tiêu Diện. Chùa có bàn thờ tượng Tây Phương Tam Thánh, Tổ sư Bồ Đề Đạt Ma và bàn thờ tôn giả Sivali. Ở sân trước và sân sau, chùa tôn trí tượng Bồ tát Quán Thế Âm lộ thiên.

Chùa có lịch sinh hoạt, tu học hàng tuần, hàng tháng. Chùa tổ chức trang nghiêm, chu đáo các ngày lễ tết trong năm, đón tiếp đông đảo đồng hương, thiện nam tín nữ, Phật tử về tu học, sinh hoạt.

KIỀU ĐÀM TEMPLE

SANTA ANA, CALIFORNIA, USA

1129 South Newhope Street, Santa Ana, CA 92704
Tel: (714) 927-8484, (714) 360-4018, (714) 725-2473
Email: chuakieudam1129@yahoo.com; chuakieudamusa@gmail.com
Abbess: Senior Venerable Thích Nữ Nguyên Bổn

In 2013, Senior Venerable Thích Nữ Nguyên Bổn founded the temple on a 1.208m² (13,000 sq.ft) piece of land in the city of Santa Ana, Orange County. On 19th June 2013, the temple held the Buddha Installation Ceremony in the presence of many well-known members of the clergy of Southern California, such as Most Venerable Thích Thắng Hoan, Most Venerable Thích Nguyên Trí, Most Venerable Thích Nguyên Siêu, and many more.

The Buddha shrine is respectfully presented with many holy statues of Sakyamuni Buddha and Maitreya, Avalokitesvara Bodhisattvas, Dharmapala and Paladharama. The temple also worships the Amitabha Buddha Holy Trinity, Bodhidharma Patriarch, and Bhante Sivali. In the front and back yards, the Avalokitesvara Bodhisattvas are enshrined.

The temple activities are scheduled weekly and monthly. In addition, the temple often hosts big annual ceremonies to serve the Buddhist community on Buddhist festivals, New Year and on other special occasions.

憍曇寺

SANTA ANA, CALIFORNIA, USA

地址：1129 South Newhope Street, Santa Ana, CA 92704
Tel: (714) 927-8484, (714) 360-4018, (714) 725-2473
Email: thichnunguyenbon1963@yahoo.com
住持：釋女源本尼師

寺院由釋女源本尼師於2013年成立，面積1208平方米(13,000sq.ft)，位於聖安娜市橙郡。2013年6月19日，莊嚴和隆重舉行佛安位儀式，得到諸尊德教品：釋勝歡法師，釋源智法師，釋源超法師光臨證明。

佛殿的佈置莊嚴，尊奉釋迦佛像，彌勒菩薩像，觀世音菩薩像，護法和焦面大士像。另外還供奉西方三聖像，菩提達摩祖師像和希瓦利尊者像。在前院和後院，尊置露天的觀世音菩薩像。

在每週和每個月裡，寺院均組織佛事活動和佛法修學班。在每年的大節日，寺院組辦很多莊嚴，隆重的禮佛儀式。遠近眾多同鄉，善男信女，佛子到來修學和活動。

憍曇寺

SANTA ANA, CALIFORNIA, USA

住所：1129 South Newhope Street, Santa Ana, CA 92704
Tel：(714) 927-8484, (714) 360-4018, (714) 725-2473
Email: chuakieudam1129@yahoo.com; chuakieudamusa@gmail.com
住職：ティック・ヌー・グエン・ボン尼師さま

憍曇寺はカリフォルニア州オレンジ郡サンタアナ市に所在し、面積約1208m²のあるお寺であり、2013年にティック・ヌー・グエン・ボン尼師さまにより建立された。2013年6月19日、ティック・タン・ホアン和尚様やティック・グエン・チー和尚様及びティック・グエン・シエウ和尚様等の諸高僧のご出席のうえ、寺院は仏像安置式を厳かに開催した。

荘厳された仏殿は釈迦仏、弥勒菩薩、観世音菩薩、護法菩薩および燃面大士を祀る。ご金堂に西方三聖や達磨菩提祖師とシバリ尊者の仏壇もある。寺院の前庭と裏庭両方共聖観世音菩薩立像が安置してある。

寺院の活動は毎週、毎月定例的に行われる。毎年一年の伝統祭日を機に、祭式を厳かに執り行い、仏法修学や参拝しに訪れる多くの善男信女や礼拝客および仏教徒を歓迎する。

CHÙA VIỆT NAM HẢI NGOẠI - tập 2

Điện Phật
The Buddha shrine
佛殿
仏殿

Bàn thờ Tây Phương Tam Thánh
The altar of the Amitabha Buddha Holy Trinity
西方三聖供案
西方三聖を祀る壇

Tủ kinh
The cabinet of scriptures
經書櫃
お経が納められた棚

Tượng Tổ sư Bồ Đề Đạt Ma
The statue of Bodhidharma Patriarch
菩提達摩祖師像
菩提達磨立像

Bàn thờ Tôn giả Sivali
The altar of Reverend Sivali
希瓦利尊者供案
シバリ尊者の仏壇

197

CHÙA KIỀU ĐÀM

Lễ An vị Phật (2013)
The Buddha installation ceremony (2013)

佛安位儀式（2013）
開眼法要（2013）

CHÙA VIỆT NAM HẢI NGOẠI - tập 2

Đại lễ Phật Đản (2014)
Vesak's Day (2014)
佛誕大典（2014）
灌仏会（2014）

CHÙA KIM LINH

SACRAMENTO, CALIFORNIA, USA

6827 Savings Place, Sacramento, CA 95828

Tel: (916) 236-8281

Email: niemphat1949@yahoo.com

Trụ trì: Tỳ kheo Thích Tâm Chỉnh

Vào năm 1982, thầy Thích Tâm Chỉnh thành lập Hồng Bàng đạo viện và Sòng Sơn linh từ tại đường số 10 thành phố Sacramento. Năm 2012, thầy dời đền thờ về địa điểm hiện nay và thành lập chùa Kim Linh trên diện tích khoảng 4.000m² (1ac). Ngôi chánh điện mang nét kiến trúc cổ Á Đông với mái chồng diêm và trang trí tứ linh ở nóc và mái chùa.

Điện Phật được bài trí tôn nghiêm, tráng lệ với các tượng thờ, bao lam, liễn đối thếp vàng rực rỡ.

Hương án giữa an vị tượng Tam Thế Phật, đức Phật A Di Đà và Bồ tát Quán Thế Âm. Bàn thờ phía sau và hai bên thờ Thánh Mẫu và Tứ Phủ Công Đồng. Sân trước chùa tôn trí tượng đài Bồ tát Quán Thế Âm. Chùa có bộ đồ thờ bằng sứ cổ và quý gồm: đỉnh, chum, ché, lọ và thống; cùng với những đồ thờ và bàn ghế xưa bằng đồng, bằng gỗ.

Chùa có lịch tụng niệm, tu học, giảng pháp, sinh hoạt Gia đình Phật tử và lớp tiếng Việt hàng tuần. Hàng tháng có lễ Tụng giới, lễ thọ Bát quan trai giới, ngày tu Tịnh nghiệp, khóa lễ Sám hối, lễ Bố tát dành cho Phật tử tại gia. Vào các ngày lễ tết hàng năm: Tết Nguyên Đán, Rằm tháng Giêng, Đại lễ Phật Đản, lễ Vu Lan và các ngày vía chư Phật, chư Bồ tát, chùa tổ chức trang nghiêm, chu đáo đón tiếp đông đảo Phật tử gần xa về lễ bái, tu học, sinh hoạt.

KIM LINH TEMPLE
SACRAMENTO, CALIFORNIA, USA

6827 Savings Place, Sacramento, CA 95828
Tel: (916) 236-8281
Email: niemphat1949@yahoo.com
Abbot: Bhikkhu Thích Tâm Chỉnh

In 1982, Bhikkhu Thích Tâm Chỉnh established Hồng Bàng and Sòng Sơn Monastery at 10 Street in Sacramento. In 2012, he moved to the current 4,000m^2 (1 acre) lot and built the Kim Linh Temple. In architectural style, it has one of a variety of forms. The beautiful oriental roof, upturned eaves and four sacred animals on the roof as well as corners create the religious sense of an ancient pagoda.

The main hall is respectfully formed with the bright yellow couplet and the tranquil statues of The Buddhas of The Three Times, Amitabha Buddha and Avalokitesvara Bodhisattva. On the both sides and behind the hall, the Female Angel and the Four Holy Judges are enshrined. In the front yard, there is a statue of Avalokitesvara Bodhisattva. The temple possesses valuable porcelain and bronze items of worship (cup, pot, jar, vase and others) and ancient wooden furniture (tables, chairs, and bench).

The temple has scheduled weekly and monthly activities for Buddhist practice, such as chanting, studying and teaching Dharma. There are weekly Vietnamese language classes, monthly precept reciting, Eight precepts ordination, retreats, confession and Uposatha ceremonies for Buddhist followers. At the annual festivals, such as Lunar New Year, Full Moon in the 1st lunar month, Vesak's Day, Ullambana Festival and Buddha and Bodhisattva Days, the temple organizes and welcomes many Buddhist devotees from near and far who come to attend and worship.

金靈寺

SACRAMENTO, CALIFORNIA, USA

地址：6827 Savings Place, Sacramento, CA 95828
Tel: (916) 236-8281
Email: niemphat1949@yahoo.com
住持：釋心整法師

　　1982年，釋心整法師在沙加緬度市10號街成立鴻龐道院和沈山靈寺。2012年，法師把寺院搬遷到目前的地址，並成立金靈寺，面積大約4.000平方米（1英畝）。正殿具有東亞古式建築風格，有雙重屋簷，屋簷頂部和屋簷四角裝飾了四靈雕塑。

　　佛殿的佈置莊嚴，宏偉。各座供案有欄杆，對聯，並且油朱貼金，輝煌非常。中間香案尊置三世佛，阿彌陀佛像和觀世音菩薩像。供案後面和兩旁尊奉聖母和四府。寺院前面尊置觀世音菩薩像台。寺院有一套古老和珍貴的供拜器皿，包括：鼎、酒杯、大瓶、小瓶和甕；還有很多用銅和木製的供拜用具和桌椅。

　　每週內，寺院均舉行誦念，修學，講法，佛子家庭活動和越語班。每個月有誦戒，受八關齋戒，淨業修日，誦戒懺悔，為在家佛子舉行菩薩戒。在每年的春節，上元節，佛誕大典，盂蘭盆節和諸佛誕，諸菩薩誕，寺院都會莊嚴和周到地組辦各種佛事活動，到來參拜，修學和參加各種活動的佛子甚眾。

金靈寺

SACRAMENTO, CALIFORNIA, USA

住所：6827 Savings Place, Sacramento, CA 95828
Tel：(916)236-8281
Email：niemphat1949@yahoo.com
住職：ティック・タム・チイン比丘様

　　1982年、ティック・タム・チイン様はカリフォルニア州北部サクラメント郡サクラメント市10番通りに「ホン・バーン道院」と「ソーン・サン・リン・トゥ」を建立した。2012年から面積約4.000m2がある現在の敷地に移動し、「金靈寺」を建立したという。正殿は二重屋根というベトナム建築スタイルを持ち、屋根と天井の上に四靈獣が飾られておる。金靈寺の金堂仏殿は立派な金めっきした仏像・仏壇・仏具で華やかに飾られておる。ご本尊は三世佛像・阿弥陀仏・観世音菩薩像である。仏殿の裏の仏壇は聖母および共同四府を祀る。前庭には観世音菩薩立像が安置される。その他に、貴重な古い陶器の仏具や銅製の仏具・テーブルチェアセットなどもある。

　　金靈寺の活動といえば、修学・念経・説法・仏教徒家庭の生活・ベトナム語講座などあり、毎週開催される。毎月、当寺で在修の仏教徒たち向けの誦戒式・八関斎戒儀式・静業修式・懺悔・布薩会などがある。毎年、一年の伝統祭日：お正月・灌仏会・盂蘭盆会・諸佛諸菩薩の懺法等のとき、外来の仏教徒を迎え、祭式を厳かに、かつ周到に

　　執り行う。

CHÙA VIỆT NAM HẢI NGOẠI - tập 2

Mặt tiền chùa
The front of the Temple
寺院正門
寺院の正面

Đại hồng chung
The great bell
大洪鐘
梵鐘

Tượng Bồ tát Quán Thế Âm lộ thiên
The statue of Avalokitesvara Bodhisattva
露天觀世音菩薩像
露天の観世音菩薩立像

Bộ đồ thờ bằng sứ
The porcelain worship items
瓷製的供拜器皿
陶器の仏具

CHÙA KIM LINH

Điện Phật
The Buddha shrine
佛殿
仏殿

Tượng đức Phật A Di Đà
The statue of Amitabha Buddha
阿彌陀佛像
阿弥陀仏像

Bàn thờ Tổ
The altar of Patriarchs
祖師供案
祖霊舎

CHÙA VIỆT NAM HẢI NGOẠI - tập 2

Ban thờ Thánh Mẫu   聖母供案
The altar of Female Angel   聖母の仏壇

Lễ Vu Lan   盂蘭盆節
Ullambana Festival   盂蘭盆会

Ban thờ Tứ Phủ Công Đồng
The Four Holy Judges
四府供案和九龍鼎
共同四府と九龍鼎の仏壇

Bộ bàn ghế Bát Tiên Quá Hải   雕出八仙過海圖像的桌椅
Bát Tiên Quá Hải Furniture   「過海八仙」ダイニングセット

205

CHÙA LINH QUANG

HAWTHORNE, CALIFORNIA, USA

3224 W 135 Street, Hawthorne, CA 90250

Tel: (310) 381-9190

Email: thichhuongniem@yahoo.com
Facebook: chualinhquang135@gmail.com

Trụ trì: Tỳ kheo Thích Hương Niệm

Chùa được Tỳ kheo Thích Hương Niệm thành lập vào tháng 9 năm 2011 tại thành phố Hawthorne, cách thành phố Los Angeles 15 dặm. Lễ An vị Phật được chùa tổ chức trang nghiêm, trọng thể vào ngày 30 tháng 11 năm 2011.

Điện Phật được bài trí trang nghiêm. Hương án giữa thờ tượng đức Phật Thích Ca và tượng Tây Phương Tam Thánh. Án hai bên thờ Bồ tát Quán Thế Âm và Bồ tát Địa Tạng. Hai án phía trước thờ tượng Hộ Pháp và

Tiêu Diện.

Chùa có lịch tu học, sinh hoạt hàng tuần, hàng tháng. Chùa có Đạo tràng Bát quan trai và hai lớp Việt ngữ. Hằng năm, chùa tổ chức hai chuyến hành hương cho các Phật tử tham quan các Phật tích và danh lam thắng cảnh tại Hoa Kỳ. Các ngày lễ, tết trong năm như: Tết Nguyên Đán, lễ Phật Đản, lễ Vu Lan, khóa tu học Phật pháp ... đều được chùa tổ chức chu đáo cho đông đảo Phật tử, đồng hương xa gần về tham dự.

LINH QUANG TEMPLE

HAWTHORNE, CALIFORNIA, USA

3224 W 135 Street, Hawthorne, CA 90250
Tel: (310) 381-9190
Email: thichhuongniem@yahoo.com
Facebook: chualinhquang135@gmail.com
Abbot: Bhikkhu Thích Hương Niệm

In September 2011, Bhikkhu Thích Hương Niệm established the temple in the city of Hawthorne which is far 15 miles from Los Angeles city. The Buddha setting ceremony was greatly held on 30 November 2011.

The Buddha shrine is respectfully formed. At the center of the altar, there are the elegant statues of Shakyamuni Buddha and Three Honored Buddhas of the West. At both sides, the tranquil statues of Avalokitesvara Bodhisattva Ksitigarbha Bodhisattva are worshipped.

At two front altars, there are the imposing statues of Dharmapala and Paladharama.

The temple has scheduled its activities weekly and monthly for Buddhist devotees. For example, the Eight Precept Retreats and Vietnamese language classes are often organized. Every year, there are two pilgrimage tours for Buddhists to visit the Buddhist holy places and the famous sceneries in the United States. On the big occasions of New Year, Full moon, Vesak, Ullambana, Retreat, and so on, it hosts well to serve for community.

靈光寺

HAWTHORNE, CALIFORNIA, USA

地址：3224 W 135 Street, Hawthorne, CA 90250
Tel: (310) 381-9190
Email: thichhuongniem@yahoo.com
Facebook: chualinhquang135@gmail.com
住持：釋香念法師

寺院由釋香念法師於2011年9月成立，地址在加利福尼亞州霍桑市，距離洛杉磯市15公里。

2011年11月30日，寺院莊嚴和隆重地舉行佛安位儀式。

佛殿的佈置莊嚴。中間香案尊奉釋迦佛像和西方三聖像。香案兩旁尊奉觀世音菩薩像和地藏菩薩像。前面的香案尊奉護法和焦面大士像。

寺院每月、每週有舉辦佛法修學活動。寺院設有八關齋道場和兩個越語班，寺院為佛子們組織兩次行香，到美國參觀佛跡和名藍勝景。在年內的大節日，如春節、佛誕、盂蘭節、佛法修學課等等，寺院均周到地組辦各種活動，讓遠近的佛子和同鄉到來參加。

霊光寺

HAWTHORNE, CALIFORNIA, USA

住所：3224 W 135 Street, Hawthorne, CA 90250
Tel:(310) 381-9190
Email: thichhuongniem@yahoo.com
Facebook: chualinhquang135@gmail.com
住職：ティック・フオーン・ニエム比丘

霊光寺はアメリカ合衆国カリフォルニア州 ロサンゼルス郡南西部のハーソーン市に位置するベトナム仏教寺院。2011年9月、ティック・フオーン・ニエム比丘が霊光寺を創立し、同年11月30日に本尊の安置式を厳かに執り行った。

荘厳な仏殿に釈迦仏像・西方三聖像が本尊とされている。その両側には観音菩薩像及び地蔵菩薩像の仏壇である。護法菩薩像及び燃面大士菩薩像の仏壇は本尊の前にある。

霊光寺の修行活動については、毎週あるいは毎月開催される修学コースの他に、「八関斎戒道場」及び「ベトナム語教室」がある。また、毎年アメリカの観光地や仏跡への巡礼を2回行なう。ベトナムの旧正月・灌仏会・盂蘭盆会・仏法修行日等の年中行事の際に、霊光寺は周到に祭式を執り行い、他方から訪れる仏教徒や同郷を多数歓迎する。

Điện Phật
The Buddha shrine

佛殿
仏殿

Bàn thờ Bồ tát Quán Thế Âm
The altar of Avalokitesvara Bodhisattva

觀世音菩薩像供案
観世音菩薩の仏壇

Bàn thờ Bồ tát Địa Tạng
The altar of Ksitigarbha Bodhisattva
地藏菩薩供案
地蔵菩薩の仏壇

Bàn thờ Hộ Pháp
The altar of Dharmapala
護法供案
護法菩薩の仏壇

Bàn thờ Tiêu Diện
The altar of Paladharma
焦面大士供案
焦面大士の仏壇

Bàn thờ chư Tổ và chư hương linh
The altar of Patriarchs and the Deceased
諸祖和諸香靈供案
祖霊壇

CHÙA LINH QUANG

Giảng pháp, tụng kinh 講法, 誦經
Dharma talk, chanting 説法, 念経

CHÙA VIỆT NAM HẢI NGOẠI - tập 2

Du lịch hành hương
The pilgrimage tour

行香旅遊
巡礼

VÕ VĂN TƯỜNG & TỪ HIẾU CÔN

VIỆN TRUYỀN THỐNG MINH ĐĂNG QUANG

WESTMINSTER, CALIFORNIA, USA

8752 Westminster Blvd, Westminster, CA 92683
Tel: (714) 895-1218, (714) 360-3999, Fax: (714) 895-7839
Email: todinhminhdangquang06@yahoo.com
Sáng lập: Hòa thượng Pháp chủ Thích Giác Nhiên
Trụ trì: Ni sư Thích Nữ Tường Liên

Trưởng lão Hòa thượng Thích Giác Nhiên đến Hoa Kỳ năm 1978, đã tạo mãi căn nhà số 8752 Westminster Blvd có diện tích 4.047m² (1ac) ở trung tâm quận hạt Orange, tiểu bang California, nơi có đông đảo người Mỹ gốc Việt sinh sống, thành lập Viện Truyền thống Minh Đăng Quang. Tại đây, năm 1980, Hòa thượng thành lập Giáo hội Phật giáo Tăng già Khất sĩ Thế giới. Từ đây, các tịnh xá Khất sĩ được thành lập và phát triển ở khắp các tiểu bang của Hoa Kỳ và nhiều quốc gia trên thế giới. Hòa thượng đã viên tịch vào ngày 03 tháng 8 năm 2015, trụ thế 93 năm, hạ lạp 60 năm.

Minh Đăng Quang là vị Tổ sư khai sáng đạo Phật Khất sĩ Việt Nam, thế danh Nguyễn Thành Đạt, sinh năm 1923 tại Vĩnh Long. Ngài chứng ngộ lý pháp nhiệm mầu năm 1945, sau đó đi thuyết pháp và truyền đạo. Ngài phát nguyện *"Nối truyền Thích Ca chánh pháp"*, noi gương chư Phật, chư Tăng xưa, sống đời phạm hạnh giải thoát. Ngài đã thọ nạn và vắng bóng vào năm 1954.

Điện Phật được bài trí tôn nghiêm, thờ các tượng: đức Phật Thích Ca thiền định, đức Phật nhập Niết Bàn, đức Phật A Di Đà, Bồ tát Quán Thế Âm. Viện có bàn thờ đức Tổ sư Minh Đăng Quang và bộ kinh *"Chơn Lý"*. Ở sân trước, viện tôn trí tượng Thích Ca sơ sinh và tượng Bồ tát Quán Thế Âm lộ thiên.

Viện đã in ấn và phát hành hàng vạn băng, đĩa các bài giảng của Hòa thượng Viện chủ và sổ tay lịch âm dương đối chiếu (có danh sách chùa Việt Nam hải ngoại) nhiều năm qua. Vào các ngày: Tết Nguyên Đán, Đại lễ Phật Đản, Rằm tháng 1, Rằm tháng 7, Rằm tháng 10 và lễ kỷ niệm đức Tổ sư vắng bóng hàng năm, viện tổ chức trang nghiêm, chu đáo đón tiếp đông đảo Tăng, Ni, thiện nam, tín nữ, Phật tử đến lễ bái, tu học, sinh hoạt.

MINH ĐĂNG QUANG MONASTERY
WESTMINSTER, CALIFORNIA, USA

8752 Westminster Blvd, Westminster, CA 92683
Tel: (714) 895-1218, (714) 360-3999, Fax: (714) 895-7839
Email: todinhminhdangquang06@yahoo.com
Founder: Most Venerable Thích Giác Nhiên
Abbess: Senior Venerable Thích Nữ Tường Liên

In 1978, Most Venerable Thích Giác Nhiên who came to the United States purchased a house on the $4.047m^2$ (1 acre) lot at 8752 Westminster Blvd in Orange County, California, the central of Vietnamese American community. He transferred the house into a religious place and named it Minh Đăng Quang Monastery. In 1980, he founded the World Buddhist Mendicant Sangha Council. From that, many other Mendicant Monasteries are established and developed in every state of the United States as well as other countries around the world. On August 3, 2015, he passed away at the 93 years old in life and 60 years old in the Buddhist precepts.

In 1923, Minh Đăng Quang was born in Vĩnh Long with his world name, Nguyễn Thành Đạt. In 1945, he enlightened the wonder of Dharma and became the first patriarch to establish the Vietnamese Mendicant Buddhist Sangha. He started to spread Mendicant Buddhism by giving Buddhist lectures at here and there. He vows to "succeed Sakyamuni Dharma lineage", follow the ways of Buddha and Buddhist monks to lead a virtuous life. In 1954, he met an accident and passed away.

The Buddha shrine is respectfully presented with the worship of Sakyamuni Buddha, Buddha's Maha Parinirvana, Amitabha Buddha, and Avalokitesvara Bodhisattva. There is the altar of Minh Đăng Quang patriarch and the scripture *"Chơn Lý"* (Truth). In front yard, the Buddha's Birth and Avalokitesvara Bodhisattva statues are enshrined.

In many years, the monastery has published and released thousands of tapes and disks on Most Venerable Thích Giác Nhiên's lectures and small calendar booklets (with the list of oversea Vietnamese Temples). On the Days of Lunar New Year, Vesak's Day, the full moons of the 1st, 7th and 10th lunar months, and the Late Most Venerable Minh Đăng Quang's passing Anniversary, hundreds of monks, nuns, and Buddhist followers from near and far come to worship and practice.

明燈光傳統院

WESTMINSTER, CALIFORNIA, USA

地址：8752 Westminster Blvd, Westminster, CA 92683
Tel: (714) 895-1218, (714) 360-3999, Fax: (714) 895-7839
Email: todinhminhdangquang06@yahoo.com
創立：釋覺然長老法師，住持：釋女祥蓮尼師

釋覺然長老法師於1978年到達美國，在聚居眾多越裔美國人的加州橙郡中心區購買了Westminster Blvd 8752號房屋，面積4,047平方米（1英畝），成立明燈光傳統院。1980年，法師在此成立世界乞士僧伽佛教教會。從此，乞士精舍在美國各州和全世界很多國家成立和發展。法師於2015年8月03日圓寂，住世93年，夏臘60年。

明燈光是越南乞士佛教始創祖師，俗名阮成達，1923年在永隆出生。1945年，祖師證悟佛法的不可思議，後來到各處說法和傳道。祖師發願"承傳釋迦正法"，以諸佛，諸僧為榜樣，過著修梵行得解脫的生活。祖師於1954年雲遊方外沒有影踪。

佛殿的佈置莊嚴，尊奉：釋迦佛禪定像，佛入涅槃像，阿彌陀佛像，觀世音菩薩像，院內設有明燈光祖師供案和"真理"經。在前院，尊置露天的釋迦佛初生像和觀世音菩薩像。

多年來，該院已經印刷和發行上萬卷由院主法師演講的錄音帶和光盤；陰陽曆對照手冊（有海外越南寺名冊）。在春節，佛誕大典，上元節，中元節，下元節和每年祖師失踪紀念日，傳統院莊嚴和周到地組辦各種佛事活動，迎接眾多僧，尼，善男信女和佛子到來膜拜，修學和活動。

明灯光伝統院

WESTMINSTER, CALIFORNIA, USA

住所：8752 Westminster Blvd, Westminster, CA 92683
Tel：714)895-1218, (714)360-3999, Fax：(714)895-7839
Email：todinhminhdangquang06@yahoo.com
創立者：ティック・ジャック・ニエン和尚法主
住職：ティック・ヌー・トゥーン・リエン尼師

ティック・ジャック・ニエン和尚は1978年から渡米し、カリフォルニア州オレンジ郡ウェストミンスター市に位置する、8752 Westminster Blvd住所の家を改造し、この明灯光伝統院を建立した。また、ここで1980年「世界老僧乞士仏教教会」をも創立した。その契機で乞士の精舎はアメリカ各州にどんどん建立され、世界中に広がったという。彼は2015年8月3日に世壽61歳、法臘46歳で寂した。

明灯光様は、本名：グエン・タン・ダット、1923年ヴィン・ロン省で生まれ、ベトナム乞士派仏教の創立者である。1945年奇妙な理法を証悟し、説法や伝道をし始め、その後、釈迦が説いた正法を継続すると発願し、昔の諸仏・諸僧を見習い、平凡、かつ解脱へ導く生活を過ごした。1954年、明灯光祖師様は入寂されたという。

荘厳な仏殿は、禅定釈迦仏像・涅槃仏像・阿弥陀仏像・観世音菩薩を本尊として祀る。また、明灯光祖師の仏壇と祖師の「真理部経」もある。寺院の前庭には誕生釈迦像と聖観世音菩薩立像が安置されておる。

ここ数年間、寺院は院主様の説法を録音し、そのレコードと新暦旧暦対称手帳（海外のベトナム仏教寺院のリスト付け）と共に数万部も発行させ、販売していた。毎年の旧正月、灌仏会、一月の満月、七月の満月、十月の満月及び明灯光祖師の入寂記念日を機に、寺院は多くの僧、尼僧、仏教徒、善男信女をお迎えし、修学活動や参拝儀式などを厳かに執り行う。

Tượng Bồ tát Quán Thế Âm
The statue of Avalokitesvara Bodhisattva
觀世音菩薩像
観世音菩薩立像

Mặt tiền viện truyền thống
The front of the Monastery
傳統院正門
伝統院の正面

VIỆN TRUYỀN THỐNG MINH ĐĂNG QUANG

Điện Phật
The Buddha shrine
佛殿
仏殿

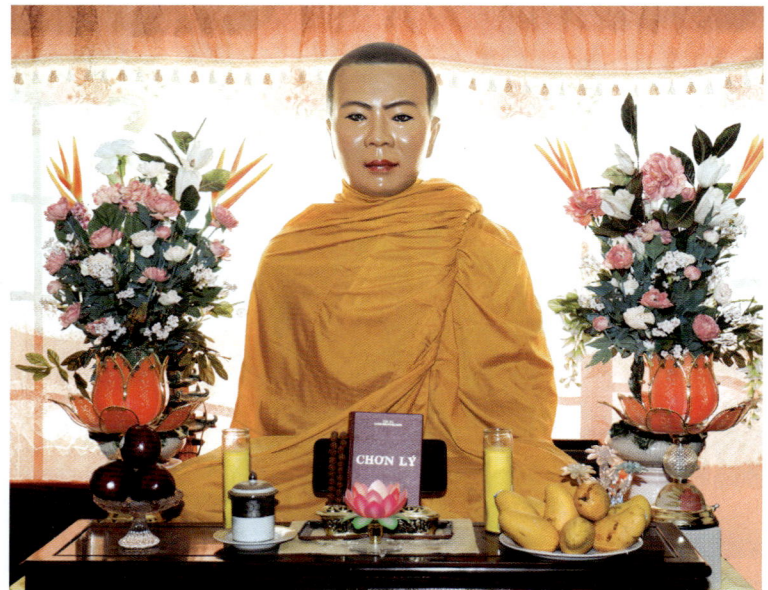

Bàn thờ Tổ sư Minh Đăng Quang　　明燈光祖師供案
The altar of the Minh Đăng Quang Patriarch　　明灯光祖師の祭壇

Bàn thờ Địa Tạng và chư hương linh
The altar of Ksitigarbha Bodhisattva and the Deceased
地藏供案和諸香靈供案
地藏菩薩及び諸祖霊の仏壇

Lễ Vu Lan tại Tịnh xá Trung Tâm, Việt Nam (08-8-2006)
The Ullambana Festival at Trung Tâm Monastery, Việt Nam (August 8, 2006)
越南中心精舍盂蘭節 (08-8-2006)
中心精舎（ベトナム）での盂蘭盆会　　（2006.08.08）

VIỆN TRUYỀN THỐNG MINH ĐĂNG QUANG

Lễ thọ giới Tỳ kheo Ni Sư cô Thích Nữ Ngọc Liên (5-2015)
The Bhikkhuni ordination ceremony for Reverend Thích Nữ Ngọc Liên (May 2015)
釋女玉蓮尼姑受比丘尼戒儀式 (5-2015)
ティック・ヌー・ゴック・リエン尼の比丘尼受戒式 (2015.05)

218

Lễ tang cố Hòa thượng Pháp chủ Thích Giác Nhiên (10-8-2015)
The funeral ceremony of Most Venerable Thích Giác Nhiên (August 10, 2015)
釋覺然故長老法師喪禮 (10-8-2015)
ティック・ジャック・ニエン故和尚の葬式　(2015.08.10)

TỊNH XÁ NGỌC HÒA

SAN JOSE, CALIFORNIA, USA

766 S. Second Street, San Jose, CA 95112
2054 Old Piedmont Road, San Jose, CA 95132
Tel: (408) 295-2436 hoặc (408) 507-2363
Email: ngochoatemple@gmail.com, Website: www.buddhayana.us
Trụ trì: Ni sư Thích Nữ Tiến Liên

Tịnh xá được Ni sư Thích Nữ Tiến Liên thành lập tại trung tâm thành phố San Jose vào năm 2009 trên mảnh đất diện tích 1.400m² (15,000sq.ft). Năm 2011, Ni sư trụ trì tạo mãi thêm mảnh đất rộng 17ha (42ac) ở đường Old Piedmont, thành phố San Jose để thành lập cơ sở 2 của Tịnh xá. Đây sẽ là tòa phạm vũ trang nghiêm, tú lệ trong không gian rộng lớn trải dài từ đỉnh xuống chân

một ngọn núi ở Đông Bắc thành phố.

Điện Phật được bài trí tôn nghiêm, thờ tượng đức Phật Thích Ca, Bồ tát Quán Thế Âm và tượng Tây Phương Tam Thánh.

Tịnh xá có lịch sinh hoạt, tu học hàng tuần, hàng tháng, hàng năm và các pháp sự từ thiện xã hội: phát gạo cho các gia đình nghèo tại Việt Nam; đóng góp chương trình học bổng "Ni trưởng Huỳnh Liên". Gia đình Phật tử khoảng 100 huynh trưởng và đoàn sinh sinh hoạt vào mỗi chủ nhật.

Tịnh xá có tiểu cảnh xanh đẹp với nhiều hoa kiểng, non bộ ở mặt tiền. Các ngày lễ tết truyền thống, Tịnh xá đón tiếp đông đảo Phật tử xa gần về lễ bái, sinh hoạt. Đặc biệt năm 2010, một Lễ hội cung nghinh Phật Ngọc Hòa bình Thế giới được Tịnh xá đứng ra bảo trợ thành công với chương trình tu học sáu thời mỗi ngày, 20 chiếc xe hoa diễu hành và gần 200.000 lượt người tham dự. Năm 2014, một lần nữa, Tịnh xá tổ chức thành công Lễ hội cung nghinh Phật Ngọc Hòa Bình Thế giới suốt 49 ngày, từ ngày 13 tháng 11 năm 2014 đến ngày 04 tháng 01 năm 2015 tại Santa Clara County Fairground, thành phố San Jose với nhiều nội dung: tụng kinh, thiền tọa, giảng pháp, quán đảnh, trai đàn chẩn tế; lễ truyền tam quy ngũ giới, thập thiện giới, Bồ tát giới; lễ hoa đăng, văn nghệ cúng dường v.v...

NGỌC HÒA MONASTERY
SAN JOSE, CALIFORNIA, USA

766 S. Second Street, San Jose, CA 95112
2054 Old Piedmont Road, San Jose, CA 95132
Tel: (408) 295-2436 hoặc (408) 507-2363
Email: ngochoatemple@gmail.com, Website: www.buddhayana.us
Abbess: Senior Venerable Thích Nữ Tiến Liên

In 2009, Senior Venerable Thích Nữ Tiến Liên founded Ngọc Hòa Monastery on a 1.400m² (15,000sq. ft) area in downtown San Jose. In 2011, she purchased a large 17 hectare (42 acre) piece of land in Old Piedmont Road, San Jose to establish the second branch of the temple. This will be a magnificent monastery in the vast space stretching from the top to the foot of a mountain, north east of the city.

The Buddha shrine is respectfully presented for worship of Sakyamuni Buddha, Avalokitesvara Bodhisattva and the Amitabha Buddha Holy Trinity. The temple has its weekly, monthly and yearly practice sessions and the charitable programs, such as distributing rice for poor families in Vietnam and the scholarship program of "Ni trưởng Huỳnh Liên" (Late Most Venerable Bhikkhuni Huỳnh Liên). Every Sunday, there is the activity for 100 younger Buddhists in the Buddhist Youth Association.

The monastery has a beautiful landscape garden with colorful flowers and rockery in the front. The traditional ceremonies, a large number of Buddhist followers from near and far come to worship and perform the rituals. Especially in 2010, the monastery hosted a great festival for the Jade Buddha for Universal Peace, with a six day retreat program. There were 20 parade flower vehicles and almost 200,000 attendees. In 2014, once again, the Jade Buddha for Universal Peace was organized in 49 days, from November 13, 2014 to January 4th 2015 at 1st Santa Clara County Fairground, San Jose, with many rich contents, such as chanting, meditation, teaching, empowerment, requiem; the ceremonies of Taking Refuge, Five precepts, Ten precepts, Bodhisattva precepts, flower festival, cultural programs and more.

玉和精舍

SAN JOSE, CALIFORNIA, USA

地址：766 S. Second Street, San Jose, CA 95112
2054 Old Piedmont Road, San Jose, CA 95132
Tel: (408) 295-2436 hoặc (408) 507-2363
Email: ngochoatemple@gmail.com * Website: www.buddhayana.us
住持： 釋女進蓮尼師

釋女進蓮尼師於2009年在聖荷西市中心成立玉和精舍，面積1.400平方米（15,000 英尺）。2011年，尼師在聖荷西市的奧德皮德蒙特街購買面積17公頃（42英畝）的土地建立精舍的第二分舍。這將是座落聖荷西市東北面一座山上的莊嚴、秀麗的梵宇。精舍的範圍是從山頂到山下，面積寬敞，空氣清新，環境優美。

佛殿的佈置莊嚴，尊奉釋迦佛像，觀世音菩薩像和西方三聖像。

精舍在每週，每個月和每年均組辦很多佛法修學活動和工作社會慈善活動：向越南的貧困家庭賑濟米糧；給"黃連尼長"助學金捐款。精舍的房子家庭有大約100 兄長和團生在每週的週日組辦各種活動。

精舍正門設置很多盆景、假山等等綠化小景。在傳統的春節裡，精舍迎接遠近的眾多佛子來供拜和參加各種活動。特別在2010年，玉和精舍成功組辦恭迎世界和平玉佛的盛會。包括每日多場誦念，20輛花車遊行和將近2萬人次參加。2014年，精舍再次成功組辦恭迎世界和平玉佛的盛會，從2014年11月13日至2015年01月04日，為期49天，在聖荷西市聖克拉拉縣展覽中心舉行，內容豐富，包括：誦經、禪坐、講法、灌頂儀式，齋壇賑濟；傳授三皈五戒，十善戒、菩薩戒；花燈會，文藝節目等等。

玉和精舍

SAN JOSE, CALIFORNIA, USA

住所：① 766 S. Second Street, San Jose, CA 95112
② 2054 Old Piedmont Road, San Jose, CA 95132
Tel：(408)295-2436, (408)507-2363
Email：ngochoatemple@gmail.com, Website：www.buddhayana.us
住職：ティック・ヌー・ティエン・リエン尼師さま

玉和精舎は2009年サンノゼ市中心地に位置する面積1400㎡の敷地に建造されたお寺である。2011年、建立者であるティック・ヌー・ティエン・リエン住職様は同市のオールド・ピエモント・ロード（通り）にある面積17ヘクタールの土地を購入し、精舎の第2施設を建立した。この新施設はサンノゼ市東北地域にある山の山頂からふもとまでの広大な寺域を有し、立派な伽藍である。

荘厳な仏殿は釈迦仏像・観世音菩薩像・西方三聖を祀る。

玉和精舎は毎週、毎月、毎年定例的に修学活動と社会慈善の法事を行っておる。たとえば、ベトナムでは貧困世代へのお米配りのボランティアや「フイン・リエン尼長奨学金」などがある。そのほか、毎週日曜に活動する100人位の「仏教徒家庭」もある。

玉和精舎の庭園は仏教風の配置と共に緑や盆栽盆石が多く綺麗である。一年の伝統祭日のとき、いつも大勢の礼拝客を歓迎しておる。特に、2010年玉和精舎が後援した「世界平和のための大翡翠仏招聘大式典」は、一日6時間の修学コースや祭式に20台の「花車」パレードが好評される、参加者が20万人にも上るなど、大成功であったという。さらに、2014年、玉和精舎はもう一回「世界平和のための大翡翠仏招聘大式典」を2014年11月13日から2015年1月4日まで49日間サンノゼ市のサンタクララ・カウンティー・フェアグラウンズで様々な内容で（念経、座禅、説法、鎮魂祭；授菩薩戒・伝三皈五戒・十善戒の式典；花灯会、文芸会…等）執り行ったという。

CHÙA VIỆT NAM HẢI NGOẠI - tập 2

Điện Phật
The Buddha shrine

佛殿
仏殿

Mặt tiền tịnh xá
The front of the Monastery
精舍正門
精舎の正面

Bản vẽ tịnh xá ở cơ sở 2
The Master plan of the Second Monastery

精舍第二分舍藍圖
精舎の第2施設の建築図面

Bàn thờ Tổ sư Minh Đăng Quang
The altar of the Minh Đăng Quang Patriarch
明燈光祖師供案
明灯光祖師の仏壇

223

TỊNH XÁ NGỌC HÒA

Đại lễ Phật Đản
Vesak's Day

佛誕大典
灌仏会

Lễ cung nghinh Phật Ngọc Hòa bình Thế giới
The Festival for the Jade Buddha for Universal Peace
恭迎世界和平玉佛的儀式。
世界平和のための大翡翠仏招聘式典

Lễ cung nghinh Phật Ngọc Hòa bình Thế giới
The Festival for the Jade Buddha for Universal Peace
恭迎世界和平玉佛的儀式。
世界平和のための大翡翠仏招聘式典

Gia đình Phật tử   佛子家庭
Buddhist groups   佛子ファミリー

PHÁP DUYÊN TỊNH XÁ

FRESNO, CALIFORNIA, USA

1760 W. Jensen Avenue, Fresno, CA 93706
Tel: (559) 497-5695, (408) 896-8198
Email: htgiacluong@yahoo.com
Website: www.worlditinerantmonk.org
Viện chủ: Hòa thượng Thích Giác Lượng

Pháp Duyên tịnh xá được Hòa thượng Thích Giác Lượng thành lập tại thành phố San Jose, miền Bắc California vào năm 1982. Ban đầu, tịnh xá tọa lạc trên đường Futama, và dời đi mấy nơi. Năm 1993, tịnh xá chuyển về số 766 đường số 2, phát triển các hoạt động tu học và hoằng pháp. Đến năm 2009, Hòa thượng dời tịnh xá về thành phố Fresno, miền Trung California, tọa

lạc trên một khu đất rộng khoảng 8ha (20ac) với dự án xây dựng một Trung tâm Phật giáo có tầm cỡ quốc tế để hoằng pháp độ sanh.

Hòa thượng Thích Giác Lượng quê ở Bình Định, Việt Nam. Ngài xuất gia năm 1961 theo hệ phái Phật giáo Khất sĩ Việt Nam do Tổ sư Minh Đăng Quang sáng lập. Ngài sáng lập Đoàn Du Tăng Thế giới (World Itinerant Monk Congregation) tại Hoa Kỳ năm 2009, hiện đặt trụ sở chính tại tịnh xá.

Điện Phật được bài trí tôn nghiêm, thờ tượng đức Phật Thích Ca thiền định và tượng đức Phật nhập Niết Bàn. Bàn hai bên thờ hình ảnh Bồ tát Quán Thế Âm và Tổ sư Minh Đăng Quang. Ở sân trước, tịnh xá tôn trí bộ tượng Tây Phương Tam Thánh bằng đá trắng, mỗi tượng cao 10m (30ft); và tượng đài Bồ tát Quán Thế Âm. Tôn tượng Bồ tát Quán Thế Âm là một tác phẩm mỹ thuật đặc sắc bằng đá trắng, cao 6m (20ft) được an vị vào năm 2014.

Vào các ngày tết Nguyên Đán, Đại lễ Phật Đản, lễ Vu Lan, lễ Phật Thành Đạo, đặc biệt là ngày tưởng niệm Tổ sư Minh Đăng Quang vắng bóng (ngày 1 tháng 2 âm lịch) hàng năm, tịnh xá tổ chức trang nghiêm, long trọng đón tiếp chư Tôn đức Tăng, Ni, quan khách và đông đảo đồng hương, Phật tử đến lễ bái, sinh hoạt.

PHÁP DUYÊN MONASTERY

FRESNO, CALIFORNIA, USA

1760 W. Jensen Avenue, Fresno, CA 93706
Tel: (559) 497-5695, (408) 896-8198
Email: htgiacluong@yahoo.com, Website: www.worlditinerantmonk.org
Founding Abbot: Most Venerable Thích Giác Lượng

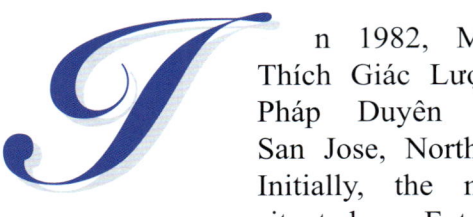

In 1982, Most Venerable Thích Giác Lượng established Pháp Duyên Monastery in San Jose, Northern California. Initially, the monastery was situated on Futama Street and later moved to several other places. In 1993, he moved to 766 Second Street, to be more convenient to his religious mission. By 2009, the temple was moved to a large area of approximately 8 hectares (20 acres) in Fresno City, Central California in order to build the International Buddhist Center to spread the Mendicant Buddhist Sect.

Most Venerable Thích Giác Lượng originated from Bình Định, Vietnam. In 1961, he became a novice in the Vietnamese Mendicant Buddhist Sect whose founder is Minh Đăng Quang Patriarch. In 2009, Most Venerable Thích Giác Lượng formed the Itinerant Sangha in the World, whose headquarters are located at Pháp Duyên Monastery, USA.

The Buddha shrine is respectfully shaped with the statues of Sakyamuni Buddha in meditation and Nirvana postures. On the both sides, there are the altars of Avalokitesvara Bodhisattva and the Minh Đăng Quang Patriarch. In the front yard, there are 10 meter (30ft) tall, white stone statues of the Amitabha Buddha Holy Trinity and the Avalokitesvara Bodhisattva is a unique 6 meter (20ft) high work of art that is made up the white stone, which was installed in 2014.

On the annual great occasions of Lunar New Year, Vesak's Day, Ullambana Festival, Buddha Enlightenment and especially on the Anniversary of the passing of the Minh Đăng Quang Patriarch (the 1st day of the second month of lunar year), the monastery has welcomed a large number of Buddhist sangha, followers and guests from near and far.

法緣精舍

FRESNO, CALIFORNIA, USA

地址：1760 W. Jensen Avenue, Fresno, CA 93706
Tel: (559) 497-5695, (408) 896-8198
Email: htgiacluong@yahoo.com, Website: www.worlditinerantmonk.org
院主：釋覺量法師

法緣精舍由釋覺量法師於1982年在北加州聖荷西市成立。起初，精舍座落在富他瑪街，並且搬遷數處。1993年，精舍遷到2號街766號，發展各種修學和宏法活動。至2009年，法師把精舍遷到加州中部弗雷斯諾市的一個面積大約8公頃（20英畝）的地方，在此建立一個具國際規模的佛教中心以便宏法度生。

釋覺量法師籍貫越南平定省。法師於1961年出家，追隨的是由明燈光祖師創立的越南乞士佛教教派。法師2009年在美國創立世界遊僧團，總辦事處設在精舍裡。

佛殿佈置莊嚴，尊奉釋迦佛禪定像和佛入涅槃像。香案兩旁尊奉觀世音菩薩像和明燈光祖師像。在精舍前面庭院裡，精舍尊置白石雕鑿的西方三聖像，每位像高10米（30英尺）；另有一尊觀世音菩薩像。觀世音菩薩像是用白石雕鑿的獨特美術作品，高6米（20英尺）於2014年安位。

在每年的春節，佛誕大典，盂蘭盆節，佛成道日，特別是明燈光祖師每年的雲遊日（陰曆二月初一）精舍均莊嚴和隆重地迎接諸尊德僧、尼，賓客和眾多同鄉、佛子到來參拜和活動。

法縁精舎

FRESNO, CALIFORNIA, USA

住所：1760 W. Jensen Avenue, Fresno, CA 93706
Tel：(559)497-5695, (408)896-8198
Email：htgiacluong@yahoo.com, Website：www.worlditinerantmonk.org
院長：ティック・ジャック・ルーン和尚

法縁精舎は1982年カリフォルニア州北部サンノゼ市にティック・ジャック・ルーン和尚様により建立されたお寺である。建立当初、伽藍は当都市のフタマ通りに位置したが、数回の引越しをした後、1993年に第2通り766号の住所に移り、仏法修学・弘法活動を開始した。そして、法縁精舎の弘法活動を国際規模的仏教中心に拡大する為に、2009年より住職和尚様はカリフォルニア州中部のフレズノ市にある、8haの面積を持つより広い敷地に伽藍を置く事に決めたという。

ティック・ジャック・ルーン和尚様はベトナム国ビン・ディン省出身、1961年ベトナム仏教乞士派で出家、2009年アメリカに「世界遊僧会」（本部は法縁精舎に置いてある）を創立したという著名な高僧の一人である。

荘厳な金堂仏殿では禅定釈迦仏像と涅槃仏像が本尊として祀られる。本尊の両側に観世音菩薩の会と明灯光祖師の遺影を祀る。精舎の前庭に、代理石の西方三聖諸像（高さ10m/像）や代理石の観世音菩薩立像（高さ6m、2014年安置済）が安置されている。

毎年、ベトナムの旧正月・灌仏会・盂蘭盆会・成道会・明灯光祖師入寂記念日の機に、多くの諸僧・尼僧・仏教徒を迎え、厳かに祭式を執り行う。

PHÁP DUYÊN TỊNH XÁ

Điện Phật
The Buddha shrine
佛殿
仏殿

Bàn thờ Bồ tát Quán Thế Âm
The altar of Avalokitesvara Bodhisattva
觀世音菩薩像供案
観世音菩薩の仏壇

Bàn thờ Tổ sư Minh Đăng Quang
The altar of Minh Đăng Quang Patriarch
明燈光祖師供案
明灯光祖師の仏壇

Bàn thờ Tổ
The altar of Patriarchs
祖師供案
祖霊舎

Tượng đài Bồ tát Quán Thế Âm
The statue of Avalokitesvara Bodhisattva

觀世音菩薩像台
観世音菩薩記念碑台

Tủ kinh
The cabinets of scriptures

經書櫃
お経が納められた棚

Tủ trưng bày các tượng Phật và A La Hán
Showcase of the Buddha and Arahant statues
諸佛像和阿羅漢像
仏と阿羅漢諸像のショーケース

Most Venerable Thích Giác Lượng
釋覺量法師
ティック・ジャック・ルーン和尚さま

PHÁP DUYÊN TỊNH XÁ

Đại lễ Phật Đản
Vesak's Day

佛誕大典
灌仏会

PHÁP HỘI VÔ LƯỢNG THỌ

ĐẠO TRÀNG TRÊN KHÔNG TRUNG

Liên lạc: Pháp hội Vô Lượng Thọ
Tel: (408) 590-5889; (408) 591-2799
Email: nhuanminh2015@yahoo.com
Email: nhuan_tue@yahoo.com
Website: www.voluongtho.vn; vetinhtv.com

Vào năm 2000, Đại đức Thích Giác Nhàn thành lập tịnh thất Quán Âm tại huyện Đức Trọng, tỉnh Lâm Đồng (Việt Nam). Từ năm 2007, Đại đức bắt đầu chuyên tu pháp môn Tịnh Độ của Hòa thượng Tịnh Không (Đài Loan) theo đường lối của Tổ Ấn Quang: *Nhất tâm trì danh, vạn thiện đều hồi hướng trang nghiêm Tịnh Độ*, mở Pháp hội niệm Phật A Di Đà, hướng dẫn đại chúng tụng kinh Vô Lượng Thọ. Những lễ vía Bồ tát Quán Thế Âm, Đại đức tổ chức đảnh lễ Ngũ Bách Danh đều được thành công viên mãn. Đại đức đã tổ chức 12 lần vía Bồ tát Quán Thế Âm ở chùa Vạn Phật Quang Đại Tòng Lâm, tỉnh Bà Rịa - Vũng Tàu (Việt Nam); riêng Đại lễ khánh chúc Quan Âm Thánh Đản vào các ngày 05, 06 và 07 tháng 4 năm 2015 đã có hơn 50.000 lượt người tham dự.

Đến giữa năm 2015, Đại đức đến Hoa Kỳ mở Đạo tràng trên không trung, tổ chức nhiều

Pháp hội Vô Lượng Thọ tại thành phố San Jose và nhiều thành phố khác ở Hoa Kỳ và Canada vào các ngày vía Bồ tát Quán Thế Âm, lễ Vu Lan và vía đức Phật A Di Đà; cùng các Pháp hội cộng tu thường xuyên tại các hội trường lớn ở các thành phố để mọi người đến niệm Phật và nghe giảng pháp.

Tại thành phố San Jose, tiểu bang California, 3 Pháp hội Vô Lượng Thọ năm 2015 vào các ngày vía Bồ tát Quán Thế Âm (31/7, 01 và 02/8), lễ Vu Lan (23/8) và vía đức Phật A Di Đà (20/12) đã có hơn 1.000 người tham dự mỗi Pháp hội. Các Pháp hội cộng tu thường xuyên vào các ngày chủ nhật đều có hơn 700 người tham dự.

Để phổ biến rộng rãi pháp môn Tịnh Độ trên toàn thế giới, tại thành phố San Jose, gia đình Phật tử Đức Quang cùng một số kỹ sư Công nghệ Thông tin đã hỗ trợ Đại đức thiết lập phần mềm vệ tinh để đưa Phật pháp đến từng nhà. Trang web. vetinhtv.com đã chính thức hoạt động từ tháng 7 năm 2015, mỗi Pháp hội đã diễn ra đều có hơn 5.000 gia đình xem trực tiếp tại nhà qua TV, điện thoại, laptop, Ipad ...

Trang web. vetinhtv.com đang mở nhiều chuyên mục Phật pháp, văn hóa, thể thao, đời sống thiết thực và hấp dẫn. Qua đường truyền vệ tinh trực tiếp và rõ nét, Đạo tràng không trung mang sứ mạng đem Phật pháp đến cho thật nhiều người trên hành tinh này để cùng tu tập đến giác ngộ, giải thoát.

VÔ LƯỢNG THỌ DHARMA GATHERING

THE WORLD PEACE IN THE AIR

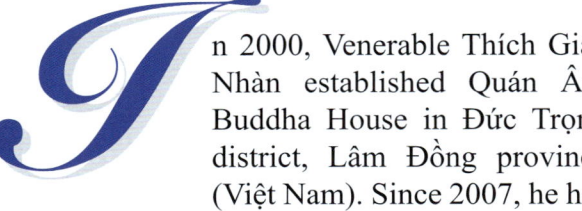

Contact: Pháp hội Vô Lượng Thọ
Tel:(408) 590-5889;(408) 591-2799
Email:nhuanminh2015@yahoo.com
Email:nhuan_tue@yahoo.com
Website:www.voluongtho.vn;vetinhtv.com

In 2000, Venerable Thích Giác Nhàn established Quán Âm Buddha House in Đức Trọng district, Lâm Đồng province (Việt Nam). Since 2007, he has started to practice Pure Land teachings of Most Venerable Tịnh Không (Master Chin Kung in Taiwan) who follows the religious method of Ấn Quang Patriarch: *focusing on the Buddha name, we will gain thousands of virtues to return to the Pure Land World;* opening Dharma Gathering to read the Amitabha Buddha Name and guiding Buddhists to chant Vô Lượng Thọ (Infinitive Life) sutra. On the occasions of Avalokitesvara Bodhisattva Days, he organizes successfully to salute the Ngũ Bách Danh (500 names of Avalokitesvara Bodhisattva). 12 ceremonies of Avalokitesvara Bodhisattva Days were greatly held at Vạn Phật Quang Đại Tòng Lâm Monastery, Bà Rịa province, Vũng Tàu city (Việt Nam). In particular, on April 5-7, 2015 the ceremony celebrating the Birth of Avalokitesvara Bodhisattva was organized on the large scale where over 50,000 Buddhist followers attended and worshiped.

By mid 2015, Venerable Thích Giác Nhàn

opened the World Peace in the air, such as, the Infinite Life Dharma Gathering in San Jose and many other cities in the US and Canada on the big occasions of Avalokitesvara Bodhisattva Day, Amitabha Buddha Day, and Ullambana Festival. He also often organizes the retreats at the large halls in the cities where Buddhist followers can come to recite the Buddha name and listen to Dharma lectures.

In the city of San Jose, California, there were 3 Vô Lượng Thọ Dharma Gatherings in 2015 on the ceremonies of Avalokitesvara Bodhisattva (July 31 to August 2), Ullambana festival (August 23) and Amitabha Buddha Day (December 20). More than 1,000 Buddhist followers attended and practiced at each conference. On Sundays, more than 700 people usually take part at the regular retreat.

To widespread the practice of Pure Land Sect, Đức Quang Buddhist family and several engineers of Information Technology in San Jose, have supported Thích Giác Nhàn's mission by being established the satellite software to introduce Buddhism to each home. Since July 2015, the Web.vetinhtv.com has been officially taken the activities. Whenever Vô Lượng Thọ Dharma Gathering is opened and practiced, in any corner more than 5,000 families can approach to it through TV, phone, laptop, Ipad, and so on.

The web.vetinhtv.com is opening with many rich categories of Buddhism, culture, sport, the practical and beautiful life. Through the direct satellite link, the World Peace in the Air skillfully carries the Dharma mission to many people who can follow the Buddha way to liberate and enlighten on this planet.

無量壽法會
空中道場

Liên lạc: Pháp hội Vô Lượng Thọ
聯絡：無量壽法會
Tel: (408) 590-5889; (408) 591-2799
Email: nhuanminh2015@yahoo.com,
Email: nhuan_tue@yahoo.com
Website: www.voluongtho.vn; vetinhtv.com

2000年，釋覺閒法師在越南林同省德重縣成立觀音淨室。2007年，法師開始專修台灣淨空法師追隨印光祖師路線的淨土法門：一心持名，萬善均迴向莊嚴淨土，開法會念阿彌陀佛，引導大眾誦無量壽經。在觀世音菩薩誕，法師組織的五百名頂禮儀式均美滿成功。法師在越南巴地-頭頓省大叢林萬佛光寺12次組辦觀世音菩薩誕慶祝大典；而在2015年4月05、06和07三日的觀音聖誕慶祝大典有達5萬多人次參加。

2015年中，法師到美國開空中道場。於觀世音菩薩誕、孟蘭盆節和阿彌陀佛誕等多個日子裡，在美國聖荷西市和其他多個城市，後來又在加拿大多個城市舉行多場無量壽法會；並同各個經常性共修法會配合在各城市的大會堂組辦法會，讓各人到此念佛和聽講法。

在加利福尼亞州的聖荷西市，2015年

的三個無量壽法會在觀世音菩薩誕（7月31日，8月01日和02日），盂蘭盆節（8月23日）和阿彌陀佛誕（12月20日）組辦，每個法會有逾千人參加。在每個週日舉辦的各個經常性共修法會均有逾700人參加。

為了讓淨土法門傳遍全世界每個角落，在聖荷西市，德光佛子家庭和多位訊息學工藝技師協助法師建立衛星軟件，讓佛法能傳到全球的千家萬戶。vetinhtv.com 網頁於2015年7月正式活動，每個法會的組辦均有5.000多個家庭在家通過電視、電話、手提電腦、筆記本等等直接收看。

vetinhtv.com 網頁目前開闢多個佛法專欄，也有文化、體育和生活欄目，內容切實和吸引。通過衛星傳訊，直接和清晰，空中道場的使命是把佛法帶到地球上的千家萬戶，讓很多很多人都能一同來修習，直至覺悟和解脫。

無量寿法会

空中の道場

連絡先: 無量寿法会
Tel: (408) 590-5889; (408) 591-2799
Email: nhuanminh2015@yahoo.com
Email: nhuan_tue@yahoo.com
Website: www.voluongtho.vn; vetinhtv.com

ティック・ジャック・ニャン大徳が2000年にベトナム・ラムドン省・ドゥクチョーン郡で「観音精室」を創立する。2007年より台湾の浄空和尚の浄土法門を印光大師の方針で専修し始める：「一心不乱・維持名号」、「万善が尊厳な浄土に向かう」、「阿弥陀仏を念する法会」、「大衆に念仏の方法を指導する」。

観世音菩薩入仏開眼大法要の機にティック・ジャック・ニャン大徳の下で開催された五百名祭礼は全て大成功である。例えば、バリア・ヴンタオの「万仏光大従林寺」で12回も観世音菩薩入仏開眼大法要を行っている。さらに、2015年4月5、6、7日に大徳の下で執り行われた観音聖誕記念大式典では5万人もの礼拝客がいる。

2015年夏ごろ、渡米したティック・ジャック・ニャン大徳は空中道場を創立し、アメリカのサンノゼ市やカナダの大都市で観世音菩薩・阿弥陀仏入仏開眼大法要や盂蘭盆会に重要な無量寿法会及び共修法会を数多く執り行なっている。法会は大会場で開催されるため、礼拝客は気楽に念仏や説法の聴講に参加できる。

2015年にカリフォルニア州サンノゼ市に開催された観世音菩薩入仏開眼大法要（07.31～08.01、02）、盂蘭盆会（08.23）及び阿弥陀仏入仏開眼大法要(12.20)の3つの無量寿法会 は其々1000人以上の礼拝客が訪れている。また、常時の日曜日の法会でも約束700人が参加している。

浄土法門を世界中に広げるためにインターネットのツールが欠かせないという思いから、德光仏教徒家庭はITエンジニアと協力して「ヴェティン」というアプリを開発した。また、ホームページ vetinhtv.com は2015年7月から正式に活動を開始し、仏法項目・文化・スポーツ・生活など様々な面白い内容がある。更に、道場のイベントなどのライブ放送をテレビやタブレット端末やスマートフォン等で観賞しているのは5千人以上である。

直接・画質良く放送できるお陰で、空中道場は更に広く民衆の中に仏法を広めていくと期待される。

CHÙA VIỆT NAM HẢI NGOẠI - tập 2

Lễ vía Bồ tát Quán Thế Âm tại San Jose (31/7-02/8/2015)
The ceremony of Avalokitesvara Bodhisattva in San Jose (July 31 to August 2, 2015)

在聖荷西市的觀世音菩薩誕（2015年7月31日至8月02日）
サンノゼの観世音菩薩入仏開眼大法要(2015.07.31〜08.02)

PHÁP HỘI VÔ LƯỢNG THỌ

Lễ Vu Lan tại San Jose (23/8/2015)
Ullambana Festival in San Jose (August 23, 2015)

在聖荷西市的盂蘭盆節（2015年8月23日）
サンノゼでの盂蘭盆会(2015.08.23)

CHÙA VIỆT NAM HẢI NGOẠI - tập 2

Lễ vía đức Phật A Di Đà tại San Jose (20/12/2015)
The ceremony of Amitabha Buddha in San Jose (December 20 2015)

在聖荷西市的阿彌陀佛誕（2015年12月20日）
サンノゼの阿弥陀仏入仏開眼大法要（2015.12.20）

PHÁP HỘI VÔ LƯỢNG THỌ

Lễ vía đức Phật A Di Đà tại San Jose (20/12/2015)
The ceremony of Amitabha Buddha in San Jose (December 20 2015)

在聖荷西市的阿彌陀佛誕（2015年12月20日）
サンノゼの阿弥陀仏入仏開眼大法要（2015.12.20）

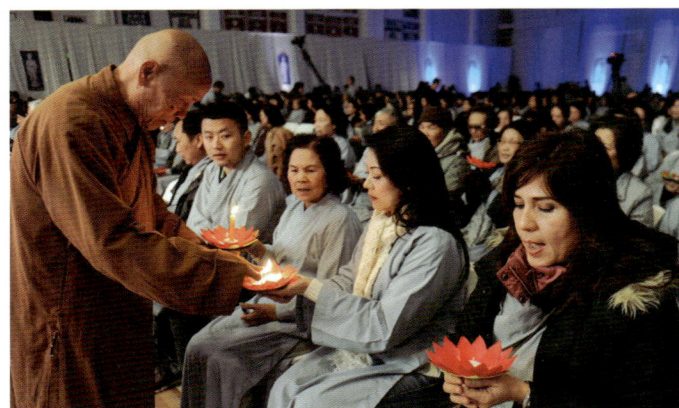

Pháp hội cộng tu ngày 01/11/2015
Dharma Gathering on November 1, 2015

2015年11月01日的共修法會
共修法会 2015.11.01

PHÁP HỘI VÔ LƯỢNG THỌ

Pháp hội cộng tu ngày 24/01/2016
Dharma Gathering on January 24, 2016

2016年01月24日的共修法會
共修法会 2016.01.24

CHÙA VIỆT NAM HẢI NGOẠI - tập 2

Trang web. vetinhtv.com
Webpage. vetinhtv.com
vetinhtv.com 網頁
ホームページ: vetinhtv.com

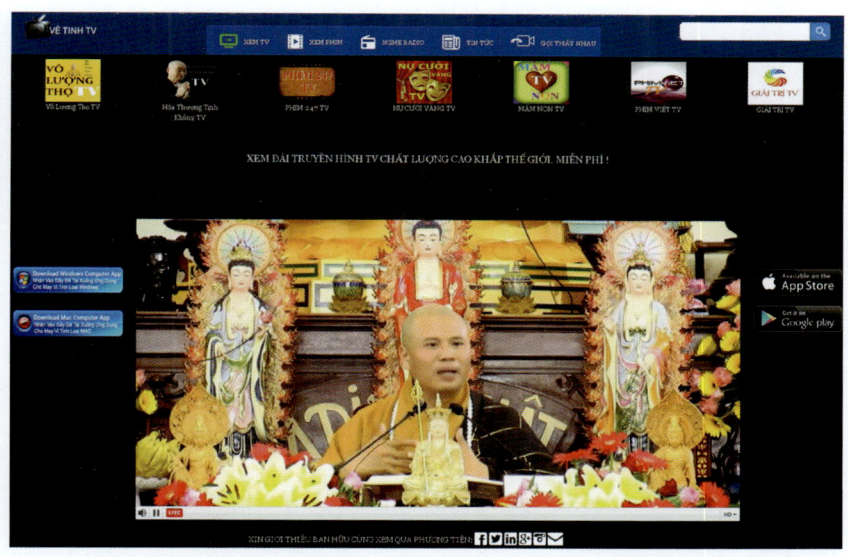

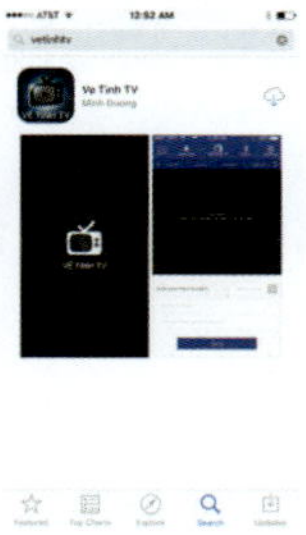

243

PHÁP HỘI VÔ LƯỢNG THỌ

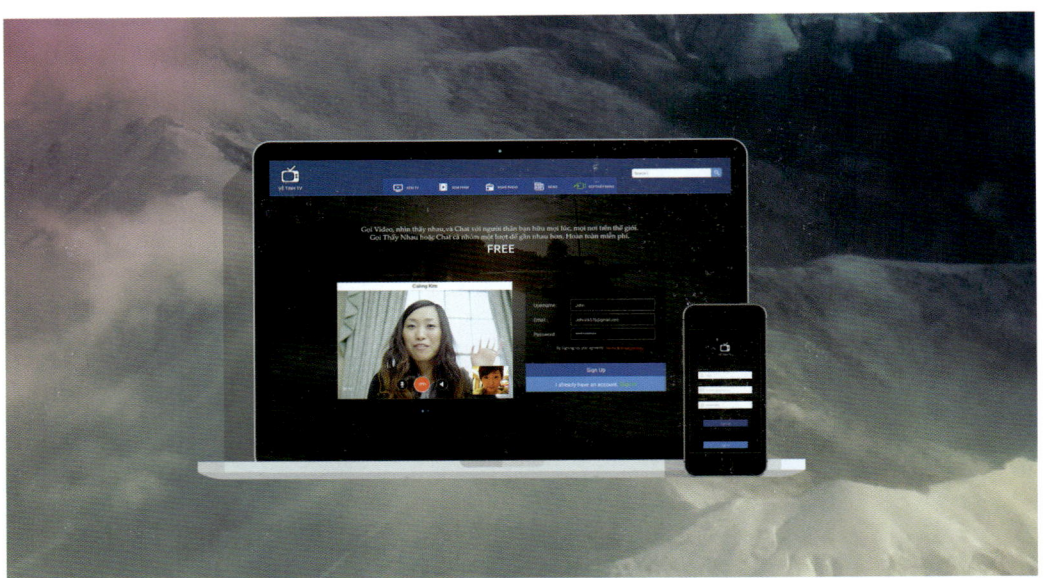
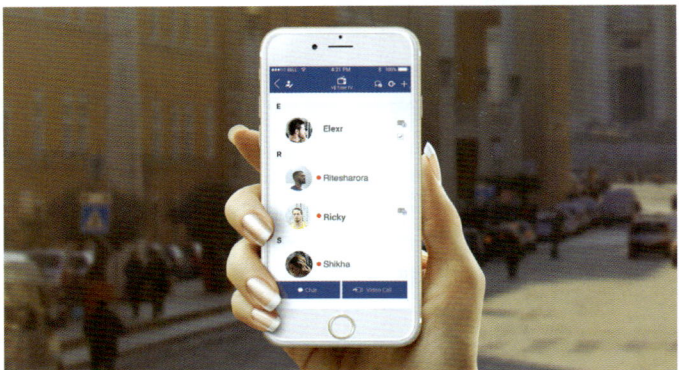

PHẬT QUAN ÂM THIỀN TỰ

STANTON, CALIFORNIA, USA

7922 Santa Catalina Avenue, Stanton, CA 90680
Tel: (714) 488-1178, (714) 892-6838
Email: thichtamthanh2001@yahoo.com, thichtamthanh@gmail.com
Website: www.phatquanamthientu.org

Viện chủ: Thượng tọa Thích Tâm Thành

Chùa được Thượng tọa Thích Tâm Thành thành lập vào năm 2008 trên diện tích 743m² (8,000sq.ft). Năm 2009, Thượng tọa thành lập Hội Phật Quan Âm thiền tự do Thượng tọa làm Hội trưởng. Chùa mang tên Quán Thế Âm, là tên vị Bồ tát được tôn kính thờ phụng rộng rãi nhất trong Phật giáo Đại thừa trên thế giới.

Điện Phật được bài trí tôn nghiêm, thờ tượng đức Phật Thích Ca, đức Phật Dược Sư, Bồ tát Chuẩn Đề, Bồ tát Quán Thế Âm và Bồ

tát Đại Thế Chí.

Sân trước chùa có hòn giả sơn, nhiều cây cảnh xanh tươi và nhiều tượng Phật, Bồ tát lộ thiên: tượng đức Phật Dược Sư, đức Phật A Di Đà, Bồ tát Di Lặc, Bồ tát Quán Thế Âm, Bồ tát Chuẩn Đề.

Chùa có lịch sinh hoạt, tu học hàng tuần, hàng tháng. Hàng tháng, chùa có tổ chức bữa cơm từ thiện cho người vô gia cư. Vào các ngày tết Nguyên Đán, Đại lễ Phật Đản, lễ Vu Lan ... hàng năm, chùa đều tổ chức trang trọng đón tiếp đông đảo Tăng, Ni, thiện nam, tín nữ, Phật tử về lễ bái và tu học.

PHẬT QUAN ÂM THIỀN TỰ TEMPLE
STANTON, CALIFORNIA, USA

7922 Santa Catalina Avenue, Stanton, CA 90680
Tel: (714) 488-1178, (714) 892-6838
Email: thichtamthanh2001@yahoo.com
Email: thichtamthanh@gmail.com
Website: www.phatquanamthientu.org
Abbot: Senior Venerable Thích Tâm Thành

In 2008, Senior Venerable Thích Tâm Thành founded the temple on a land area of 743 m² (8,000sq.ft). In 2009, the Phật Quan Âm Thiền Tự Association was also established under his leadership as the President. Phật Quan Âm also known as Avalokitesvara Bodhisattva, is widely revered as the compassionate Bodhisattva in Mahayana Buddhist tradition.

The Buddha hall is enclosed with the holy saints of Sakyamuni and Medicine Buddhas, the Cundi, Avalokitesvara and Mahasthamaprapta Bodhisattvas. In the front yard, there is the rockery exhibit, green plants and many other statues, such as Medicine and Amitabha Buddhas, Maitreya, Avalokitesvara and the Cundi Bodhisattvas.

There are weekly and monthly sessions for Buddhist followers. The temple organizes a charity dinner for the homeless every month and big annual ceremonies for the Vietnamese-American community in Santa Ana on the occasions of Lunar New Year, Vesak's Day, Ullambana Festival, and others.

佛觀音禪寺

STANTON, CALIFORNIA, USA

地址：7922 Santa Catalina Avenue, Stanton, CA 90680
Tel：(714) 488-1178, (714) 892-6838
Email：thichtamthanh2001@yahoo.com, Email: thichtamthanh@gmail.com
Website：www.phatquanamthientu.org
院主：釋心誠法師

禪寺由釋心誠法師於2008年成立，面積743平方米(8,000sq.ft)。2009年，法師成立觀音禪寺佛會，並由其本人任會長。禪寺以觀世音為寺名，這是全世界大乘佛教廣泛敬重供奉的一位菩薩。

佛殿內尊奉釋迦佛像，藥師佛像，準提菩薩像，觀世音菩薩像和大勢至菩薩像，佈置莊嚴。

禪寺前院設有假山，種有很多綠樹和在露天尊置很多佛像、菩薩像，如：藥師佛像，阿彌陀佛像，彌勒菩薩像，觀世音菩薩像，準提菩薩像。

禪寺在每週，每個月均組辦佛事活動和佛法修學班。每個月，禪寺組織向無家居的人送慈善飯盒。每年的春節，佛誕大典，盂蘭盆節等等大節日裡，禪寺均隆重接待來自各方的僧，尼，善男信女和佛子，讓各人到寺膜拜和修學。

観音仏禅寺

STANTON, CALIFORNIA, USA

住所：7922 Santa Catalina Avenue, Stanton, CA 90680
Tel：(714) 488-1178, (714) 892-6838
Email 1：thichtamthanh2001@yahoo.com, Email 2：thichtamthanh@gmail.com
Website：www.phatquanamthientu.org
住職：ティック・タム・タイン尚座さま

観音仏禅寺（面積約743平方メートル）は2008年にティック・タム・テャイン尚座さまによって建造されたお寺である。2009年、ティック・タム・タイン様は「観音仏禅寺会」を設立し、会長に就任した。禅寺の名前は仏教で一番広く祀られる観音菩薩への敬意を表す。

仏殿は荘厳されておる。ご本尊は釈迦仏、薬師仏、准提菩薩、観音菩薩および大勢至菩薩である。

禅寺の前庭は、ベトナム風の盆石や仏像および菩薩像が多く、緑も豊富な空間である。仏像は薬師仏像、阿弥陀如来仏像、弥勒菩薩像、准提菩薩像と聖観世音菩薩像がある。

観音仏禅寺の活動は定例的に行われている。特に、毎月1回、ホームレスに精進料理を無料で提供するという慈善活動を実施している。その他に、旧正月、灌仏会、盂蘭盆会などの祭事も厳かに執り行い、多くの僧、尼僧、善男信女および仏教徒を迎えている。

PHẬT QUAN ÂM THIỀN TỰ

Điện Phật
The Buddha shrine
佛殿
仏殿

Tượng đức Phật A Di Đà
The statue of Amitabha Buddha
阿彌陀佛像
阿弥陀仏像

Tượng Bồ tát Di Lặc
The statue of Maitreya Bodhisattva
彌勒菩薩像
弥勒菩薩像

Bàn thờ Bồ tát Quán Thế Âm
The altar of Avalokitesvara Bodhisattva
觀世音菩薩像供案
観世音菩薩の仏壇

Tượng Bồ tát Quán Thế Âm
The statue of Avalokitesvara Bodhisattva
觀世音菩薩像
観世音菩薩立像

CHÙA VIỆT NAM HẢI NGOẠI - tập 2

Đại lễ Phật Đản
Vesak's Day
佛誕大典
灌仏会

Giảng pháp
Dharma talk
講法
講法

Lễ Vu Lan (2011)
Ullambana Festival

盂蘭盆節
盂蘭盆会

Lễ Vu Lan (2013)
Ullambana Festival

盂蘭盆節
盂蘭盆会

CHÙA PHỔ ĐÀ

SANTA ANA, CALIFORNIA, USA

5110 West Hazard Avenue, Santa Ana, CA 92703
Tel: (714) 554-9785, Fax: (714) 554-3852
Email: phodatemple@yahoo.com
Website: www.chuaphoda.tonghoiphatgiao.org
Khai sơn: Trưởng lão Hòa thượng Thích Hạnh Đạo, Viện chủ: Hòa thượng Sakya Trí Tuệ

Chùa được Hòa thượng Thích Hạnh Đạo thành lập vào năm 1996. Chùa có diện tích 4.000m² (1ac), tọa lạc ở thành phố Santa Ana, quận hạt Orange, miền Nam California, là nơi tập trung đông đảo người Mỹ gốc Việt sinh sống.

Hòa thượng Thích Hạnh Đạo quê ở Quảng Nam, Việt Nam. Năm 11 tuổi, Ngài thế phát xuất gia với Hòa thượng Thích Trí Minh tại chùa Phước Lâm, Hội An. Hòa thượng đến Hoa Kỳ năm 1993, ban đầu thường trú tại chùa Phật giáo Việt Nam ở Los Angeles, trụ sở chính của Tổng hội Phật giáo Việt Nam tại Hoa Kỳ. Ngài là một cao tăng đức độ, vị giảng sư Phật học danh tiếng tại Hoa Kỳ. Hòa

thượng viên tịch vào ngày 28 tháng 7 năm 2011. Trước khi viên tịch, Ngài di chúc cúng ngôi chùa Phổ Đà cho Tổng hội Phật giáo Việt Nam tại Hoa Kỳ. Hòa thượng Thích Nguyên Hạnh kế vị Viện chủ từ năm 2011 đến năm 2014. Viện chủ chùa Phổ Đà hiện nay là Hòa thượng Sakya Trí Tuệ, hiện là Chủ tịch Hội đồng Điều hành Tổng hội Phật giáo Việt Nam tại Hoa Kỳ.

Điện Phật được bài trí tôn nghiêm, thờ tượng đức Phật Thích Ca, Bồ tát Quán Thế Âm, Bồ tát Đại Thế Chí, Bồ tát Chuẩn Đề và Hộ Pháp. Sân trước, chùa tôn trí một tượng đức Phật Thích Ca tọa thiền dưới gốc cây và một tượng đức Phật Thích Ca tọa thiền trên một hòn giả sơn lớn, cảnh trí uy nghiêm, an lạc. Sân sau, chùa thiết trí đài Quan Âm trong một không gian thoáng đãng, tự tại. Trong khuôn viên chùa có bảo tháp bảy tầng thờ cố Hòa thượng khai sơn.

Chùa có lịch tu học hàng tuần, hàng tháng. Vào các dịp lễ tết hàng năm, chùa tổ chức trang nghiêm, chu đáo, đón tiếp đông đảo Phật tử, đồng hương gần xa, và nhiều đoàn Phật tử hành hương đến lễ bái, tu học, nghe pháp.

PHỔ ĐÀ TEMPLE
SANTA ANA, CALIFORNIA, USA

5110 West Hazard Avenue, Santa Ana, CA 92703
Tel: (714) 554-9785, Fax: (714) 554-3852
Email: phodatemple@yahoo.com, Website: www.chuaphoda.tonghoiphatgiao.org
Founder: Most Venerable Thích Hạnh Đạo
Founding Abbot: Most Venerable Sakya Trí Tuệ

In 1996, Most Venerable Thích Hạnh Đạo established Phổ Đà Temple on an area of 4,000m² (1 acre), in Santa Ana, Orange County, Southern California where a large Vietnamese-American community live.

Most Venerable Thích Hạnh Đạo originated from Quảng Nam, Vietnam. At 11 years old, he became a novice under his Master - Most Venerable Thích Trí Minh, Phước Lâm Temple in Hội An City. In 1993, Most Venerable Thích Hạnh Đạo came to the United States and originally resided in the Vietnam Temple in Los Angeles, the main headquarters of the Congregation of Vietnamese Buddhists in the United States. He is a high virtue monk and the famous Buddhist preacher in the United States. On 28th July 2011, he passed away and left a will that Phổ Đà Temple be offered to the Congregation of Vietnamese Buddhists in the United States. Most Venerable Thích Nguyên Hạnh was the successor from 2011 to 2014. In the present, Most Venerable Sakya Trí Tuệ, who is the chairman of the the Congregation of Vietnamese Buddhists in the United States in the United States, became the Abbot of this temple.

The Buddha hall is the home of many respectful saints of Sakyamuni Buddha, Avalokitesvara, Mahasthamaprapta, the Cundi Bodhisattvas, and Dharmapala. In the front yard, a statue of Sakyamuni Buddha meditating under a tree and a statue of Sakyamuni Buddha meditating on a rockery exhibit which make of a serene and solemn religious atmosphere. At the back yard, the tranquil statue of Avalokitesvara Bodhisattva is installed in the pure open space. On the precinct of the temple, there is the seven-storey stupa where Late Most Venerable Thích Hạnh Đạo is worshiped.

The routine for Buddhist practice is at every week and month. The temple has organized well the great annual events so that many male and female Buddhist believers come to worship, listen to Dharma, and attend the retreats.

ND - tập 2

普陀寺

SANTA ANA, CALIFORNIA, USA

地址：5110 West Hazard Avenue, Santa Ana, CA 92703
Tel: (714) 554-9785, Fax: (714) 554-3852
Email: phodatemple@yahoo.com, Website: www.chuaphoda.tonghoiphatgiao.org
開山：釋行道長老法師，住持：釋心良法師

普陀寺由釋行道法師於1996年成立。寺院的面積4.000平方米（1英畝），座落在南加州橙郡桑塔安娜市，這是越裔美國人聚居的地方。釋心良法師於2011年繼位住持至今。

釋行道法師的故鄉是在越南廣南省。11歲那年，他在會安市福林寺跟釋智明法師出家。法師於1993年到美國，最初常住在洛杉磯市的越南寺。他是一位德高望重的高僧，是美國有名的佛學講師。法師於2011年7月28日圓寂。

佛殿的佈置莊嚴，尊奉釋迦佛像，觀世音菩薩像，大勢至菩薩像，準提菩薩像和護法像。寺院前面尊置釋迦佛在樹下坐禪像和釋迦佛像在一座大假山上坐禪像，景緻威嚴，安樂。在寺院後面的空曠地，尊置一座觀音臺，安然自在。在寺院範圍內，建有七層寶塔，尊奉故院主法師。

寺院在每週和每個月均有組辦修學活動。在每年的各大節日，寺院莊嚴和周到地組織各種法事活動，迎來遠近的眾多佛子，同鄉和很多行香的佛子團到來膜拜，修學和聽法。

普陀寺

SANTA ANA, CALIFORNIA, USA

住所：5110 West Hazard Avenue, Santa Ana, CA 92703
Tel：(714)554-9785, Fax：(714)554-3852
Email：phodatemple@yahoo.com, Website：www.chuaphoda.tonghoiphatgiao.org
創立者：ティック・ハイン・ダオ故和尚長老様，住職：ティック・タム・ルーン尚座様

普陀寺は1996年ティック・ハイン・ダオ故和尚様により建造された寺院である。面積約4.000m2（1ac）もあるこの寺院は、カリフォルニア州オレンジ郡のベトナム系アメリカ人の多いサンタアナ市に位置する。ティック・タム・ルーン尚座様は2011年より住職となり、現在まで在職している。

ティック・ハイン・ダオ故和尚様はベトナム国グアン・ナン省出身である。11歳の時、ホイアンにある福林寺でティック・チー・ミン和尚様と共に正式の出家僧となった。1993年より渡米し、ロサンゼルス市にある「チュア・ヴィエット・ナム」（越南寺）に常住していた。ティック・ハイン・ダオ故和尚様は、才徳な高僧であり、アメリカで非常に著名な仏法講師の一人と知られている。だが、2011年7月28日逝去されたという。

普陀寺の仏殿は荘厳されており、釈迦仏像、観世音菩薩像、大勢至菩薩像、準提菩薩像と護法菩薩像を本尊として祀る。前庭には、木下座禅中の釈迦仏像と山上座禅中の釈迦仏像が威厳に安置されるため、厳かな雰囲気が溢れる。同じく裏庭は中心に配置された観音台があるため落ち着きのある空間である。その他に、境内には院長故和尚様を祀る七階宝塔もある。

普陀寺の活動は毎週、毎月定例的に行われる。毎年一年の伝統祭日を機に、多くの同郷や礼拝客および仏教徒が仏法修学や聴法や参拝の為に訪れるよう、祭式を厳かに執り行っている。

CHÙA PHỔ ĐÀ

Tượng đức Phật Thích Ca
The statue of Sakyamuni Buddha
釋迦佛像
釈迦仏像

Điện Phật
The Buddha shrine
佛殿
仏殿

Tượng Bồ tát Chuẩn Đề
The statue of Cundi Bodhisattva
準提菩薩像
準提菩薩像

Bàn thờ Tổ
The altar of Patriarchs
祖師供案
祖霊舎

Bảo tháp cố Hòa thượng Thích Hạnh Đạo
The stupa of Late Most Venerable Thích Hạnh Đạo
釋行道故法師寶塔
ティック・ハイン・ダオ故和尚の宝塔

254

CHÙA VIỆT NAM HẢI NGOẠI - tập 2

Đại lễ Phật Đản (2015) 佛誕大典（2015）
Vesak's Day (2015) 灌仏会（2015）

VÕ VĂN TƯỜNG & TỪ HIẾU CÔN

CHÙA PHỔ HIỀN

HỘI TỪ THIỆN PHẬT GIÁO PHỔ HIỀN

GARDEN GROVE, CALIFORNIA, USA

10222 Larson Avenue, Garden Grove, CA 92843
Tel: (714) 537-2234, (714) 837-0636, (714) 878-4294
Fax: (866) 690-6029
Email: hoituthienphohien@yahoo.com
Website: www.hoituthienphohien.com
Trụ trì: Sư cô Thích Nữ Hoa Tâm

Hội Từ thiện Phật giáo Phổ Hiền do Sư cô Thích Nữ Hoa Tâm cùng một số Phật tử tại miền Nam California thành lập vào năm 2006 với tâm nguyện được góp một phần xoa dịu khổ đau cho đồng bào kém may mắn tại quê nhà và hỗ trợ cộng đồng tại Hoa Kỳ. Cùng với hoạt động của hội, Sư cô thành lập chùa Phổ Hiền vào năm 2010.

Chùa và hội mang tên Bồ tát Phổ Hiền là vị Bồ tát Đẳng giác, có năng lực hiện thân khắp mười phương pháp giới, tùy mong cầu của chúng sanh mà hóa độ. Hình ảnh Bồ tát cỡi voi trắng sáu ngà biểu thị hạnh nguyện rộng lớn của Ngài, vận dụng lục độ làm phương tiện giáo hóa độ sanh.

Điện Phật được bài trí tôn nghiêm, thờ đức Phật Thích Ca cùng chư vị Bồ tát: Văn Thù, Phổ Hiền, Quán Thế Âm, Địa Tạng và Chuẩn Đề. Ở sân trước và sân sau, chùa tôn trí tượng Bồ tát Quán Thế Âm và tượng Bồ tát Di Lặc lộ thiên.

Chùa có lịch tu học hàng tuần, hàng tháng. Hàng năm, chùa và hội tổ chức nhiều hoạt động từ thiện xã hội giúp người mù, người tàn tật ... tại Việt Nam; tổ chức hành hương; và tổ chức trang nghiêm các buổi lễ tết đón tiếp đông đảo Phật tử, đồng hương đến lễ bái, sinh hoạt. Trang web: www.hoituthienphohien.com có nội dung phong phú, thông tin nhiều hoạt động Phật sự với nhiều hình ảnh đẹp, nhiều tư liệu quý.

PHỔ HIỀN TEMPLE
Universal Virtue Buddhist Charities
GARDEN GROVE, CALIFORNIA, USA

10222 Larson Avenue, Garden Grove, CA 92843
Tel: (714) 537-2234, (714) 837-0636, (714) 878-4294, Fax: (866) 690-6029
Email: hoituthienphohien@yahoo.com , Website: www.hoituthienphohien.com
Abbess: Venerable Thích Nữ Hoa Tâm

In 2006, the Universal Virtue Buddhist Charities was founded by Venerable Thích Nữ Hoa Tâm and a Buddhist group, who wish that their charity can alleviate the suffering of the unfortunate people in Vietnam and support the community in the United States. Along with the charity activities, she also founded Phổ Hiền Temple in 2010.

The temple and charity named "Phổ Hiền" i.e. the Samantabhadra Bodhisattva who is enlightened, is capable of the embodiment in ten directions to save human beings. Samantabhadra Bodhisattva often rides a white six-tusk elephant which symbolizes his vast vows and skillful use six-paramitas as a means to help creature beings.

The Buddha shrine is enclosed with the respectful statues of Sakyamuni Buddha and many Bodhisattvas, such as Manjushri, Samantabhadra, Avalokitesvara, Ksitigarbha and the Cundi. In the front and back yards, there are the tranquil Avalokitesvara and Maitreya Bodhisattvas.

The temple has daily and monthly practice sessions. The annual charitable activities are organized to help the blind, the disabled in Vietnam and organize the pilgrimages and ceremonies for the Vietnamese-American community. The temple also hosts the website: www.hoituthienphohien.com which is the rich content and provides updated Buddhist information with many well illustrated images and good documents.

普賢寺
普賢佛教慈善會

GARDEN GROVE, CALIFORNIA, USA

地址：10222 Larson Avenue, Garden Grove, CA 92843
Tel: (714) 537-2234, (714) 837-0636, (714) 878-4294, Fax: (866) 690-6029
Email: hoituthienphohien@yahoo.com , Website: www.hoituthienphohien.com
住持：釋女華心師姑

　　本著協助家鄉不幸的同胞和在美國需要幫助社群的心願，普賢佛教慈善會由釋女華心師姑同加州南部的佛子們合力於2006年成立。在進行活動的同時，師姑於2010年成立普賢寺。

　　寺院和慈善會以普賢菩薩為名，普賢菩薩是一位等覺菩薩，有能力在十方法界現身，隨著眾生的祈求而化度。菩薩騎著六牙白象表示菩薩行願殷深，運用六度來教化眾生。

　　佛殿的佈置莊嚴，尊奉釋迦佛和文殊、普賢、觀世音、地藏和準提等諸位菩薩。在前院和後院，尊置露天的觀世音菩薩像和彌勒菩薩像。

　　寺院每週、每月均有修學佛法活動。每年，寺院和慈善會組織很多社會慈善活動，幫助在越南的盲人和殘障人；組織行香；在春節期間，寺院組辦很多佛事活動，迎接十方的佛子和同鄉來參拜和活動。網址：：www.hoituthienphohien.com的內容豐富，刊登佛子們的各種活動，有很多美麗的圖片，寶貴的資料。

普賢寺
普賢仏教慈善会

GARDEN GROVE, CALIFORNIA, USA

住所：10222 Larson Avenue, Garden Grove, CA 92843
Tel：(714) 537-2234, (714) 837-0636, (714) 878-4294, Fax：(866) 690-6029
Email：hoituthienphohien@yahoo.com, Website：www. hoituthienphohien.com
住職：ティック・ヌー・ホア・タム尼子

　　ティック・ヌー・ホア・タム尼師は、母国とアメリカの両国にいる、生活上の困難や貧困な状況に陥っているベトナム・コミュニティを助けてあげたい思いから、2006年カリフォルニア州南部に「普賢仏教慈善会」を建立した。その後2010年に、この慈善会の活動と共に、尼師様は「普賢寺」を建立したという。「普賢」と名付けたのは、六牙の白象に結跏趺坐して合掌する姿で十方法界にあまねく現れ仏の慈悲と理知を顕して人々を救うという普賢菩薩の象徴が住職様の願望と一致するからである。

　　仏殿は華やかに飾られ、釈迦牟尼仏と諸菩薩：文殊・普賢・観世音・地蔵・準提の像を本尊として祀る。寺院の前庭と裏庭に観世音菩薩像と弥勒菩薩像が安置されている。

　　毎週、毎月定例的に行われる修学活動以外、毎年、普賢寺には「普賢仏教慈善会」と共にベトナムで苦しんでいる不自由者の為の社会慈善活動、一年の伝統祭式、参会の僧侶達への行香など、様々な活動がある。

　　特に、普賢寺のウェブサイト：www.hoituthienphohien.com には、常に最新情報が更新されており、貴重な資料や写真も含めて非常に豊富な内容が提供される。

Toàn cảnh chùa
Full view of the Temple
寺院全景
全景

Tượng Bồ tát Di Lặc
The statue of Maitreya Bodhisattva
彌勒菩薩像
弥勒菩薩像

Tượng Bồ tát Quán Thế Âm
The statue of Avalokitesvara Bodhisattva
觀世音菩薩像
观世音菩薩立像

CHÙA PHỔ HIỀN

Điện Phật
The Buddha shrine
佛殿
仏殿

Bàn thờ Tây Phương Tam Thánh
The altar of the Amitabha Buddha Holy Trinity
西方三聖供案
西方三聖を祀る壇

CHÙA VIỆT NAM HẢI NGOẠI - tập 2

Lễ An vị Phật
The Buddha installation ceremony

佛安位儀式
本尊仏像の安置式典

CHÙA PHỔ MINH

SACRAMENTO, CALIFORNIA, USA

2751 21st Avenue, Sacramento, CA 95820

Tel: (916) 739-6344

Email: chuaphominh@hotmail.com
Website: www.chuaphominh.org
Trụ trì: Ni sư Thích Nữ Như Phương

Chùa được Ni sư Thích Nữ Như Phương thành lập vào năm 2000 tại thành phố Sacramento, thủ phủ của tiểu bang California - tiểu bang chiếm khoảng 40% người Mỹ gốc Việt sinh sống tại Hoa Kỳ. Tên Phổ Minh là hồng danh vị Phật thứ hai của 88 vị Phật trong kinh Hồng Danh Bửu Sám.

Điện Phật được bài trí tôn nghiêm, rực rỡ với hương án ba bậc. Bậc cao nhất an vị tượng đức

Phật Thích Ca, hai bên thờ tượng Bồ tát Quán Thế Âm và Bồ tát Địa Tạng. Bậc thấp hơn ở giữa thờ bộ tượng Tây Phương Tam Thánh (đức Phật A Di Đà, Bồ tát Quán Thế Âm và Bồ tát Đại Thế Chí). Bậc ngoài cùng thờ tượng đức Phật nhập Niết Bàn, Bồ tát Chuẩn Đề, Hộ Pháp và Tiêu Diện. Sân trước, chùa tôn trí tượng Bồ tát Di Lặc và tượng Bồ tát Quán Thế Âm. Sân sau, chùa tôn trí tượng Bồ tát Quán Thế Âm ở vườn trúc xanh tươi.

Chùa có lịch tụng niệm, tu tập, giảng pháp hàng tuần, hàng tháng. Hàng năm, vào các ngày tết Nguyên Đán, Đại lễ Phật Đản, lễ Vu Lan, lễ vía Phật A Di Đà và hiệp kỵ chư hương linh Phật tử quá vãng, chùa tổ chức trang nghiêm, chu đáo, đón tiếp đông đảo Phật tử xa gần đến lễ bái, tu học, sinh hoạt. Chùa còn tổ chức lễ Thủy tán mỗi năm tại San Francisco vào ngày thứ bảy tuần cuối tháng 7 âm lịch.

PHỔ MINH TEMPLE

SACRAMENTO, CALIFORNIA, USA

2751 21st Avenue, Sacramento, CA 95820
Tel: (916) 739-6344
Email: chuaphominh@hotmail.com
Website: www.chuaphominh.org
Abbess: Senior Venerable Thích Nữ Như Phương

In 2000, Phổ Minh Temple was founded in the city of Sacramento, the capital of California, which is the home for about 40% of Vietnamese-Americans living in the United States. Phổ Minh is the second of 88 Buddha's honor titles in Hồng Danh Bửu Sám Confession Scripture.

The Buddha hall is respectfully shaped with the three brilliant altars. On the top, there are Sakyamuni Buddha in the middle, Avalokitesvara and Ksitigarbha Bodhisattvas at both sides. On the second level, the Amitabha Buddha Holy Trinity are worshiped. On the ground level, the Buddha Maha Parinirvana, the Cundi Bodhisattvas, Dharmapala, and Paladharama are enshrined. At the front yard, the statues of Maitreya and Avalokitesvara Bodhisattvas are located, while there is a beautiful Avalokitesvara Bodhisattva statue in the green bamboo garden at the back of the temple.

The temple often organizes weekly and monthly retreats and Dharma talks. Every year, on the days of Lunar New Year, Vesak's Day, Ullambana Festival, Amitabha and the deceased, the temple holds the great rituals to serve the Buddhist community, especially, the Water Spirits and Land Ghost ceremony in San Francisco on the last Saturday of the seventh month of the lunar calendar.

普明寺

SACRAMENTO, CALIFORNIA, USA

地址：2751 21st Avenue, Sacramento, CA 95820
Tel: (916) 739-6344
Email: chuaphominh@hotmail.com
Website: www.chuaphominh.org
住持：釋女如芳尼師

　　寺院由釋女如芳尼師於2000年在加利福尼亞州首府沙加緬度市成立。在加州生活的越裔美國人很多，佔在美國的越裔人口大約40%。普明是洪名寶懺經88位佛中第二位佛的名稱。

　　佛殿的佈置莊嚴，三級的香案把寶殿顯得非常輝煌。最高一級尊置釋迦佛像，兩旁尊置觀世音菩薩像和地藏菩薩像。中間一級尊奉西方三聖像（阿彌陀佛像、觀世音菩薩像和大勢至菩薩像）。最前座供奉佛入涅槃像，準提菩薩像，護法像和焦面大士像。在前院，寺院尊置彌勒菩薩像和觀世音菩薩像。在後院的翠綠竹園內，尊置觀世音菩薩像。

　　寺院每週、每個月均有組織誦念、修習、講法等等活動。每年的春節、佛誕大典、盂蘭盆節、阿彌陀佛誕和過往佛子諸香靈合忌，寺院均莊嚴和周到地組織供拜儀式，迎接遠近的眾多佛子到來禮佛，修學和參加佛事活動。寺院在每年陰曆七月最後一個星期六在三藩市組織一年一度的水葬儀式。

普明寺

SACRAMENTO, CALIFORNIA, USA

住所：2751 21st Avenue, Sacramento, CA 95820
Tel：(916)739-6344
Email：chuaphominh@hotmail.com
Website: www.chuaphominh.org
住職：ティック・ヌー・ニュー・フォーン尼師様

　　普明寺はカリフォルニア州サクラメント市（全米ベトナム系アメリカ人総人口の約40%はここにいるという）にあるベトナム系仏教のお寺である。このお寺は2000年にティック・ヌー・ニュー・フォーン尼師様により建立されたモノで、名前「普明」は八十八佛洪名寶懺経の中の第二仏様の洪名である。

　　華やかで厳かに飾られた金堂仏殿は本尊の三段配置が特徴である。一番上は釈迦如来仏像とその両側：観世音・地蔵菩薩像である。次の段（真中）は西方三聖像（阿弥陀仏・観世音菩薩・大勢至菩薩）が祀られる。最後の段（一番外側の仏壇）は涅槃仏像・準提菩薩像・護法・燃面大士である。

　　お寺の前庭に出ると、弥勒菩薩像と観世音菩薩像が見える。裏庭は竹の庭園で観世音菩薩立像が安置される。

　　普明寺の念経・説法・修学活動は毎週、毎月定例的に行われる。毎年、旧正月・灌仏会・盂蘭盆会・阿弥陀仏儀式・故仏教徒の御合忌等を機に、礼拝・修学の為に多くの外来の仏教徒たちが訪れ、周到に執り行われる祭式を鑑賞する。その他に、普明寺は毎年旧暦7月の最後の土曜日にサンフランシスコで開催される海洋散骨の儀式もある

CHÙA VIỆT NAM HẢI NGOẠI - tập 2

Tủ kinh
The cabinets of scriptures
經書櫃
お経が納められた棚

Điện Phật
The Buddha shrine
佛殿
仏殿

Bàn thờ Tiêu Diện
The altar of Paladharama
焦面大士供案
焦面大士の仏壇

Bàn thờ Hộ Pháp
The altar of Dharmapala
護法供案
護法菩薩の仏壇

265

CHÙA PHỔ MINH

Tụng kinh
Chanting

誦經
読経

Giảng pháp
Dharma talk

講法
講法

CHÙA VIỆT NAM HẢI NGOẠI - tập 2

Khách hành hương 行香
Pilgrimage 巡礼の旅

TRUNG TÂM TU HỌC PHỔ TRÍ

VACAVILLE, CALIFORNIA, USA

7233 Pleasants Valley Road, Vacaville, CA 95688
Tel: (510) 331-6899
Email: thichtuluc@yahoo.com
Website: www.compassiontemple.net
Trụ trì: Thượng tọa Thích Từ Lực

Trung tâm tu học Phổ Trí được Thượng tọa Thích Từ Lực thành lập vào năm 2012 trên diện tích hơn 2ha (5ac). Trung tâm có giấy phép chính thức hoạt động do Department of Resources Management thuộc Solano County cấp ngày 02 tháng 01 năm 2014.

Trung tâm đã tổ chức trang nghiêm lễ An vị Phật vào ngày 08 tháng 7 năm 2012. Hòa thượng Thích Tịnh Từ, Viện trưởng Tu viện Kim

Sơn đã đến chủ lễ và thuyết giảng cho chư Tăng, Ni, Phật tử người Việt và nhiều người Mỹ trong vùng.

Trung tâm đã tổ chức những ngày tu học trong tuần cho người Việt và người Mỹ với nội dung chính yếu là tu tập thiền quán để nuôi dưỡng đời sống tâm linh, tìm lại niềm an lạc cho cuộc sống cá nhân và gia đình. Ngoài ra, mỗi ngày thứ ba hàng tuần, chư Tăng, Ni và Phật tử từ chùa Phổ Từ ở thành phố Hayward và các thành phố lân cận về Trung tâm tụng kinh cầu an cho vùng đất mới, cầu nguyện Phật pháp được phát triển sâu rộng trong cư dân người Mỹ, người Việt tại địa phương theo đường lối tu tập của Sư Ông Nhất Hạnh ở Làng Mai, Pháp Quốc. Các bộ kinh Đại thừa được chư Tăng, Ni và Phật tử tụng hàng tuần là: kinh Đại Bảo Tích, kinh Hoa Nghiêm, kinh Đại Bát Niết Bàn, kinh Pháp Hoa ...

Trung tâm cũng đã tổ chức khóa tu tập Hạnh xuất gia; pháp thoại, pháp đàm về Tuổi trẻ và hạnh phúc; thiền tọa và thiền hành ... cho Phật tử và thiếu nhi thời gian qua.

Tọa lạc trên vùng đất yên tịnh có nhiều thuận lợi về khí hậu, giao thông và địa lý; là vị trí trung tâm của hàng chục thành phố ở miền Bắc Califorina; là nơi có cảnh trí thiên nhiên đẹp, cư dân hiền hòa; Trung tâm là một mô hình tốt đưa Phật pháp vào cư dân người Mỹ và tuổi trẻ tại Mỹ ngày nay.

WISDOM MEDITATION CENTER

VACAVILLE, CALIFORNIA, USA

7233 Pleasants Valley Road, Vacaville, CA 95688
Tel: (510) 331-6899
Email: thichtuluc@yahoo.com, Website: www.compassiontemple.net
Abbot: Senior Venerable Thích Từ Lực

In 2012, Wisdom Meditation Center on an area of 2 hectares (5 acres) was established by Senior Venerable Thích Từ Lực. On 2nd February 2014, the center officially received the license for its activities from the Department of Resources Management, Solano County.

On July 8, 2012, the center organized a great inauguration of the Buddha statue. Most Venerable Thích Tịnh Từ, the Head of Kim Sơn Monastery hosted the ritual and preached to the local monks, nuns, Vietnamese-American and American Buddhists.

The Center has a weekly activities program, with the main aim to practice meditation. It nurtures the spiritual and increases the inner peace for personal and family lives. Also, each Tuesday, Buddhist monks and nuns, from the temple Phổ Từ in Hayward and the surrounding cities, gather here to pray for the new land with the wish that Buddhism, especially the mindfulness method of the Zen Master Nhất Hạnh in Plum Village, France, deeply develops in the local American and Vietnamese-American communities. Each week, Buddhist monks and nuns often chant the Mahayana sutras, such as Ratnakùta, Avataṃsaka, Maha-parinirvana, saddharma-puṇḍarīka and others.

The center also often organizes the ordained retreats, Dharma discussions about "Youth and Happiness" and meditation for children.

The center is located in a quiet area with advantages of climate, geography and transportation' It is located in the center of many northern Californian cities, the beautiful natural scenery, and the peaceful inhabitants. It is an ideally placed to bring Buddhism to the youth and Americans today.

VÕ VĂN TƯỜNG & TỪ HIẾU CÔN

普智修學中心
VACAVILLE, CALIFORNIA, USA

地址：7233 Pleasants Valley Road, Vacaville, CA 95688
Tel: (510) 331-6899
Email: thichtuluc@yahoo.com, Website: www.compassiontemple.net
住持：釋慈力法師

　　普智修學中心由釋慈力法師於2012年成立，面積逾2公頃（5英畝）。該中心由 Solano County 所屬的 Department of Resources Management 於2014年01月02日發給正式活動執照。

　　中心於2012年7月08日莊嚴舉行佛安位儀式。金山修院院長釋淨慈法師光臨主持儀式和為諸僧尼，在區內居住的越南人佛子和美國人說講佛法。

　　中心在每週內為越南人和美國人組織修學日，主要的內容是集中禪觀以便修養心靈生活，為個人和家庭的生活帶來安樂。此外，每週星期二，來自海沃德市普慈寺和其它鄰近城市的諸僧尼和佛子在中心誦經，為新地區祈安，求願佛法能在當地美國人和越南人深入廣泛發展，這是依照法國梅村一行師祖的修習路線。諸僧尼和佛子們每週念誦的大乘經計有：大寶積經、華嚴經、大般涅槃經、法華經….

　　中心也為佛子和少兒們組織了出家行修習課，年輕人和幸福的法話和法談；禪坐和禪行…. 的活動。

　　中心座落在一個安靜的地區，在氣候、交通和地理上有很多順利條件，亦位於加州北部多個城市的中心；是個天然景色優美，民風和善的地方；中心是個把佛法傳入美國人民居和年輕人的好楷模。

普智修学センター
VACAVILLE, CALIFORNIA, USA

住所：7233 Pleasants Valley Road, Vacaville, CA 95688
Tel：(510)331-6899
Email：thichtuluc@yahoo.com, Website：www.compassiontemple.net
住職：ティック・トゥ・ルック尚座

　　普智修学センターは、2012年ティック・トゥ・ルック尚座様により面積2ha以上の敷地に建立された仏教施設である。2014年01月02日、カリフォルニア州ソラノ郡に属する資源管理局から運営許可を得、正式に活動を始めた。

　　本尊仏像の安置式は2012年7月8日に厳かに行われ、ベトナム人の仏教徒・諸僧侶や地元のアメリカ市民が参加するほか、「金山修院」のティッキ・ティン・トゥ院長様が司会として、祭式の指導や説法をしたという。

　　ベトナム系アメリカ人はもとより、地元のアメリカ人が禅を通じて私生活での精神的・身体的な安楽を見つけ心を整える所としたこの寺院は、「禅」の修学活動を毎週行っている。また、毎週の火曜日にヘイワード市の普慈寺や他の寺院の諸僧・尼僧・仏教徒達が寺院に訪問し、フランスに普及した禅仏教のランマイ法門（1982年ティック・ニャッ・ハイン禅師によってフランスで創立されたモノ）の修習方法で求安・求超の念経をする。毎週の修学に唱える大乗仏教の経は：『大宝積経』『華厳経』『大般涅槃経』『法華経』 など…

　　その他に、児童や若い仏教徒向けに『行出家』の修習コース、『青春と幸福』についての法話・法談、座禅・行禅など…開催していた。

　　カリフォルニア州北部の中心地に所在し、立地・気候・交通の便利性があり、更に地元の人々が親切で綺麗な自然に囲まれているこの普智修学センターは、アメリカ人や若いベトナム系アメリカ人のコミュニティへの仏教伝播施設として非常に良い模範的な存在である。

CHÙA VIỆT NAM HẢI NGOẠI - tập 2

Ngôi chánh điện — 正殿
The Main hall — 御本殿

Toàn cảnh Trung tâm
Full view of the Buddhist Center
中心全貌
センターの全景

Điện Phật — 佛殿
The Buddha shrine — 仏殿

TRUNG TÂM TU HỌC PHỔ TRÍ

Khóa tu tập hạnh xuất gia
The Monastic retreat

出家行修習儀式
出家習行修学コース

CHÙA VIỆT NAM HẢI NGOẠI - tập 2

Lễ An vị Phật 佛安位儀式
The Buddha installation ceremony 本尊仏像の安置式典

TRUNG TÂM TU HỌC PHỔ TRÍ

Tụng kinh Đại Bảo Tích
The chanting of Ratnakùta sutta

念誦大寶積經
『大宝積経』の念誦

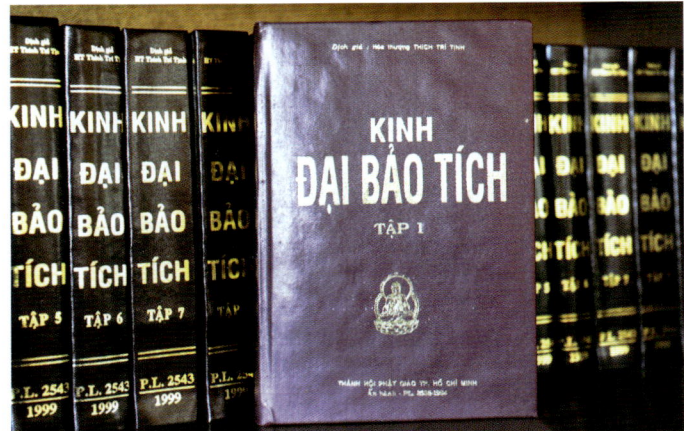

CHÙA VIỆT NAM HẢI NGOẠI - tập 2

Các khóa tu học (2015)
The retreats (2015)

各屆修學班（2015）
仏法学習（2015）

275

VÕ VĂN TƯỜNG & TỪ HIẾU CÔN

CHÙA QUANG THIỆN

ONTARIO, CALIFORNIA, USA

704 East E Street, Ontario, CA 91764

Tel: (909) 986-2433, (909) 717-2433

Email: quangthientemple@hotmail.com
Website: www.quangthientemple.org

Trụ trì: Hòa thượng Thích Minh Dung

Chùa được Hòa thượng Thích Minh Dung sáng lập vào cuối năm 1999. Từ một căn nhà hoang cũ kỹ và vài gốc cam già giữa trung tâm thành phố cổ Ontario, Thầy trụ trì cùng nhiều Phật tử đạo tâm sâu dày đã xây dựng thành ngôi già lam thoáng mát, xanh sạch và yên tịnh. Chùa đã tổ chức trọng thể lễ dâng đèn cúng Phật và khánh thành ngôi chánh điện

mới vào ngày 21 tháng 01 năm 2011.

Điện Phật được bài trí tôn nghiêm thờ đức Phật Thích Ca, đức Phật A Di Đà, đức Phật Dược Sư. Chùa có vườn cảnh đẹp, tôn trí nhiều tượng lộ thiên: đức Phật Thích Ca, Bồ tát Di Lặc, Bồ tát Quán Thế Âm ...

Chùa có lịch sinh hoạt, tu học hàng ngày, hàng tháng. Các ngày tết Nguyên Đán, Đại lễ Phật Đản, lễ Vu Lan, lễ Phật Thành Đạo và lễ dâng đèn cúng Phật hàng năm, được chùa tổ chức trang nghiêm, chu đáo; đón tiếp đông đảo chư Tôn đức Tăng, Ni và Phật tử đến tu học, chiêm bái.

QUANG THIỆN TEMPLE
ONTARIO, CALIFORNIA, USA

704 East E Street, Ontario, CA 91764
Tel: (909) 986-2433, (909) 717-2433
Email: quangthientemple@hotmail.com
Website: www.quangthientemple.org
Abbot: Most Venerable Thích Minh Dung

In late 1999, Most Venerable Thích Minh Dung founded Quang Thiện Temple. He, with many devoted Buddhists, remodeled an abandoned house with few old orange trees, into a beautiful temple in the old town of Ontario. The temple organized greatly the ceremonies of offering light to Buddha and inauguration on the new Buddha shrine on 21st January, 2011.

The Buddha hall is respectfully formed for the worship of Sakyamuni, Amitabha and Medicine Buddhas. In a pretty garden, there are also many statues, such as Sakyamuni Buddha, Maitreya, Avalokitesvara Bodhisattvas and others. The temple conducts daily, weekly and monthly activities. Moreover, the temple also hosts annual ceremonies, such as for the Lunar New Year, Vesak's Day, Ullambana Festival, Buddha Enlightenment, and Buddha light dedication and others to serve Buddhist community.

光善寺

ONTARIO, CALIFORNIA, USA

地址：704 East E Street, Ontario, CA 91764
Tel：(909) 986-2433, (909) 717-2433
Email：quangthientemple@hotmail.com
Website：www.quangthientemple.org
住持：釋明容法師

　　光善寺由釋明容法師於1999年底創立。從位於加利福尼亞州安大略市中心的一間古舊房屋和幾棵老橙樹，住持法師同眾佛子合力建造成目前的寬敞、涼爽，空氣清新，環境安靜的伽藍。2011年01月21日，寺院隆重組織燃燈拜佛和新正殿落成儀式。

　　佛殿供奉釋迦佛像、阿彌陀佛像，藥師佛像，佈置莊嚴。寺院花園景緻美麗，尊置很多露天佛像，如：釋迦佛像，彌勒菩薩像，觀世音菩薩像等等。

　　寺院每週和每個月都舉辦佛法活動和修學班。每年春節、佛誕大典、盂蘭盆節、佛成道日和燃燈拜佛節，寺院均隆重和周到地舉行供拜儀式；迎接眾多僧、尼和佛子來修學、膜拜。

光善寺

ONTARIO, CALIFORNIA, USA

住所：704 East E Street, Ontario, CA 91764
Tel：(909) 986-2433, (909) 717-2433
Email：quangthientemple@hotmail.com
Website：www.quangthientemple.org
住職：ティック・ミイン・ユーン尚座さま

　　光善寺はカリフォルニア州オンタリオ市にあるお寺である。このお寺は、1999年にティック・ミイン・ユーン尚座様によって古い住宅から建替えられたモノであり、数回の増改築を経て現在の形に至っている。ご正殿の落成式及び入仏開眼法要は2001年01月21日に厳粛に執り行われた。

　　仏殿は荘厳されており、ご本尊の釈迦仏、阿弥陀仏、薬師仏を祀る。伽藍の庭園は美しく配置されており、弥勒菩薩や観世音菩薩など、仏像がたくさん安置されておる。

　　光善寺の修学活動は定例的に行われている。毎年多くの高僧、僧侶、尼僧および仏教徒が参拝しに訪れ、旧正月、灌仏会、盂蘭盆会、釈迦成道会、礼仏会などの大きな祭りは華やか、かつ厳かに開催される。

Mặt tiền chùa
The front of the Temple

寺院正門
寺院の正面

Tượng Bồ tát Quán Thế Âm
The statue of Avalokitesvara Bodhisattva
觀世音菩薩像
観世音菩薩立像

CHÙA QUANG THIỆN

Tượng đức Phật Thích Ca
The statue of Sakyamuni Buddha
釋迦佛像
釈迦仏像

CHÙA VIỆT NAM HẢI NGOẠI - tập 2

Điện Phật
The Buddha shrine
佛殿
仏殿

Tượng chư Phật
The statues of Buddhas
諸佛像
諸仏像

Nhà linh
Room of the Deceased
靈室
霊堂

Tượng Tổ sư Bồ Đề Đạt Ma
The statue of Bodhidharma Patriarch
菩提達摩祖師像
菩提達磨立像

281

CHÙA QUANG THIỆN

Sinh hoạt cuối tuần
Photos of sunday retreat

每週週日修學班紀念照
日曜日の仏法修学の記念写真

Sinh hoạt cuối tuần
Photos of sunday retreat
每週週日修學班紀念照
日曜日の仏法修学の記念写真

CHÙA QUANG THIỆN

Đại lễ Phật Đản (2015)
Vesak's Day (2015)

佛誕大典 (2015)
灌仏会 (2015)

TU VIỆN SƠN TÙNG

PHELAN, CALIFORNIA, USA

10124 White Road, Phelan, CA 92371
Tel: (909) 717-2433
Email: quangthientemple@hotmail.com
Viện chủ: Hòa thượng Thích Minh Dung

Tu viện Sơn Tùng được Hòa thượng Thích Minh Dung thành lập vào năm 2010. Tu viện có diện tích hơn 2ha (5ac) tọa lạc ở độ cao 1.283m (4,210ft), trong vùng sa mạc vắng vẻ, cách dãy rừng quốc gia Los Angeles chừng 3 dặm đường chim bay.

Tấm bia lớn được tạo dáng chiếc lá bồ đề dựng ở sân chùa đã giải thích tên tu viện: "Sơn tùng là loại cây cổ thụ, chịu đựng mọi thời tiết, dù nắng bỏng hay bão tuyết. Phật giáo Việt Nam kiên nhẫn như một Sơn Tùng trước nhiều

cam go, nghịch cảnh trong giai đoạn đầu du nhập vào nước Mỹ."

Điện Phật được bài trí tôn nghiêm, thờ đức Phật Thích Ca, Bồ tát Quán Thế Âm, Bồ tát Đại Thế Chí và Tổ sư Bồ Đề Đạt Ma. Tượng đức Phật Thích Ca bằng đồng, cao 2m (6,5ft).

Khuôn viên tu viện rộng rãi, tôn trí nhiều tượng lộ thiên như: tượng đức Phật nhập Niết Bàn dài 15m (49ft), tượng đức Phật Thích Ca thiền định, tượng Bồ tát Di Lặc, tượng Bồ tát Quán Thế Âm, tượng Bồ tát Địa Tạng. Đặc biệt, pho tượng Bồ tát Quán Thế Âm đứng trên đầu rồng, có voi chầu, là một tác phẩm mỹ thuật bằng đá trắng đặc sắc.

Bên phải tượng đài Quán Thế Âm có hang gió và tấm bia ghi lịch sử tu viện dựng vào ngày 19 tháng 9 năm 2012. Để phủ xanh đất sa mạc và tạo cảnh thoáng đãng, thanh tịnh chốn già lam, tu viện đã trồng hơn 1.300 cây tùng, thông và các loại cây ăn trái như đào, mận, hồng, táo ...

Đời sống thường nhật tại tu viện là: đơn giản, kham nhẫn, tinh cần và quán chiếu. Tu viện là cơ sở chuyên tu, thường tổ chức các khóa tu học cho Tăng, Ni đến từ nhiều tiểu bang của Hoa Kỳ và các nước khác.

SƠN TÙNG MONASTERY
PHELAN, CALIFORNIA, USA

10124 White Road, Phelan, CA 92371
Tel: (909) 717-2433
Email: quangthientemple@hotmail.com
Founding Abbot: Most Venerable Thích Minh Dung

In 2010, Most Venerable Thích Minh Dung established Sơn Tùng monastery on the 2 hectare (5 acre) land which is located at an altitude of 1.283m (4,210ft) in the remote desert, is far 3 miles flying from the national forest range of Los Angeles.

The stone tablet in a bodhi shape at the front yard inscribed: *"Sơn Tùng is a type of oak tree that exemplifies strength. It can withstand any weather condition. No matter how intense the sun burns or how extreme the snowstorm rages, the Sơn Tùng will preserve. Vietnamese Buddhism has had to deal with many adversities during its journey to acceptance in the United States, but like the Sơn Tùng oak tree, it has preserved and grown stronger."*

The Buddha hall is respectfully presented with the holy saints, such as Sakyamuni Buddha, Avalokitesvara, Mahasthamaprapta Bodhisattvas, and Bodhidharma Patriarch. The bronze Sakyamuni Buddha Statue is 2 metres (6.5ft) high.

Within the spacious precinct of monastery, there are many exposed subjects, such as the statues of Lord Buddha's Maha Parinirvana (15 metres [49 ft] long), Sakyamuni Buddha in meditation posture, Maitreya, Avalokitesvara, and Ksitigarbha Bodhisattvas. In particular, the statue of Avalokitesvara Bodhisattva stands on dragon's head and both sides have flanking elephants. This is the master art in distinctive white stone. On the right of the Avalokitesvara statue, there is a wind cave and a stone tablet inscribed Sơn Tùng monastery that was constructed on 19th September 2012. To create the green color and add more landscape on the desert, the monastery has planted more than 1,300 cedars and pines and fruit trees, like peach, plum, apple and others.

The teachings of Sơn Tùng Monastery center on a daily focus of simplicity, patience, adversity, dedication and self-reflection. Sơn Tùng is a recluse center, so it often organizes retreats for monks and nuns in the United States and from other countries, to attend.

山松修院
PHELAN, CALIFORNIA, USA

地址：10124 White Road, Phelan, CA 92371
Tel：(909) 717-2433
Email：quangthientemple@hotmail.com
院主：釋明容法師

　　山松修院由釋明容法師於2010年成立。修院的面積逾2公頃（5英畝）座落在海拔1.283米（4,210英尺）的高處，是一個靜寂的沙漠區，距離洛杉磯國家公園大約直線3公里。

　　在修院的庭院裡，豎立了一塊菩提葉形狀石碑，碑文解釋了修院的名字："山松是一種古樹，可生長在任何的季節裡，無論是在炎陽之下，抑或在風雪裡，它依然屹立著。越南佛教在進入美國初階段時，也如山松一樣堅強，在逆境下仍不倒下去。"

　　佛殿的佈置莊嚴，供奉釋迦佛像，觀世音菩薩像，大勢至菩薩像和菩提達摩祖師。銅鑄的釋迦佛像，高2米（6.5英尺）.

　　修院寬敞，尊置很多露天的佛像，如：佛入涅槃像，長15米（49英尺），釋迦佛禪靜像，彌勒菩薩像，觀世音菩薩像，地藏菩薩像。特別，觀世音菩薩站在龍頭上，有大象朝拜這座塑像，是用白玉雕鑿的美術作品。觀世音菩薩像台的右邊是一個風洞，有碑文記載修院的歷史。這塊石碑於2012年9月19日豎立。為了綠化沙漠地帶，為這座伽藍營造清淨、寬敞景觀，修院種植了1300多棵松樹和各種果樹，如桃樹、李樹、柿樹和蘋果樹等等。

　　修院的日常生活簡單、艱苦、靜勤和關照。修院是個專修的地方，經常為來自美國各州和其他國家的僧、尼組織各個佛學班。

山松修院
PHELAN, CALIFORNIA, USA

住所：10124 White Road, Phelan, CA 92371
Tel：(909) 717-2433
Email：quangthientemple@hotmail.com
院長：ティック・ミン・ユーン尚座さま

　　山松修院は2010年にティック・ミン・ユーン尚座様により建立された。この寺院は面積約2ha（5ac）、標高が1283mの所にあり，ロサンゼルス国家森林区域から3マイル弱離れた砂漠の中に所在する。

　　山松修院の前庭に置かれた、菩提樹の葉っぱの形をする石碑には、お寺の名前の意味の説明が刻まれておる。「ソン・トゥン（ゴールドクレスト）は強風や旱魃厳しい気候にしぶとい古樹である。ベトナム系仏教はアメリカに取り入れられる当時初期もソン・トゥンのように根気よく厳しい状況を乗り越えた。」という。

　　仏殿は荘厳されており、ご本尊の釈迦如来仏、観世音菩薩、大勢至菩薩および菩提達磨祖師を祀る。釈迦如来仏像は高さ約2mの銅像である。広々とした伽藍には仏像がたくさん安置されておる。例えば、長さ約15m（49ft）の涅槃仏像、禅定釈迦座像、弥勒菩薩像、観世音菩薩立像、地蔵菩薩像等…特に、代理石の乗龍騎象観音菩薩立像は非常に素晴らしい作品である。その観世音菩薩像の右側には風食洞と、2012年9月19日に安置された、修院の歴史を刻んだ石碑がある。砂漠地にある伽藍をより爽やか、かつ清浄感をアップするために、修院は1300本の松系の木とリンゴ、オレンジなどの果物の木も植えたという。

　　普段の生活に関する山松修院の紀律は：簡単、堪忍、精進、勤敏、観照！

　　山松修院では、アメリカ国内はもちろん、海外からの僧、尼僧でもいつも歓迎し、それぞれに応じる修学活動を提供している。

TU VIỆN SƠN TÙNG

Tượng đức Phật Thích Ca
The statue of Sakyamuni Buddha
釋迦佛像
释迦仏像

Tượng đức Phật nhập Niết Bàn
The statue of Lord Buddha's Maha Parinirvana

釋迦涅槃像
涅槃像

CHÙA VIỆT NAM HẢI NGOẠI - tập 2

Tượng đức Phật Thích Ca
The statue of Sakyamuni Buddha

釋迦佛像
釈迦仏像

Tượng Bồ tát Di Lặc
The statue of Maitreya Bodhisattva

彌勒菩薩像
弥勒菩薩像

Tượng Bồ tát Địa Tạng
The statue of Ksitigarbha Bodhisattva

地藏菩薩像
地藏菩薩像

TU VIỆN SƠN TÙNG

Tượng Bồ tát Quán Thế Âm
The statue of Avalokitesvara Bodhisattva
觀世音菩薩像
观世音菩萨立像

Toàn cảnh tu viện — 修院全景
Full view of the Monastery — 全景

Nhà khách — 賓客室
Guest house — 客室

Tượng Bồ tát Quán Thế Âm — 觀世音菩薩像
The statue of Avalokitesvara Bodhisattva — 观世音菩萨立像

Bia ghi lịch sử tu viện — 修院歷史記載碑
The stone tablet of Sơn Tùng history — 修院歷史記碑

CHÙA VIỆT NAM HẢI NGOẠI - tập 2

Điện Phật
The Buddha shrine
佛殿
仏殿

Tượng Bồ tát Quán Thế Âm
The statue of Avalokitesvara Bodhisattva
觀世音菩薩像
观世音菩薩立像

Tượng Bồ tát Đại Thế Chí
The statue of Mahasthamaprapta Bodhisattva
大勢至菩薩像
大勢至菩薩像

Ngôi chánh điện
The Main hall

正殿
御本殿

Bàn thờ Tổ
The altar of Patriarch

祖師供案
祖霊舎

CHÙA TAM BẢO

FRESNO, CALIFORNIA, USA

2459 S. Elm Avenue, Fresno, CA 93706
Tel: (559) 264-2728, Fax: (559) 264-2728
Email: ttamquang24@yahoo.com
Trụ trì: Hòa thượng Thích Tâm Quang

Chùa được Hòa thượng Thích Tâm Quang thành lập vào năm 1979, bấy giờ là một căn nhà cũ nhỏ nằm trong khu dân cư. Năm 1990, Hòa thượng bắt đầu vận động tài chánh để xây chùa. Năm 1995, Hòa thượng tạo mãi lô đất mới ở đường Elm, thuận lợi cho sinh hoạt Phật sự, và xin phép xây chùa. Năm 1997, ngôi chánh điện khang trang, rộng rãi được hoàn mãn. Năm 1998, chùa mua thêm đất cho đủ 4.047m² (1ac), xây bảo tháp Báo Ân, đài Quán Thế Âm lộ thiên...

Hòa thượng trụ trì là một dịch giả Anh - Việt nổi tiếng. Ngài đã dịch hơn 40 tác phẩm của giới lãnh đạo Phật giáo và giới nghiên cứu Phật học uyên thâm trên thế giới. Tên và các tác phẩm dịch thuật của Ngài được giới thiệu rộng rãi trên nhiều trang web Phật giáo.

Điện Phật được bài trí tôn nghiêm, thờ chư Phật: Thích Ca, A Di Đà, Dược Sư; chư Bồ tát: Di Lặc, Quán Thế Âm, Đại Thế Chí, Địa Tạng và Chuẩn Đề. Sân trước chùa tôn trí tượng Bồ tát Di Lặc; sân bên phải chùa tôn trí tượng Phật Tứ Diện, đài Quán Thế Âm và tháp Báo Ân 7 tầng.

Chùa có lịch sinh hoạt, tu học hàng tháng; có Gia đình Phật tử sinh hoạt hàng tuần; thường xuyên tiếp các đoàn Phật tử hành hương viếng thăm. Vào các ngày lễ tết hàng năm, chùa tổ chức trang nghiêm, chu đáo tiếp đón đông đảo Tăng Ni, Phật tử, du khách xa gần về lễ bái, tu học, sinh hoạt.

TAM BẢO TEMPLE

FRESNO, CALIFORNIA, USA

2459 S. Elm Avenue, Fresno, CA 93706
Tel: (559) 264-2728, Fax: (559) 264-2728
Email: ttamquang24@yahoo.com
Abbot: Most Venerable Thích Tâm Quang

In 1979, Most Venerable Thích Tâm Quang founded Tam Bảo Temple, which was originally a little old house in a residential area. In 1990, he began to call for funding to build a new temple. In 1995, he purchased a new plot of land at Elm Street, which is convenient for Buddhist activities. After gaining government permission to build the temple, the construction of the new spacious hall was completed in 1997. In 1998, the temple bought another 4.047m² (1 acre) piece of land to build Báo Ân stupa and installed the Avalokitesvara monument and other structures.

Most Venerable Thích Tâm Quang is a famous English-Vietnamese translator. He has translated more than 40 works of Buddhist leaders and Buddhist scholars in the world. His translated works are widely posted in many Buddhist websites.

The Buddha shrine is respectfully shaped with many tranquil statues of Sakyamuni, Amitabha, Medicine Buddhas and Maitreya, Avalokitesvara, Mahasthamaprapta, Ksitigarbha, and the Cundi Bodhisattvas. At the front yard, there is a shrine of Maitreya Bodhisattva and at the right yard, there enshrined the Four Faced Buddha, Avalokitesvara statue and the seven storey Báo Ân stupa.

The temple has its practice sessions monthly. The Buddhist Youth Association has its weekly activities. The temple has welcomed many Buddhist pilgrimages to visit, especially when it hosts the big annual events to serve for the Buddhist Sangha and community.

三寶寺

FRESNO, CALIFORNIA, USA

地址：2459 S. Elm Avenue, Fresno, CA 93706
Tel: (559) 264-2728, Fax: (559) 264-2728
Email: ttamquang24@yahoo.com
住持：釋心光法師

寺院由釋心光法師於1979年成立，當時是在民居區內的一間細小舊屋。1990年，法師開始發動善信捐獻建立寺院。1995年，法師在埃爾姆街購買了一塊空地，申請建寺，以方便佛子在此活動。1997年，寺院的正殿落成，氣勢巍峨，寬敞涼爽。1998年，寺院再購買土地建寶安寶塔，露天的觀世音菩薩像臺。寺院總面積為4.047平方米（大約1 英畝）。

住持法師是一位有名的英-越語翻譯家。法師已經翻譯了世界上多位佛教領導人和佛學淵深研究家的40多本作品。法師的名字和作品在佛教很多網頁上廣泛介紹。

寺院內佛殿的佈置十分莊嚴。尊奉了：釋迦佛像、阿彌陀佛像、藥師佛像；彌勒菩薩像、觀世音菩薩像、大勢至菩薩像、地藏菩薩像和準提菩薩像。前院尊置彌勒菩薩像；右邊尊置四面佛像，觀世音像臺和7層的報恩塔。

在每個月裡，寺院都安排了佛法修學和佛事活動日期；每週組辦佛子家庭生活；經常接待到來拜佛的行香團。在每年的各大節日裡，寺院一定舉辦各種佛事活動，隆重和莊嚴，迎來十方僧、尼，佛子和遊客到此參拜和修學。

三宝寺

FRESNO, CALIFORNIA, USA

住所：2459 S.Elm Avenue, Fresno, CA 93706
Tel：(559)264-2728, Fax：(559)264-2728
Email：ttamquang24@yahoo.com
住職：ティック・タム・グアーン和尚

三宝寺は1979年カリフォルニア州にティック・タム・グアーン和尚様により建立されたベトナム仏教のお寺である。建立当時、このお寺はある古いマンションのただの一軒家であったが、1990年、住職様は新しい伽藍の建築の為に、寄付を集め始めた。1995年、良い位置である現在の敷地に三宝寺の僧舎を置く事に決定して建造を始め、1997年、立派な正殿が出来た。1998年、さらにその周りの土地を購入して伽藍を拡大し（購入後の面積：約4.047m2）、報恩塔や観世音菩薩立像などの付属建物を増やした。

住職和尚様は著名な英越翻訳者であり、世界中の仏教界を指導した高僧達や仏教研究者達の有名な作品を40部以上ベトナム語に翻訳したという。その翻訳作品集成は多くの仏教ウェブサイトを通じて紹介され、広く知られている。

威厳の金堂仏殿は、諸仏：釈迦・阿弥陀・薬師及び諸菩薩：弥勒・観世音・大勢至・地蔵・準提菩薩をご本尊として祀る。前庭に弥勒菩薩立像が安置されておる。右側の庭園に四面仏像や観世音立像及び七階報恩塔がある。

寺院の活動に関しては、生活・修学活動（毎週・毎月）や「仏教徒家庭」（毎週）が定例的に行われており、常に行香してくる仏教徒団体を歓迎する。また、ベトナム伝統祭日の機に外来の僧・尼・仏教徒や善男信女が気楽に参拝・修学しに訪問できる為に、祭事を丁寧にかつ周到に執り行っている。

CHÙA VIỆT NAM HẢI NGOẠI - tập 2

Tam quan chùa 寺院山門
Triple gate of the Temple 三関大門

Mặt tiền chùa 寺院正門
The front of the Temple 寺院の正面

Đài Quán Thế Âm 觀世音菩薩像台
The statue of Avalokitesvara Bodhisattva 観世音台

Tháp Phật Tứ Diện 四面佛塔
The stupa of the Four Face Buddha 四面仏塔

Mặt bên chùa 寺院側門
A side of the Temple 寺院の側面

Tháp Báo Ân
The Benefactor stupa
報恩塔
報恩塔

295

CHÙA TAM BẢO

Điện Phật
The Buddha shrine
佛殿
仏殿

Bàn thờ Bồ tát Địa Tạng
The altar of Ksitigarbha Bodhisattva
地藏菩薩供案
地藏菩薩の仏壇

Bàn thờ Tổ
The altar of Patriarchs
祖師供案
祖霊舎

Tụng kinh
Chanting
誦經
読経

Đoàn Phật tử hành hương lễ Phật
Buddhist pilgrimage
行香佛子團在拜佛
行香・礼仏の仏教徒たち

Hòa thượng trụ trì tặng sách cho Phật tử
The Abbot donates books to Buddhists
住持法師向佛子們贈送書籍。
仏教徒に書籍を贈与する住職和尚様

VÕ VĂN TƯỜNG & TỪ HIẾU CÔN

ĐẠO TRÀNG TAM BẢO

OAKLAND, CALIFORNIA, USA

8239 International Blvd, Oakland, CA 94621

Tel: (510) 569-7714

Trụ trì: Thượng tọa Thích Kiến Chơn

Đạo tràng do Hội Phật giáo Việt Nam vùng Đông Vịnh thành lập vào năm 1989, được tiểu bang California cấp phép hoạt động từ ngày 09 tháng 8 năm 1990. Đến ngày 13 tháng 3 năm 1994, ông Hội trưởng Nguyễn Hồng Tuyến và Ban Trị sự họp quyết định tạo mãi địa điểm bất động sản này để làm nơi thờ phụng Tam Bảo, tu học và phục vụ cộng đồng. Cuối năm 2014, Đạo tràng mua thêm căn nhà kế bên làm tịnh thất Tam Bảo.

Điện Phật được bài trí tôn nghiêm. Hương án giữa thờ tượng đức Phật Thích Ca, Bồ tát Quán Thế Âm và Bồ tát Đại Thế Chí. Bàn thờ hai bên thờ tượng Hộ Pháp và tượng Tổ sư Bồ Đề Đạt Ma. Phía sau điện Phật là Ký linh đường thờ Bồ tát Quán Thế Âm, Bồ tát Địa Tạng và di ảnh chư hương linh Phật tử quá vãng.

Đạo tràng có lịch tụng niệm, sinh hoạt hàng tuần, hàng tháng. Hàng năm, Đạo tràng tổ chức trang nghiêm và chu đáo hai khóa tu học Phật pháp cùng bốn ngày lễ tết là: Tết Nguyên Đán, Đại lễ Phật Đản, lễ Vu Lan và lễ Phật Thành Đạo (đồng thời cũng là lễ hiệp kỵ chư hương linh ký tự) cho đông đảo thiện nam, tín nữ, Phật tử ở thành phố Oakland và các vùng phụ cận về lễ bái, tu học, sinh hoạt.

TAM BẢO MONASTERY
OAKLAND, CALIFORNIA, USA

8239 International Blvd, Oakland, CA 94621
Tel: (510) 569-7714
Abbot: Senior Venerable Thích Kiến Chơn

In 1989, the Vietnam Buddhist Association in East Bay established a House of Worship that received its license from its activity in California since 9th August 1990. By 13th March 1994, the chairman, Nguyễn Hồng Tuyền, and the Board of Trustees decided to purchase the present location as the place of worship for the Three Jewels, Dharma study, and to do community service. In late 2014, they purchased a home to expand their scope and made it the Tam Bảo Monastery.

The Buddha shrine is the home to many respectful Sakyamuni Buddha, Avalokitesvara and Mahasthamaprapta Bodhisattvas. On both sides, there are the altars of Dharmapala and Bodhidharma Patriarch. Behind the Buddha hall, the Avalokitesvara and Ksitigarbha Bodhisattvas, and the deceased are enshrined.

The monastery has daily and monthly practice sessions in. Every year, the monastery hosts two retreats and four major holidays: New Year, Vesak's Day, Ullambana Festival and Buddha Enlightenment (often followed by the ritual service for the deceased) to serve the Buddhist community in the city of Oakland and surrounding areas.

三寶道場

OAKLAND, CALIFORNIA, USA

地址：8239 International Blvd, Oakland, CA 94621
Tel: (510) 569-7714
住持：釋建真法師

三寶道場由東詠區越南佛教會於1989年成立，1990年8月09日得到加利福尼亞州政府批准活動。到1994年3月13日，會長阮紅泉和理事會開會決定購買一塊土地，建寺院供奉三寶，修學佛法和服務社群。2014年底，理事會把道場鄰居的房屋購置下來作為三寶淨室。

佛殿的佈置莊嚴。中間香案尊奉釋迦佛像，觀世音菩薩像和大勢至菩薩像。供案兩旁尊奉護法和菩提達摩祖師像。佛殿後面是寄靈堂，尊奉觀世音菩薩像，地藏菩薩像和過往諸佛子香靈。

道場每週，每月有誦念和其他佛法活動。每年，道場莊嚴和周到地組織兩屆佛法修學班和四個大節日的活動：春節，佛誕大典，盂蘭盆節和佛成道日（同時也是寄祀諸香靈合忌儀式），讓奧克蘭市和鄰近各區的眾多善男信女，佛子到來參拜，修學和參加各種活動。

三宝道場

OAKLAND, CALIFORNIA, USA

住所：8239 International Blvd, Oakland, CA 94621
Tel：(510)569-7714
住職：ティック・キエン・チョン尚座さま

三宝道場は1989年ベトナム仏教協会により建立され、1990年8月9日よりカリフォルニア州で宗教法人事業許可を受け、正式に活動を開催した。それから1994年3月13日、ベトナム仏教協会グエン・ホン・トゥエン会長氏は道場の管理委員会と共に、今後の修学活動や三宝を祀る場所として現在の住所に位置する敷地に伽藍を置くことに決定した。そして2014年年末頃、隣の民家物件を購入し「三宝精室」に改造したという。

金堂仏殿は威厳に飾られており、本尊が釈迦仏像・観世音菩薩像・大勢至菩薩像である。本尊の両側に配置された仏壇は護法菩薩像と菩提達磨祖師像を祀る。仏殿の裏側は観世音菩薩像・地蔵菩薩像及び故仏教徒の遺影・香霊を祀る霊殿である。

三宝道場では毎週、毎月念経・修学活動が開催される。毎年、四つの伝統祭事：旧正月・灌仏会・盂蘭盆会・成道会(諸香霊の合忌儀式でもある)と2つの仏法修学コースを周到かつ厳かに執り行い、修学・参拝しに訪れるオークランド周辺の善男信女や仏教徒を歓迎する。

CHÙA VIỆT NAM HẢI NGOẠI - tập 2

Điện Phật
The Buddha shrine
佛殿
仏殿

Bàn thờ Bồ tát Quán Thế Âm
The altar of Avalokitesvara Bodhisattva
觀世音菩薩像供案
観世音菩薩の仏壇

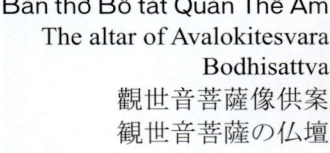

Bàn thờ Bồ tát Đại Thế Chí
The altar of Mahasthanaprapta Bodhisattva
大勢至菩薩供案
大勢至菩薩の仏壇

Bàn thờ Tổ
The altar of Patriarchs
祖師供案
祖霊舎

Ký linh đường
The altar of the Deceased
寄靈堂
霊堂

301

Lễ Phật Thành Đạo
The ceremony of Buddha's Attainment of Enlightenment
佛成道紀念儀式
成道会

CHÙA VIỆT NAM HẢI NGOẠI - tập 2

Thọ trai
Luncheon

受齋
受斎儀式

Trống
The drum
鼓
太鼓

Đại hồng chung
The great bell
大洪鐘
梵鐘

CHÙA TÂM TỪ

MORGAN HILL, CALIFORNIA, USA

610 Fisher Avenue, Morgan Hill, CA 95037

Tel: (408) 272-5765, (408) 515-1568

Website: www.mettatamtu.org

Trụ trì: Tỳ kheo Thích Pháp Chơn

Chùa Tâm Từ được Tỳ kheo Thích Pháp Chơn thành lập vào năm 2010 trên mảnh đất rộng hơn 4ha (10ac) ở thành phố Morgan Hill, phía Nam thành phố San Jose, tiểu bang California. Chùa Tâm Từ là tên gọi tắt của Vườn Di sản Phật giáo và Trung tâm Thiền quán Metta Tâm Từ. Nhằm giới thiệu hình ảnh và giáo lý của Đức Phật đến với thế hệ trẻ lớn lên tại Hoa Kỳ và góp phần vào việc truyền bá chánh pháp đến những người phương Tây muốn tìm hiểu về Phật giáo và dân tộc Việt Nam, Tỳ kheo Thích Pháp Chơn cùng chư Phật tử đạo tâm chùa Liễu Quán (San Jose) đã thực hiện một vườn cảnh đặc biệt, đó là những cây kiểng quý hiếm, những bông hoa đẹp tươi sắp đặt hài hòa trong không gian an tịnh, thông thoáng với tượng chư Phật, chư Bồ tát và các tấm bia bằng đá cẩm thạch được chạm khắc hình ảnh, hoa văn, chữ nghĩa thật tinh xảo, sống động. Có 36 bức phù điêu đá về cuộc đời và lịch sử đức Thế Tôn bằng hai ngôn ngữ: Việt, Anh; có 75 trụ đá khắc kinh Pháp Cú, chú Đại Bi ... bằng ba ngôn ngữ: Việt, Anh, Hoa; có 30 bức phù điêu đá giới thiệu cảnh Tây Phương Tịnh Độ trong bộ kinh A Di Đà bằng hai ngôn ngữ: Việt, Anh; có tượng Bồ tát Quán Thế Âm Tứ Diện, 12 tượng Bồ tát Quán Thế Âm hóa thân và 12 bài kinh Bát Nhã khắc bằng 10 ngôn ngữ, 12 tượng Bồ tát Quán Thế Âm độ 12 con giáp, cùng tượng các Thiền sư tiêu biểu Việt Nam: Phật Hoàng Trần Nhân Tông, Thiền sư Liễu Quán, Bồ tát Thích Quảng Đức ...

Hàng năm, chùa tổ chức trang nghiêm, chu đáo các ngày Đại lễ Phật Đản, lễ Vu Lan cho đông đảo Tăng, Ni và Phật tử khắp nơi đến chiêm bái, sinh hoạt. Chùa có các khóa tu cho những người sử dụng tiếng Anh. Chùa thường đón tiếp các vị Trưởng lão Hòa thượng, chư Tăng, Ni, Phật tử, du khách ở Hoa Kỳ và nhiều nước trên thế giới đến lễ bái, tham quan.

METTA TÂM TỪ BUDDHIST HERITAGE GARDEN AND MEDITATION CENTER
MORGAN HILL, CALIFORNIA, USA

610 Fisher Avenue, Morgan Hill, CA 95037
Tel: (408) 272-5765, (408) 515-1568
Website: www.mettatamtu.org
Abbot: Bhikkhu Thích Pháp Chơn

In 2010, Bhikkhu Thích Pháp Chơn founded Metta Tâm Từ Buddhist Heritage Garden and Meditation Center on a 4 hectare (10 acre) piece of land in Morgan Hill, San Jose, California. Tâm Từ is an abbreviated title of Buddhist Heritage Garden and Meditation Center.

Bhikkhu Thích Pháp Chơn and a group of Buddhist followers in Liễu Quán Temple (San Jose) have introduced the explicit theory and images of Buddhism to young Vietnamese-Americans and the broader community, who want to approach Vietnamese culture and Buddhism. Therefore, he and his disciples made the special Buddhist garden which includes rare plants, fresh beautiful flowers, tranquil statues of Buddhas and Bodhisattvas and many artworks of Asian pictures, patterns and words are skillfully engraved on the smooth marble stones' surfaces. The harmony of this architecture, statues and nature, in the quiet expansive space, achieved and created the aesthetic and valued emotional intuitions, in appreciating their religious insights and experiences.

The precincts of the center also display other Buddhist art masterpieces, such as 36 stone reliefs on the life and history of the Buddha in Vietnamese and English; 75 pillars of Dhammapada sutta, the Great Compassion mantra in Vietnamese, English and Chinese; 30 stone reliefs on the Pure Land of Amitabha sutra in Vietnamese and English; the Four-Face Avalokitesvara Bodhisattva statue, 12 incarnation Avalokitesvara Bodhisattva statues, 12 Prajna texts in 10 languages, 12 Avalokitesvara Bodhisattva converting 12 animals and other statues of the Vietnamese Zen Masters: Emperor Buddha Trần Nhân Tông, Zen Master Liễu Quán, Thích Quảng Đức Bodhisattva and more.

On the annual festivals of Lunar New Year, Vesak's Day, Ullambana Festival and others, the center has welcomed many Most Venerable monks, nuns, devotees and tourists from within the United States and from all over the world to participate and to come on pilgrimages. The center hosts retreats for the broader community too.

心慈寺

MORGAN HILL, CALIFORNIA, USA

地址：610 Fisher Avenue, Morgan Hill, CA 95037
Tel：(408)272-5765, (408)515-1568
Website:www.mettatamtu.org
住持：釋法真法師

心慈寺由釋法真法師於2010年成立，座落在加州聖荷西市南面的摩根希爾市。心慈寺是心慈Metta佛教遺產園和禪觀中心的簡稱。目的是向在美國生長的年輕一代介紹佛陀的形象和教理，為向欲瞭解越南佛教會和民族的西方人傳揚正法盡點綿力。釋法真法師同聖荷西市了觀寺道心佛子眾建造了一個特別的景觀園。這裡種有罕貴的花卉盆景，美麗的花朵在安靜、通爽的空間盛放。園內的諸佛、諸菩薩像，玉石雕的石碑上的花紋、圖像和文字刻畫精巧、生動。有36道石浮雕用越、英兩種文字記敘世尊的生平和歷史；有75支石柱刻有法句經、大悲咒…，用越、英和中3種文字刻出。另有30幅用越英兩種文字雕出的浮雕，介紹阿彌陀經內西方淨土境界；有四面觀世音菩薩像，12尊觀世音菩薩化身像和用10種文字雕出的12課般若經，12尊觀世音菩薩度12生肖像，還有多尊在越南具代表性的禪師像：佛皇陳仁宗，了觀禪師，釋廣德菩薩…。

每年的佛誕大典，盂蘭盆節，寺院均莊嚴和周到地組辦各種佛事活動，讓各地諸僧、尼和佛子到來瞻拜。寺院還為使用英語的人們組辦修學班。寺院經常迎接美國和世界各地的長老法師，諸僧、尼、佛子和遊客到來拜佛、參觀。

心慈寺

MORGAN HILL, CALIFORNIA, USA

住所：610 Fisher Avenue, Morgan Hill, CA 95037
Tel：(408)272-5765, (408)515-1568
Website：www.mettatamtu.org
住職：ティック・ファップ・チョン比丘

心慈寺はカリフォルニア州モーガン・ヒル市にあるベトナム仏教のお寺で、2010年ティック・ファップ・チョン比丘様によって面積約4ヘクタールの土地に建立された。「心慈寺」は『心慈仏教遺産園とメッタ禅館センター』の略称である。

寺院の趣旨については、アメリカで育った若い世代に仏教の教理と価値観を紹介する事とベトナム文化やベトナム系仏教を知りたい外国人に「正法」を教える事。その目的から、ティック・ファップ・チョン比丘様は、サンノゼ市にある「了観寺」の仏教徒たちと共に、独特な庭園を造った。それは、広々としている静かな庭の空間に貴重な盆栽や綺麗な花を諸佛菩薩像と文字・柄・絵を精細に彫刻されたマーブルの石碑と共にうまく配置し、ベトナムの文化と禅を表現した作品である。

上の庭園以外、心慈寺の独特の芸術作品は様々ある：世尊様の人生と歴史を浮彫られた36の石碑（越語と英語）；『法句経』と『大悲呪』が刻まれた75の石柱（越語、英語、中国語）；『阿弥陀経』の中の「西方淨土景」を紹介した30の石碑（越語、英語）；四面観世音菩薩像；12の観音菩薩の化身諸像； 10の言語で刻まれた12の『般若経』の品；12の観世音度十二支の諸像；ベトナム禅仏教の大表的な禅高僧の肖像：チャン・ニャン・トーン仏王、リェウ・クアン（了観）禅師、ティック・クアーン・ドゥック菩薩…

毎年、寺院には灌仏会や盂蘭盆会などの祭式が厳かに執り行われ、参拝・生活の目的で訪れる僧侶や仏教徒の団体が多くいる。さらに、英語しか話さない人向けの修学プログラムも用意されておる。また、心慈寺は特別な事のない時でも、諸長老、諸僧・尼僧、仏教徒及び外国や他の地方からの観光客などによく訪問されるお寺である。

CHÙA VIỆT NAM HẢI NGOẠI - tập 2

Mặt tiền chùa
The front of the Temple

寺院正門
寺院の正面

Các phù điêu đá giới thiệu cuộc đời đức Phật
Stone sculptures of the Buddha's life
介紹世尊生平的石浮雕
釈迦様の人生を彫った石碑

307

CHÙA TÂM TỪ

Điện Phật 佛殿
The Buddha shrine 仏殿

Bộ kinh Pháp Cú bằng đá
Dhammapada Sutra by stone
石雕法句經
法句経の石碑

Tôn tượng Bồ tát Quán Thế Âm Tứ Diện
The statue of Four-Face Avalokitesvara Bodhisattva
四面觀世音菩薩像
四面観世音菩薩立像

Vườn tượng Bồ tát Quán Thế Ân hóa thân
The statues of the incarnation of Avalokitesvara Bodhisattva
觀世音菩薩化身像群
観世音菩薩の化身諸像

Vườn tượng Bồ tát Quán Thế Âm hóa thân
The statues of the incarnation of Avalokitesvara Bodhisattva

觀世音菩薩化身像群
観世音菩薩の化身諸像

Vườn tượng Bồ tát Quán Thế Ân hóa thân
The statues of the incarnation of Avalokitesvara Bodhisattva

觀世音菩薩化身像群
観世音菩薩の化身諸像

Vườn tượng Bồ tát Quán Thế Âm độ 12 con giáp
The statues of Avalokitesvara Bodhisattva converting 12 animals

觀世音菩薩度12生肖像群
12の観世音度十二支の諸像

CHÙA TÂM TỪ

Vườn tượng Bồ tát Quán Thế Âm độ 12 con giáp
The statues of Avalokitesvara Bodhisattva converting 12 animals

觀世音菩薩度12生肖像群
12の観世音度十二支の諸像

Đêm thiền quán Bồ tát Quán Thế Âm (2015)
The Avalokitesvara Bodhisattva meditating night (2015)
觀世音菩薩禪觀之夜 (2015)
夜間の『観世音菩薩禅観』(2015)

CHÙA TÂM TỪ

Lễ Vu Lan 盂蘭盆節
Ullambana Festival 盂蘭盆会

釋心珠長老法師到寺院參觀　　　　　Trưởng lão Hòa thượng Thích Tâm Châu viếng chùa
寺院に訪問するティック・タム・チャウ長老和尚　Most Venerable Thích Tâm Châu visits the Temple

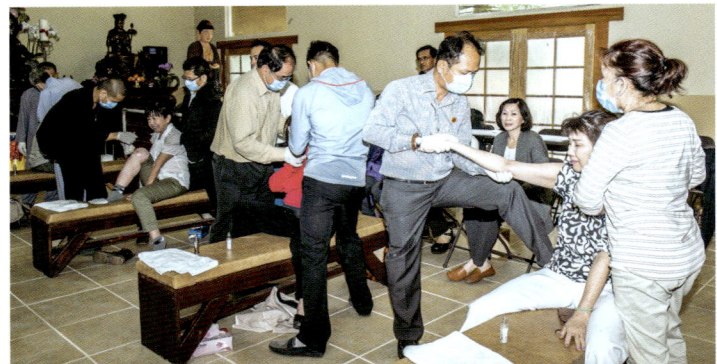

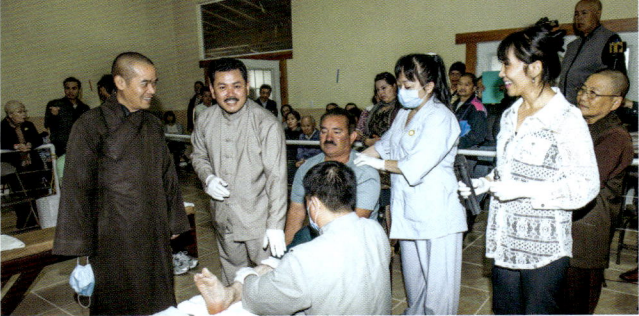

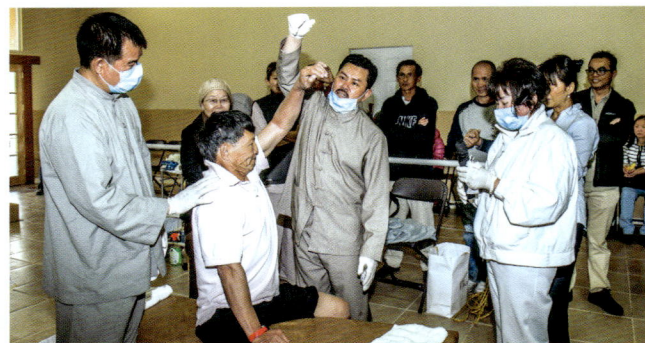

Lương y Võ Hoàng Yên chữa bệnh từ thiện
Herbalist Võ Hoàng Yên curing patients
良醫武皇安在慈善醫療活動中為病人診病。
慈善活動として治病しているヴォ・ホアーン・イエン医師

THÍCH CA THIỀN VIỆN

RIVERSIDE, CALIFORNIA, USA

15950 Winters Lane, Riverside, CA 92504
Tel: (951) 780-5249, Fax: (951) 780-9174
Email: thichcathienvien@gmail.com
Website: www.thichcathienvien.com
Viện trưởng: Đại lão Hòa thượng Kim Triệu

Năm 1982, Hòa thượng Kim Triệu được Sư Pháp Tông mời sang Nam California để hướng dẫn Thiền Tứ Niệm Xứ cho các Phật tử theo hệ phái Phật giáo Nguyên Thủy tại đây. Để có cơ sở với khung cảnh yên tịnh cho việc tu học lâu dài, các Phật tử đã mua hai căn nhà có diện tích gần 1ha (2.27ac) nằm trên một ngọn đồi nhỏ hướng Tây Nam thành phố Riverside và thành lập Thích Ca thiền viện, thỉnh Hòa thượng Kim Triệu làm Viện trưởng Thiền sư. Thiền viện chính thức sinh hoạt vào ngày 15 tháng 7 năm 1988.

Các công trình kiến tạo chính của thiền viện là: 1. Thiền đường: được xây cất vào tháng 9 năm 1991, khánh thành vào ngày 23 tháng 3 năm 1997, có diện tích 325m² (3,500sq.ft) gồm hai tầng, làm nơi hành lễ, hành thiền, giảng pháp …; 2. Sìma và Bảo tháp: được xây cất vào tháng 6 năm 2004, hoàn thành vào tháng 10 năm 2005. Bảo tháp được kiến trúc ba tầng lớp, thân của tháp hình bát giác, tượng trưng cho Bát Chánh Đạo. Bảo tháp thờ Xá Lợi đức Phật và lưu giữ kinh sách, tượng Phật được sưu tầm khắp nơi trên thế giới. 3. Hình tượng bốn Thánh tích: Đó là Lumbini, nơi Ngài Đản Sanh; Bodh Gaya, nơi Ngài Thành Đạo; Sarnath, nơi Ngài thuyết giảng bài kinh Chuyển Pháp Luân; và Kusinara, nơi Ngài nhập Niết Bàn; Tôn tượng các Thiền sư, Ân sư: Hòa thượng Giác Quang, Hòa thượng Hộ Tông, Thiền sư Shwe Oo Min, Thiền sư Màhasi, và bà Thiền sư Dipa Ma.

Thiền viện đang tiến hành xây dựng ngôi chánh điện mới rộng lớn phục vụ cho việc lễ bái, tu học của chư Tăng và các thiện nam, tín nữ, Phật tử về tham dự bốn khóa thiền vào bốn mùa Xuân, Hạ, Thu, Đông hàng năm.

SAKYAMUNI BUDDHIST MEDITATION CENTER

RIVERSIDE, CALIFORNIA, USA

15950 Winters Lane, Riverside, CA 92504
Tel: (951) 780-5249, Fax: (951) 780-9174
Email: thichcathienvien@gmail.com , Website: www.thichcathienvien.com
Founding Abbot: Zen Master Kim Triệu

In 1982, Zen Master Kim Triệu was invited by Venerable Phap Tong to Southern California to guide the Four Mindfulness for Theravada Buddhist followers. For the convenience of the long-term practice, the Buddhists bought two houses on an area of 1 hectare (2.27 acres) which is located on a small hill in the southwest of Riverside city, founded Sakyamuni Buddhist Meditation Center. They invited Most Venerable Kim Triệu to be the abbot and Sakyamuni Buddhist Meditation Center officially began to act since 15 July 1988.

The main architectural features of Sakyamuni Buddhist Meditation Center include:

1. **Zen hall**: Built in September 1991, and inaugurated on 23rd March 1997. It covers an area of 325m² (3,500sq.ft) and consists of two floors for worship, meditation, teaching, etc.

2. **Sima and Stupa**: Built in June 2004 and completed in October 2005, the stupa is a three-storey, octagonal tower, representing the Noble Eightfold Path. The stupa is a place to keep the Buddha relic and Buddhist scriptures which are collected around the world.

3. **Four Holy Buddhist Places**: Lumbini (the birth place of Buddha), Bodhgaya (his enlightenment), Sarnath (first sermon on Dhammcakkappavattana sutta) and Kusinara (enter Maha Parinirvana). There also worshiped the statues and images of Zen Masters, such as Most Venerable Giác Quang, Most Venerable Hộ Tông, Zen Master Shwe Oo Min, Zen Master Màhasi, and Female Zen Master Dipa Ma.

The new larger Buddha hall is being built for the sake of a large number of clergy and Buddhist believers who will come to attend the annual retreats in four seasons: spring, summer, fall and winter.

釋迦禪院

RIVERSIDE, CALIFORNIA, USA

地址：15950 Winters Lane, Riverside, CA 92504
Tel: (951) 780-5249, Fax: (951) 780-9174
Email: thichcathienvien@gmail.com, Website: www.thichcathienvien.com
院長：金兆大老和尚

　　1982年，金兆大老和尚得到法宗師邀請到南加州去指引佛子們依照原始佛教派進行四念處禪修。為了擁有一個安靜環境以便作長久修學，佛子們購買了兩間屋，面積將近1公頃(2.27 英畝)，位於里弗賽德市西南面的一座小山崗上，並成立了釋迦禪寺，請金兆法師任禪師院長。禪院正式於1988年7月15日投入活動。

　　禪院的主要建造工程是：1. 禪堂：1991年9月建設，1997年3月23日落成，面積325m²(3,500sq.ft)共兩層，用來行禮、行禪和講法….；2. 誦戒場和寶塔：建於2004年6月，2005年10月完成。寶塔是三層的建築，寶塔成八角形，象徵八正道。寶塔尊奉佛舍利和留存在世界上蒐集的經書、佛像。3. 佛教四大聖跡：就是釋迦牟尼佛誕生地藍毗尼園；釋迦牟尼佛成道地方菩提伽耶；釋迦牟尼佛教授佛法地方鹿野苑；釋迦牟尼佛入涅槃地方拘尸那揭羅。各禪師、恩師像：覺光法師，護宗法師，Shwe Oo Min禪師，Màhasi禪師和Dipa Ma女禪師。

　　禪院目前正在進行建造面積廣闊的新正殿，讓諸僧和善男信女、佛子們到來瞻拜，修學，參加每年春、夏、秋、冬四季的禪修班。

釈迦禅院

RIVERSIDE, CALIFORNIA, USA

住所：15950 Winters Lane, Riverside, CA 92504
Tel：(951) 780-5249, Fax: (951)780-9174
Email：thichcathienvien@gmail.com, Website：www.thichcathienvien.com
院長：キム・チエウ和尚様

　　1982年、地元（リバーサイド市）の上座部仏教宗派の仏教徒達に「禅四念処」を教示する担当者として、キム・チエウ和尚様はファップ・トン師さまに南カリフォルニアへ招聘された。長期的な修学活動のための静かな環境を造るために、門徒達はリバーサイド市西南部にある小さな丘の上に位置する、約1ヘクタール（2.27ac）の面積を持つ2つの民家物件を購入した。それからそこに「釈迦禅院」を創立し、キム・チエウ和尚様は住職に就任した。1988年7月15日より釈迦禅院は正式的に活動を始めたという。

　　釈迦禅院の建築構成には三つの独特なモノがある：

　　禅堂：1991年9月建造、1997年3月23日落成；面積約 325m²の二階建て；一般儀式・礼拝・修禅・説法する場所となる。

　　シマ（マハパサナ石洞）と宝塔：2004年6月建造開始、2005年全工事完成。宝塔は八角三重塔という構築を持ち、「八正道」を象徴する。この宝塔は佛舎利を祀り、世界中からコレクトされた御経と仏像を保管する施設でもある。

　　四大佛跡：御誕生のルンビニ園、御成道のブッダガヤ、初転法輪のサールナート、御涅槃のクシナガル。

　　その他、故禅師・故恩師の立像：ジャク・グアーン和尚、ホ・トン和尚、シェー・ウー・ミン禅師（ミアンマー）、マハシー禅師ディパ・マー女禅師の像…

　　毎年の修禅コース（春夏秋冬総4回）に参加する外来の仏教徒や礼拝・修学しに訪れる善男信女の為に、現在禅院はより広く新しい正殿を建てておる。

THÍCH CA THIỀN VIỆN

Tượng Thích Ca sơ sinh
The statue of Lord Buddha's Birth
釋迦佛初生像
誕生釈迦像

Tượng đức Phật Thành Đạo
The statue of Lord Buddha's Attainment of Enlightenment
佛成道像
成道釈迦像

Tượng đức Phật thuyết pháp
The statue of Lord Buddha's Turning the Dharma-cakra
佛說法像
説法仏像

Tượng đức Phật nhập Niết Bàn
The statue of Lord Buddha's Maha Parinirvana
佛入涅槃像
涅槃仏像

CHÙA VIỆT NAM HẢI NGOẠI - tập 2

Toàn cảnh thiền viện
Full view of Meditation Center
禪院全景
禅院の全景

Điện Phật
The Buddha shrine
佛殿
仏殿

Bản vẽ ngôi chánh điện mới
Master plan of the Main hall
新正殿的藍圖
新しい正殿の図面

319

THÍCH CA THIỀN VIỆN

Thiền đường
Meditation hall

禪堂
禅堂

Điện Phật
The Buddha shrine
佛殿
仏殿

CHÙA VIỆT NAM HẢI NGOẠI - tập 2

Bảo tháp Xá Lợi Phật　　佛舍利的寶塔
The stupa of Buddhist relics　仏舎利宝塔

Tháp hình chuông thờ Xá Lợi Phật
The bell shaped stupa
尊奉佛舍利的鐘塔
仏舎利を祀る

Tủ kinh
Scripture case
經書櫃
お経

Tủ sưu tập tượng Phật khắp nơi trên thế giới　　　　　　　收藏在世界各地蒐集的佛像
The collections of Buddha statues from around the world, displayed in the cabinet　世界中で作成された仏像のコレクション

321

Tượng Hòa thượng Giác Quang
The statue of Most Venerable Giác Quang
覺光法師像
ジャック・グアーン和尚の像

Tượng Thiền sư Shwe Oo Min
The statue of Zen Master Shwe Oo Min
Shwe Oo Min禪師像
シェー・ウー・ミン禅師（ミアンマー）の像

Tượng bà Thiền sư Dipa Ma
The statue of the female Zen Master Dipa Ma
Dipa Ma女禪師
ディパ・マー女禅師の像

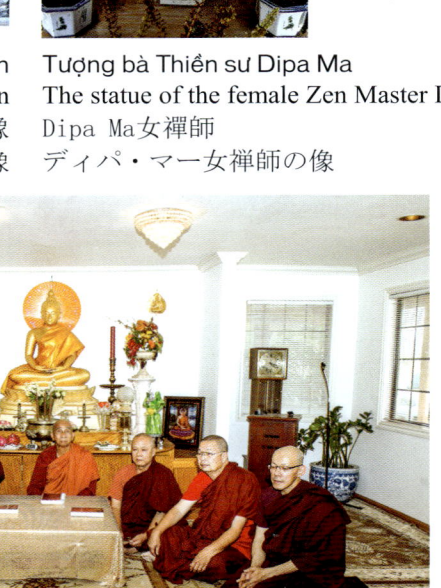

Tượng Hòa thượng Hộ Tông
The statue of Most Venerable Hộ Tông
護宗法師像
ホ・トン和尚の像

Sinh hoạt của chư Tăng
Activities of monks
諸僧的活動
諸僧の生活

CHÙA THIỆN ÂN

FRESNO, CALIFORNIA, USA

4354 W. McKinley Avenue, Fresno, CA 93722
Tel: (559) 277-3775, (559) 547-6037

Email: chuathienanfresno@gmail.com
Email: thichtrungtinh@gmail.com
Trụ trì: Tỳ kheo Thích Trung Tịnh

Chùa Thiện Ân được Thầy Thích Trung Tịnh thành lập vào đầu năm 2013 trên mảnh đất có diện tích hơn 1ha (2.5ac) ở Fresno, thành phố lớn thứ sáu của tiểu bang California, là trung tâm kinh tế của thung lũng trung tâm California. Chùa có không gian thoáng đãng với nhiều tượng Phật, Bồ tát, A La Hán lộ thiên tạo cảnh

sắc trang nghiêm, thanh tịnh chốn thiền môn.

Điện Phật được bài trí tôn nghiêm, thờ tượng đức Phật Thích Ca Mâu Ni, tượng Tây Phương Tam Thánh và tượng Bồ tát Chuẩn Đề. Sân vườn chùa rộng rãi tôn trí tượng Bồ tát Quán Thế Âm cao 6,5m (21.32ft), tượng đức Di Lặc, tượng Bồ tát Văn Thù, tượng Bồ tát Phổ Hiền, vườn Lâm Tỳ Ni, tượng đức Phật thuyết pháp, tượng đức Phật nhập Niết Bàn và tượng Thập bát A La Hán. Các tượng lộ thiên bằng đá cẩm thạch được tạo tác mỹ thuật điêu luyện bởi các nghệ nhân Đà Nẵng, Việt Nam.

Chùa có lịch sinh hoạt, tu học hàng tuần, tu Bát quan trai giới hàng tháng; có lớp Việt ngữ cho các em thiếu nhi vào sáng chủ nhật mỗi tuần. Vào các ngày tết Nguyên Đán, pháp hội Dược Sư, Đại lễ Phật Đản, lễ Vu Lan và các ngày vía chư Phật, chư Bồ tát trong năm, chùa đều tổ chức trang nghiêm, trọng thể đón tiếp đông đảo Phật tử, đồng hương về lễ bái, tu tập, sinh hoạt.

THIỆN ÂN TEMPLE

FRESNO, CALIFORNIA, USA

4354 W. McKinley Avenue, Fresno, CA 93722
Tel: (559) 277-3775, (559) 547-6037
Email: chuathienanfresno@gmail.com, Email: thichtrungtinh@gmail.com
Abbot: Bhikkhu Thích Trung Tịnh

In early 2013, Bhikkhu Thích Trung Tịnh founded Thiện Ân Temple on a lot of 1 hectare (2.5 acres) in Fresno, the sixth largest city and the economic center of California. The temple has many tranquil Buddhas, Bodhisattvas and Arhats in an open space. The harmony of nature and Buddhist architecture was achieved to create a religious atmosphere.

The Buddha shrine is formed for the worship of the Sakyamuni Buddha, the Amitabha Buddha Holy Trinity and the Cundi Bodhisattva. In the spacious garden, there are many respectful statues, such as the Avalokitesvara Bodhisattva (6.5 meter [21.32ft] high), Lord Maitreya, Manjushri Bodhisattva, Samantabhadra Bodhisattva, Lumbini garden, Giving Sermon Buddha, Entering Nirvana Buddha statue and the statues of Eighteen Arhats. The works of art are made of marble and were carved by the skilled artisans from Đà Nẵng, Vietnam.

The temple has its routine weekly session, especially Vietnamese language classes for children, every Sunday mornings. There is a monthly retreat for keeping the Eight precepts. Also, the temple hosts big annual events such as the Lunar New Year, Medicine Buddha, Vesak's Day, Ullambana Festival, Buddha, and Bodhisattva Days for the Buddhist community.

善恩寺

FRESNO, CALIFORNIA, USA

地址：4354 W. McKinley Avenue, Fresno, CA 93722
Tel: (559) 277-3775, (559) 547-6037
Email: chuathienanfresno@gmail.com, Email: thichtrungtinh@gmail.com
住持：釋中淨法師

善恩寺由釋中淨法師於2013年初在弗雷斯諾市成立，面積1公頃（2.5英畝）。弗雷斯諾市是加州第六大城市，也是加州的經濟中心。寺院有廣闊的空間。寺院有很多露天的佛像、菩薩像和阿羅漢像，為寺院營造莊嚴禪門清淨地。

佛殿內的佈置十分莊嚴，尊置釋迦牟尼佛像，西方三聖像和準提菩薩像。寺院的庭院寬闊，尊置觀世音菩薩像，像高6.5米（21.32英尺）彌勒菩薩像，文殊菩薩像，普賢菩薩像，藍毗尼園，佛說法像，佛入涅槃像和十八阿羅漢像。所有露天塑像均用玉石雕鑿，是越南峴港藝術家刁練的美術作品。

寺院每週均有佛法修學活動，每月有修八關齋戒；每週週日早上為少年兒童開設越語班。在每年的春節、藥師法會，佛誕大典，盂蘭盆節和諸佛誕，諸菩薩誕，寺院均莊嚴和周到地組織供拜活動，迎來眾多佛子和同鄉參拜，修學和活動。

善恩寺

FRESNO, CALIFORNIA, USA

住所：4354 W. McKinley Avenue, Fresno, CA 93722
Tel：(559)277-3775, (559)547-6037
Email1：chuathienanfresno@gmail.com, Email2：thichtrungtinh@gmail.com
住職：ティック・チューン・ティン比丘様

善恩寺は、カリフォルニア州の経済中心地で、6番目に面積が大きい都市であるフレズノ市に所在するベトナムの寺院である。約1ヘクタールあるこの寺院は2013年ティック・チューン・ティン様により建立された。境内が明るく綺麗な自然がたっぷり、仏像や菩薩像もたくさん安置されたため、善恩寺の至る所には修禅地独特の厳粛・清浄な雰囲気が溢れる。

荘厳な仏殿は釈迦牟尼仏像・西方三聖諸像・準提菩薩像を本尊として祀る。庭園は広く、高6.5mの観世音菩薩立像・弥勒菩薩像・文殊菩薩像・普賢菩薩像・ルンビニ園・説法仏像・涅槃仏像・十八阿羅漢像等…がある。これらの露天仏像菩薩像は全部代理石の作品で、ベトナムのダナンの職人に製作されたものであるという。

善恩寺の活動といえば、仏法修学・寺内生活活動（毎週）、八関斎戒（毎月）、ベトナム語講座（日曜日）等がある。毎年の旧正月・灌仏会・盂蘭盆会・諸佛諸菩薩に関する儀式のとき、寺院は多くの同郷・仏教徒を迎え、厳かにかつ周到に祭式を執り行う。

CHÙA THIỆN ÂN

Điện Phật
The Buddha shrine
佛殿
仏殿

Tượng Bồ tát Văn Thù
The statue of Manjushri Bodhisattva
文殊菩薩像
文殊菩薩像

Tượng Bồ tát Phổ Hiền
The statue of Samantabhadra Bodhisattva
普賢菩薩像
普賢菩薩像

Vườn tượng Thập bát A La Hán
The statues of Eighteen Arhats

十八阿羅漢像園
十八阿羅漢像園

CHÙA THIỆN ÂN

Vườn tượng Thập bát A La Hán
The statues of Eighteen Arhats

十八阿羅漢像園
十八阿羅漢像園

CHÙA VIỆT NAM HẢI NGOẠI - tập 2

Tụng kinh 誦經
Chanting 読経

Giảng pháp 講法
Dharma talk 講法

Ảnh kỷ niệm
Photo for memories
紀念圖片
記念写真

329

VÕ VĂN TƯỜNG & TỪ HIẾU CÔN

TINH XÁ THIỀN LÂM

WINCHESTER, CALIFORNIA, USA

33875 Milan Road, Winchester, CA 92596
Tel: (951) 286-5999, (714) 333-6972
Email: thichthongly@yahoo.com
Website: www.tinhxathienlam.org, www.forestmeditation.org
Trụ trì: Thượng tọa Thích Thông Lý

Tịnh xá được Thượng tọa Thích Thông Lý thành lập vào tháng 02 năm 2010. Tọa lạc trên một khu đất rộng 2ha (5ac) ở thành phố Winchester, quận hạt Riverside; trên độ cao 457m (1,500ft); chung quanh có núi non hùng vĩ bao bọc; lại có những làn gió mát thổi vào từ hồ Diamond; tịnh xá là nơi an tịnh, mát mẻ, thoáng đãng của chốn a lan nhã thanh tu. Do một nhân duyên lành, được

sự hỗ trợ của Sư cô Thích Nữ Thanh Châu và một số Phật tử tín tâm, Thượng tọa đã tạo mãi được mảnh đất lớn và căn nhà hư hỏng 50% với giá rẻ. Qua 5 năm xây dựng, ngôi Tam Bảo đang hoàn thiện dần để làm nơi tu học và quảng bá Phật pháp cho cư dân tại các thành phố Winchester, Temecula và những vùng phụ cận.

Điện Phật được bài trí tôn nghiêm, thờ đức Phật Thích Ca, đức Phật A Di Đà, Bồ tát Quán Thế Âm, Bồ tát Chuẩn Đề và Bồ tát Địa Tạng. Hội trường phía sau tinh xá tôn trí tượng đức Phật Dược Sư và bộ tượng Tây Phương Tam Thánh. Trong khuôn viên tinh xá có tôn trí tượng Bồ tát Di Lặc, tượng Tổ sư Bồ Đề Đạt Ma; đặc biệt là tôn tượng Bồ tát Quán Thế Âm bằng đá trắng, một tác phẩm mỹ thuật đặc sắc, an nhiên tự tại trên đài sen trong vườn thiền của tinh xá.

Tinh xá có lịch sinh hoạt, tu học hàng tuần, hàng tháng. Vào các ngày lễ tết trong năm, tinh xá tổ chức trang nghiêm, chu đáo, đón tiếp nhiều thiện nam, tín nữ, Phật tử đến chiêm bái, tu học.

THIỀN LÂM MONASTERY

WINCHESTER, CALIFORNIA, USA

33875 Milan Road, Winchester, CA 92596
Tel: (951) 286-5999, (714) 333-6972
Email: thichthongly@yahoo.com
Website: www.tinhxathienlam.org / www.forestmeditation.org
Abbot: Senior Venerable Thích Thông Lý

On May 02, 2010, Senior Venerable Thích Thông Lý established Thiền Lâm Temple on an area of 2 hectares (5 acres) at an altitude of 457m (1,500 ft), in the city of Winchester, Riverside County. There is a range of majestic mountains surrounding the temple and the cool breeze always blows from Diamond Lake. The tranquil, solemn and cool atmosphere, makes the temple an ideal religious place. Thanks to the great support of his real blood sister – Venerable Thích Nữ Thanh Châu and some devoted Buddhist followers, Senior Venerable Thích Thông Lý purchased a damaged house on a large plot of land at a cheap price. After 5 years of construction, the Monastery became a ideal place to practice and spread Buddhism for residents in the city of Winchester, Temecula and surrounding areas.

The Buddha shrine is respectfully presented for the worship of Sakyamuni and Amitabha Buddhas, Avalokitesvara, the Cundi and Ksitigarbha Bodhisattvas. Behind this hall, there are the Medicine Buddha and the Amitabha Buddha Holy Trinity. Within the Vihara yard, Maitreya Bodhisattva and Bodhidharma Patriarch are installed. The special white stone statue of Avalokitesvara Bodhisattva on the lotus pond, is a unique work of art.

The monastery continues to conduct daily and weekly programs in Buddhist. Thiền Lâm Monastery has welcomed a large number of male and female Buddhist believers and tourists who visit and worship, especially during the annual ceremonies.

禪林精舍
WINCHESTER, CALIFORNIA, USA

地址：33875 Milan Road, Winchester, CA 92596
Tel: (951) 286-5999, (714) 333-6972
Email: thichthongly@yahoo.com
Website: www.tinhxathienlam.org / www.forestmeditation.org
住持：釋通理法師

精舍由釋通理法師於2010年02月成立。座落加州溫徹斯特市河邊郡的一塊2公頃（5英畝）土地上，這裡海拔457米（1500英尺）；周圍是雄偉的山巒；又有從鑽石湖吹來的陣陣涼風；這是阿蘭若們清修的一個安靜、涼爽精舍。由於有好的因緣，得到釋女青珠和多位虔誠的佛子協助，法師以很低的價值購買了一塊面積很大的土地和一間破爛的房子。經過五年的建造，精舍逐漸完善，將是溫徹斯特市，特曼庫拉市和鄰近各區的人民修學和傳揚佛法的地方。

佛殿內佈置莊嚴，尊奉釋迦佛像，阿彌陀佛像，觀世音菩薩像，準提菩薩像和地藏菩薩像。精舍後面的會堂尊置藥師佛像和西方三聖像。在精舍內尊置有彌勒菩薩像，菩提達摩祖師像；特別在精舍禪園內的蓮台上尊置了白石雕鑿的觀世音菩薩像，觀世音菩薩的表情安然自在，這是一項特色的美術作品。

精舍每週，每個月都有佛法修學活動。在每年的各大節日裡，精舍均莊嚴和周到地舉行各種供拜儀式，迎接十方善男信女和佛子來參拜和修學。

禅林精舎
WINCHESTER, CALIFORNIA, USA

住所：33875 Milan Road, Winchester, CA 92596
Tel：(951)286-5999, (714)333-6972
Email：thichthongly@yahoo.com
Website：www.tinhxathienlam.org / www.forestmeditation.org
住職：ティック・テョーン・リー尚座様

禅林精舎は2010年2月ティック・テョーン・リー尚座により建立されたお寺である。カリフォルニア州リバーサイド郡ウィンチェスター市に位置する、面積約2ヘクタールの敷地に伽藍を置いたこの精舎は、標高457mで、周りを山に囲まれており、年中近くのダイアモンド湖からの冷風に浴びている。広闊な禅林精舎は明るく閑静で、いわゆる典型的な阿蘭若修禅所である。幸いことに、ティック・ヌー・タイン・チャウ尼僧様と信心深い仏教徒達の補助のお陰で、ティック・テョーン・リー尚座様は非常に広い、半分破損した古民家物件を安く購入できた。ウィンチェスター市、テメキュラー市、そしてその付近地域の住民の為の仏教伝来・仏法修学機関となるよう、禅林精舎は5年間に掛けて新しい僧舎を建造し、現在まであと少し全工程を完了できると期待される。

金堂仏殿は荘厳に飾られ、本尊の釈迦仏像・阿弥陀仏像・観世音菩薩像・準提菩薩像及び地蔵菩薩像を祀る。精舎の裏庭にある会場の中で薬師仏像と西方三聖諸像が安置されている。また、境内に弥勒菩薩像、菩提達磨祖師像もあり、特に精舎の禅園には独特な技法で作製された大理石の乗蓮台観世音菩薩立像が誇りとなっている。

禅林精舎の修学活動は毎週・毎月開催される。毎年の伝統祭日の機に、参拝・修学しに訪れる外来の仏教徒や善男信女をお迎えし、祭事を周到かつ厳かに執り行う。

Mặt trước tinh xá
The front of the Monastery
精舍正門
精舎の正面

Tôn tượng Bồ tát Quán Thế Âm
The statue of Avalokitesvara Bodhisattva
觀世音菩薩像
観世音菩薩立像

Mặt sau tinh xá
Back side of the Monastery
精舍後門
精舎の裏面

TINH XÁ THIỀN LÂM

Điện Phật
The Buddha shrine

佛殿
仏殿

Tượng Tổ sư Bồ Đề Đạt Ma
The statue of Bodhidharma Patriarch
菩提達摩祖師像
菩提達磨立像

CHÙA VIỆT NAM HẢI NGOẠI - tập 2

Tượng đức Phật Thích Ca 釋迦佛像
The statue of Sakyamuni Buddha 釈迦仏像

Tượng đức Phật nhập Niết Bàn
The statue of Lord Buddha's Maha Parinirvana
釋迦涅槃像
涅槃像

Tượng Tây Phương Tam Thánh 西方三聖像
The statues of the Amitabha Buddha Holy Trinity 西方三聖

Tượng Bồ tát Địa Tạng
The statue of Ksitigarbha
Bodhisattva
地藏菩薩像
地蔵菩薩像

Tủ kinh sách
The cabinets of
scriptures
經書櫃
お経

Đại hồng chung
The great bell
大洪鐘
梵鐘

335

VÕ VĂN TƯỜNG & TỪ HIẾU CÔN

THIỀN TỊNH ĐẠO TRÀNG

GARDEN GROVE, CALIFORNIA, USA

11502 Daniel Avenue, Garden Grove, CA 92840
Tel: (714) 638-0989, (714) 226-4171
Email: dieutanhthich@yahoo.com
Trụ trì: Ni sư Thích Diệu Tánh

Thiền Tịnh đạo tràng được Hòa thượng Thích Đức Niệm thành lập vào năm 2000 tại thành phố Garden Grove, quận hạt Orange, miền Nam tiểu bang California, nơi có đông đảo người Mỹ gốc Việt sinh sống, làm ngôi Tam Bảo tu tập của Ni giới, và cử Ni sư Thích Diệu Tánh, xuất thân từ Phật học viện Quốc tế về trụ trì.

Hòa thượng Thích Đức Niệm quê ở Bình Thuận (Việt Nam), du học tại Đài Loan năm 1969, đỗ Tiến sĩ về Văn Triết học năm 1978. Năm

1979, Ngài đến Hoa Kỳ nhận nhiệm vụ Phó Viện trưởng Viện Đại học Đông Phương Học. Năm 1981, Ngài thành lập Phật học viện Quốc tế để đào tạo tăng tài, truyền bá chánh pháp. Ngài viên tịch vào ngày 21 tháng 3 năm 2003.

Điện Phật được bài trí tôn nghiêm, thờ đức Phật Thích Ca, đức Phật A Di Đà, Tây Phương Tam Thánh, Bồ tát Chuẩn Đề và Bồ tát Địa Tạng. Mặt trước, chùa tôn trí tượng Bồ tát Di Lặc ngồi trên con voi lớn. Mặt sau, chùa tôn trí tượng Bồ tát Di Lặc, tượng Bồ tát Quán Thế Âm đứng trên đầu rồng ở hòn giả sơn xinh đẹp, và tượng đài Quán Thế Âm thập nhất diện.

Đạo tràng thường cung tiếp chư vị Tôn đức Tăng, Ni viếng thăm. Ni sư trụ trì đã cùng chư Tôn đức lãnh đạo Phật giáo tại Hoa Kỳ thực hiện nhiều Phật sự về giáo dục, văn hóa và từ thiện xã hội trong nhiều năm qua.

Vào các dịp lễ tết hàng năm, đạo tràng tổ chức trang nghiêm, chu đáo cho Phật tử, đồng hương đến lễ bái, tu học, sinh hoạt; và đón tiếp đông đảo khách hành hương đến lễ Phật cầu an.

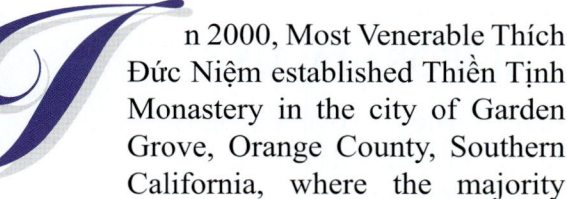

THIỀN TỊNH MONASTERY
GARDEN GROVE, CALIFORNIA, USA

11502 Daniel Avenue, Garden Grove, CA 92840
Tel: (714) 638-0989, (714) 226-4171
Email: dieutanhthich@yahoo.com
Abbess: Senior Venerable Thích Diệu Tánh

In 2000, Most Venerable Thích Đức Niệm established Thiền Tịnh Monastery in the city of Garden Grove, Orange County, Southern California, where the majority of Vietnamese- Americans are living. He wanted this temple to be a good religious place for nuns; he appointed his disciple - Senior Venerable Thích Diệu Tánh, from his International Buddhist Institute, to be Abbess.

Most Venerable Thích Đức Niệm whose native land is Bình Thuận (Vietnam), studied in Taiwan in 1969, and in 1978, he graduated with a Ph.D. in Philosophy Literature. In 1979, he was promoted to the position as the Deputy Head for Eastern University in the United States. In 1981, he founded the International Buddhist Institute to train clergy and propagate the Dhamma. He passed away on 21st March 2003.

The Buddha shrine is respectfully shaped to worship Sakyamuni Buddha, Amitabha Buddha, the Amitabha Buddha Holy Trinity, the Cundi and Ksitigarbha Bodhisattvas. In the front yard, the Maitreya Bodhisattva sitting on a large elephant is enshrined. In the back yard, there are the Maitreya and Avalokitesvara Bodhisattvas standing on a dragon head in a beautiful rockery exhibit and a statue of Avalokitesvara with eleven tranquil faces.

The temple has welcomed many most venerable monks and nuns who visit. For many years, in the Buddhist Sangha Association, Senior Venerable Thích Diệu Tánh has been a devotee with the elder monk leaders in the United States, who perform many Buddhist missions involving educational, cultural, charitable works and more. At the annual holidays and Buddhist Days, the monastery hosts the ritual ceremonies and retreats to serve the Vietnamese-American Buddhist community.

VÕ VĂN TƯỜNG & TỪ HIẾU CÔN

禪淨道場

GARDEN GROVE, CALIFORNIA, USA

地址：11502 Daniel Avenue, Garden Grove, CA 92840
Tel:(714) 638-0989, (714) 226-4171
Email:dieutanhthich@yahoo.com
住持：釋妙性尼師

禪淨道場由釋德念法師於2000年在加利福尼亞州南部橙郡園林市成立。這裡有很多越裔美國人居住，是尼界修習三寶之地。因此舉派在國際佛學院出身的釋妙性尼師任住持。

釋德念法師原籍越南平順省，1969年在台灣留學。1978年修哲學，取得博士名銜。1979年，法師到美國出任東方學大學院副院長。1981年，法師成立國際佛學院培訓僧材，傳揚正法。法師於2003年3月21日圓寂。

道場內的佛殿佈置莊嚴，尊奉釋迦佛像，阿彌陀佛像，西方三聖像，準提菩薩像和地藏菩薩像。前面尊置彌勒菩薩坐在大象上。寺院後面有座假山，彌勒菩薩像和觀世音菩薩被尊置在假山的龍頭上。此外還有十一面觀世音菩薩像。

道場經常恭迎諸僧尼到訪。多年來，住持尼師已同美國的佛教領導人組辦很多跟教育、文化和社會慈善工作有關的佛事。

在每年的大節日裡，道場莊嚴和周到地組辦各種供拜、修學活動，讓佛子和鄉親們到來供拜、修學和參加各種活動；也迎來不少香客到此祈安。

禅静道場

GARDEN GROVE, CALIFORNIA, USA

住所：11502 Daniel Avenue, Garden Grove, CA 92840
Tel:(714)638-0989, (714)226-4171
Email:dieutanhthich@yahoo.com
住職：ティック・イエウ・タイン尼師

禅静道場は2000年、ベトナム系アメリカ人が多いカリフォルニア州オレンジ郡ガーデングローブ市にティック・ドゥック・ニエム和尚により建立されたお寺である。この道場はベトナム仏教尼戒の三宝僧伽となり、国際仏学院から招聘したティック・イエウ・タイン尼師様が住職に就任した。

※ティック・ドゥック・ニエム和尚様の経歴に関しては、ベトナムのビン・トゥアン（Bình Thuận）省出身、1969年から台湾へ留学、1978年文学哲学研究科の博士号を収得された。1979年より渡米、東方学大学院の副院長に就任された。1981年、仏教の正法についての認知を広げる為に「国際仏学院」を設立し、2003年3月21日入寂されたという。

金堂仏殿は荘厳華麗な装飾が飾られており、釈迦仏像・阿弥陀仏像・西方三聖像・准提菩薩像及び地藏菩薩像を祀る。寺院の前庭には騎大象弥勒菩薩像が安置される。裏庭には騎龍観世音菩薩立像が配置された盆石と大きな十一面観音像立像がある。

禅静道場は度々本尊徳諸僧、諸尼をお迎えしている。ここ数年間、住職尼師様は、在アメリカベトナム系仏教教会の指導者達と共に、教育・文化・慈善活動に関する仏事に身を尽くしているという。

毎年、一年の伝統祭日を機に、仏法修学・参拝しに訪れる外来の仏教徒や参拝・行香・求安する客の為に、寺院は周到かつ厳かに祭事を執り行う。

CHÙA VIỆT NAM HẢI NGOẠI - tập 2

Mặt tiền Đạo tràng
The front of the Monastery

道場正門
道場の正面

Tượng Bồ tát Quán Thế Âm
The statue of Avalokitesvara Bodhisattva
觀世音菩薩像
観世音菩薩立像

THIỀN TỊNH ĐẠO TRÀNG

Điện Phật
The Buddha shrine
佛殿
仏殿

Tượng Tây Phương Tam Thánh
The statues of the Amitabha Buddha Holy Trinity
西方三聖像
西方三聖像

Bàn thờ cố Hòa thượng Thích Đức Niệm
The altar of Late Most Venerable Thích Đức Niệm
釋德念故法師供案
ティック・ドゥック・ニエム故和尚の仏壇

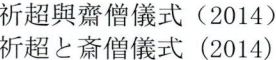

Lễ Kỳ siêu và Trai tăng (2014)
The Deceased and Lunch offering rituals (2014)

祈超與齋僧儀式（2014）
祈超と斎僧儀式（2014）

Lễ hằng thuận
Wedding ceremony
恆順儀式
恒順式（寺院での結婚式）

Ni sư trụ trì tham gia công tác từ thiện xã hội tại Nhật Bản và Philippines
Senior Venerable Thích Diệu Tánh in charitable work in Japan and Philippines
住持尼師在日本和菲律賓參加社會慈善工作。
日本・フィリピンでの慈善活動に参加している住職様

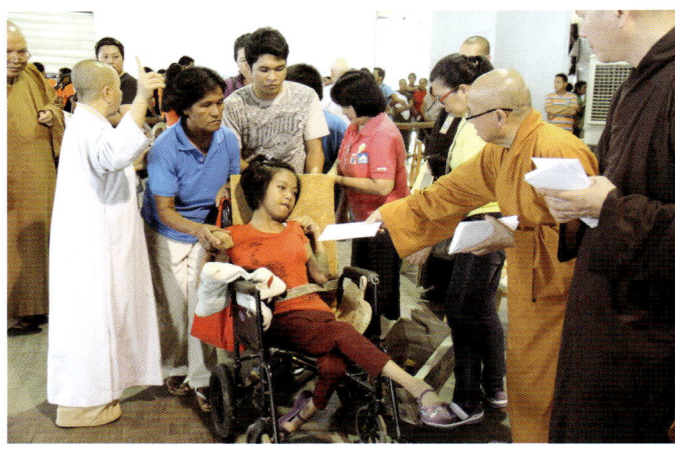

Khách hành hương xuân Ất Mùi (2015)
Pilgrims in spring, Ất Mùi (2015)
乙未年春節行香團　（2015）
乙未年（2015）旧正月の参拝客

ĐẠO TRÀNG THÔN YÊN
(Chùa Trúc Sơn-Vườn tre giả ngoại)

GILROY, CALIFORNIA, USA

3555 Dryden Avenue, Gilroy, CA 95020

Tel: (408) 499-3152, (408) 857-5087

Email: daotrangthonyen@yahoo.com

Ban sáng lập: Hòa thượng Thích Tịnh Từ, Hòa thượng Thích Tịnh Nghiêm và Hòa thượng Thích Tịnh Diệu

Đạo tràng Thôn Yên - chùa Trúc Sơn tọa lạc trên đồi Nắng Mai (Sunrise Mountain) ở độ cao 120m (400ft) và có diện tích 20ha (50ac). Đạo tràng được thành lập và sinh hoạt chính thức vào mùa Phật Đản năm 2012. Nơi đây vốn là trung tâm sinh hoạt tinh thần và sản xuất rau trái, hoa màu của người Mỹ gốc Nhật, hướng tâm thiền đạo. Cơ sở hiện nay gồm một căn nhà làm nơi tiếp khách, tăng xá; và ngôi thiền đường Trúc Sơn lộ thiên, tiền thân của ngôi chùa chính sau này.

Điện Phật được bài trí trang nghiêm, thờ tượng đức Phật Thích Ca Mâu Ni thiền định trên tòa sen, tượng Bồ tát Quán Thế Âm và tượng Tổ sư Bồ Đề Đạt Ma.

Sân trước, đạo tràng tôn trí nhiều tượng chư Phật, Bồ tát ẩn hiện trong những vườn hoa xinh xắn, tạo sự thanh tịnh, giải thoát ở chốn thiền môn. Công viên đạo tràng có nhiều cây đại thọ (oaks), mỗi cây có tuổi thọ trên 500 năm. Thân cây và nhánh lá trải dài cả một không gian rộng lớn như những pháp tòa sư tử.

Đạo tràng đã có kế hoạch xây dựng thành một trung tâm tu học pháp môn thiền tịnh cho Tăng, Ni, Phật tử Việt Mỹ trong vùng thung lũng Hoa Vàng (Bắc California) và Hoa Kỳ.

THÔN YÊN MONASTERY

(Trúc Sơn Temple - the Bamboo Garden)

GILROY, CALIFORNIA, USA

3555 Dryden Avenue, Gilroy, CA 95020
Tel: (408) 499-3152, (408) 857-5087
Email: daotrangthonyen@yahoo.com
Committee of the Founders: Most Venerable Thích Tịnh Từ, Most Venerable Thích Tịnh Nghiêm
and Most Venerable Thích Tịnh Diệu

Thôn Yên Village - Trúc Sơn Monastery covers a large area of the 20 hectares (50 acres) in the Nắng Mai hill (Sunrise Mountain) at an altitude of 120m (400ft). Thôn Yên was established and formally took part in the Vesak's Day ceremony in 2012. Originally, it was the center for spiritual activities and production of vegetables and crops of Japanese-Americans. At present, Thôn Yên includes a house as a visitor room, monks' rooms and Trúc Sơn meditation hall which will become the main temple in the future.

The Buddha shrine is presented with the respectful statues of the meditating Sakyamuni Buddha, Avalokitesvara Bodhisattva, and Bodhidharma Patriarch. In the front yard, there are many other tranquil statues of Buddhas and Bodhisattvas are in the lovely green garden. There are many oaks with a life expectancy of more than 500 years; their stems and branches stretch in a large space like the lion thrones. Thôn Yên is a place with a solemn and serene atmosphere, which is effective in calming worshipers' minds.

Thôn Yên has a master plan to build a Pure Land Mediation Center for monks, nuns, Vietnamese-American Buddhists in the Hoa Vàng Valley (Northern California) and the United States.

CHÙA VIỆT NAM HẢI NGOẠI - tập 2

村安道場
（竹山寺-野外竹園）

GILROY, CALIFORNIA, USA

地址：3555 Dryden Avenue, Gilroy, CA 95020
Tel: (408) 499-3152, (408) 857-5087
Email: daotrangthonyen@yahoo.com
創立委員會：釋淨慈法師，釋淨嚴法師和釋淨妙法師。

村安道場-竹山寺座落在高度120米（400英尺）的梅陽山崗上，面積20公頃（50英畝）。道場於2012年佛誕成立和正式活動。這個地方是日裔美國人心向禪道的精神生活中心，也是生產蔬果、花卉的基地。

目前道場內有一間會客室，僧舍；露天的竹山禪堂，這是日後正殿的前址。

佛殿的佈置莊嚴，尊奉釋迦牟尼佛在蓮座上禪定像，觀世音菩薩像和菩提達摩祖師像。

在前院，道場小花圃內尊置多位佛和菩薩像，使到禪門淨地更添清靜和有解脫的感覺。道場的公園種有很多大樹（櫟樹），樹齡500年以上。枝葉茂盛，樹蔭像一個個大的傘子，遮蔽著公園的上空。

道場已計劃建立一個法門禪淨的修學中心，為美國，尤其是北加州黃花谷地一帶的越美僧、尼和佛子們服務。

トン・イエン道場
（竹山寺）

GILROY, CALIFORNIA, USA

住所：3555 Dryden Avenue, Gilroy, CA 95020
Tel: (408) 499-3152, (408) 857-5087
Email: daotrangthonyen@yahoo.com
創立者：ティック・ティン・トゥ和尚, ティック・ティン・ギエム和尚,
ティック・ティン・イエウ和尚

トン・イエン道場（竹山寺）はカリフォルニア州標高120mのサンライズマウンテンにある、面積20ヘクタールを持つ禅の寺院である。この道場は2012年の灌仏会を機に建立されたもので、元々日本系アメリカ人の野菜・果物栽培や禅で心のケア活動をする場所であったという。

現在の施設は三つの建物がある：接客用の一軒家、僧舎と露天の竹山禅堂。この禅堂はこれからご正殿と改造するつもりである。

荘厳された仏殿は釈迦牟尼仏の蓮花丸台座像・観世音菩薩像・菩提達磨祖師像を本尊とする。前庭の花園には仏像・菩薩像が多数安置され、心を静かにできるゆとりの「禅」の空間を作り出しておる。境内のあちらこちらに多くの巨大古樹（オーク科）があり、いずれも樹齢500年以上で、枝振りがシムハーサナ（獅子）のようになっておる。

トン・イエン道場は今後北カリフォルニアだけではなく、全アメリカの僧・尼僧・仏教徒の禅淨法門修学センターとなるよう、規模を拡大する企画がある。

ĐẠO TRÀNG THÔN YÊN

Toàn cảnh đạo tràng　　　　　　　道場全貌
Full view of the Monastery　　　　道場の全景

Tượng đức Phật Thích Ca　　　　釋迦佛像
The statue of Sakyamuni Buddha　釈迦仏像

Điện Phật　　　　佛殿
The Buddha shrine　仏殿

CHÙA VIỆT NAM HẢI NGOẠI - tập 2

Lễ An vị Phật
The Buddha installation ceremony

佛安位儀式
本尊仏像の安置式典

Đại lễ Phật Đản (2015) 佛誕大典（2015）
Vesak's Day (2015) 灌仏会（2015）

CHÙA TRÍ PHƯỚC
TRUNG TÂM PHẬT GIÁO TRÍ THỦ
WESTMINSTER, CALIFORNIA, USA

14722 Givens Place, Westminster, CA 92683
Tel: (714) 899-4671, (714) 548-4929
Viện chủ: Hòa thượng Thích Phước Thuận

Chùa được Hòa thượng Thích Phước Thuận thành lập vào tháng 11 năm 1998. Đây là nơi tĩnh tu của Hòa thượng và nơi tu học của chư Tăng, Ni, Phật tử khắp nơi.

Điện Phật được bài trí tôn nghiêm. Hương án giữa thờ chư Phật: Thích Ca, A Di Đà và Dược Sư. Bàn thờ bên trái, tôn trí tượng Bồ tát Quán Thế Âm; bàn thờ bên phải, tôn trí tượng Bồ tát Địa Tạng, tranh ảnh chân dung

Tổ sư Bồ Đề Đạt Ma, cố Hòa thượng Thích Trí Thủ và chư Tôn đức đã viên tịch.

Chùa có lịch sinh hoạt, tu học hàng tháng cho chư Tăng, Ni và Phật tử: thuyết giảng, tụng giới, tu Bát quan trai giới ... Các ngày: tết Nguyên Đán, rằm tháng Giêng, Đại lễ Phật Đản, lễ Vu Lan, chùa đều tổ chức trang nghiêm, chu đáo đón tiếp Tăng, Ni, Phật tử xa gần về sinh hoạt, lễ bái.

TRÍ PHƯỚC TEMPLE
Trí Thủ Buddhist Center
WESTMINSTER, CALIFORNIA, USA

14722 Givens Place, Westminster, CA 92683
Tel: (714) 899-4671; (714) 548-4929
Abbot: Most Venerable Thích Phước Thuận

In November 1998, Trí Phước Temple was founded by Most Venerable Thích Phước Thuận. It is an ideal place for many monks, nuns and Buddhist practitioners to join the retreats and study Buddhism.

The Buddha hall is venerated and bright. There are altars of Sakyamuni, Amitabha, and Medicine Buddhas. On the left, the Avalokitesvara Bodhisattva is enshrined, while on the right, Ksitigarbha Bodhisattva, Bodhidharma Patriarch, photos of the Late Most Venerable Thích Trí Thủ and other monks are displayed.

There are monthly sessions for monks, nuns and Buddhist practitioners including Dharma talks, chanting and Eight precepts retreat. For the sake of Buddhist believers, the temple also organizes big ceremonies on the special occasions of the Lunar New Year, Full moon of the First Month, Vesak's Day, Ullambana Festival and more...

智福寺
智首佛教中心

WESTMINSTER, CALIFORNIA, USA

地址：14722 Givens Place, Westminster, CA 92683
Tel: (714) 899-4671; (714) 548-4929
院主：釋福順法師

寺院由釋福順法師於1998年11月成立。這是法師淨修和各地僧、尼和佛子修學的地方。

佛殿的佈置莊嚴。中間香案尊奉釋迦佛像，阿彌陀佛像和藥師佛像。香案左邊，尊置觀世音菩薩像；香案右邊，尊置地藏菩薩像，菩提達摩祖師像，故法師釋智首和已圓寂的諸尊德肖像。

智福寺在每個月均為僧、尼和佛子組辦佛法修學班和各種佛事活動，如說講佛法，誦戒，修八關齋戒等等。在每年的春節，上元節，佛誕大典，盂蘭盆節，寺院均莊嚴和周到地組辦各種佛事，迎接遠近的諸僧、尼和佛子到來拜佛和參加各種活動。

知福寺

WESTMINSTER, CALIFORNIA, USA

住所：14722 Givens Place, Westminster, CA 92683
Tel 1：(714) 899-4671 / Tel 2：(714) 548-4929
住職：ティック・フーク・テュアン和尚さま

知福寺は1998年11月にティック・フーク・テュアン和尚さまによって建立された、カリフォルニア州にあるお寺である。

仏殿は威厳あり、釈迦如来仏・阿弥陀如来仏・薬師仏をご本尊とする。本尊の左側の仏壇は聖観世音菩薩像が安置されており、右側の仏壇は地像菩薩像以外、達磨祖師の絵やティック・チー・テュー故和尚さま及び入滅した高僧様の遺影が掛けられておる。

寺院の仏法修学活動：説法、頌戒、八関斎戒会などは毎月開催される。毎年の伝統祭式：旧正月、灌仏会、盂蘭盆会などはいつも厳かに執り行い、礼拝に来る多くの僧、尼僧、仏教徒を歓迎する。

CHÙA TRÍ PHƯỚC

Điện Phật
The Buddha shrine
佛殿
仏殿

Tượng đức Phật Thích Ca (tượng đồng)
The bronze statue of Sakyamuni Buddha
釋迦佛像（銅像）
釈迦仏銅像

Bàn thờ Bồ tát Quán Thế Âm
The altar of Avalokitesvara Bodhisattva
觀世音菩薩像供案
観世音菩薩の仏壇

Bàn thờ Bồ tát Địa Tạng
The altar of Ksitigarbha Bodhisattva
地藏菩薩供案
地蔵菩薩の仏壇

CHÙA VIỆT NAM HẢI NGOẠI - tập 2

Tụng kinh 誦經
Chanting 読経

Giảng pháp 講法
Dharma talk 講法

Ảnh kỷ niệm
Photo for memories
紀念圖片
記念写真

CHÙA TRÍ PHƯỚC

CHÙA TUỆ VIÊN

SAN JOSE, CALIFORNIA, USA

1905 E. San Antonio Street, San Jose, CA 95116
Tel: (408) 923-5179
Email: tuvientuevien@gmail.com
Website: www.chuatuevien.com
Trụ trì: Thượng tọa Thích Minh Thiện

Chùa Tuệ Viên được Thượng tọa Thích Minh Thiện thành lập vào ngày 15 tháng 4 năm 2004 tại vùng đồi núi phía Nam thành phố San Jose, trên diện tích 4.000m² (1ac). Nhận thấy sinh hoạt ở đây không thuận lợi, năm 2010, chùa dời về địa điểm hiện nay, số 1905 East San Antonio Street, mang tên Trung tâm Phật giáo Tuệ Viên.

Điện Phật được bài trí tôn nghiêm, thờ tượng đức Phật Thích Ca tọa thiền trên đài sen, tượng Thích Ca sơ sinh và bộ tượng Tây Phương Tam Thánh. Mặt sau điện Phật thờ Tổ và bộ tượng Thập bát A La Hán. Khuôn viên chùa xanh mát, an tịnh với nhiều tiểu cảnh sân vườn, tôn trí tượng đức

Phật nhập Niết Bàn, Bồ tát Di Lặc và Bồ tát Quán Thế Âm.

Chùa có lịch tụng niệm, tu học hàng tuần, hàng tháng. Mỗi tuần có 3 lớp Giáo lý: lớp Giáo lý bằng tiếng Mỹ, lớp Giáo lý căn bản và lớp Giáo lý thực hành. Mỗi tháng có khóa tu Thập thiện giới, khóa lễ Sám hối. Chùa có trường Việt ngữ Tuệ Viên được thành lập vào tháng 02 năm 2012 do Thầy Thích Phổ Hòa làm hiệu trưởng, sinh hoạt vào ngày thứ bảy với các nội dung: hướng dẫn niệm Phật, thiền tập, tu học Phật pháp, trau dồi Việt ngữ và sinh hoạt tập thể.

Đặc biệt, chùa có phục vụ Ngày Ăn Chay cho những người vô gia cư (Homeless) vào tuần thứ hai của ngày thứ bảy hàng tháng tại 5 địa điểm khác nhau tại thành phố San Jose. Chùa còn có Bếp Ăn Tình Thương dành cho bệnh nhân và thân nhân của họ tại các bệnh viện; chương trình tài trợ các lớp học vi tính cho các miền quê nghèo ở Việt Nam.

Vào các ngày lễ tết hàng năm như tết Dương lịch, tết Nguyên Đán, Đại lễ Phật Đản, lễ Vu Lan, chùa tổ chức trang nghiêm, chu đáo, đón tiếp đông đảo Phật tử khắp nơi về lễ bái, sinh hoạt.

TUỆ VIÊN TEMPLE

SAN JOSE, CALIFORNIA, USA

1905 E. San Antonio Street, San Jose, CA 95116
Tel: (408) 923-5179
Email: tuvientuevien@gmail.com
Website: www.chuatuevien.com
Abbot: Senior Venerable Thích Minh Thiện

On 15th April 2004, Senior Venerable Thích Minh Thiện founded Tuệ Viên Temple on the 4,000m² (1 acre) lot, that is a hill south of San Jose. Realizing that living there was inconvenient, in 2010 he shifted to the present location at 1905 East San Antonio Street, and named it as Wisdom Garden Meditative Center.

The main hall is respectfully shaped with the elegant statues of Sakyamuni Buddha meditating on the lotus base, the Lord Buddha's Birth and the Amitabha Buddha Holy Trinity. Behind it, the patriarchs and Eighteen Arhats are enshrined. In the garden, many other statues like the Lord Buddha's Maha Parinirvana, Maitreya and Avalokitesvara Bodhisattvas are installed.

The temple has scheduled its activities weekly and monthly for Buddhist practice. Each week has 3 sessions: Buddhist lessons in English and Dharma classes in theory and practice. Each month, the Ten precepts retreats and the confession ceremonies are held. On 2nd May 2012, Tuệ Viên Vietnamese Language School was founded and Venerable Thích Phổ Hòa was the principal. It opens every Saturday with the following activities: guiding to read the Buddha names, meditation, Dharma talk, Vietnamese language and other group activities.

Specifically, the temple offers "Ngày Ăn Chay" or a vegetarian day for the homeless on the second Saturday of each month at five different locations in San Jose city. It holds "Bếp Ăn Tình Thương", which means giving food to patients and their relatives at the hospital and it also sponsors the computer class program for the poor in rural Vietnam. Addition, the temple hosts the annual festivals like Lunar New Year, Vesak's Day, Ullambana Festival and others, to serve for local Buddhist community and surrounding areas.

惠圓寺

SAN JOSE, CALIFORNIA, USA

地址：1905 E. San Antonio Street, San Jose, CA 95116
Tel: (408) 923-5179
Email: tuvientuevien@gmail.com, Website: www.chuatuevien.com
住持：釋明善法師

　　惠圓寺由釋明善法師於2004年4月15日成立，寺院設在聖荷西市西面山崗上，面積4.000平方米（1英畝）。後來見得生活不方便，2010年，寺院搬遷到目前的地址，即聖安托尼奧東街1905號，名為惠圓佛教中心。

　　佛殿佈置莊嚴，尊奉釋迦佛在蓮臺上坐禪像，釋迦佛出生像和西方三聖像。佛殿後面供奉祖師和十八阿羅漢像。寺院周圍綠樹成蔭，空氣清新，環境清靜，園內有很多小景緻，尊置佛入涅槃像，彌勒菩薩像和觀世音菩薩像。

　　寺院在每週和每個月都組辦誦念和修學佛法的活動。每週有3個教理班：用美語講解的教理班，教理基本班和教理實踐班。每個月組辦修十善戒，誦懺悔戒。2012年02月寺院成立惠圓越語學校，由釋普和法師任校長，每週星期六活動，主要內容：指引念佛，禪立，修學佛法，越語交流和過集體生活。

　　特別，每個月第二週的星期六在聖荷西市5個地點，為無家居的人們組織吃齋日。為在醫院醫病的窮苦病人及其家人開設溫情飯堂；贊助越南的窮鄉僻壤開辦電腦學習班。

　　在每年的大節日如：陽曆新年，春節，佛誕大典，孟蘭盆節，寺院均周到地組辦莊嚴的佛事活動，迎來各地的眾多佛子供拜和參加各種活動。

惠園寺

SAN JOSE, CALIFORNIA, USA

住所：1905 E. San Antonio Street, San Jose, CA 95116
Tel：(408) 923-5179
Email: tuvientuevien@gmail.com, Website: www.chuatuevien.com
住職：ティック・ミン・ティエン尚座

　　惠園寺は2004年4月15日サンオゼ市にティック・ミン・ティエン尚座によって面積4000㎡のある敷地の上で建造されたお寺である。しかし、建造当時の場所で様々な不便があった為、2010年から現在の住所（1905 E. San Antonio Street）に引っ越し、名前は「惠園仏教中心」であったという。

　　金堂仏殿は荘厳されており、乗蓮花台釈迦仏像・誕生釈迦仏像・西方三聖諸像を祀る。仏殿の裏で諸祖師と十八阿羅漢諸像が祀られる。境内は明るく緑が多く、仏跡を表現する小さな庭などがあり、涅槃仏像、弥勒菩薩像と観世音菩薩像が安置される。

　　惠園寺は毎週、毎月修学・念経活動を行っておる。週3回教理教室（英語・基礎・実行）がある。毎月1回十善戒の修学及び懺悔儀式を開催する。その他、惠園寺は、2012年2月に設立された所属の「惠園越語学校」もあり、ティック・フォー・ホアー師が校長に就任しておる。惠園越語学校は毎週の土曜日に活動しており、ベトナム語以外、修念仏法や禅習など様々な内容がある。特に、毎月第二の土曜日に、サンノゼ市の5カ所でホームレスの人々へ精進料理を提供するという活動もある。

　　また、惠園寺の「愛の台所」（"Bếp Ăn Tình Thương"）というモノは市内の病院の患者さんとその家族への支援活動である。ベトナムでは、貧しい田舎の学生向けにパソコン教室をも開催しておる。

　　毎年、一年の伝統祭事（新正月、旧正月、灌仏会、盂蘭盆会など）を機に、礼拝・修学しに訪れる外来の仏教徒を迎え、祭式を周到に、かつ厳かに執り行う。

Tượng đức Phật nhập Niết Bàn
The statue of Lord Buddha's Maha Parinirvana
佛入涅槃像
涅槃仏像

Tượng Bồ tát Quán Thế Âm
The statue of Avalokitesvara Bodhisattva
觀世音菩薩像
観世音菩薩立像

Tượng Bồ tát Di Lặc
The statue of Maitreya Bodhisattva
彌勒菩薩像
弥勒菩薩像

CHÙA VIỆT NAM HẢI NGOẠI - tập 2

Điện Phật
The Buddha shrine
佛殿
仏殿

Tượng Thập bát A La Hán
The statues of Eighteen Arhats

十八阿羅漢像
十八阿羅漢諸像

Bàn thờ Tổ
The altar of Patriarchs
祖師供案
祖霊舎

Tủ kinh sách
The cabinets of scriptures
經書櫃
お経

CHÙA TUỆ VIÊN

Tụng kinh
Chanting

誦經
読経

Thuyết giảng
Dharma talks

演講
説法

CHÙA TỪ LÂM

SAN JOSE, CALIFORNIA, USA

1280 Lundy Avenue, San Jose, CA 95131
Tel: (408) 937-7320
Email: chuatulam@gmail.com
Trụ trì: Thượng tọa Thích Viên Thông

Chùa Từ Lâm được Thượng tọa Thích Viên Thông thành lập vào năm 2011 ở vùng North Valley, thành phố San Jose, trên khu đất rộng 3.700m² (40,000sq.ft). Chùa có nhiều cây ăn trái sum suê, không gian rộng thoáng, an tịnh, thích hợp cho ngôi già lam tu học ở giữa thành phố có số lượng người Mỹ gốc Việt sinh sống đông nhất Hoa Kỳ.

Điện Phật được bài trí tôn nghiêm. Hương

án giữa thờ tượng đức Phật Thích Ca Mâu Ni. Bàn hai bên thờ tượng Bồ tát Quán Thế Âm và Tổ sư Bồ Đề Đạt Ma. Sân trước chùa, dưới hàng cây cổ thụ che bóng mát và vườn cây xanh tươi là các tôn tượng đức Phật Dược Sư, đức Phật Nhập Niết Bàn, Bồ tát Di Lặc, Bồ tát Quán Thế Âm và Bồ tát Địa Tạng.

Chùa có lịch tụng niệm, tu học hàng tuần. Các lớp học tiếng Việt với gần 150 học sinh được tổ chức vào ngày chủ nhật mỗi tuần. Các buổi giảng pháp, lễ Bố tát cho Phật tử thọ Bồ tát giới tại gia, khóa tu Bát quan trai giới, ngày huân tu Tịnh nghiệp ... được đông đảo Phật tử tham dự đều đặn mỗi tháng. Vào các dịp tết Nguyên Đán, Đại lễ Phật Đản, lễ Vu Lan, sinh hoạt Tất niên ... hàng năm, chùa tổ chức trang nghiêm, chu đáo đón tiếp hàng trăm chư Tôn đức Tăng, Ni, chư vị quan khách cùng chư thiện nam, tín nữ, Phật tử xa gần về lễ bái, sinh hoạt, văn nghệ ... trong hương vị an lạc, ấm áp đạo tình, thấm đượm tình tự quê hương.

TỪ LÂM TEMPLE

SAN JOSE, CALIFORNIA, USA

1280 Lundy Avenue, San Jose, CA 95131
Tel: (408) 937-7320
Email: chuatulam@gmail.com
Abbot: Senior Venerable Thích Viên Thông

In 2011, Senior Venerable Thích Viên Thông established Từ Lâm Temple in an area of 3,700 m² (40,000sq.ft) in North Valley, San Jose, California, which has the highest population of Vietnamese-Americans in the United States. The temple is surrounded by many green fruit trees, in a tranquil location, to serve religious purposes and exquisite tourist attractions as well.

The Buddha hall is respectfully presented for the worship of Sakyamuni Buddha. The Avalokitesvara Bodhisattva and Patriarch Bodhidharma are enshrined on the both sides. In the front yard, under the shadow of the greenery of the trees, there are many beautiful statues, such as the Medicine Buddha, Lord Buddha's Maha Parinirvana, Maitreya, Avalokitesvara and Ksitigarbha Bodhisattvas.

The temple has scheduled its rich weekly and monthly activities for Buddhist practices, such as Dharma talks, Uposatha, Eight precepts Day, Vietnamese language classes for 150 students and more, which many Buddhist followers regularly attend. On the big annual occasions of the Lunar New Year, Vesak's Day, Ullambana Festival and more, the temple has welcomed hundreds of monks and nuns, guests, male and female devotees from near and far who attend the rituals, retreats and a cultural program for a peaceful Buddhist and national relationship.

慈林寺

SAN JOSE, CALIFORNIA, USA

地址：1280 Lundy Avenue, San Jose, CA 95131
Tel: (408) 937-7320
Email: chuatulam@gmail.com
住持：釋圓通法師

慈林寺由釋圓通法師於2011年在聖荷西市的北瓦爾埃區成立，面積3700平方米（40.000英尺）。寺院內種有很多果樹，枝葉茂盛，果實累累。空曠涼爽，安靜。是美國有最眾多越裔美國人居住城市的一間佛法修學伽藍。

佛殿的佈置莊嚴。中間香案尊奉釋迦牟尼佛像。香案兩旁尊奉觀世音菩薩像和菩提達摩祖師像。寺院前面的庭院內，有很多棵大樹，枝葉茂盛，綠蔭處處，還有翠綠，鮮花盛放的花園。園內尊置藥師佛像，佛入涅槃像，彌勒菩薩像，觀世音菩薩像和地藏菩薩像。

寺院每週安排了誦念和修學佛法班。每週週日組織多個越語學習班，有將近150名學生。每月為在家受菩薩戒的眾佛子舉行的講法、菩薩儀式，修八關齋戒課，熏修淨業等等，均得到眾多佛子依時參加。在每年的春節，佛誕大典，盂蘭盆節，年終聯歡等等大節日，寺院莊嚴和周到地舉辦各種佛事活動，迎接數以百計遠近的僧，尼，遊客，善男信女和佛子到來參拜，活動，觀看文藝表演，氣氛安詳，歡愉安樂。

慈林寺

SAN JOSE, CALIFORNIA, USA

住所：1280 Lundy Avenue, San Jose, CA 95131
Tel：(408)937-7320
Email：chuatulam@gmail.com
住職：ティック・ヴィエン・トーン尚座さま

慈林寺はサンノゼ市ノースバレー区域にある、約3700㎡の面積を持つ敷地の上で2011年ティック・ヴィエン・トーン尚座様により建立されたお寺である。緑や果物の樹が多く、広大で静かな空間があるこの寺院はアメリカで一番越僑の多いサンノゼ市の重要な仏教施設の一つとなっている。

荘厳な仏殿は釈迦牟尼仏を本尊として祀る。ご本尊の両側は観音菩薩と菩提達磨菩薩の仏壇である。前庭は緑が多く、多くの仏像が安置されておる：薬師如来仏像、涅槃仏像、弥勒菩薩像、観世音菩薩像、地蔵菩薩像…

寺院の念経・修学活動が毎週ごとに開催される。特に、毎週の日曜日に150の学生が在学しているベトナム語教室もある。また、毎月執り行われる説法会・受菩薩戒仏教徒向けの布薩儀礼・八関斎戒修学コース・薫修淨業などの機にいつも数多くの仏教徒が参加している。その他、一年の伝統祭日（旧正月、灌仏会、盂蘭盆会、忘年会等…）のとき、有名な諸尊徳僧・尼僧・貴客はもちろん、多くの外来の仏教徒や善男信女が礼拝しに訪れるため、慈林寺はいつも周到に、かつ丁寧に祭事を執り行うよう心掛けている。

CHÙA TỪ LÂM

Điện Phật
The Buddha shrine
佛殿
仏殿

Tượng Bồ tát Di Lặc
The statue of Maitreya Bodhisattva
彌勒菩薩像
弥勒菩薩像

Tượng Bồ tát Địa Tạng
The statue of Ksitigarbha Bodhisattva
地藏菩薩像
地藏菩薩像

CHÙA VIỆT NAM HẢI NGOẠI - tập 2

Tết Nguyên Đán
Lunar New Year

春節
旧正月

Lễ Vu Lan
Ullambana Festival

盂蘭盆節
盂蘭盆会

CHÙA ƯU ĐÀM

MARINA, CALIFORNIA, USA

3204 Eucalyptus Street, Marina, CA 93933
Tel: (831) 384-5438, (408) 910-9146
Email: thichniem@yahoo.com, chuauudam@yahoo.com
Trụ trì: Hòa thượng Thích Đức Niệm

Chùa do Sư bà Thích Nữ Nguyên Thanh thành lập vào năm 1986. Vài năm sau, Sư bà rời chùa về làm Phật sự tại thành phố San Jose, đã đề cử Sư cô Thích Nữ Diệu Đạt trụ trì. Sau khi Sư cô Diệu Đạt viên tịch, Ban đại diện cung thỉnh chư Tôn đức Tăng, Ni về hướng dẫn Phật tử tu học và kế vị trụ trì như: Hòa thượng Thích Giác Ngỡi, Hòa thượng Thích

Thắng Hoan, Đại đức Thích Minh Liên, Sư bà Thích Nữ Như Phương. Đồng thời, quý đạo hữu đảm nhiệm chức vụ Hội trưởng Hội Phật giáo Ưu Đàm là: Mai Xuân Châu, Phạm Văn Tuấn, Đặng Văn Thái, Nguyễn Văn Giàu, Tạ Thị Hồng Đào. Đến năm 2009, Hòa thượng Thích Đức Niệm về trụ trì kiêm Hội trưởng Hội Phật giáo Ưu Đàm đã cùng Ban đại diện và chư vị thiện nam, tín nữ, Phật tử không ngừng xây dựng và phát triển ngôi già lam trang nghiêm, thanh tịnh ở vùng biển Monterey gần 30 năm qua.

Điện Phật được bài trí tôn nghiêm, thờ đức Phật Thích Ca, đức Phật Dược Sư, Bồ tát Quán Thế Âm, Bồ tát Địa Tạng, Hộ Pháp. Sân trước chùa tôn trí các tượng đức Phật Thích Ca, Bồ tát Di Lặc, Bồ tát Quán Thế Âm, Bồ tát Đại Thế Chí và đặt bộ lư đồng cổ chạm trổ tinh xảo.

Chùa có lịch sinh hoạt, tu học hàng tuần, hàng tháng. Chùa tổ chức trang nghiêm, chu đáo các ngày lễ tết hàng năm: Tết Nguyên Đán, Đại lễ Phật Đản, lễ Vu Lan ... đón tiếp đông đảo đồng hương, Phật tử xa gần về lễ bái, sinh hoạt.

ƯU ĐÀM TEMPLE

MARINA, CALIFORNIA, USA

3204 Eucalyptus Street, Marina, CA 93933
Tel: (831) 384-5438, (408) 910-9146
Email: thichniem@yahoo.com; chuauudam@yahoo.com
Abbot: Most Venerable Thích Đức Niệm

In 1986, the temple was founded by Most Venerable Thích Nữ Nguyên Thanh. A few years later, she left the temple for the city of San Jose and appointed Bhikkhuni Thích Nữ Diệu Đạt as the Abbess. When Bhikkhuni Thích Nữ Diệu Đạt passed away, the Sangha Board invited many masters to succeed as the Abbot, including; Most Venerable Thích Giác Ngõi, Most Venerable Thích Thắng Hoan, Bhikkhu Thích Minh Liên and Most Venerable Thích Nữ Như Phương. At the same time, Mai Xuân Châu, Phạm Văn Tuấn, Đặng Văn Thái, Nguyễn Văn Giàu and Tạ Thị Hồng Đào were consecutive Board members of the Buddhist council in Ưu Đàm Temple. By 2009, Most Venerable Thích Đức Niệm became the Abbot and Chairperson of Ưu Đàm Buddhist Temple. In the course of 30 years, he and Buddhist followers have constantly built and developed the temple to be a beautiful one in Monterey.

The Buddha shrine is reverenced with many holy saints, such as Sakyamuni and Medicine Buddhas, Avalokitesvara, Ksitigarbha Bodhisattvas and Dharmapala. In the front yard, there are the statues of Sakyamuni Buddha, Maitreya, Avalokitesvara, and Mahasthamaprapta Bodhisattvas and the antique brass burners.

The temple conducts weekly and monthly activity programs. Especially, the temple also organizes the annual ceremonies of Lunar New Year, Vesak's Day, Ullambana Festival and others to serve the Buddhist community.

優曇寺

MARINA, CALIFORNIA, USA

地址：3204 Eucalyptus Street, Marina, CA 93933
Tel: (831) 384-5438, (408) 910-9146
Email: thichniem@yahoo.com; chuauudam@yahoo.com
住持：釋德念法師

優曇寺是由釋女源清尼師於1986年成立。幾年後，尼師離開這裡到聖荷西市做佛事，舉派釋女妙達師姑做住持。妙達師姑圓寂後。代表委員會恭請諸僧尼如：釋覺靄法師、釋勝歡、釋明連法師、釋女如芳尼師指引佛子修學和繼位住持。同時，由多位道友擔任優曇佛教會會長，分別是：梅春州、范文俊、鄧文泰、阮文饒、謝氏紅桃。至2009年，釋德念法師到此任住持兼優曇佛教會會長，同代表委員會及很多善男信女、佛子在將近30年的時間內合力建設優曇寺，使之成為蒙特雷市莊嚴、清淨、巍峨的伽藍。

佛殿內供奉了釋迦佛像，藥師佛像，觀世音菩薩像，地藏菩薩像，護法像，佈置十分莊嚴。前院尊置釋迦佛像，彌勒佛像，觀世音菩薩像，大勢至菩薩像和雕刻精巧的古式銅香爐。

寺院在每週和每個月都組織佛法修學和佛事活動。在每年的各大節日如：春節，佛誕，盂蘭盆節……，寺院莊嚴和周到地舉辦供拜活動，迎來遠近不少同鄉與佛子到此膜拜和活動。

優曇寺

MARINA, CALIFORNIA, USA

住所：3204 Eucalyptus Street, Marina, CA 93933
Tel：(831) 384-5438, (408) 910-9146
Email：thichniem@yahoo.com; chuauudam@yahoo.com
住職：ティック・ドゥック・ニエム和尚さま

優曇寺はアメリカ合衆国カリフォルニア州に所在し、1986年にティック・ヌー・グエン・タン尼長様により建立されたベトナム仏教のお寺である。建立から数年後、ティック・ヌー・グエン・タン様が他の仏事の関係で優曇寺を離し、サンノゼに転居するため、ティック・ヌー・イエウ・ダット尼師様は住職となった。イエウ・ダット住職様ご入寂後、寺院の管理委員会は住職と在修学の仏教徒の担当の位置を補充するよう、諸尊徳の僧、尼僧を招請したという。例えば：ティック・ジャック・ギョイ和尚様、ティック・タン・ホアン和尚様、ティック・ミン・リエン大徳様、ティック・ヌー・ニュー・フォーン尼長様等…その他に、「優曇仏教会」の会長のポジションの為にも、マイ・スアン・チャウ氏、ファン・ヴァン・トアン氏、ダン・ヴァン・タイ氏、グエン・ヴァン・ジャウ氏、ター・ティー・ホン・ダオ様などの道有様へ声を掛けたという。

2009年、ティック・ドゥック・ニエム和尚様は正式に優曇寺の住職兼優曇仏教会会長となり、管理委員会や仏教徒たちと共に、現在に至り、30年の歴史を持つこの寺院をより発展させるよう、一生懸命頑張っている。

仏殿は荘厳されており、ご本尊の釈迦仏、薬師仏、観音菩薩、地蔵菩薩および護法菩薩を祀る。寺院の前庭には、釈迦仏像、弥勒菩薩像、観世音菩薩像、大勢至菩薩像等の仏像および精巧な銅製香炉…が安置されておる。

寺院の仏教生活、修学活動は毎週、毎月定例的に開催される。その他に、旧正月、灌仏会、盂蘭盆会等、伝統の祭事を厳かに執り行い、参拝に来る大勢の同郷や仏教徒を歓迎する。

CHÙA ƯU ĐÀM

Điện Phật
The Buddha shrine
佛殿
仏殿

Bàn thờ Hộ Pháp
The altar of Dharmapala
護法供案
護法菩薩の仏壇

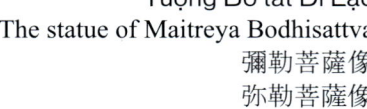

Tượng Bồ tát Di Lặc
The statue of Maitreya Bodhisattva
彌勒菩薩像
弥勒菩薩像

Bàn thờ Tổ
The altar of Patriarchs
祖師供案
祖霊舎

CHÙA VIỆT NAM HẢI NGOẠI - tập 2

Đại lễ Phật Đản 佛誕大典
Vesak's Day 灌仏会

Lễ Vu Lan 盂蘭盆節
Ullambana Festival 盂蘭盆会

371

CHÙA ƯU ĐÀM

Khóa tu học năm 2014
Retreats 2014

2014年修學班
2014年の仏法修学コース

CHÙA VIÊN QUANG

SAN MARCOS, CALIFORNIA, USA

3394 Linda Vista Drive, San Marcos, CA 92078

Tel: (760) 727-5569, (408) 644-6078

Email: vienquang@yahoo.com
Website: www.vienquangtemple.com

Trụ trì: Thượng tọa Thích Tín Mãn

Chùa được Thượng tọa Thích Tín Mãn thành lập vào tháng 8 năm 2011 tại thành phố San Marcos, quận hạt San Diego, tiểu bang California. Chùa có diện tích 1ha (2.5ac) tọa lạc trên một ngọn đồi thấp, cảnh trí thoáng đãng, yên bình. Lễ An vị Phật đã được chùa long trọng tổ chức vào ngày 01 tháng 01 năm 2012.

Điện Phật được bài trí tôn nghiêm. Hương án giữa tôn trí tượng đức Phật Thích Ca và đức Phật A Di Đà. Hương án hai bên thờ các vị Bồ tát: Văn Thù, Phổ Hiền, Quán Thế Âm, Địa Tạng và Tổ sư Bồ Đề Đạt Ma. Ở sân trước chùa, có tôn tượng Bồ tát Quán Thế Âm bằng đá hoa cương, cao 4m (12ft), là một tác phẩm mỹ thuật đặc sắc.

Chùa có lịch sinh hoạt, tu học hàng tuần, hàng tháng phong phú; có 3 lớp học Việt ngữ vào mỗi sáng chủ nhật hàng tuần. Hàng năm, chùa tổ chức trang nghiêm, chu đáo các ngày lễ tết: Tết Nguyên Đán, Đại lễ Phật Đản, lễ Phật Thành Đạo, lễ Vu Lan, lễ vía Bồ tát Quán Thế Âm, pháp hội Thất châu Dược Sư ... cho đông đảo thiện nam, tín nữ Phật tử xa gần về chiêm bái, tu học.

VIÊN QUANG TEMPLE

SAN MARCOS, CALIFORNIA, USA

3394 Linda Vista Drive, San Marcos, CA 92078
Tel: (760) 727-5569, (408) 644-6078
Email: vienquang@yahoo.com
Website: www.vienquangtemple.com
Abbot: Senior Venerable Thích Tín Mãn

In August 2011, Senior Venerable Thích Tín Mãn established Viên Quang Temple in San Marcos, San Diego County, California. The temple covers an area of 1 hectare (2.5 acres) on a low hill in an airy and peaceful landscape. On 1st January 2012, the Buddha Installation Ceremony was solemnly and happily held.

The Buddha hall is respectfully shaped for the worship with Sakyamuni and Amitabha Buddhas in the center. Flanking the altars, statues of Manjushri, Samantabhadra, Avalokitesvara and Ksitigarbha Bodhisattvas and Bodhidharma Patriarch are enshrined. In the front yard, the marble statue of Avalokitesvara Bodhisattva, is 4m (12ft) high, is the unique art work.

The temple conducts its Buddhist practice sessions daily and monthly. There are three Vietnamese language classes on Sunday mornings. Especially the temple also successfully hosts the big annual events including: Lunar New Year, Vesak's Day, Ullambana Festival, Buddha's enlightenment, Avalokitesvara Bodhisattva Day and others, to serve for Buddhist community.

圓光寺

SAN MARCOS, CALIFORNIA, USA

地址：3394 Linda Vista Drive, San Marcos, CA 92078
Tel: (760) 727-5569, (408) 644-6078
Email: vienquang@yahoo.com
Website: www.vienquangtemple.com
住持：釋信滿法師

　　圓光寺由釋信滿法師於2011年8月在加州聖地牙哥郡聖馬可斯市成立。寺院的面積1公頃（2.5英畝），座落在一個小山崗上，景緻美麗，安詳。佛安位儀式得到寺院於2012年01月01日隆重舉行。

　　佛殿的佈置莊嚴。中間香案尊奉釋迦佛像和阿彌陀佛像。香案兩旁尊奉文殊、普賢、觀世音、地藏等菩薩和菩提達摩祖師像。在寺院前面尊置用花崗石雕鑿的觀世音菩薩像，高4米（12英尺），是一項特色的美術作品。

　　寺院在每週、每月均有豐富的修學活動；每週週日上午開辦了3個越語學習班。在每年的春節，佛誕大典，佛成道日，盂蘭盆節，觀世音菩薩誕，藥師法會，寺院均隆重和莊嚴地組辦各種敬拜儀式，讓遠近的眾多善男信女和佛子到此膜拜和修學。

円光寺

SAN MARCOS, CALIFORNIA, USA

住所：3394 Linda Vista Drive, San Marcos, CA 92078
Tel：(760) 727-5569, (408) 644-6078
Email：vienquang@yahoo.com
Website：www.vienquangtemple.com
住職：ティック・ティン・マン尚座様

　　円光寺はカリフォルニア州サンディエゴ郡サンマルコス市に2011年8月ティック・チー・マン尚座様により創立されたベトナム仏教のお寺である。面積約1ヘクタールあるこの寺院はある小丘の上に位置し、明るく静かな自然に囲まれている。ご本尊の仏像の安置式は2012年01月01日より厳粛に開催された。

　　仏殿は荘厳されており、ご本尊の釈迦仏像と阿弥陀仏像を祀っている。ご本尊の両側は文殊菩薩、普賢菩薩、観音菩薩、地蔵菩薩と達磨祖師の仏壇である。前庭に出ると、高さ約4mの独特な観世音菩薩立像（大理石）が安置されておる。

　　寺院は毎週、毎月豊富な活動を行っている。毎週日曜日の午前中にベトナム語講座（三つのクラス）がある。さらに、毎年多くの善男信女や仏教徒が参拝・修学しに来るよう、旧正月、灌仏会、正道佛会、盂蘭盆会、観音懺法、七仏薬師法などを厳かに執り行う。

CHÙA VIÊN QUANG

Đường vào chùa / 進入寺院的道路
Road to the Temple / 表参道（寺院への道）

Mặt tiền chùa / 寺院正門
The front of the Temple / 寺院の正面

CHÙA VIỆT NAM HẢI NGOẠI - tập 2

Điện Phật
The Buddha shrine

佛殿
仏殿

Tủ kinh
The cabinet of scriptures
經書櫃
お経が納められた棚

377

CHÙA VIÊN QUANG

Đạo tràng tu học hàng tuần
Weekly retreats

每週的修學道場
每週の修学道場

Kinh hành niệm Phật
Walking and reading Buddha names

經行念佛
念仏経行

Đạo tràng tu học hàng tuần
Weekly retreats

每週的修學道場
每週の修学道場

Các lớp Việt ngữ
Vietnamese language classes

越語學習班
ベトナム語講座

CHÙA VIÊN QUANG

Văn nghệ thiếu nhi
Cultural program for children

少年文藝
児童文芸会

CHÙA PHẬT PHÁP

ST. PETERSBURG, FLORIDA, USA

1770 62nd Avenue North, St. Petersburg, FL 33702

Tel: (727) 520-9209; (727) 688-9946

Email: chuaphatphap@yahoo.com, Facebook.com/chuaphatphap

Trụ trì: Thượng tọa Thích Trí Tịnh

Chùa Phật Pháp được một nhóm Phật tử tín tâm ở thành phố St. Petersburg thành lập vào năm 1981 trên diện tích 1,05ha (2,6ac). Sư Pháp Tông trụ trì đầu tiên, từ năm 1982 đến năm 1986. Quý Sư trụ trì kế tục là: Sư Giác Chánh, từ năm 1987 đến năm 2004; Sư Trí Tịnh, từ năm 2004 đến nay. Chùa có nhiều công trình kiến trúc rộng lớn, đầy đủ tiện nghi sinh hoạt, đặc biệt ngôi chánh điện mới do kiến

trúc sư Nguyễn Hữu Bằng vẽ kiểu, được xây dựng từ tháng 3 năm 2013, khánh thành trọng thể vào ngày 08 tháng 4 năm 2014, là tòa phạm vũ rộng lớn, khang trang, mang dấu ấn kiến trúc phương Đông với ba lớp mái chồng diêm, hai bên có tháp chuông, tháp trống.

Điện Phật được bài trí tôn nghiêm, tôn trí tượng đức Phật Thích Ca thiền định và tượng đức Phật nhập Niết Bàn. Sân trước chùa có vườn tượng lộ thiên lớn, tôn trí tượng đức Phật Thích Ca ban pháp lành và tượng Tứ Động Tâm: tượng Thích Ca sơ sanh, tượng Thích Ca Thành Đạo, tượng đức Phật chuyển pháp luân và tượng đức Phật nhập Niết Bàn.

Chùa có lịch sinh hoạt, tu học hàng tuần, hàng tháng. Chùa có 5 lớp dạy Việt ngữ hàng tuần cho 80 học sinh. Vào các ngày tết Nguyên Đán, Đại lễ Phật Đản, lễ Dâng Y Kathina, lễ Vu Lan ... hàng năm, chùa tổ chức trang nghiêm, chu đáo, đón tiếp đông đảo Tăng, Ni và Phật tử khắp nơi về lễ bái, tu học, sinh hoạt.

PHẬT PHÁP TEMPLE

ST. PETERSBURG, FLORIDA, USA

1770 62nd Avenue North, St. Petersburg, FL 33702
Tel: (727) 520-9209; (727) 688-9946
Email: chuaphatphap@yahoo.com, Facebook.com/chuaphatphap
Abbot: Senior Venerable Thích Trí Tịnh

In 1981, a devoted Buddhist group in St. Petersburg founded Phật Pháp Temple on a 2.6 acre (1.05 hectare) site. Bhikkhu Pháp Tông was the first Abbot from 1982 to 1986. Bhikkhu Giác Chánh took charge from 1987 to 2004, and finally Bhikkhu Trí Tịnh has held the position of Abbot since 2004 to the present. The temple has many large structures and the good living facilities. In particular, the new Buddha shrine, (which is designed by architect Nguyễn Hữu Bằng), was built from March 2013 to 2014. The simple solemn structure and decoration of the building are truly artistic. The engravings on Asian lintels, brackets and three-level-roofs reinforce the brightness and liveliness of the main hall. In addition, the beautiful bell and drum stupas are located at both sides. The great ceremony solemnly inaugurated on 8th April 2014.

The Buddha shrine is enclosed with the respectful statues of the Meditation and Nirvana Sakyamuni Buddhas. In the front yard, amid a beautiful garden, there are many artist ic statues, such as the blessing Sakyamuni Buddha and Four Holy Buddhist Places; the Newborn, Turning the wheel, Enlightenment and Nirvana Sakyamuni Buddhas.

The temple has scheduled its activities weekly and monthly for Buddhist practice. There are Vietnamese language classes for 80 students weekly. On annual occasions including; Lunar New Year, Vesak's Day, Kathina, Ullambana Festival and others, the temple has welcomed hundreds of monks nuns, guests, male and female devotees from near and far to attend the rituals, retreats, and the cultural program in the peaceful Buddhistsetting.

佛法寺

ST. PETERSBURG, FLORIDA, USA

地址：1770 62nd Avenue North, St. Petersburg, FL 33702
Tel: (727) 520-9209; (727) 688-9946
Email: chuaphatphap@yahoo.com, Facebook.com/chuaphatphap
住持：釋智靜法師

佛法寺由圣彼得堡市的虔誠佛子於1981年成立，面積2.6英畝（1.05公頃）。從1982年到1986年，宗法師是第一位住持。繼任住持是：從1987年到2004年是釋覺正法師；從2004年至今是釋智靜法師。寺院有很多項大工程，活動設備齊全，特別是新正殿由工程師阮有朋設計，從2013年3月開始建設，落成儀式於2014年4月8日隆重舉行，是巍峨的梵宇，具有東方建築格式。三層重疊的屋簷，兩旁有鐘樓，鼓樓，古色古香。

佛殿佈置莊嚴，尊置釋迦佛禪定像和釋迦佛入涅槃像。前院建有大的像園，尊置釋迦佛賜法像和佛教四大聖地像群：釋迦初生像，釋迦成道像，釋迦佛轉法輪像和釋迦佛入涅槃像。

每月每週，寺院組織修學佛事活動。寺院設有5個越語班，共有80名學生。每年的春節，佛誕大典，供僧衣節，盂蘭盆節等等，寺院莊嚴舉行佛事活動，周到的迎來各方的僧，尼和佛子到寺院瞻拜，修學和參加各種佛事活動。

仏法寺

ST. PETERSBURG, FLORIDA, USA

住所：1770 62nd Avenue North, St. Petersburg, FL 33702
Tel: (727) 520-9209; (727) 688-9946
Email: chuaphatphap@yahoo.com, Facebook.com/chuaphatphap
住職：ティック・チー・ティン尚座

仏法寺は1981年フロリダ州セントピーターズバーグにいる或る信心深い仏教徒団体により建立された、面積約1.5ヘクタールを持ったベトナム寺院。今までの住持様はファップ・トーン師（在職期間：1982～1986）、ジャック・チャイン師（1987～2004）、そしてチー・ティン師（2004～現在）である。

仏法寺の伽藍には多数の巨大建築物があり、施設の設備が十分に整っておる。特に寺院の新しい正殿は著名な建築家-グエン・ヒュ・バーンにデザインされたもので、2013年3月から工期が始まり、2014年4月8日に厳粛に落成式が執り行われた。規模大きくて新しいこの正殿は三重屋根、両側に鐘塔・太鼓塔が配置されるという典型的なベトナム建築様式を持っている。

厳かに配置された仏殿には本尊の禅定釈迦仏像と涅槃仏像が祀られている。寺院の前庭に出ると、大きい仏像が多数安置されている：普度衆生釈迦仏像や四大聖地群像（誕生釈迦像、正道釈迦像、初転法輪仏像、涅槃仏）

仏法寺の修学・仏事生活が毎週・毎月開催される。現在、一週間5つのベトナム語教室があり、合計80名の生徒が在学している。毎年、ベトナム仏教の伝統祭日の元旦節・灌仏会・迦絺那衣儀式・盂蘭盆会などの度に、修学・礼拝の目的で訪問する多数の外来の僧侶・尼・仏教徒を迎え、厳かに、かつ周到に祭式を執り行う。

CHÙA PHẬT PHÁP

Chùa Phật Pháp
Phật Pháp Temple

佛法寺
仏法寺

CHÙA VIỆT NAM HẢI NGOẠI - tập 2

Toàn cảnh chùa
Full view of the Temple

寺院全景
全景

Bộ tượng Tứ Động Tâm
The statues of Four Holy Places
佛教四大聖地像群
四大聖地群像

CHÙA PHẬT PHÁP

Điện Phật
The Buddha shrine
佛殿
仏殿

CHÙA VIỆT NAM HẢI NGOẠI - tập 2

Lớp học tiếng Việt
Vietnamese Language Class
越語班
ベトナム語教室

Đại hồng chung
The great bell
大洪鐘
梵鐘

VÕ VĂN TƯỜNG & TỪ HIẾU CÔN

CHÙA PHƯỚC HUỆ

MIAMI, FLORIDA, USA

16195 South West 184th Street, Miami, FL 33187

Tel: (786) 250-3588

Email: quangchonle@yahoo.com

Trụ trì: Tỳ kheo Thích Quảng Chơn

Chùa Phước Huệ được cộng đồng Phật giáo miền Nam Florida thành lập vào năm 1983 tại địa chỉ 2600 S.W. 64th Avenue, Miami, Florida. Năm 2012, chùa về địa điểm hiện nay, số 16195 South West 184th Street, Miami, Florida, nơi có cảnh trí thanh tịnh, không gian rộng thoáng.

Với sự mong ước các sinh hoạt, tu học tại chùa ngày càng phát triển, quý vị sáng lập cùng Phật tử nơi đây đã đồng tâm hiến cúng ngôi chùa lên Hòa thượng Thích Nguyên Hạnh, Viện chủ Trung tâm Phật giáo - chùa Việt Nam ở Texas. Hòa thượng đã giao Đại đức Thích Quảng Chơn đảm nhận trụ trì chùa từ ngày 06 tháng 9 năm 2015.

Điện Phật được bài trí tôn nghiêm, tôn trí tượng đức Phật Thích Ca và Bồ tát Chuẩn Đề. Trước ngôi chánh điện, chùa tôn trí đài Quan Âm bên cạnh hồ Tịnh Tâm và hòn non bộ xinh đẹp.

Hàng tuần, chùa có tụng kinh Pháp Hoa vào thứ tư. Chùa có các lớp học tiếng Việt cho các em thiếu nhi vào ngày chủ nhật mỗi tuần. Vào các ngày tết Nguyên Đán, Đại lễ Phật Đản, lễ Vu Lan và Tết Trung Thu hàng năm, chùa tổ chức trang nghiêm, chu đáo tiếp đón đông đảo chư thiện nam, tín nữ, Phật tử khắp nơi về lễ bái, tu tập, sinh hoạt.

PHƯỚC HUỆ TEMPLE
MIAMI, FLORIDA, USA

16195 South West 184th Street, Miami, FL 33187
Tel: (786) 250-3588
Email: quangchonle@yahoo.com
Abbot: Bhikkhu Thích Quảng Chơn

In 1983, the Buddhist community in south Florida founded Phước Huệ Temple at 2600 S.W. 64th Avenue, Miami, Florida. In 2012, it was moved to the current location at 16195 South West 184th Street, Miami, where it is in harmony with nature, with the wide spaces and pure religious scenery.

With the desire for activity and studying Buddhism in the temple growing day by day, the Buddhist community in south Florida offered this temple to Most Venerable Thích Nguyên Hạnh, the Founding Abbot of Buddhist Center - Việt Nam Temple in Texas, who appointed Bhikkhu Thích Quảng Chơn to be the Abbot from 6th September 2015.

The Buddha shrine is the place where many Buddhas, such as Sakyamuni Buddha and the Cundi Bodhisattva. Before the main hall, there is the tranquil Avalokitesvara Bodhisattva statue on the side of Tịnh Tâm lake and beautiful bonsai.

Every Wednesday, there is the chanting of the Lotus sutra. Every Sunday, Vietnamese language classes are held to for the children. The temple also hosts the main annual events of Lunar New Year, Vesak's Day, Ullambana Festival, the Mid-August and others to serve for Buddhist community.

福惠寺

MIAMI, FLORIDA, USA

地址：16195 South West 184th Street, Miami, FL 33187
Tel: (786) 250-3588
Email: quangchonle@yahoo.com
住持：釋廣真法師

福惠寺由佛羅里達州南部的佛教徒於1983年成立，地址在2600 S.W. 64th Avenue, Miami, Florida。2012年，後來遷到現在地址：16195 South West 184th Street, Miami, Florida，這裡面積廣闊，景緻美麗，環境清靜，空氣清新。

為使修學活動能在寺院裡日益發展，寺院創立人和佛子們同意把寺院獻給在得克薩斯州越南佛教-寺院中心院主釋源行法師。從2015年9月6日開始，釋源行法師把住持的職務交給釋廣真法師。

佛殿佈置莊嚴，尊置釋迦佛像和準提菩薩像。正殿前的靜心湖旁尊置觀音臺和美麗的假山。

每週週三，寺院有誦法華經的佛事活動。每週週日，寺院為兒童開設多個越語學習班。每年的春節，佛誕大典，盂蘭盆節和中秋節，寺院莊嚴舉行佛事活動，周到的迎接來自各方的善男，信女，佛子到寺院瞻拜，修學和參加各種活動。

福惠寺

MIAMI, FLORIDA, USA

住所：16195 South West 184th Street, Miami, FL 33187
Tel：(786) 250-3588
Email：quangchonle@yahoo.com
住職：ティック・クアーン・チョン比丘

福惠寺は1983年フロリダ州南部に所在するベトナム仏教のコミュニティによって創立された寺院。創立当時の住所は2600 S.W. 64th Avenue（マイアミ、フロリダ）だったが、2012年からより広く明るく静かな場所である現在の伽藍（16195 South West 184th Street）に移動したという。

寺院の修学や仏事生活をより発展させていくという望みから創立者たち及び門徒の仏教徒たちは、テキサス州にある「仏教中心－越南寺」の院長、ティック・グエン・ハイン和尚に福惠寺を献供した。それから、ティック・グエン・ハイン和尚の任命によって2015年9月6日にティック・クアーン・チョン大徳が福惠寺の住持として着任した。

尊厳に配置された仏殿は釈迦仏像及び準提菩薩像を本尊としている。寺院の正殿の前に浄心湖があり、その傍に観音立像と盆石が安置されている。

寺院では、毎週の水曜日に『法華経』の念経が行われている。また日曜日に子供のベトナム語教室がある。毎年、旧正月・灌仏会・盂蘭盆会及び仲秋節を機に礼拝・修学しに来る多数の仏教徒や善男信女を迎えて厳かに祭式を執り行う。

Đài Quan Âm
The statue of Avalokitesvara Bodhisattva
觀音臺
观音台

Chùa Phước Huệ
Phước Huệ Temple
福惠寺
福惠寺

Hồ Tịnh Tâm
Tịnh Tâm lake
靜心湖
净心湖

CHÙA PHƯỚC HUỆ

Điện Phật
The Buddha shrine
佛殿
仏殿

Hòn non bộ　　　　　　　　　　　　　假山
Bonsai　　　　　　　　　　　　　　　盆石

Bàn thờ Tổ　　　　　　　　　　　祖師香案　　　Phòng thờ chư hương linh　　　諸香靈祀奉廳
The altar of Patriarchs　　　　　　祖霊舎　　　　The room for the Deceased　　諸香霊の祭室

THIỀN VIỆN HUYỀN KHÔNG

LAWRENCEVILLE, GEORGIA, USA

83 Sweetgum Road, Lawrenceville, GA 30045
Tel: (770) 217-5476, (408) 205-5097
Email: thichnhatchau@yahoo.com
Email: thienvienhuyenkhong@gmail.com
Trụ trì: Thượng tọa Thích Nhật Châu

Thiền viện Huyền Không được Thượng tọa Thích Nhật Châu thành lập ở thành phố Lilburn, tiểu bang Georgia vào năm 2009. Qua năm sau, Thượng tọa cho dời thiền viện về thành phố Lawrenceville, khu đất có diện tích khoảng 2,4ha (6ac). Thiền viện có không gian thoáng đãng, cảnh trí an tịnh. Sân trước có tôn tượng đức Phật Thích Ca tọa thiền dưới gốc cây xanh

mát và tôn tượng Bồ tát Quán Thế Âm trong vườn hoa xinh đẹp. Sân sau có vườn chơi trẻ em.

Điện Phật thiền viện được bài trí tôn nghiêm, thờ tượng đức Phật Thích Ca, Tây Phương Tam Thánh, Bồ tát Chuẩn Đề và Hộ Pháp.

Thiền viện có lịch sinh hoạt, tu tập hàng tuần, hàng tháng. Thiền viện có Đạo tràng Bát quan trai giới tu tập mỗi tháng; sinh hoạt của Gia đình Phật tử, các lớp Việt ngữ và giảng pháp vào chủ nhật mỗi tuần. Hàng năm, thiền viện tổ chức trang nghiêm, chu đáo các ngày tết Nguyên Đán, Đại lễ Phật Đản, lễ Vu Lan ... đón tiếp đông đảo chư thiện nam, tín nữ, Phật tử trong vùng về lễ bái, tu học, sinh hoạt.

HUYỀN KHÔNG ZEN MONASTERY

LAWRENCEVILLE, GEORGIA, USA

83 Sweetgum Road, Lawrenceville, GA 30045
Tel: (770) 217-5476, (408) 205-5097
Email: thichnhatchau@yahoo.com
Email: thienvienhuyenkhong@gmail.com
Abbot: Senior Venerable Thích Nhật Châu

In 2009, Senior Venerable Thích Nhật Châu founded Huyền Không Zen Monastery in the city of Lilburn, Georgia. In 2010, he moved to a 2.4 hectare (6 acre) area in the Lawrenceville. Now the monastery has a large open space and a scenic location. It not only serves religious purposes, but also is a tourist attractions. In the front yard, there is the statue of Sakyamuni Buddha meditating under the green tree and the tranquil statue of Avalokitesvara Bodhisattva in the beautiful garden. In the backyard, the park is brightly decorated for the sake of children.

The Buddha hall is respectfully presented with a statue of Sakyamuni Buddha, the Amitabha Buddha Holy Trinity, the Cundi Bodhisattva and Dharmapala.

The monastery has weekly and monthly practice sessions, including the monthly Eight precepts retreat, which is often held. Every Sunday, the Buddhist Youth group, Vietnamese language class and Dharma talks are organized. The monastery also hosts the main annual events including; Lunar New Year, Vesak's Day, Ullambana Festival and others to serve the Buddhist community.

玄空禪院

LAWRENCEVILLE, GEORGIA, USA

地址：83 Sweetgum Road, Lawrenceville, GA 30045
Tel: (770) 217-5476, (408) 205-5097
Email: thichnhatchau@yahoo.com, Email: thienvienhuyenkhong@gmail.com
住持：釋日州法師

玄空禪院由釋日州法師於２００９年在喬治亞州利爾布恩市成立。翌年，法師遷禪院到勞倫斯維列市，這裡面積大約２.４公頃（6英畝）。禪院的空間寬敞，景緻美麗，環境安靜。前院的綠蔭下，尊置釋迦佛坐禪像，美麗的花園裡尊置有觀世音菩薩像，後院是兒童樂園。

禪院佛殿的佈置莊嚴，尊奉釋迦佛像，西方三聖像，準提菩薩像和護法像。

禪院在每週和每個月均有修學和佛法活動。禪院有八關齋戒道場，每月修習一次；佛子家庭，越語班和講法在每週週日舉行。每年的春節，佛誕大典，盂蘭盆節，禪院都組辦佛事活動，迎接區內眾多善男信女和佛子到來參拜，修學和參加各種活動。

玄空禅院

LAWRENCEVILLE, GEORGIA, USA

住所：83 Sweetgum Road, Lawrenceville, GA 30045
Tel:(770)217-5476, (408)205-5097
Email:thichnhatchau@yahoo.com, Email:thienvienhuyenkhong@gmail.com
住職：ティック・ニャッ・チャウ尚座

玄空禅院はジョージア州リバーンに位置し、2009年ティック・ニャッ・チャウ尚座に建立された寺院である。翌年、禅院は当州のローレンスヴィル市にある面積2.4haを持った土地に移転した。境内は明るくて心を落ち着かせる景色がある。前庭には、樹木下の座禅釈迦仏像と観世音菩薩立像が安置されている。裏庭には子供の遊び場がある。

尊厳に飾られた仏殿は釈迦仏像・西方三聖像・準提菩薩像及び護法菩薩像を本尊として祀る。

毎週、毎月修習・仏事生活が開催される。また、月一回行われる「八関斎戒道場」、「仏教徒家庭」、ベトナム語教室、日曜の説法・講法がある。毎年、旧正月、灌仏会、盂蘭盆会等…の伝統祭日に、禅院は修学・参詣・仏事生活する多数の善男信女や仏教徒を迎え、尊厳かつ周到に祭式を執り行う。

THIỀN VIỆN HUYỀN KHÔNG

Tôn tượng đức Phật Thích Ca
The statue of Sakyamuni Buddha
釋迦佛像
釈迦仏像

Mặt tiền thiền viện　　　禪院正門
The front of the Monastery　禅院の正面

Vườn chơi trẻ em
Park for children
兒童樂園
子供の遊び場

CHÙA VIỆT NAM HẢI NGOẠI - tập 2

Điện Phật
The Buddha shrine
佛殿
仏殿

Bàn thờ đức Phật Thích Ca
The altar of Sakyamuni Buddha
釋迦牟尼佛像供案
釈迦如来仏の仏壇

Bàn thờ chư hương linh quá vãng
The altar of the Deceased
過往諸香靈供案
過往諸香霊の仏壇

Bàn thờ Hộ Pháp
The altar of Dharmapala
護法供案
護法菩薩の仏壇

Tủ kinh sách
The cabinets of scriptures
經書櫃
お経

397

Thiền Viện Huyền Không

Đại lễ Phật Đản
Vesak's Day

佛誕大典
灌仏会

TU VIỆN KIM CANG

LITHONIA, GEORGIA, USA

4771 Browns Mill Road, Lithonia, GA 30038
Tel: (770) 322-0712
Email: thichhanhdat@yahoo.com
Website: www.kimcang.org
Khai sơn và viện chủ: Hòa thượng Thích Hạnh Đạt

Tu viện được thành lập vào đầu năm 1993. Giai đoạn đầu, tu viện xây dựng nhà Tăng, một nửa làm chánh điện tạm thời; một nửa còn lại, tầng trên làm 4 phòng Tăng, tầng dưới làm phòng ăn, nhà bếp và 2 phòng ngủ cho Phật tử. Mãi đến 10 năm sau, tu viện mới có đầy đủ duyên lành để xây dựng ngôi Đại Bi điện làm chánh điện. Ngôi chánh điện

khang trang, rộng rãi, mang nét kiến trúc Á Đông với hai lớp mái chồng diêm được xây dựng vào đầu năm 2003, hoàn thành năm 2007. Đến năm 2009, tu viện tiếp tục hoàn thành tầng hầm bên dưới ngôi chánh điện rộng 622m² (7,000 sq.ft) làm hội trường.

Điện Phật được bài trí tôn nghiêm, thờ đức Phật Thích Ca, Bồ tát Quán Thế Âm và Bồ tát Địa Tạng. Tu viện đã tổ chức trọng thể Lễ cung nghinh Phật Ngọc Hòa bình Thế giới từ ngày 19 đến ngày 27 tháng 3 năm 2011.

Tu viện có lịch tu học, sinh hoạt hàng tuần, hàng tháng. Hàng năm, ngoài việc tổ chức trang nghiêm, chu đáo các ngày lễ, tết; tu viện còn tổ chức khóa An cư kiết hạ cho chư Tăng, Ni và quý Phật tử tòng hạ; mở các khóa tu học, dạy Thiền của hai hệ phái Bắc tông, Nam tông cho đông đảo thiện nam, tín nữ, Phật tử trong vùng.

KIM CANG MONASTERY
LITHONIA, GEORGIA, USA

4771 Browns Mill Road, Lithonia, GA 30038
Tel: (770) 322-0712
Email: thichhanhdat@yahoo.com
Website: www.kimcang.org
Founder and Founding Abbot: Most Venerable Thích Hạnh Đạt

The monastery was founded in early 1993. In the first phase of construction, the contemporary hall of worship, the Sangha hall, four upstairs rooms; kitchen, dining room and two bedrooms, for Buddhist practitioners were constructed. Then, 10 years later, during the second phase of construction, the monastery had the right conditions to build a Compassionate hall as the Buddha shrine. The spacious main hall was built in early 2003 following the Asian two-layer roof design. It was completed in 2007. By 2009, the basement hall which is wide 622m² (7,000 sq ft), was now completed and is used as the Dharma hall. The Buddha shrine is respectfully presented with the statues of Sakyamuni Buddha, Avalokitesvara, and Ksitigarbha Bodhisattvas. On 19th - 27th March 2011, the temple has happily organized a Grand Ceremony to "Welcome the Jade Buddha for Universal Peace" and to conduct prayers for Peace on Earth".

The monastery has its weekly, monthly and yearly schedule. Annually, it hosts the festivals on holidays and New Year. It also holds retreats for monks, nuns and Buddhists followers. The monastery often offers meditation and Dharma classes for both traditional schools of Theravada and Mahayana. Many local male and female Buddhists attend often.

金剛修院
LITHONIA, GEORGIA, USA

地址：4771 Browns Mill Road, Lithonia, GA 30038
Tel: (770) 322-0712
Email: thichhanhdat@yahoo.com, Website: www.kimcang.org
開山和院主：釋行達法師

修院於1993年初成立。在初階段裡，修院建僧舍，一半做暫時的正殿；餘下的一半，上層是4個僧房，下層是食堂、廚房和兩個供佛子用的客房。十年後，修院才有足夠經費建大悲殿作為正殿。正殿寬敞、巍峨，具亞東建築風格，雙層的屋簷。2003年初動工興建，2007年竣工。至2009年，修院繼續完成正殿下面的地下室，面積達622平方米（7000 英尺），作為會堂之用。

佛殿的佈置莊嚴，供奉釋迦佛、觀世音菩薩和地藏菩薩。2011年3月19至27日，修院隆重舉行恭迎世界和平玉佛儀式。

在每週和每個月裡，修院都組辦很多佛事活動，如修學佛法。每年除了在各大節日和春節舉行隆重和莊嚴的禮佛儀式之外；修院還為諸僧，尼和佛子舉辦結夏安居課；為區內眾多的善男信女和佛子開辦北傳佛教和南傳佛教修學和禪學班。

金剛修院
LITHONIA, GEORGIA, USA

住所：4771 Browns Mill Road, Lithonia, GA 30038
Tel: (770) 322-0712
Email: thichhanhdat@yahoo.com
Website: www.kimcang.org
建立者兼院長：ティック・ハイン・ダット和尚様

金剛修院はアメリカ合衆国ジョージア州にある、1993年に設立されたベトナム仏教のお寺である。創建当初、金剛修院の伽藍は唯一の建物しか無く、その半分が一時的な正殿となり、もう半分が、一階はキッチンと食堂と二つの仏教徒の寝室、二階は四つの寝室という構築で使われていた。そのまま十年に渡り、やっと「大慈殿」という本格的なご正殿が建造された。この正殿は広々とし、ベトナムの伝統建築スタイルを持ち、2003年の始まりから起工され2007年に完成された。2009年に、金剛修院は更にこの「大慈殿」の地下階（広さ約622平方メートル）の工事を完成させ、様々な活動の会場として使うようになったという。

仏殿は荘厳されており、釈迦仏像、観世音菩薩像および地蔵菩薩像を本尊としている。

金剛修院の仏法修学が定例的に（毎週、毎月）行われる。具体的に、尼僧や仏教徒向けの「結夏安居」行事が毎年の夏頃に開催しており、地元の若い善男信女を教育する「仏法コース」と「修禅コース」（北宗派、南宗派両方あり）を提供している。

2011年3月（19～27）、金剛修院は「世界平和のための大翡翠仏招聘式典」をおごそかに執行した。それ以外では、重要な祝祭日の期にも厳粛に祭式を行い、多くの参拝客を歓迎している。

TU VIỆN KIM CANG

Đài Quan Âm
The statue of Avalokitesvara Bodhisattva
觀音台
観音台

Mặt tiền tu viện
The front of the Monastery
修院正門
金剛修院の正面

Tượng đức Phật Thích Ca
The statue of Sakyamuni Buddha
釋迦佛像
釈迦仏像

Toàn cảnh tu viện
Full view of Monastery
修院全景
全景

Điện Phật
The Buddha shrine
佛殿
仏殿

Bàn thờ Bồ tát Địa Tạng 地藏菩薩供案
The altar of Ksitigarbha Bodhisattva 地蔵菩薩の仏壇

Bàn thờ Bồ tát Quán Thế Âm
The altar of Avalokitesvara Bodhisattva.
觀世音菩薩像供案
観世音菩薩の仏壇

Bàn thờ Tổ 祖師供案
The altar of Patriarchs 祖霊舎

Thư viện 書院
Library 図書館

Lễ khánh thành điện Đại Bi
大悲殿落成儀式
Inauguration of the Compassionate Building
「大慈殿」の落成式

CHÙA VIỆT NAM HẢI NGOẠI - tập 2

Lễ cung nghinh Phật Ngọc Hòa bình Thế giới
The grand ceremony welcoming the statue of Jade Buddha
恭迎世界和平玉佛的儀式。
「世界平和のための大翡翠仏招聘式典」

405

TU VIỆN KIM CANG

Gia đình Phật tử Kim Cang
Kim Cang Buddhist group
金剛佛子家庭
「金剛仏教徒家庭」

CHÙA LINH MỤ

STONE MOUNTAIN, GEORGIA, USA

3828 S. Rockbridge Road, Stone Mountain, GA 30087
Tel: (678) 580-5127, (470) 255-3301

Email: support@chualinhmu.net
Website: www.chualinhmu.net
Trụ trì: Hòa thượng Thích Trí Thành
Giám tự: Thượng tọa Thích Hải Chánh

Chùa Linh Mụ được cố Hòa thượng Thích Trí Chơn khai sơn vào năm 2008 trên diện tích 3,5ha (8.5ac) tại thành phố Stone Mountain, tiểu bang Georgia. Chùa là ngôi tổ đình Linh Mụ hải ngoại. Hòa thượng Thích Trí Chơn, quê quán Bình Thuận (Việt Nam), xuất gia tại chùa Linh Mụ, Huế vào năm 1950, là đệ tử của Đại lão Hòa thượng Thích Đôn Hậu. Hòa thượng đỗ Tiến sĩ Triết học Phật

giáo tại Đại học Magadha, Bihar (Ấn Độ) năm 1976, sang Hoa Kỳ hoằng pháp từ năm 1977. Hòa thượng là vị cao tăng thạc đức, đã được 37 Hội Phật giáo các tiểu bang, thành phố tại Hoa Kỳ mời vào chức vụ Lãnh đạo tinh thần, Chứng minh Đạo sư và Cố vấn. Hòa thượng viên tịch vào ngày 14 tháng 3 năm 2011 tại chùa Bát Nhã, thành phố Santa Ana, Hoa Kỳ.

Chùa có cảnh trí thoáng đãng, yên tĩnh với nhiều cây cao xanh mát.

Ngôi chánh điện được chùa tổ chức lễ khánh thành trọng thể vào ngày 13 tháng 7 năm 2014.

Điện Phật được bài trí tôn nghiêm, thờ tượng đức Phật Thích Ca, Bồ tát Quán Thế Âm, Bồ tát Địa Tạng và Hộ Pháp.

Chùa có lịch tu tập, sinh hoạt hàng tuần. Gia đình Phật tử Linh Mụ được thành lập vào tháng 10 năm 2013, sinh hoạt vào ngày chủ nhật cùng các lớp Việt ngữ cho thiếu nhi. Mỗi quý chùa tổ chức khóa tu học cho Phật tử. Hàng năm, vào các ngày tết Nguyên Đán, Đại lễ Phật Đản, lễ Vu Lan … chùa tổ chức trang nghiêm, chu đáo đón tiếp đông đảo thiện nam, tín nữ, Phật tử về chùa lễ bái, sinh hoạt.

LINH MỤ TEMPLE

STONE MOUNTAIN, GEORGIA, USA

3828 S. Rockbridge Road, Stone Mountain, GA 30087
Tel: (678) 580-5127, (470) 255-3301
Email: support@chualinhmu.net , Website: www.chualinhmu.net
Abbot: Most Venerable Thích Trí Thành
Manager: Senior Venerable Thích Hải Chánh

In 2008, the Late Most Venerable Thích Trí Chơn founded Linh Mụ Pagoda on a 3.5 hectare (8.5 acre) area in the city of Stone Mountain, Georgia. This temple belongs to the Linh Mụ's lineage abroad. The Late Most Venerable Thích Trí Chơn was a native of Bình Thuận (Vietnam). In 1950, he who ordained at Linh Mụ Temple, Huế and is a disciple of the famous Most Venerable Thích Đôn Hậu. In 1976, after gaining a Doctor of Philosophy degree at the University of Magadha, Bihar (India) Venerable Thích Trí Chơn settled down in the United States, in 1977, to spread Buddhism. He, as a proven leader, was invited to be the spiritual leader or adviser by many Vietnamese-American Buddhist Associations in 37 states. On 14th March 2011, he passed away at Bát Nhã Temple, Santa Ana, California, United States.

The temple has the large and calm scene not only to serve religious purposes, but also is the tourist attractions. The Buddha hall is formed with the respectful Sakyamuni Buddha, Avalokitesvara, Ksitigarbha Bodhisattvas, and Dharmapala. On July 13 2014, the solemn inauguration ceremony was greatly organized.

The temple has scheduled its activities weekly for Buddhist practice. In October 2013, Linh Mụ Buddhist group was formed and since that time, every Sunday, teenagers have gathered at the pagoda to learn the Vietnamese language and Buddhism. The temple also often organizes the monthly retreats for adults and the annual activities including; Lunar New Year, Vesak's Day, Ullambana Festival and others, to serve the Buddhist community.

靈姥寺

STONE MOUNTAIN, GEORGIA, USA

地址: 3828 S. Rockbridge Road, Stone Mountain, GA 30087
Tel: (678) 580-5127, (470) 255-3301
Email: support@chualinhmu.net, Website: www.chualinhmu.net
住持：釋智成法師
監寺：釋海正法師

靈姥寺由釋智真故法師於２００８年開山，座落在喬治亞州石頭山市，面積３．５公頃（８．５英畝）。寺院是海外靈姥祖庭。釋智真法師家鄉在越南平順省，１９５０年在順化靈姥寺出家，是釋敦厚大老和尚的弟子。1976年，法師在印度比哈尔邦摩揭陀大學取得佛教哲學博士名銜，1977年到美國弘法，法師是一位碩德高僧，已得到美國各州、城市的37個佛教會恭請出任精神領導，證明導師和顧問。法師於2011年3月14日在美國聖安娜市般若寺圓寂。

寺院的景緻美麗、幽靜，周圍種有很多高大翠綠的樹木。

寺院的正殿於2014年7月13日隆重舉行落成儀式。佛殿的佈置莊嚴，尊奉釋迦佛像，觀世音菩薩像，地藏菩薩像和護法像。

寺院在每週均有組辦佛法修習班和各種活動。靈姥佛子家庭於2013年10月成立，每週週日活動，週日還有兒童越語班。每季寺院為佛子組辦修學班。每年的春節、佛誕大典、盂蘭盆節，寺院莊嚴、周到地組辦各種佛事活動，迎接眾多善男信女、佛子到來禮佛和參加活動。

霊姥寺

STONE MOUNTAIN, GEORGIA, USA

住所：3828 S. Rockbridge Road, Stone Mountain, GA 30087
Tel：(678) 580-5127, (470) 255-3301
Email：support@chualinhmu.net, Website：www.chualinhmu.net
住職：ティック・チー・タイン和尚
監寺：ティック・ハイ・チャイン尚座

霊姥寺は、2008年ジョージア州ストーンマウンテンにある面積3.5haの土地にティック・チー・ソン故和尚の主導で創立されたベトナム仏教寺院で、海外の霊姥祖庭である。ティック・チー・ソン故和尚はビイン・テュアン（ベトナム）出身で、1950年にフエーの霊姥寺に出家され、著名な大長老－ティック・ドン・ハウ故和尚様の弟子となっている。1976年、ティック・チー・ソン故和尚は仏教哲学で摩竭陀大学（インド）の博士号を取られ、1977年から弘法する為に渡米された。故和尚は碩徳な高僧で、全アメリカ37の仏教会に主導者や証明道師或いは諮問役員の位置に将来された事がある。故和尚は2011年3月14日にサンタ・アナの「般若寺」で円戚された。

霊姥寺の境内は緑が多くて明るく、静かである。ご正殿の落成式は2014年7月13日に華やかに行われた。尊厳に装飾された仏殿は本尊の釈迦仏像、観音菩薩像、地蔵菩薩像と護法像を祀る。

寺院の修習・仏事生活は毎週開催される。日曜日にベトナム語教室と「霊姥仏教徒家庭」（2013年10月設立）の活動がある。また年４回（３ヶ月毎）仏教徒達に修学コースが行われる。毎年、伝統の旧正月・灌仏会・盂蘭盆会などの伝統祭日を機に、寺院は尊厳かつ周到に祭式を執り行い、礼拝や修習する多数の善男信女・仏教徒の団体を歓迎する。

CHÙA LINH MỤ

Ngôi chánh điện 正殿
The Main hall 御本殿

Nhà sinh hoạt
Activity hall
起居室
共同生活室

Đoàn quán Gia đình Phật tử Linh Mụ
Linh Mụ Buddhist group
靈姥佛子家庭團觀
リン・ムー仏教徒家庭の団館

CHÙA VIỆT NAM HẢI NGOẠI - tập 2

Điện Phật
The Buddha shrine
佛殿
仏殿

Tượng Hộ Pháp
The statue of Dharmapala
護法像
護法菩薩立像

Bàn thờ Tổ
The altar of Patriarchs
祖師供案
祖霊舎

CHÙA LINH MỤ

Đại lễ Phật Đản
Vesak's Day

佛誕大典
灌仏会

Các lớp Việt ngữ
Vietnamese language classes

越語學習班
ベトナム語講座

Gia đình Phật tử
Buddhist group

佛子家庭
佛子ファミリー

CHÙA QUANG MINH

ATLANTA, GEORGIA, USA

1168 Benteen Avenue, Atlanta, GA 30312

Tel: (404) 624-1073

Email: daotrangquangminh@comcast.net
Website: www.chuaquangminh.net

Trụ trì: Hòa thượng Thích Thiện Thanh

Chùa được thành lập vào năm 1982, tọa lạc gần trung tâm thành phố Atlanta, bấy giờ là ngôi Quang Minh thiền tự nhỏ. Đến năm 1996, ông Trần Đình Chương, Hội trưởng Hội Phật giáo Atlanta thỉnh thầy Thích Thiện Thanh về trụ trì chùa kiêm hội trưởng đến nay. Chùa đã được trùng tu hai lần, mở rộng ngôi chánh điện và xây dựng vườn cảnh Phật tích, tạo

cảnh quan thoáng đãng, thanh tịnh.

Điện Phật được bài trí trang nghiêm, thờ đức Phật Thích Ca, Bồ tát Quán Thế Âm, Bồ tát Địa Tạng cùng chư Phật, Bồ tát, Hộ Pháp, Tiêu Diện. Từ ngoài nhìn vào, bên phải ngôi chánh điện tôn trí tượng Bồ tát Di lặc, còn bên trái là vườn Niết Bàn với những pho tượng lộ thiên lớn bằng đá hoa: 1. Cụm tượng Phật tích với các cảnh Ngài đản sanh, xuất gia, chuyển Pháp luân và nhập Niết Bàn. 2. Tượng Thập bát A La Hán.

Chùa là ngôi danh lam ở tiểu bang Georgia. Chùa có trường Việt ngữ với nhiều hoạt động phong phú. Chùa thường xuyên đón tiếp đông đảo thiện nam, tín nữ, Phật tử, học sinh và du khách đến tham quan, chiêm bái, sinh hoạt, tu học vào các ngày cuối tuần và các dịp lễ, tết hàng năm.

QUANG MINH TEMPLE
ATLANTA, GEORGIA, USA

1168 Benteen Avenue, Atlanta, GA 30312
Tel: (404) 624-1073
Email: daotrangquangminh@comcast.net
Website: www.chuaquangminh.net
Abbot: Most Venerable Thích Thiện Thanh

In 1982, Quang Minh Temple was originally a small house, established in the neighborhood of downtown Atlanta city. In 1996, Mr. Trần Đình Chương, who was a chairman of the Buddhist Association in Atlanta, invited Most Venerable Thích Thiện Thanh to become Abbot and President, positions he currently still holds president. The temple was rebuilt twice, extending the throne hall and Buddhist garden to be a worthy place of worship.

The Buddha hall is home to many respectful Buddhas, such as Sakyamuni Buddha, Avalokitesvara Bodhisattva, Ksitigarbha Bodhisattva, other Buddhas, Bodhisattvas, Dharmapala, Paladharama and more. From the outside view, the right main hall enshrines Maitreya Bodhisattva, the left main hall is the Nirvana garden with many large marble statues, such as Four Holy Buddhist Places and Eighteen Arhats.

Quang Minh Temple is famous in Georgia, because it has a rich variety of activities and the Vietnamese language classes. The temple frequently welcomes a large number of male and female Buddhists, students and tourists. They visit, worship, and practice on the weekends and the yearly holidays.

光明寺
ATLANTA, GEORGIA, USA

地址：1168 Benteen Avenue, Atlanta, GA 30312
Tel: (404) 624-1073
Email: daotrangquangminh@comcast.net
Website: www.chuaquangminh.net
住持：釋善清法師

光明寺成立於1982年，座落在阿特蘭大市中心附近，當年是小小的光明禪寺。至1996年，阿特蘭大市佛教會會長陳廷章恭請釋善清法師到寺院任住持兼佛教會會長。該寺已經兩次重修，擴大正殿面積和建造佛跡園，營造靜謐、寬敞的景觀。

佛殿的佈置莊嚴，尊奉釋迦佛像、觀世音菩薩像、地藏菩薩像和諸佛、菩薩、護法和焦面大士像。從外望入佛殿，正殿右邊尊置彌勒菩薩像，左邊是涅槃園，裡面尊置很多用花崗石雕鑿的露天佛像：1. 佛跡像包括佛誕生像，佛出家像，佛轉法輪像和佛入涅槃像。2. 十八阿羅漢像。

光明寺是喬治亞州的一座名藍。寺院設有越語學校，活動豐富。光明寺每週週末和大節日、春節迎來不少善男信女，佛子，學生和遊客參觀、膜拜、修學和參加各種活動。

光明寺
ATLANTA, GEORGIA, USA

住所：1168 Benteen Avenue, Atlanta, GA 30312
Tel: (404) 624-1073
Email: daotrangquangminh@comcast.net
Website: www.chuaquangminh.net
住職：ティック・ティエン・タン和尚様

光明寺はアメリカ合衆国ジョージア州アトランタ市の中心部に所在するベトナム仏教のお寺である。1982年に小さな禅寺として建立された。1996年、当時の「在アトランタ市ベトナム仏教協会」のチャン・ディン・チューン会長の推薦により、ティック・ティエン・タン和尚様がこの寺院の住職およびアトランタ市仏教協会会長に就任し、現在まで在職している。

二回の増改築もした光明寺は、御正殿を拡大したと共に、仏跡を再現した庭園なども増築して、伽藍をより神々しく造った。

荘厳な仏殿は、本尊の釈迦如来仏像、観世音菩薩像および地蔵菩薩像を祀っている。ご本尊の周りは諸仏像、護法菩薩像および燃面大士菩薩像も安置されている。外から見ると、金堂の右側に弥勒菩薩像が置かれており、左側は涅槃園であり、そこに大里石の仏像がたくさん置いてある。具体的に：

四大仏跡群像：お誕生の地ルンビニ、ご成道の地ブダガヤ、初転法輪の地サールナート、涅槃の地クシナガラを再現した群像；

十八阿羅漢諸像
である。

光明寺には所属の越語学校があり、仏法修学の仏教徒はもちろん、ベトナム語の勉強で通う学生も多い。また、一年の伝統祭日のときだけではなく常に善男信女や一般の礼拝客に訪れられるこの寺院は、現在ジョージア州の観光名所となっている。

CHÙA QUANG MINH

Toàn cảnh chùa
Panorama of the Temple
寺院全景
全景

Cổng tam quan 山門
Triple gate of the Temple 三関大門

Ngôi chánh điện 正殿
The Main hall 御本殿

Tượng Bồ tát Di Lặc
The statue of Maitreya Bodhisattva
彌勒菩薩像
弥勒菩薩像

Điện Phật
The Buddha shrine
佛殿
仏殿

Bàn thờ Bồ tát Địa Tạng
The altar of Ksitigarbha Bodhisattva
地藏菩薩供案
地蔵菩薩の仏壇

Bàn thờ Bồ tát Quán Thế Âm
The altar of Avalokitesvara Bodhisattva
觀世音菩薩像供案
観世音菩薩の仏壇

Bàn thờ Hộ Pháp
The altar of Dharmapala
護法供案
護法菩薩の仏壇

Bàn thờ Tiêu Diện
The altar of Paladharama
焦面大士供案
焦面大士の仏壇

Tượng Tứ Động Tâm
Four Holy Buddhist Places
佛教四大聖地像群
四大聖地群像

Vườn Cực Lạc
Pure Land gardens
極樂園
極楽園

CHÙA VIỆT NAM HẢI NGOẠI - tập 2

Tượng Thập bát A La Hán
The statues of Eighteen Arhats

十八阿羅漢像
十八阿羅漢諸像

CHÙA QUANG MINH

Tượng Thập bát A La Hán
The statues of Eighteen Arhats

十八阿羅漢像
十八阿羅漢諸像

CHÙA VIỆT NAM HẢI NGOẠI - tập 2

Đại lễ Phật Đản 佛誕大典
Vesak's Day 灌仏会

Lễ Vu Lan 盂蘭盆節
Ullambana Festival 盂蘭盆会

VÕ VĂN TƯỜNG & TỪ HIẾU CÔN

THIỀN VIỆN THÍCH THIÊN ÂN

ATLANTA, GEORGIA, USA

4050 Boulder Park Drive SW, Atlanta, GA 30331
Tel: (404) 855-6077
Email: thienvienthienan@gmail.com
Website: www.thienvienthichthienan.com
Viện chủ: Hòa thượng Thích Như Minh

Thiền viện được Hòa thượng Thích Như Minh thành lập vào cuối năm 2011. Hòa thượng Thích Như Minh đã tạo mãi hai căn nhà có diện tích hơn 1,2ha (3ac) tọa lạc trên một ngọn đồi có rừng cây, hồ nước ... tạo cảnh trí phong quang, thanh tịnh chốn thiền môn. Thiền viện được tiểu bang cấp giấy phép hoạt động từ đầu năm 2014.

Thiền viện mang tên Thích Thiên Ân là tên vị

Hòa thượng đã khai sáng và dày công phát triển đạo Phật Việt Nam tại Hoa Kỳ. Ngài du học tại Nhật Bản, đỗ tiến sĩ tại Đại học Waseda năm 1962. Năm 1966, Ngài đến Hoa Kỳ và thành lập Trung tâm Thiền học Quốc tế năm 1970; Viện Đại học Đông Phương học năm 1973; chùa Việt Nam năm 1975. Ngài viên tịch vào ngày 23 tháng 11 năm 1980.

Điện Phật được bài trí tôn nghiêm thờ đức Phật Thích Ca, đức Phật A Di Đà và Bồ tát Quán Thế Âm.

Thiền viện có lịch sinh hoạt tu tập hàng tuần, hàng tháng do hai Sư cô Thích Thông Nghi và Thích Nguyên Tuệ hướng dẫn. Thiền viện tổ chức chu đáo, trang nghiêm các ngày lễ lớn trong năm như: lễ Phật Đản, lễ Vu Lan, lễ Phật Thành Đạo ... Đặc biệt, ngày 24 tháng 8 năm 2014, thiền viện đã tổ chức Đại lễ Vu Lan trọng thể tại hội trường Grand Ballroom, thành phố Norcross, đón tiếp 25 chư vị Tôn đức Tăng, Ni và 1.500 quan khách, đồng hương, Phật tử tham dự.

THÍCH THIÊN ÂN ZEN MONASTERY

ATLANTA, GEORGIA, USA

4050 Boulder Park Drive SW, Atlanta, GA 30331
Tel: (404) 855-6077
Email: thienvienthienan@gmail.com
Website: www.thienvienthichthienan.com
Abbot: Most Venerable Thích Như Minh

In 2011, Thích Thiên Ân Zen Monastery was established by Most Venerable Thích Như Minh. He purchased two houses on a 1.2 hectare (3 acre) lot on a hill which has green trees and lakes, creating a beautiful and pure landscape for religious purposes. In early 2014, the Zen Monastery received a state license for its activities.

The title of Zen Monastery is the Dharma name of the Late Most Venerable Thích Thiên Ân, who firstly and painstakingly developed Vietnamese Buddhism in the United States. In 1962, he studied and held a doctoral degree at Waseda University, Japan. In 1966, he came to the United States and started to establish the International Zen Center in 1970, the Oriental Institute in 1973, and the Vietnam Temple in 1975, in that order. He passed away on 23rd November 1980 and left behind his great contribution for Buddhism overseas.

The Buddha shrine is respectfully formed for the worship of Sakyamuni Buddha, Amitabha Buddha, and Avalokitesvara Bodhisattva. The Zen Monastery has its schedule of weekly and monthly practice, under the guidance of Bhikkhuni Thông Nghi and Bhikkhuni Nguyên Tuệ. The Zen Monastery also organizes big ceremonies, such as the Vesak's Day, Ullambana Festival, Buddha's Day of Enlightenment and more. In particular, on the 24th August 2014, the Zen Center held the great Ullambana Festival in the Grand Ballroom in Norcross City, welcoming 25 venerable monks, nuns and 1,500 guests as well as fellow Buddhists.

釋天恩禪院

ATLANTA, GEORGIA, USA

地址：4050 Boulder Park Drive SW, Atlanta, GA 30331
Tel：(404) 855-6077
Email：thienvienthienan@gmail.com, Website：www.thienvienthichthienan.com
院主：釋如明法師

禪院由釋如明法師於2011年底成立。釋如明法師購買了在山崗上的兩間房屋和土地，總面積1.2公頃（3英畝）。有樹林和池塘，景緻優雅，環境清靜，是修禪理想之地。2014年初，禪院得到州政府發給活動執照。

禪院以釋天恩法師的法名命名。釋天恩法師是美國越南佛教會的創立人，對在美國發展越南佛教事業功不可沒。釋天恩法師在日本留學，1962年在早稻田大學考到博士銜。1966年，法師到美國，並於1970年成立國際禪學中心；1973年成立東方學大學院；1975年建立越南寺。1980年11月23日釋天恩法師圓寂。

佛殿的佈置莊嚴，尊奉釋迦佛像，阿彌陀佛像和觀世音菩薩像。

禪院在每週，每個月均有舉辦佛法修學班，由釋通儀和釋源慧兩位師姑指導。在每年的佛誕，盂蘭盆節，佛成道日等等大節日裡，禪院周到和莊嚴地組織各種佛事活動。特別，2014年8月24日，禪院在諾爾克魯斯市的大宴會廳隆重舉辦盂蘭盆節盛會，迎來25位德高望重的僧尼和1500位賓客，同鄉和佛子參加。

釈天恩禅院

ATLANTA, GEORGIA, USA

住所：4050 Boulder Park Drive SW, Atlanta, GA 30331
Tel：(404) 855-6077
Email：thienvienthienan@gmail.com, Website：www.thienvienthichthienan.com
院長：ティック・ニュー・ミイン和尚さま

釈天恩禅院はアメリカ合衆国アトランタ州にある、2011年にティック・ニュー・ミイン和尚さまにより建立された寺院である。美しい自然および清浄な雰囲気を持つこの寺院の伽藍は池や緑が多い広大な丘陵地に所在しており、もともとある二軒家（合計面積約1.2ha）から改造されたモノである。釈天恩禅院は2014年の年始あたりに営業許可が取得できたという。

禅院の名前は、アメリカで初めてベトナム仏教とその施設を開創し、一生懸命発展させていたティック・ティエン・アン和尚さまの名を取り、名付けられたという。ティック・ティエン・アン様は、若い頃日本へ留学し、1962年に早稲田大学で博士号を取得された。1966年から渡米し、それから次々に「国際禅学センター」（1970）、「東方学大学院」（1973）、「チュア・ヴィエト・ナム」越南寺（1975）を設立された。ティック・ティエン・アン様は1980年11月23日に入寂された。

ご金堂は荘厳されており、釈迦仏、阿弥陀仏及び聖観世音菩薩を本尊として祀る。

禅院の活動はティック・トン・ギー尼さまとティック・グエン・トエー尼さまに担当され、定例的に行われている。灌仏会、盂蘭盆会、御成道式などの大きな祭式を毎年厳かに開催される。特に、2014年8月24日、ジョージア州ノークロス市にあるグランド・ボールルーム会場で華やかな盂蘭盆会を開催し、25人の偉い諸位高僧、尼僧のほか、1500人以上の観客や仏教徒などを歓迎していた。

Thiền viện Thích Thiên Ân
The view of Thích Thiên Ân Zen Monastery

釋天恩禪院
释天恩禅院

Điện Phật
The Buddha shrine

佛殿
仏殿

Tượng đức Phật nhập Niết Bàn
The statue of Lord Buddha's Maha Parinirvana

釋迦涅槃像
涅槃像

THIỀN VIỆN THÍCH THIÊN ÂN

Ảnh chân dung cố Hòa thượng Thích Thiên Ân
The portrait of Late Most Venerable Thích Thiên Ân
故法師釋天恩肖像
ティック・ティエン・アン故和尚さまの遺影

Ảnh chân dung cố Hòa thượng Thích Mãn Giác
The portrait of Late Most Venerable Thích Mãn Giác
故法師釋滿覺肖像
ティック・マン・ジャック故和尚さまの遺影

Đại lễ Phật Đản (2014)
Vesak's Day (2014)
佛誕大典（2014年）
灌仏会 （2014）

Tết Nguyên Đán năm Giáp Ngọ (2014)
Lunar New Year (2014)
春節 甲午年（2014）
旧正月 甲午年（2014）

Lễ Vu Lan (2014)
Ullambana Festival (2014)
盂蘭盆節（2014）
盂蘭盆会（2014）

THIỀN VIỆN THÍCH THIÊN ÂN

Lễ Vu Lan (2015)
Ullambana Festival (2015)

盂蘭盆節（2015）
盂蘭盆会（2015）

Lễ Vu Lan (2015)
Ullambana Festival (2015)
盂蘭盆節（2015）
盂蘭盆会（2015）

TRUNG TÂM PHẬT GIÁO - TU VIỆN TRÚC LÂM

RIVERDALE, GEORGIA, USA

1315 -1271 E. Fayetteville Road, Riverdale, GA 30296

Tel: (770) 994-3156, (404) 663-9689

Email: tamhien218@yahoo.com, Facebook: tu vien truc lam atlanta - Website: www.tuvientruclam.net

Viện chủ: Thượng tọa Thích Tâm Hiền

Trung tâm Phật giáo - Tu viện Trúc Lâm do Thượng tọa Thích Tâm Hiền và quý Phật tử khắp nơi thành lập vào tháng 8 năm 2006. Tu viện tọa lạc trên ngọn đồi Linh Quy với diện tích hơn 4,45ha (11ac), cách thành phố Atlanta 24 km (15 miles) về hướng Nam. Tu viện được bao bọc chung quanh bởi những hàng cây cổ thụ xanh mát. Tu viện có cảnh trí thoáng đãng, yên tịnh. Cổng vào có bốn trụ biểu bằng đá hoa cương, được nghệ nhân Việt điêu khắc Long, Lân, Quy, Phụng và Mai, Lan, Cúc, Trúc. Tu viện tôn trí tượng Tứ Động Tâm, Thập bát A La Hán, tôn tượng Bồ tát Quán Thế Âm lộ thiên. Đặc biệt, năm 2015, tu viện tôn trí thêm tôn tượng đức Phật A Di Đà cao 9m (29.5ft) mét, được bao quanh bởi 60 tôn tượng A Di Đà cao 2m (3.2ft) cùng 48 lời nguyện của Ngài; tôn tượng Bồ tát Quán Thế Âm cao 7m (23ft); tất cả đều bằng đá hoa cương Việt Nam, tạo thành một vườn Phật cảnh lộ thiên trang

nghiêm, cây cảnh mát mẻ, thuận tiện cho thập phương bá tánh đến chiêm bái và cầu nguyện.

Điện Phật được bài trí tôn nghiêm. Hương án giữa thờ tôn tượng đức Phật Thích Ca, đức Phật A Di Đà, Bồ tát Quán Thế Âm, Bồ tát Địa Tạng và Bồ tát Chuẩn Đề. Án thờ hai bên tôn trí tượng Bồ tát Văn Thù và Bồ tát Phổ Hiền. Hai án thờ phía trước tôn trí tượng Hộ Pháp và Tiêu Diện.

Tu viện có thời khóa tu học hàng ngày, hàng tuần, hàng tháng; có lớp dạy tiếng Việt, có sinh hoạt Gia đình Phật tử hàng tuần; có Đạo tràng Bát quan trai giới, Đạo tràng Dược Sư. Vào các ngày tết Nguyên Đán và các lễ: Đại lễ Phật Đản, lễ Vu Lan, Lễ hội Quán Thế Âm 19 tháng 6 âm lịch hàng năm, tu viện tổ chức trang nghiêm, chu đáo, đón tiếp đông đảo Tăng, Ni, Phật tử về tu viện lễ bái, tu tập, sinh hoạt.

Nét đẹp của tu viện Trúc Lâm là có rất nhiều Tăng, Ni cùng nhau tu học, và luôn tạo điều kiện gieo duyên cho người tu xuất phục giới và các cụ già neo đơn về nương của Từ Bi những ngày còn lại của cuộc đời.

BUDDHIST CENTER - TRÚC LÂM MONASTERY

RIVERDALE, GEORGIA, USA

1315 -1271 E. Fayetteville Road, Riverdale, GA 30296
Tel: (770) 994-3156, (404) 663-9689
Email: tamhien218@yahoo.com, Website: www.tuvientruclam.net, Facebook: tu vien truc lam atlanta
Founding Abbot: Senior Venerable Thích Tâm Hiền

In August 2006, Senior Venerable Thích Tâm Hiền and Buddhist followers from many areas established the Buddhist Centre - Trúc Lâm Monastery on 4.45 hectares (11 acres) on land on Linh Quy hill, which 24 km (15 miles) of Atlanta City. In the gate way, there are four marble pillars with the design of the precious animals: a dragon, a unicorn, a turtle and a phoenix, and beautiful flowers: the apricot, orchid, chrysanthemum and bamboo, which are skillfully carved by Vietnamese artisans. The monastery is covered with green trees and is a place of a serene and solemn atmosphere. The harmony of nature and architecture may be achieved.

In the gardens of the monastery there are statues of the Four Holy Places and statues of eighteen Arhats and Avalokitesvara Bodhisattva. In particular, in 2015, a 9 metre (29.5 foot) high marble Amitabha Buddha statue, circled by 60 marble, 2-meter (3.2 feet) tall statues of Amitabha Buddha, with his 48 vows; and a 7-metre (23 feet) high Avalokitesvara Bodhisattva statue, all of which were carved in Vietnam. The architectural marvel and the nature have created a beautiful religious garden which is effective in calming Buddhist follower's mind. The Buddha shrine is the home to many respectful saints, such as Sakyamuni and Amitabha Buddhas, Avalokitesvara, Ksitigarbha, and the Cundi Bodhisattvas. On both sides of the altars, Manjushri and Samantabhadra Bodhisattvas are enshrined. Dharmapala and Paladharama are located on the front altars.

The monastery has daily, weekly and monthly practice sessions. There are the weekly Vietnamese language clasess, Buddhist Youth group, Eight precepts retreats and a Medicine Buddha ritual. On the main annual events, including: Lunar New Year, Vesak's Day, Ullambana Festival and Avalokitesvara (on June 19 in the lunar year), the monastery has welcoms many monks, nuns, and devotees, from near and far, to participate and worship. At Trúc Lâm, many monks and nuns live and practice. The monastery is willing the help the clergy and the lonely older people in order that they can feel peaceful and comfortable to live there for the rest of their lives.

佛教中心-竹林修院

RIVERDALE, GEORGIA, USA

地址：1315 -1271 E. Fayetteville Road, Riverdale, GA 30296
Tel: (770) 994-3156, (404) 663-9689, Email: tamhien218@yahoo.com
Facebook: tu vien truc lam atlanta, Website: www.tuvientruclam.net
院主：釋心賢法師

佛教中心-竹林修院由釋心賢法師和各地佛子於2006年8月成立。修院座落在靈龜山崗上，面積4.45公頃（11英畝），距離阿特蘭大市南面24公里（15英里）。修院的周圍長有很多參天古木，終年翠綠，為修院營造幽靜、清涼的環境。大門有四條大柱，柱外貼上花崗石，由越南藝人雕鑿龍、麟、龜、鳳和梅、蘭、菊、竹。修院還尊置佛教四大聖地像群，十八阿羅漢像，尊置露天的觀世音菩薩像。特別，2015年，修院多尊置阿彌陀佛像，高9米（29.5英尺），周圍有60尊2米（3.2英尺）高的阿彌陀佛像和阿彌陀佛的48句大願；尊置7米（23英尺）的觀世音菩薩像；所有都是用越南花崗石，造成一個莊嚴的露天佛景園，周圍裝置很多盆景，綠樹，空氣涼爽。方便十方百姓到來禮佛和祈願。

佛殿內的佈置很莊嚴。中間香案尊奉釋迦佛像，阿彌陀佛像，觀世音菩薩像，地藏菩薩像和準提菩薩像。香案兩旁尊奉文殊菩薩像和普賢菩薩像。前面的兩個香案尊奉護法和焦面大士像。

修院在每日、每週和每個月都有佛法修學班；設有越語學習班；每週組織佛子家庭生活；有八關齋戒道場，藥師道場。在每年的春節和各大節日如：佛誕大典、盂蘭盆節、觀世音盛會（每年陰曆6月19日），修院均莊嚴和周到地舉辦各種佛事活動，迎接眾多的僧、尼、佛子到修院拜佛、修學和參加活動。

竹林修院有很多僧、尼一起修學，經常創造條件為修行者造出因緣和讓孤苦無依老人在晚年可依靠慈悲的佛門。

仏教中心―竹林修院

RIVERDALE, GEORGIA, USA

住所：1315-1271 E. Fayetteville Road, Riverdale, GA 30296
Tel:(770)994-3156, (404)663-9689, Email:tamhien218@yahoo.com
Facebook:Tu Vien Truc Lam Atlanta, Website:www.tuvientruclam.net
院長：ティック・タム・ヒエン尚座

仏教センター―竹林修院は2006年8月にティック・タム・ヒエン尚座様の下で建立されたベトナム仏教寺院。約4.5haの面積を持ったこの寺院は、アトランタ市から南に24km離れた所にある「リン・クイー」という丘に位置し、緑の樹木に囲まれて明るくて静かである。

修院の入口にはベトナムの職人に作製された、龍・麟・亀・鳳及び梅・蘭・菊・竹を刻んだ4本の御影石の表住がある。また、境内には四大聖地群像や十八阿羅漢と観世音菩薩立像も安置されておる。特に、2015年から更に追加された多数の仏像があり、それは：巨大阿弥陀仏立像（高さ9m位）、60の小型阿弥陀仏立像（丈約2m）とその「四十八願」、聖観世音菩薩立像（高さ7m）、全てはベトナムの御影石から作製されたモノであり、修院の庭園はをより尊厳に見えておる。

仏殿は尊厳に配置されておる。ご本尊は釈迦仏像、阿弥陀仏像、観世音菩薩像、地藏菩薩像および準提菩薩像である。その両側の仏壇には文殊・普賢菩薩像が安置されておる。また本尊の手前には護法・焦面の仏壇である。

仏法修学は毎日、毎週、毎月開催される。その他にベトナム語教室、仏教徒家庭（毎週）、八関斎戒道場と薬師道場がある。また、旧正月・灌仏会・盂蘭盆会・観世音祭り（旧暦6月19日）などの伝統祭日を機に、寺院は尊厳かつ周到に祭式を執り行い、礼拝や修習する多数の僧侶・仏教徒の団体を歓迎する。

竹林修院の良い所といえば、尼・僧が一緒に修学する、還俗した人が修行に戻る、一人暮らしのお年寄りが慈悲門に入って人生最後の日まで安楽に生活する、こういう事ができるよういつも心がけている事である。

CHÙA VIỆT NAM HẢI NGOẠI - tập 2

Toàn cảnh tu viện 修院全景
Full view of the Monastery 全景

Tu viện Trúc Lâm 竹林修院
Trúc Lâm Monastery 竹林修院

Bản vẽ ngôi chánh điện mới 新正殿的藍圖
Master plan of a new Main Hall 新しい正殿の図面

TRUNG TÂM PHẬT GIÁO - TU VIỆN TRÚC LÂM

Vườn tượng Tứ Động Tâm
The garden of Four Holy Places

佛教四大聖地像群
四大聖地庭園

Tượng đức Phật A Di Đà
The statue of Amitabha Buddha

阿彌陀佛像
阿弥陀仏像

TRUNG TÂM PHẬT GIÁO - TU VIỆN TRÚC LÂM

Điện Phật
The Buddha shrine

佛殿
仏殿

436

CHÙA TỪ LIÊN

SNELLVILLE, GEORGIA, USA

3465 Lenora Church Road, Snellville, GA 30039

Tel: (770) 736-5425

Email: tulientemple@yahoo.com
Website: www.chuatulien.us
Trụ trì: Sư bà Thích Nữ Tâm Thường

Chùa Từ Liên được Sư bà Thích Nữ Tâm Thường thành lập vào năm 2005 tại số 6308 Highway 42, thành phố Rex, tiểu bang Georgia, nhưng diện tích 0,8ha (2ac) không đủ tiêu chuẩn để thành phố cấp giấy phép sinh hoạt. Đến năm 2008, chùa tìm mua được khu đất mới đủ tiêu chuẩn 2ha (5ac) tại số 3465 Lenora Church Road, thành phố Snellville. Lễ An vị Phật được tổ chức trọng thể vào

ngày Đại lễ Phật Đản năm 2013. Từ Liên là tên ghép của hai ngôi chùa Từ Quang và Kim Liên tại tỉnh Quảng Ngãi (Việt Nam), là hai ngôi chùa Sư bà đã xuất gia và đã quy y.

Chùa có cảnh trí thoáng đãng, yên tĩnh. Sân trước có đài thờ Bồ tát Quán Thế Âm lộ thiên. Điện Phật được bài trí tôn nghiêm. Hương án giữa thờ tượng đức Phật Thích Ca và đức Phật Dược Sư. Án thờ hai bên tôn trí tượng Bồ tát Quán Thế Âm và tượng Bồ tát Địa Tạng. Hai bàn thờ bên cạnh đại hồng chung và trống bát nhã tôn trí tượng Hộ Pháp và tượng Tiêu Diện.

Chùa có lịch tu tập, sinh hoạt hàng tuần, hàng tháng. Đạo tràng bát quan trai giới tu tập mỗi tháng. Chủ nhật mỗi tuần đều có tụng kinh, giảng pháp và sinh hoạt của đồng hương, Phật tử. Đặc biệt, chư Ni các chùa trong tiểu bang đều về chùa tụng giới mỗi tháng. Vào các ngày tết Nguyên Đán, Đại lễ Phật Đản, lễ Vu Lan ... hàng năm, chùa đều tổ chức trang nghiêm, chu đáo, đón tiếp đông đảo chư thiện nam, tín nữ, Phật tử khắp nơi về chùa lễ bái, tu học, sinh hoạt.

TỪ LIÊN TEMPLE

SNELLVILLE, GEORGIA, USA

3465 Lenora Church Road, Snellville, GA 30039
Tel: (770) 736-5425
Email: tulientemple@yahoo.com
Website: www.chuatulien.us
Abbess: Most Venerable Thích Nữ Tâm Thường

In 2005, Most Venerable Thích Nữ Tâm Thường established Từ Liên Temple on the modest area of 0.8 hectare (2 acre) of land at 6308 Highway 42, Rex, Georgia. The city authority refused to grant the license for activity due to its small area. By 2008, she found and purchased the 2 hectare (5 acre) land at 3465 Lenora Church Road, Snellville and moved the temple to the new location. The Buddha Installation Ceremony was solemnly held on the main occasion of Vesak's Day in 2013. Từ Liên is a combination of two temples: Từ Quang and Kim Liên from Quảng Ngãi province (Vietnam), where she was ordained as a nun.

The temple appears simple and solemn but its structure and decoration are truly artistic. In the front yard, there is a statue of Avalokitesvara Bodhisattva. The Buddha shrine is respectfully presented with the Sakyamuni and Medicine Buddhas in the center. At the altars on either both sides, Avalokitesvara and Ksitigarbha Bodhisattvas are worshiped. The great bell and the Prajina drum, as well as the Dharmapala, and Paladharama are located at either side.

The temple has scheduled its activities weekly and monthly for Buddhist practice. The monthly Eight precepts retreat is often held. Every Sunday, Buddhist followers gather at the temple to listen Dharma, chant and learn Buddhism. In particular, the nuns from many temples in the state gather monthly to recite their precepts. The temple also organizes annual events on holidays and for the New Year, Vesak's Day and Ullambana Festival for Buddhist believers to worship and practice following the Buddha's way.

慈蓮寺

SNELLVILLE, GEORGIA, USA

地址：3465 Lenora Church Road, Snellville, GA 30039
Tel: (770) 736-5425
Email: tulientemple@yahoo.com , Website: www.chuatulien.us
住持：釋女心常尼師

慈蓮寺由釋女心常尼師於2005年成立，地址在喬治亞州雷克斯市第42區海威街6308號，但面積只有0.8公頃（2英畝），不夠標準向市政府申請活動執照。至2008年，寺院在斯涅爾維列市的列努拉‧楚爾奇街3465號購買了2公頃(5英畝)土地建新寺。

佛安位儀式於２０１３年佛誕大典隆重舉行。慈蓮是越南廣義省慈光寺和金蓮寺合名，這兩間寺是尼師皈依和出家的寺院。

寺院的景緻優雅、安靜，面積寬敞。前院尊置露天的觀世音菩薩像。佛殿的佈置莊嚴。中間香案尊奉釋迦佛像和藥師佛像。供案兩旁尊置觀世音菩薩像和地藏菩薩像。香案兩旁放有大洪鐘和般若鼓。另外尊置了護法和焦面大士像。

寺院每週、每個月設有修習班和各種活動。八關齋戒道場每個月修習一次。每週週日均為同鄉和佛子組辦誦經、講法和其他的活動。特別，州內各寺的諸尼每個月均到來誦經一次。在每年的春節、佛誕大典、盂蘭節….等等大節日裡，寺院均莊嚴和周到迎接眾多的善男信女，佛子到來禮佛、修學和參加各種活動。

慈蓮寺

SNELLVILLE, GEORGIA, USA

住所：3465 Lenora Church Road, Snellville, GA 30039
Tel：(770)736-5425
Email：tulientemple@yahoo.com, Website：www.chuatulien.us
住職：ティック・ヌー・タム・テューン尼師

慈蓮寺はジョージア州レックスに位置するベトナム仏教寺院であり、2005年にティック・ヌー・タム・テューン尼師様によって建立された。建立当初、登録された住所6308 Highway 42の土地の面積が0.8ha で、活動できる面積条件に満たない為、運営許可は得られなかった。その後、要約2008年に寺院は面積2haを持った現在地に移転し、正式に活動を始めた。

2013年の灌仏会を機に本尊の安置式が華やかに行われた。「慈蓮」とは住職尼師様が出家・帰衣した二つの寺院：「慈光寺」と「金蓮寺」（ベトナム、クアーンガイ省）の名前から付けられたという。

寺院の境内は明るくて静かで、前庭に観世音菩薩立像の仏壇が配置されている。 尊厳に飾られた仏殿は釈迦仏像と薬師仏像を本尊としている。本尊の両側は観音菩薩像と地蔵菩薩像の仏壇で、寺院の梵鐘と般若鼓の傍に護法菩薩像と焦面大士菩薩像が安置されている。

寺院の修習生活は毎週、毎月開催される。八関斎戒道場は毎月一回行われる。毎週の日曜には同郷（ベトナム系市民）の念経・説法・修習がある。特に、月一回全ジョージア州のベトナム仏教寺院の僧侶たちが当院に集まり誦戒する。毎年の旧正月、灌仏会、盂蘭盆会等…の祭日に、寺院は修学・参詣する多数の善男信女や仏教徒の団体を迎え、周到に祭式を執り行う。

CHÙA TỪ LIÊN

Đường đến chùa
Road to the Temple

進入寺院的道路
寺院への道

Toàn cảnh chùa
The panoramic Temple

寺院全景
全景

CHÙA VIỆT NAM HẢI NGOẠI - tập 2

Điện Phật
The Buddha shrine
佛殿
仏殿

Bàn thờ Bồ tát Quán Thế Âm
The altar of Avalokitesvara Bodhisattva
觀世音菩薩像供案
観世音菩薩の仏壇

Tủ kinh
The cabinet of scriptures
經書櫃
お経が納められた棚

441

CHÙA TỪ LIÊN

Điện Phật
The Buddha shrine
佛殿
仏殿

Đại hồng chung
The great bell
大洪鐘
梵鐘

Bàn thờ Tổ
The altar of Patriarchs
祖師供案
祖霊舎

Trống bát nhã
The prajna drum
般若鼓
般若鼓

Phật tử tu học
Buddhist retreat
佛子修學
修学中の仏教徒たち

THIỀN VIỆN CHÂN KHÔNG

HONOLULU, HAWAII, USA

1105 Hind Iuka Drive, Honolulu, HI 96821

Tel: (808) 373-4608

Email: chankhongtv@aol.com

Viện trưởng: Hòa thượng Thích Thông Hải
Quản viện: Đại đức Thích Nhuận Thiện

Thiền viện được Hòa thượng Thích Thông Hải thành lập vào năm 1984. Thiền viện thuộc Hội Thiền tông Phật giáo Quốc tế do Hòa thượng làm Hội trưởng.

Thiền viện tọa lạc trên dãy núi Tao Phùng, là ngôi già lam nổi tiếng ở quần đảo Hawaii xinh đẹp. Từ sân thiền viện nhìn ra hướng Nam là cảnh đại dương mênh mông bất tận.

Điện Phật được bài trí tôn nghiêm, thờ tượng đức Phật Thích Ca Mâu Ni. Trong khuôn viên thiền viện có các tượng lộ thiên: đức Phật Thích Ca, Bồ tát Di Lặc và Bồ tát Quán Thế Âm.

Ngôi chánh điện được đại trùng tu vào tháng 5 năm 2015. Thiền viện đã tổ chức khóa tu học *Vui trong ánh Đạo* vào các ngày 14,15,16 tháng 4 năm

2016. Đại lễ lạc thành ngôi chánh điện mới được cử hành long trọng trong không khí trang nghiêm, thành kính vào ngày 17 tháng 4 năm 2016. Chư Tôn đức lãnh đạo các Giáo hội Phật giáo từ châu Úc, châu Âu, châu Á, châu Mỹ và đông đảo Phật tử khắp nơi trên thế giới đã đến Honolulu tham dự đại lễ này.

Thiền viện ngày nay là Trung tâm văn hóa và tu học tại Hawaii. Thiền viện có lịch sinh hoạt tu học hằng tháng, hằng tuần cho Phật tử người Việt và người Mỹ. Thiền viện tổ chức trang nghiêm, chu đáo những ngày đại lễ Phật giáo trong năm; tham gia nhiều công tác xã hội, giáo dục tại địa phương. Trong tương lai, thiền viện là điểm du lịch tâm linh của Phật tử khắp các châu lục.

Thiền viện đã đón tiếp hằng vạn Tăng, Ni, Phật tử từ nhiều quốc gia đến thăm viếng, và du lịch quần đảo Hawaii - thiên đường du lịch thế giới. Đặc biệt là chuyến thăm và Chứng minh Đại lễ kỷ niệm 10 năm thành lập thiền viện của Trưởng lão Hòa thượng Thích Thanh Từ vào năm 1994.

CHÂN KHÔNG MEDITATION CENTER

HONOLULU, HAWAII, USA

1105 Hind Iuka Drive, Honolulu, HI 96821
Tel: (808) 373-4608
Email: chankhongtv@aol.com
The Founder: Most Venerable Thích Thông Hải
The Manager: Bhikkhu Thích Nhuận Thiện

In 1984, Most Venerable Thích Thông Hải established the center which belonged to International Buddhist Meditation Association and he played the role as the Chairman.

It is located on the Tao Phùng mountain ranges and a famous temple in the beautiful Hawaiian Islands. From the terrace overlooking to the south, there is the wonderful scene of the endless ocean.

The Buddha shrine is respectfully formed with the worship of a tranquil statue of Shakyamuni Buddha. In the precincts, there are many imposing subjects: Shakyamuni Buddha, Maitreya Bodhisattva, and Avalokitesvara Bodhisattva. Architecturally speaking, it has special features of its own. It no longer serves religious purposes alone but is exquisite tourist attractions as well. It expresses the valued emotional and aesthetic intuitions in expressing and appreciating their religious experiences.

The abbot had the main hall renovated in May 2015. The center has well organized the retreat of *Vui trong ánh Đạo* (Enjoy the Dharma Light) on 14, 15, 16 April 2016. The great inauguration ceremony of the main hall was solemnly celebrated on April 17, 2016. Many leaders of Oversea Buddhist Sangha from Australasia, Europe, Asia, America, and many Buddhist believers around the world came to Honolulu Islands to attend this event.

Nowadays, it is the center of Buddhist culture and Zen practice in Hawaii. It has scheduled its activities daily, weekly, and monthly for Vietnamese Buddhists and Americans. It hosts well the annual Buddhist ceremonies as well as participates in many social welfare and educational activities in local. It is the ideal destination and the spiritual attraction for Buddhists, pilgrims, and tourists from all over the continents. It has welcomed thousands of monks, nuns, Buddhist followers, domestic and foreign tourists to visit, practice, and worship due to its location on Hawaii Islands-the famous international resort. Especially, on the big occasion of the 10th Year of Establishing the Center in 1994, Zen Master Thích Thanh Từ came to attend, prove, and bless for this special anniversary.

真空禪院
HONOLULU, HAWAII, USA

地址：1105 Hind Iuka Drive, Honolulu, HI 96821
Tel: (808) 373-4608
Email: chankhongtv@aol.com
院長：釋通海法師
管院：釋潤善法師

禪院由釋通海法師於1984年成立。禪院由釋通海法師任會長的國際佛教禪宗會管理。

禪院座落在騷逢山上，是美麗夏威夷群島的一座著名的伽藍。從禪院的庭院朝南望去，是水天相連，浩瀚的海洋。

佛殿佈置莊嚴，尊奉釋迦牟尼佛像。在禪院範圍內有很多露天佛像：釋迦佛像，彌勒菩薩像和觀世音菩薩像。

2015年5月，禪院正殿大修葺。禪院於2016年4月14、15和16日組辦了在"佛教之光歡愉修學班"。2016年4月17日，新正殿落成大典在莊嚴、虔誠的氣氛下隆重舉行。來自澳大利亞、歐洲、亞洲、美洲的佛教會領導法師以及世界各地的眾多佛子均到火奴魯魯參加這場大典。

該禪院是夏威夷文化和修學中心。禪院每月、每週都為越南人和美國人佛子舉辦佛法修學活動。每年的佛教大典均得到禪院隆重、周到地舉辦；禪院眾僧也參加地方上的社會、文化活動。

世界各國有數以萬計的僧、尼和佛子到禪院參拜。並到有世界旅遊天堂之稱的夏威夷群島旅遊。特別是釋清慈長老法師於1994年出席和證明禪院成立10週年紀念大典。

アメリカ合衆国ハワイ州ホノルル
HONOLULU, HAWAII, USA

住所：1105 Hind Iuka Drive, Honolulu, HI 96821
Tel：(808) 373-4608
Email：chankhongtv@aol.com
院長：ティック・トーン・ハイ和尚
住職：ティック・ニュアン・ティエン大徳

真空禪院は、1984年ティック・トーン・ハイ和尚院長により創立された、在アメリカベトナム仏教禅寺院。創立当時から国際仏教禅宗会に属している。

ハワイ州の著名なお寺の一つであるこの禅院は「遭逢」という山脈に位置し、伽藍の南側に青い海の広大な広がりが眺められる。

金堂仏殿は釈迦牟尼仏像を本尊として厳かに祀る。寺園に釈迦仏・弥勒菩薩・観音菩薩などの露天仏像が多数安置されている。

2015年5月、ご正殿は大きな改修工事を経た。2016年4月14・15・16日三日間で「道光を浴びた喜び」という修学コースが開催され、その後、17日に新しいご正殿の落成式が厳粛に執り行われた。世界中の仏教徒等はもとより、欧州・米州・奥州そして亜州の仏教会会長等、有名な諸僧侶もこの落成式に主席された。

現在、真空禪院はハワイ州の重要な文化と仏教修学の施設となっている。ベトナム系の仏教徒及びアメリカ系の仏教徒両方とも修学できる為に、様々な修学コースが設けられる。毎年、禅院は年中行事の祭式を周到に執り行うほか、地元の社会慈善や教育活動にも参加している。近い将来より知名度を上げ、世界中の仏教徒が訪れる本格的な宗教観光地になるのを目指している。

ちなみに、今まで海外からの僧侶・尼僧及び仏教徒を多数歓迎してきたが、1994年の創立10周年記念式典の祭にティック・タン・トゥ長老和尚様を迎える機会を得て光栄であったという。

 **THIỀN VIỆN CHÂN KHÔNG**

Ngôi chánh điện
The Main hall
正殿
御本殿

CHÙA VIỆT NAM HẢI NGOẠI - tập 2

Điện Phật
The Buddha shrine
佛殿
仏殿

Vườn tượng lộ thiên
The garden of Buddhist statues
露天像園
露天仏像

Bàn thờ Tổ
The altar of Patriarchs
祖師供案
祖霊舎

447

THIỀN VIỆN CHÂN KHÔNG

Khóa tu học *Vui trong ánh Đạo*
The retreat of enjoy the Dharma light

佛教之光歡愉修學班
「道光を浴びた喜び」修学コース

THIỀN VIỆN CHÂN KHÔNG

Đại lễ lạc thành ngôi chánh điện (17-4-2016)
The great celebration of the main hall (April 17 2016)
正殿落成大典(17-4-2016)
ご正殿の落成式（2016．04．07）

CHÙA VIỆT NAM HẢI NGOẠI - tập 2

THIỀN VIỆN CHÂN KHÔNG

Tham quan danh lam thắng cảnh Hawaii
Visit the Hawaii scenic
參觀夏威夷名藍勝景
ハワイ観光名所の鑑賞

CHÙA AN LẠC

INDIANAPOLIS, INDIANA, USA

5249 E. 30th Street, Indianapolis, IN 46218
Tel: (317) 545-1234, (408) 329-3199

Email: anlactemple@yahoo.com
Website: www.anlactemple.org

Trụ trì: Ni sư Thích Nữ Nguyên Thiện

Chùa An Lạc được một nhóm Phật tử ở tiểu bang Indiana thành lập vào năm 1979 tại một căn nhà thuê. Năm 1990, chùa mua một căn nhà nhỏ làm nơi sinh hoạt Phật sự. Đến nay, chùa đã mua bốn căn nhà và một thửa đất, diện tích được mở rộng gần 1ha (2ac). Ngôi già lam uy nghiêm, rộng lớn, mang vẻ đẹp kiến trúc phương Đông ngày nay được đặt viên đá xây dựng vào ngày 19 tháng 6 năm 2004. Lễ An vị Phật được chùa tổ chức trọng thể vào ngày 24 tháng 8 năm 2008. Tam quan chùa được xây dựng năm 2009.

Cảnh chùa thoáng đãng, an tịnh. Sân trước chùa tôn trí nhiều tượng lộ thiên bằng đá hoa: Đài Quan Âm (năm 2008), Bồ tát Di Lặc (năm 2008), Thập bát A La Hán (năm 2008), đức Phật A Di Đà (năm 2012), đức Phật nhập Niết Bàn (năm 2014) ...

Điện Phật được bài trí tôn nghiêm. Hương án chính thờ tượng đức Phật Thích Ca tọa thiền trên

đài sen, tượng Tây Phương Tam Thánh. Án thờ hai bên tôn trí tượng Bồ tát Quán Thế Âm và Bồ tát Địa Tạng. Các tượng đều được đúc bằng đồng tại thành phố Huế (Việt Nam). Hai án thờ phía trước, cạnh đại hồng chung và trống bát nhã, tôn trí tượng Hộ Pháp và Tiêu Diện.

Chùa có lịch tu học, sinh hoạt hàng tuần, hàng tháng: tụng kinh, tọa thiền, giảng pháp, đạo tràng Bồ tát giới, lớp Phật pháp trẻ em, lớp "Phật pháp áp dụng trong đời sống" buổi tối cho người lớn, lớp học của chư Ni, lớp Việt ngữ, lớp thiền cho người Mỹ vào buổi sáng thứ bảy hàng tuần ... Chùa có 4 khóa tu vào 4 mùa xuân, hạ, thu, đông (mỗi khóa 4 ngày); mỗi năm có một tháng chư Ni tu tịnh khẩu (vào mùa hạ). Mỗi nửa tháng có lễ Sám hối và tuyên giới cho Phật tử tại gia. Hằng năm, vào các ngày tết Nguyên Đán, Đại lễ Phật Đản, Rằm tháng Giêng, lễ Vu Lan, chùa tổ chức trang nghiêm, chu đáo, đón tiếp đông đảo Phật tử Việt - Mỹ khắp nơi về lễ bái, sinh hoạt.

AN LẠC TEMPLE
INDIANAPOLIS, INDIANA, USA

5249 E. 30th Street, Indianapolis, IN 46218
Tel: (317) 545-1234, (408) 329-3199
Email: anlactemple@yahoo.com, Website: www.anlactemple.org
Abbess: Senior Venerable Thích Nữ Nguyên Thiện

In 1979, the group of Buddhist followers in Indiana founded An Lạc Temple in a rented house. In 1990, they bought a small house and converted it to a temple. Since then, they have purchased four houses and a parcel of land to expand the 1 hectare (2 acre) area. On 19th June 2004, the temple groundbreaking ceremony was held a they started to build a new Buddha shrine. Now the temple is larger and more beautiful with the oriental architecture. On 24th August 2008, the Buddha Installation Ceremony was held and in 2009, the magnificent triple gate was built.

The scenery is spacious and peaceful. At the front yard, there are many marble statues, including; Avalokitesvara Bodhisattva (2008), Maitreya Bodhisattva (2008), Eighteen Arhats (2008), Amitabha Buddha (2012), Lord Buddha's Maha Parinirvana (2014). The Buddha shrine is respectfully decorated with the statues of Sakyamuni Buddha meditating on a lotus and the Amitabha Buddha Holy Trinity. On both sides of the altars, Avalokitesvara and Ksitigarbha Bodhisattvas are worshiped. All statues are made in bronze were made in Huế (Vietnam). Beside the great bell and the prajna drum, there are the altars of Dharmapala and Paladharama. The temple has weekly and monthly practice sessions, such as chanting, mediation, Dharma talks, Bodhisattva precepts retreat, Buddhist class for children. "Applying Buddhism to Daily Life" in the evening for adults, Nun's class, Vietnamese language course and the Saturday meditation class for the broader community.

The temple also organizes the annual spring, summer, fall and winter retreats in four-day periods and a special nun's retreat for keeping mouth pure (self-restraint on talking) once a year. Every two weeks, there are the repentance ceremony and precept reciting for Buddhist followers. On main annual occasions of the Lunar New Year, the first full moon in lunar year, Vesak's Day, Ullambana Festival and others, the temple has welcomed hundreds of guests, male and female devotees from near and far to attend the rituals, retreats, and the cultural program in the peaceful Buddhist setting.

安樂寺

INDIANAPOLIS, INDIANA, USA

地址：5249 E. 30th Street, Indianapolis, IN 46218
Tel: (317) 545-1234, (408) 329-3199
Email: anlactemple@yahoo.com, Website: www.anlactemple.org
住持：釋女源善尼師

安樂寺由印地安納州一組佛子於1979年在一間出租屋成立。1990年，寺院購買了一間小屋作為佛事活動的地方。至今，寺院購買了4間房屋和一塊地，面積擴大到將近1公頃（2英畝）。2004年6月19日舉行奠基儀式，興建了現今的巍峨，莊嚴，寬敞，具東方建築格式的伽藍。佛安位儀式於2008年8月24日隆重舉行。寺院山門於2009年建設。

寺院寬闊，景色怡人，環境幽靜。前院尊置很多露天的菩薩像，都是用花崗石雕鑿：觀音臺（2008年），彌勒菩薩像（2008年），十八阿羅漢像（2008年），阿彌陀佛像（2012年），佛入涅槃像（2014年）。

佛殿的佈置莊嚴。中間香案尊奉釋迦佛在蓮台上坐禪像，西方三聖像。香案兩旁尊奉觀世音菩薩像和地藏菩薩像。所有的像是在越南順化市用銅鑄的。在大洪鐘和般若鐘旁邊，前面的兩個香案，尊置護法和焦面大士像。

寺院在每週和每個月有修學佛法活動：誦經，坐禪，講法，菩薩戒道場，兒童佛法班，為成年人開辦的"生活實用佛法"，諸尼佛學班，每週週六上午為美國人開辦越語班，禪班。在春、夏、秋、冬4季，寺院開設4個修學課（每課4天）；每年有一個月諸尼進行修淨口（在夏季）。每半個月為在家佛子組織拜懺悔和宣戒。每年的春節，佛誕大典，上元節，盂蘭盆節，寺院均莊嚴和周到地組辦各種佛事活動，迎接遠近各地的越-美佛子和同鄉到來禮佛，修習和參加各種活動。

安楽寺

INDIANAPOLIS, INDIANA, USA

住所：5249 E. 30th Street, Indianapolis, IN 46218
Tel：(317)545-1234, (408)329-3199
Email：anlactemple@yahoo.com, Website：www.anlactemple.org
住職：ティック・ヌー・グエン・ティエン尼師

安楽寺は1979年インディアナ州にいる数人のベトナム仏教の仏教徒により創立されたベトナム寺院、創立当初の伽藍はある一軒の賃貸であった。1990年、仏事を行うためにある小さい住宅を購入した。現在まで合計4軒の住宅と一つの敷地を買った事で、寺院の総面積は約1ヘクタールに広げられた。広々して威厳があり、ベトナム伝統建築様式を持った今の伽藍は2004年6月19日より起工された。本尊の安置式は2008年8月24日に厳かに行われた。また、寺院の三関門は2009年に造られたという。

安楽寺の境内は明るく静かである。前庭には数多く大理石の仏像が安置されている。それらは：観音台（2008）、弥勒菩薩像（2008）、十八阿羅漢（2008）阿弥陀仏像（2012）、涅槃仏（2014）…

荘厳に飾られた仏殿は座蓮台釈迦仏像および西方三聖像を本尊としている。両側の仏壇は観世音菩薩像と地蔵菩薩像が安置されている。そちらの仏像は銅像であり、ベトナムのフエーで作製されたものである。また、本尊の手前には般若太鼓と梵鐘があり、その隣に護法と燃面大士の蔵が安置されている。

修習活動は毎週、毎月開催されている。その内容については非常に豊富で、例えば：念経、座禅、説法、菩薩戒道場、児童の仏法教室、大人向けの日常生活応用仏法教室，諸尼僧の修学、ベトナム語教室、ベトナム系ではないアメリカ人向けの禅（毎週の土曜日）等…また、1年4回（4日間/回）春・夏・秋・冬期の修行や、夏期に尼僧向けの淨口修行（まる1ヶ月）などもある。その他、月2回在家仏教徒向けの宣戒と懺悔式が行われる。毎年の正月・灌仏会・一月の満月・盂蘭盆会等を機に、厳かに祭式を執り行い、礼拝・修学する善男信女や仏教徒を大歓迎する。

CHÙA AN LẠC

Toàn cảnh chùa 寺院全景
Full view of the Temple 全景

CHÙA VIỆT NAM HẢI NGOẠI - tập 2

Tượng đức Phật nhập Niết Bàn
The statue of Lord Buddha's Maha Parinirvana
佛入涅槃像
涅槃仏像

Tượng Bồ tát Di Lặc
The statue of Maitreya Bodhisattva
彌勒菩薩像
弥勒菩薩像

457

 CHÙA AN LẠC

Điện Phật
The Buddha shrine
佛殿
仏殿

Bàn thờ Tổ
The altar of Patriarchs
祖師供案
祖霊舎

Tủ kinh
The cabinets of scriptures
經書櫃
お経が納められた棚

CHÙA VIỆT NAM HẢI NGOẠI - tập 2

Lễ đặt đá xây chùa (2004)   寺院奠基儀式 （2004年）
Temple groundbreaking ceremony (2004)   起工式 (2004)

Lễ khánh thành chùa (2008)   寺院落成儀式（2008年）
The Inaugurating celebration of the Temple (2008)   落成式 (2008)

459

CHÙA AN LẠC

Đại lễ Phật Đản (2015)
Vesak's Day (2015)

佛誕大典（2015）
灌仏会（2015）

Đạo tràng Bồ tát giới
Retreat of Bodhisattva precept

菩薩戒道場
菩薩戒道場

CHÙA VIỆT NAM HẢI NGOẠI - tập 2

Khóa tu thiếu nhi mùa hè
Children's summer retreat

夏季少年修學班
夏期の児童修学プログラム

Các lớp Việt ngữ
Vietnamese language classes

越語學習班
ベトナム語講座

CHÙA AN LẠC

Tụng kinh 誦經
Chanting 読経

Giảng pháp 講法
Dharma talk 講法

CHÙA VIỆT NAM HẢI NGOẠI - tập 2

Lễ Vu Lan (2015) 　　　　　盂蘭盆節（2015）
Ullambana Festival (2015)　　盂蘭盆会（2015）

CHÙA AN LẠC

CHÙA VIỆT NAM HẢI NGOẠI - tập 2

Lớp thiền cho người Mỹ 為美國人開辦的禪班
Meditation class for Americans アメリカ人向けの「禅」教室

Ảnh kỷ niệm 紀念圖片
Commemorative photo 記念写真

465

VÕ VĂN TƯỜNG & TỪ HIẾU CÔN

CHÙA PHƯỚC HẬU

LOUISVILLE, KENTUCKY, USA

8504 & 8510 Old 3rd Street Rd., Louisville, KY 40272

Tel: (502) 609-1137, (502) 366-9118

Email: thanhquangky@yahoo.com

Trụ trì: Tỳ kheo Thích Thanh Quang

Chùa Phước Hậu do Thầy Thích Thanh Quang thành lập vào năm 2005 trên diện tích hơn 2ha (5ac) ở Louisville, thành phố lớn nhất của tiểu bang Kentucky nổi tiếng với tên hiệu là The Bluegrass State (tiểu bang Cỏ poa).

Chùa nằm thoai thoải trên một dốc đồi, rộng rãi, thoáng đãng, yên tĩnh, tôn trí nhiều tượng Phật lộ thiên bên dưới gốc cây cổ thụ, hoặc trong những vườn hoa xinh xắn. Ở sân trước, có vườn tượng Tứ Động Tâm và Bồ tát Di Lặc (năm 2005), tượng đức Di Lặc, tượng đức Phật Thích Ca bằng đá trắng nặng 1 tấn (năm 2008). Ở sân sau, có tôn tượng Bồ tát Quán Thế Âm cao 4,5m (14.7ft) (năm 2007). Tôn tượng đức Phật A Di Đà bằng đá trắng, nặng 8,5 tấn, cao 5m (16.4ft) được chùa tổ chức lễ An vị long trọng vào năm 2014. Chùa đã có kế hoạch xây dựng ngôi chánh điện lớn.

Điện Phật được bài trí tôn nghiêm, thờ đức Phật Thích Ca, Bồ tát Quán Thế Âm và Bồ tát Địa Tạng.

Chùa có lịch tu học, sinh hoạt hàng tuần, hàng tháng. Chùa có mở các lớp Việt ngữ cho thiếu nhi vào chủ nhật hàng tuần. Hàng năm, vào các ngày tết Nguyên Đán, Rằm tháng Giêng, Đại lễ Phật Đản, lễ Vu Lan, lễ vía Bồ tát Quán Thế Âm, lễ Tạ Ơn, vía đức Phật A Di Đà, lễ hiệp kỵ chư Tổ và chư hương linh ... chùa tổ chức trang nghiêm, chu đáo, đón tiếp đông đảo chư Tăng, Ni và Phật tử về chùa chiêm bái, nghe pháp, sinh hoạt.

PHƯỚC HẬU TEMPLE
LOUISVILLE, KENTUCKY, USA

8504 & 8510 Old 3rd Street Rd., Louisville, KY 40272
Tel: (502) 609-1137, (502) 366-9118
Email: thanhquangky@yahoo.com
Abbot: Bhikkhu Thích Thanh Quang

In 2005, Bhikkhu Thích Thanh Quang founded Phước Hậu Temple on a 2 hectare (5 acre) plot of land in Louisville, the largest city in the state of Kentucky, famous for being the 'Bluegrass State'.

Located on a steep sloping hill, the temple is spacious, quiet and peaceful with many beautiful statues beneath the green trees and in the lovely flower garden. In the front yard, there are the Four Holy Places and Maitreya Bodhisattva (2005), Maitreya Bodhisattva and the 1-ton, white, stone, Sakyamuni Buddha (2008). In the backyard, there is a 4.5 metre (14.7 feet) high Avalokitesvara Bodhisattva statue (2007). In 2014, the installation ceremony of the white, stone, Amitabha Buddha statue, weighing 8.5-ton and 5 metre (16.4 feet) tall was held. The new main hall is planned to built in the near future.

The Buddha shrine is the home to many respectful saints, such as Sakyamuni Buddha, Avalokitesvara and Ksitigarbha Bodhisattvas. The temple has scheduled its activities weekly and monthly for Buddhist practice. Every Sunday, there is the Vietnamese language class for children. On the main annual occasions of the Lunar New Year, Vesak's Day, Ullambana Festival, Avalokitesvara Bodhisattva, Thanksgiving, Amitabha Buddha, Patriarch, the deceased and others, the temple has welcomed many monks and nuns, guests, male and female devotees from near and far to attend the rituals, retreats, and the cultural program in the peaceful Buddhist setting.

福厚寺

LOUISVILLE, KENTUCKY, USA

地址：8504 & 8510 Old 3rd Street Rd., Louisville, KY 40272
Tel: (502) 609-1137, (502) 366-9118
Email: thanhquangky@yahoo.com
住持：釋青光法師

福厚寺由釋青光法師於2005年成立，座落在肯塔基州最大城市路易維爾，面積2公頃（5英畝），該州的蘭草區是美國有名的國酒之鄉。

寺院位於一個山崗的斜坡上，寺院的多項建築依著斜坡而建，空氣通爽，環境幽靜。在大樹下或在小小的花園裡尊置很多露天的佛像。在前院裡，建有佛教四大聖地像群和彌勒菩薩像（2005年），彌勒像，白玉雕鑿的釋迦佛像，重一噸（2008年造）。在後院，尊置了觀世音菩薩像，高4.5米（14.7英尺，2007年造）。阿彌陀佛像用白玉雕鑿，重8.5噸，高5米（16.4英尺），2014年隆重舉行安位儀式。寺院已有計劃興建新的正殿。

佛殿的佈置莊嚴，尊奉釋迦佛像，觀世音菩薩像和地藏菩薩像。

寺院每週，每個月均有修學活動。每週週日寺院為兒童們組辦越語學習班。每年的春節，上元節，佛誕大典，盂蘭盆節，觀世音菩薩誕，謝恩節，阿彌陀佛誕，諸祖和諸香靈合忌祭祀日，寺院均莊嚴，周到組辦各項佛事活動，迎來眾多僧、尼和佛子到寺院禮佛，聽佛法和參加各項活動。

福厚寺

LOUISVILLE, KENTUCKY, USA

住所：8504 & 8510 Old 3rd Street Rd., Louisville, KY 40272
Tel：(502)609-1137, (502)366-9118
Email：thanhquangky@yahoo.com
住職：ティック・タイン・クアーン比丘

福厚寺はケンタッキー州の一番大きな都市である、ニックネーム『ザ・ブルーグラス・ステート』のあるルイビルに位置するベトナム仏教寺院。この寺院は2005年にティック・タイン・クアーン比丘様により、面積2ヘクタール以上を持った土地に建立された。

丘陵に位置する福厚寺は広くて風通しが良く、静かな境内のあちこちに数多くの仏像が安置されておる。寺院の前庭には、四大聖地群像・弥勒菩薩像（2005）・弥勒仏像・大理石の釈迦仏像（重さ1トン、2008）。裏庭に出ると、身の丈4.5mの観世音菩薩立像（2007）が安置されており、2014年に華やかに安置式を行われた阿弥陀仏立像（大理石、重さ8.5トン、丈5m）も見える。また、現在、福厚寺は新正殿を建設する計画があるという。

仏殿は厳かに飾られており、釈迦仏像・観音菩薩像・地蔵菩薩像を本尊としている。

毎週、毎月の修学スケジュールがある。毎週の日曜日に子供のベトナム語教室がある。一年の伝統祭日（正月、一月の満月、灌仏会、盂蘭盆会、観世音菩薩聖誕記念式典、阿弥陀仏聖誕記念式典、諸祖諸霊の合紀式等）を機に、寺院は多数の礼拝客や外来の僧侶・尼・仏教徒をお迎えし、厳かに祭式を行う

CHÙA VIỆT NAM HẢI NGOẠI - tập 2

Tượng Bồ tát Di Lặc
The statue of Maitreya Bodhisattva
彌勒菩薩像
弥勒菩薩像

CHÙA PHƯỚC HẬU

Vườn tượng Tứ Động Tâm
The garden of Four Holy Places

佛教四大聖地像群
四大聖地庭園

Tôn tượng đức Phật A Di Đà
The statue of Amitabha Buddha
阿彌陀佛尊像
阿弥陀仏像

Tôn tượng Bồ tát Quán Thế Âm
The statue of Avalokitesvara Bodhisattva
觀世音菩薩像
観世音菩薩立像

Bàn thờ chư hương linh ký tự
The altar of the Deceased
寄寺香靈供案
諸祖霊t祭壇

VÕ VĂN TƯỜNG & TỪ HIẾU CÔN

TU VIỆN PHƯỚC MINH

DUSON, LOUISIANA, USA

7311 W. Congress Street, Duson, LA 70529
Tel: (337) 255-5911, (323) 365-7879
Email: phuocminhmonastery@yahoo.com
Website: www.tuvienphuocminh.com
Trụ trì: Tỳ kheo Thích Giới Minh

Tu viện tọa lạc trên mảnh đất rộng hơn 1,6ha (4ac) ở thành phố Duson do quý Tăng, Ni hải ngoại thành lập vào tháng 6 năm 2010, tạo nơi hành trì và tu học cho Tăng, Ni và Phật tử trong thành phố và các vùng phụ cận.

Điện Phật được bài trí trang nghiêm, tôn trí tượng đức Phật Thích Ca, Bồ tát Quán Thế Âm và Bồ tát Địa Tạng. Phía trước có hương án thờ Bồ tát Chuẩn Đề, Hộ Pháp và Tiêu Diện.

Trong khuôn viên tu viện có những pho tượng lộ thiên lớn bằng đá hoa cương: Tượng đài Bồ tát Quán Thế Âm, tượng Bồ tát Di Lặc (nặng hơn 7.000kg) và cụm tượng đức Phật chuyển Pháp luân.

Tu viện có thời khóa tu học, sinh hoạt hàng tuần, hàng tháng và tổ chức chu đáo các ngày lễ, tết hàng năm cho đông đảo Phật tử, đồng hương xa gần về dự. Đặc biệt, tu viện đã tổ chức Đại lễ cung nghinh Phật Ngọc Hòa bình Thế giới (2014), Đại lễ Trai đàn Chẩn tế (2014) trang nghiêm, trọng thể. Website của chùa có nội dung phong phú, luôn cập nhật thông tin và các hoạt động của tu viện.

PHƯỚC MINH MONASTERY
DUSON - LOUISIANA, USA

7311 W. Congress Street, Duson, LA 70529
Tel: (337) 255-5911, (323) 365-7879
Email: phuocminhmonastery@yahoo.com
Website: www.tuvienphuocminh.com
Abbot: Bhikkhu Thích Giới Minh

In June 2010, monastery in Duson city was founded on 1.6 hectares (4 acres) by Buddhist Sangha abroad. The Sangha hopes to form a sacred place where monks, nuns, and Buddhist groups in the city and vicinity can practice Buddhism.

In the main hall, we revere the tranquil statues of Sakyamuni Buddha, Avalokitesvara, and Ksitigarbha Bodhisattvas. In front of the altar there is the Cundi, Paladharama and Dharmapala Bodhisattvas. In the garden, there are marble monuments such as Avalokitesvara Bodhisattva, Bodhisattva Maitreya (over 7000kg in weight), the statue of Lord Buddha's turning the Dharmacakra (Wheel of Truth), Sakyamuni Buddha and his first five Disciples. The monastery has activities scheduled weekly, monthly, and annually. The annual festivals include Vesak's Day, Ullambana Festival and New Year. Many devotees, from near and far, attend the ceremony and devote their whole heart. In particular, the monastery held the great celebration of the Jade Buddha for Universal Peace and the festival of offering food to ghosts in 2014. The website of the temple updates information of their activities quite often.

福明修院

DUSON, LOUISIANA, USA

地址：7311 W. Congress Street, Duson, LA 70529
Tel：(337) 255-5911, (323) 365-7879
Email: phuocminhmonastery@yahoo.com
Website: www.tuvienphuocminh.com
住持：釋戒明法師

　　福明修院座落路易西安納州市的杜森市(Duson)，面積逾1.6公頃（4英畝）由海外僧尼於2010年6月成立，為該市和鄰近各區的僧、尼和佛子們建立一個行持和修學的地方。

　　修院的佛殿莊嚴，尊置釋迦牟尼佛像，觀世音菩薩像和地藏菩薩像。前面的香案尊奉準提菩薩像，護法像和焦面大士像。

　　修院的庭園內尊置很多尊用花崗石雕鑿的巨大佛像，如：觀世音菩薩像台，彌勒菩薩像（重逾7000 公斤）和佛轉法輪像群。

　　在每週和每個月裡，修院均設有佛法修學班和其它的活動。每年的大節日或春節，遠近的佛子和鄉親來膜拜。特別，修院在2014年組辦恭迎世界和平玉佛大典，賑濟齋壇大典（2014），儀式莊嚴和隆重。修院的網站內容豐富，經常發佈修院的新通訊和活動。

福明修院

DUSON, LOUISIANA, USA

住所：7311 W. Congress Street, Duson, LA 70529
Tel：(337)255-5911, (323)365-7879
Email：phuocminhmonastery@yahoo.com
Website：www.tuvienphuocminh.com
住職：ティック・ジョーイ・ミン様

　　福明修院はアメリカ合衆国ルイジアナ州デューソン市に所在するベトナム仏教の寺院。総面積約1,6ヘクタールがあるこの修院は2010年6月に建立され、所在地とその周辺地区に住んでいる修行僧、修行尼たちのベトナム仏教修学の場所となる。

　　仏殿の中心で安置した金堂では釈迦仏、観世音菩薩および地藏菩薩の本尊を祀る。本尊の手前は準提菩薩や語法菩薩と面燃大士菩薩の仏壇である。

　　境内では、大きな観世音菩薩立像や重さ7トンもある弥勒菩薩像や初転法輪仏群像などの御影石の彫像が安置されている。

　　修院では毎週、毎月定期的に行われる修学と課外活動以外、ベトナムの伝統年中行事も催される。特に、2014年、福明修院は「世界平和のための大翡翠仏招聘式典」と「仏教の鎮魂儀礼」を厳粛に開催した。

　　修院の活動に関する最新情報はホームページで提供している。

CHÙA VIỆT NAM HẢI NGOẠI - tập 2

Biển tên tu viện
The Monastery sign
修院的牌匾
修院の看板

Toàn cảnh tu viện
Full view of Monastery
修院全景
全景

Ngôi chánh điện
The Main hall
正殿
御本殿

Tượng đức Phật chuyển Pháp luân
The statue of Lord Buddha's turning the Dharmacakra
佛轉法輪像
初転法輪仏像

Tượng Bồ tát Di Lặc
The statue of Maitreya Bodhisattva
彌勒菩薩像
弥勒菩薩像

475

TU VIỆN PHƯỚC MINH

Điện Phật
The Buddha shrine
佛殿
仏殿

Tượng Bồ tát Quán Thế Âm
The statue of Avalokitesvara Bodhisattva
觀世音菩薩像
観世音菩薩立像

Bàn thờ Hộ Pháp
The altar of Dharmapala
護法供案
護法菩薩の仏壇

Bàn thờ Tiêu Diện
The altar of Paladharama
焦面大士供案
焦面大士の仏壇

Đại hồng chung
The great bell
大洪鐘
梵鐘

Bàn thờ Tổ
The altar of Patriarchs
祖師供案
祖霊舎

CHÙA VIỆT NAM HẢI NGOẠI - tập 2

Tượng ngũ Phật
The statues of Five Buddhas
五佛像
五仏像

TU VIỆN PHƯỚC MINH

Lễ cung nghinh Phật Ngọc Hòa bình Thế giới
The grand ceremony welcoming the statue of Jade Buddha

恭迎世界和平玉佛的儀式。
世界平和のための大翡翠仏招聘式典

TRUNG TÂM PHẬT GIÁO VẠN HẠNH

NEW ORLEANS, LOUISIANA, USA

13152 Chef Menteur Hwy, New Orleans, LA 70129
Tel: (504) 298-7308
Email: vanhanhnola@yahoo.com
Website: www.trungtamphatgiaovanhanh.org

Trụ trì: Sư cô Thích Nữ Huệ Hương
Chủ tịch Hội đồng Quản trị: Đạo hữu Trí Hải Trương Minh Như

Trung tâm Phật giáo Vạn Hạnh chính thức hoạt động từ ngày 24 tháng 10 năm 2000 tại New Orleans - một thành phố cổ, thành phố du lịch nổi tiếng của Hoa Kỳ, nơi có đông đảo người Mỹ gốc Việt sinh sống. Ban đầu, từ năm 2000 đến 2003, Trung tâm mượn tạm nhà của ông bà Huỳnh Triệu Long để sinh

hoạt và mời quý thầy: Chân Tôn, Viên Thành, Nguyên Tâm, Pháp Tịnh ... về giảng pháp. Đến ngày 22 tháng 8 năm 2003, Trung tâm chính thức có chủ quyền trên bất động sản rộng 8.000^{m2} (2ac), bắt đầu tổ chức kiến thiết cơ sở và phát triển các hoạt động hoằng pháp dưới sự hướng dẫn của chư Tôn đức: Hòa thượng Thích Thanh Đạm, Hòa thượng Thích Tâm Thọ, Hòa thượng Thích Trí Hiền và Ni sư Thích Nữ Minh Nghiêm.

Điện Phật được bài trí trang nghiêm, tôn trí ba pho tượng bằng đồng đúc tại Việt Nam: tượng đức Phật Thích Ca, Bồ tát Quán Thế Âm và Bồ tát Địa Tạng. Nhà Tổ thờ tượng Tổ sư Bồ Đề Đạt Ma và 18 vị A La Hán. Sân trước có tôn tượng Bồ tát Quán Thế Âm lộ thiên.

Trung tâm Phật giáo Vạn Hạnh ngày nay là một tòa phạm vũ khang trang, rộng rãi; có lịch sinh hoạt hàng tuần, có tổ chức Gia đình Phật tử, có lớp dạy tiếng Việt cho thiếu nhi. Vào các ngày tết Nguyên Đán, Đại lễ Phật Đản, lễ Vu Lan ... Trung tâm tổ chức nhiều hoạt động đón tiếp đông đảo đồng hương, Phật tử về lễ bái, tu học, sinh hoạt.

VẠN HẠNH BUDDHIST CENTER

NEW ORLEANS, LOUISIANA, USA

13152 Chef Menteur Hwy, New Orleans, LA 70129
Tel: (504) 298-7308
Email: vanhanhnola@yahoo.com, Website: www.trungtamphatgiaovanhanh.org
Abbess: Reverend Thích Nữ Huệ Hương
Chairman: Mr. Trí Hải - Trương Minh Như

Since 24th October 2000, the Vạn Hạnh Buddhist Center has officially operated in New Orleans, a famous tourist city in the United States, where a large number of Vietnamese-Americans live. Initially, from 2000 to 2003, the center borrowed the house of Mr. and Mrs. Huỳnh Triệu Long to chant and listen to Dharma talks from their Buddhist masters including; Venerables Chân Tôn, Viên Thành, Nguyên Tâm, Pháp Tịnh and others. On 22nd August 2003, on a 8,000m^2 (2 acre) property, construction and the development of missionary activities under the direction of the Buddhist monks, like Most Venerable Thích Thanh Đạm, Most Venerable Thích Tâm Thọ, Most Venerable Thích Trí Hiền, and Senior Venerable Thích Nữ Minh Nghiêm.

The Buddha hall is respectfully dignified with three bronze statues of Sakyamuni Buddha, Avalokitesvara, and Ksitigarbha Bodhisattvas, all made in Vietnam. The valuable Bodhidharma patriarch and 18 Arhats are enshrined in the main hall. In the front yard, stands a statue of Avalokitesvara Bodhisattva.

Today, the Vạn Hạnh Buddhist Center is a bright, spacious building. It has the Buddhist group, Vietnamese language classes for children and schedules its weekly activities for Buddhist practice. On the Lunar New Year, Vesak's Day, Ullambana Festival, the center organizes activities for monks and Buddhist followers to worship and practice following the Buddha's way.

萬行佛教中心

NEW ORLEANS, LOUISIANA, USA

地址：13152 Chef Menteur Hwy, New Orleans, LA 70129
Tel: (504) 298-7308
Email: vanhanhnola@yahoo.com, Website: www.trungtamphatgiaovanhanh.org
住持：釋女惠香師姑
管理委員會主席：道友智海張明如

萬行佛教中心於2000年10月24日正式活動，座落在新奧爾良市，這是美國一個古老城市，也是有名的旅遊城市。此地有很多越裔美國人居住。在初階段，即從2000-2003年間，中心暫時借用黃兆隆先生夫婦的房屋活動，並請真尊、圓成、源心和法淨等等法師來講法。至2003年8月22日，中心正式擁有8.000平方米（2英畝）的土地不動產主權，開始進行基層建設和發展各種弘法活動，並由以下諸尊德：釋清淡法師、釋心壽法師、釋智賢法師和釋女明嚴尼師指引弘法。

佛殿的佈置莊嚴，尊置3位在越南用銅鑄的佛像：釋迦佛像，觀世音菩薩像和地藏菩薩像。祖堂尊奉菩提達摩祖師和18阿羅漢像。前院尊置了露天的觀世音菩薩像。

萬行佛教中心可算是一座寬敞和巍峨的梵宇。每週均有佛學活動，設有佛子家庭，開辦少兒越語版。在每年的春節、佛誕大典、盂蘭盆節等等大節日，中心組辦很多活動，迎來遠近不少同鄉、佛子到來參拜、修學和參加各種佛事活動。

萬行仏教センター

NEW ORLEANS, LOUISIANA, USA

住所：3152 Chef Menteur Hwy, New Orleans, LA 70129
Tel：(504)298-7308
Email：vanhanhnola@yahoo.com, Website：www.trungtamphatgiaovanhanh.org
住職：ティック・ヌー・ホエー・フーン尼師様
取締役会会長：チー・ハイ・チューン・ミン・ニュー道友

萬行仏教センターは大きなベトナム系アメリカ人のコミュニティがあり、アメリカの有名な観光地であるニューオーリンズに位置するベトナム仏教寺院。2000年10月24日より正式に運営を開催した。建立初期（2000～2003年）、当院は施設が無いため、フイン・チエウ・ロン（Huỳnh Triệu Long）夫妻の住宅を借りて仏事をし、チャン・トン、ヴィエン・タン、グエン・タム、ファップ・ティン…という諸僧侶に説法して貰ったことがある。2003年8月22日から、面積8000㎡以上の土地に使用権利を得、ティック・タイン・ダム和尚、ティック・タム・テョ—和尚、ティック・チー・ヒエン和尚及びティック・ヌー・ミン・ギエム尼師という数名の諸尊徳の下で伽藍の建設や活動の拡大を始めた。

仏殿は厳かに装置され、ベトナムで作製された三つの銅像：釈迦仏像、観世音菩薩像及び地蔵菩薩像を祀る。後堂は菩提達磨祖師像と十八阿羅漢像を祀る。前庭には観世音菩薩立像が安置される。

現在の萬行仏教センターの伽藍は広く立派で、毎週の修習活動があり、「仏教徒家庭」や子供のベトナム語講座も行う。旧正月・灌仏会・盂蘭盆会…重要な祭日に当センターは厳かに祭式を行い、礼拝・修学する多くの同卿と仏教徒を歓迎する。

TRUNG TÂM PHẬT GIÁO VẠN HẠNH

Toàn cảnh trung tâm
Full view of the Center

中心全貌
センターの全景

CHÙA VIỆT NAM HẢI NGOẠI - tập 2

Mặt tiền trung tâm
The front of the Center
中心正門
正面

Ngôi chánh điện
The Main hall
正殿
御本殿

Đại hồng chung
The great bell
大洪鐘
梵鐘

Trống bát nhã
The prajna drum
般若鼓
般若鼓

TRUNG TÂM PHẬT GIÁO VẠN HẠNH

Điện Phật
The Buddha shrine
佛殿
仏殿

Bàn thờ đức Phật Thích Ca
The altar of Sakyamuni Buddha
釋迦牟尼佛像供案
釈迦如来仏の仏壇

Bàn thờ Tổ
The altar of Patriarchs
祖師供案
祖霊舎

Tượng Thập bát A La Hán
The statues of Eighteen Arhats
十八阿羅漢像
十八阿羅漢諸像

CHÙA XÁ LỢI

FREDERICK, MARYLAND, USA

6310 Manor Woods Road, Frederick, MD 21703

Tel: (301) 792-1095

Email: tsbaothanh@yahoo.com
Web: www.xaloitemplefestival.com

Trụ trì: Tỳ kheo Thích Bảo Thành

Chùa Xá Lợi được Thầy Thích Bảo Thành và các võ sinh trong dòng truyền thống của Nga Mi Sơn Phật Gia Quyền thành lập vào năm 2002 mang tên chùa Đạo Sơn, tọa lạc tại thành phố Frederick, tiểu bang Maryland, ở vùng Trung Đại Tây dương, nằm trên bờ biển phía Đông của Hoa Kỳ. Đất chùa trước đây là một nông trại bỏ hoang rộng 13ha (32.2ac), trong đó có hồ nước xinh đẹp rộng hơn 2ha (5ac). Qua hơn 10 năm dọn dẹp, xây dựng, kiến thiết, đổi tên thành chùa Xá Lợi, chùa đã tổ chức Đại lễ khánh thành trọng thể vào 2 ngày 20 và 21 tháng 7 năm 2013 với sự tham dự của chư

Tôn đức Tăng, Ni, Phật tử và du khách lên đến 20.000 lượt người.

Điện Phật được bài trí tôn nghiêm, tôn thờ tượng đức Phật Thích Ca lớn bằng đất sét thếp vàng ở hương án giữa và nhiều tượng đức Phật tôn trí hai bên. Chùa tôn thờ 6 viên Xá Lợi Phật. Sân vườn chùa rộng rãi, tôn trí nhiều tượng chư Phật: Thích Ca, A Di Đà; chư Bồ tát: Di Lặc, Quán Thế Âm, Chuẩn Đề; Tổ sư Bồ Đề Đạt Ma; đặc biệt là hai bộ Thập bát A La Hán lộ thiên được tạo tác công phu, sinh động.

Chùa có lịch sinh hoạt, tu học hàng tuần, hàng tháng. Hàng năm, chùa tổ chức trang nghiêm, chu đáo những ngày tết Nguyên Đán, Đại lễ Phật Đản, lễ Vu Lan... đón tiếp đông đảo Phật tử về lễ bái, tu học. Chùa đã tổ chức Đại lễ cung nghinh Phật Ngọc Hòa bình Thế giới năm 2014 từ ngày 19 tháng 02 đến ngày 27 tháng 02; và Đại lễ cung nghinh Phật Ngọc Hòa bình Thế giới năm 2015 từ ngày 04 tháng 7 đến ngày 02 tháng 8, là những lễ hội văn hóa tâm linh lớn, có sức thu hút hàng chục ngàn thiện nam, tín nữ, Phật tử khắp các tiểu bang miền Đông Hoa Kỳ đến chiêm bái, sinh hoạt.

Chùa Xá Lợi ngày nay là một ngôi già lam thanh tịnh, thoáng đãng, linh thiêng.

XÁ LỢI TEMPLE
FREDERICK, MARYLAND, USA

6310 Manor Woods Road, Frederick, MD 21703
Tel: (301) 792-1095
Email: tsbaothanh@yahoo.com , Web: www.xaloitemplefestival.com
Abbot: Bhikkhu Thích Bảo Thành

In 2002, Bhikkhu Thích Bảo Thành and the martial artists of Nga Mi Sơn Phật Gia Quyền Kung-fu founded the temple with the original name of Đạo Sơn. It is located in the city of Frederick, Maryland, on the east coast of the United States. This formerly was an abandoned farm and covers 13 hectare (32.2 acre), in which there is the beautiful 2 hectare (5 acre) lake. Over 10 years of the environmental cleanup, construction and rebuilding, it has become a magnificent temple with the new name "Xá Lợi". On 20th-21st July 2013, the solemn inauguration ceremony was organized and more than 20,000 monks, nuns, devotees, pilgrims and tourists from near and far participated in activities at the temple.

The main hall is the place to the respectful saints, with the elegant gilded Sakyamuni Buddha in the center and many other Buddhas on both sides. In particular, there are six tablets of Buddha's relics are worshiped. In the large precincts there are many artifacts, such as Sakyamuni and Amitabha Buddhas, Maitreya, Avalokitesvara, and the Cundi Bodhisattvas, Bodhidharma Patriarch, especially two vivid masterpieces of Eighteen Arhats.

The temple has weekly and monthly practice sessions. It also hosts the main annual events of; Lunar New Year, Vesak's Day, Ullambana Festival and others, to serve for Buddhist community. Especially, on the 19th-27th February 2014 and 4th July to 2nd August 2015, when the celebration of the Jade Buddha for Universal Peace was held, to which thousands of pilgrims and devotees from near and far attended the rituals and cultural program in the peaceful Buddhist activities.

Today, Xá Lợi Temple is the renowned as a pure and sacred religious place.

舍利寺

FREDERICK, MARYLAND, USA

地址：6310 Manor Woods Road, Frederick, MD 21703
Tel: (301) 792-1095
Email: tsbaothanh@yahoo.com , Web: www.xaloitemplefestival.com
住持：釋寶成比丘

舍利寺由釋寶成比丘和峨眉山佛家拳傳統派的武生們合力建於2002年，名為道山寺，座落在瀕臨大西洋的美國東海岸馬里蘭州弗雷德里克市。寺院所用的土地是一個荒廢的農莊，面積13公頃（32.2英畝），其中有面積逾2公頃（5英畝）的湖。經逾10年的整理、建設，更名為舍利寺。該寺於2013年7月20-21兩日舉行隆重的落成儀式。參加觀禮的有2萬人次諸僧、尼，佛子和遊客。

佛殿的佈置莊嚴，中間香案尊奉大的釋迦佛像。釋迦佛像是用粘土造成，外面油朱貼金。香案兩旁尊奉多位佛像。寺院還尊奉6粒佛舍利。寺院庭院寬大，尊置很多佛像：釋迦佛、阿彌陀佛；諸菩薩像：彌勒菩薩、觀世音菩薩、準提菩薩；菩提達摩祖師；特別是兩套十八阿羅漢像，雕工藝術，栩栩如生。

寺院在每週、每個月均有組辦佛法修學活動。每年的春節、佛誕大典、盂蘭盆節等等大節日，有眾多的佛子到來參拜和修學。2014年02月19-27日，寺院組織恭迎世界和平玉佛的盛大儀式；2015年7月04日至8月02日也組辦恭迎世界和平玉佛的大典，這是心靈文化的大盛會，吸引美國東部多個州的善男信女和佛子到來瞻仰和供拜。

舍利寺目前是一座清靜、寬敞、靈驗的伽藍。

舍利寺

FREDERICK, MARYLAND, USA

住所：6310 Manor Woods Road, Frederick, MD 21703
Tel：(301)792-1095
Email：tsbaothanh@yahoo.com, Web：www.xaloitemplefestival.com
住職：ティック・バオ・タイン比丘

舍利寺はアメリカの東部海岸にあるマリーランド州フレデリックに位置するベトナム仏教寺院。2002年ティック・バオ・タイン師及び「峨嵋山佛家拳」伝統宗派の武生たちの下で「道山寺」という名称で創立された。伽藍の土地は13haを持った、自然の池（約2ha）がある荒れ果てた農地であったが、築造・建設したりした10年にわたり、「舍利寺」に名前を変更し、2013年7月20と21日二日間、諸尊徳・僧侶・尼僧を含めて2万人以上鑑賞した華やかな落成式を執り行った。

尊厳な仏殿は金メッキされた粘土の巨大釈迦仏像を本尊としている。本尊の両側に多数仏像が安置されている。伽藍には6の仏沙利が祀られている。寺院の境内は広くて明るく、仏像が多数安置されている。それは：諸仏像（釈迦、阿弥陀…）；諸菩薩像（弥勒、観世音、準提）；菩提達磨祖師像であり、特に繊細に作製された2の十八阿羅漢群像がある。

舍利寺の修学・生活は毎週、毎月のスケジュールがある。毎年、旧正月や灌仏会や盂蘭盆会などを機に、厳かに祭式を執り行い、礼拝・修学する多くの仏教徒の団体をお迎えする。更に、2014年2月19〜27日と2015年7月4日〜8月2日、2年連続アメリカ各地からの数万人の観客も訪れる『世界平和のための翡翠仏招聘式典』を開催していた。

現在の舍利寺は風通しがよく清浄で神聖な伽藍である。

CHÙA XÁ LỢI

Toàn cảnh chùa
Full view of the Temple
寺院全景
全景

Gác chuông
The bell stupa
鐘樓
屋根裏の鐘

Hồ nước
The lake
大湖
池

CHÙA VIỆT NAM HẢI NGOẠI - tập 2

Tượng đức Phật A Di Đà
The statue of Amitabha Buddha

阿彌陀佛像
阿弥陀仏像

Tượng Tổ sư Bồ Đề Đạt Ma
The statue of Bodhidharma Patriarch
菩提達摩祖師像
菩提達磨立像

489

 CHÙA XÁ LỢI

Đài Quán Thế Âm
The statue of Avalokitesvara Bodhisattva
觀世音菩薩像台
観世音台

Tượng A La Hán
The statues of Arhats

阿羅漢像
阿羅漢像

CHÙA VIỆT NAM HẢI NGOẠI - tập 2

Điện Phật
The Buddha shrine
佛殿
仏殿

Xá Lợi Phật và chư vị Thánh Tăng　佛和諸聖僧的舍利
The Relics of Buddha and his great Disciples　仏舎利と諸聖僧

THIỀN VIỆN BỒ ĐỀ

BRAINTREE, MASSACHUSETTS, USA

773 Granite Street, Braintree, MA 02184
Tel: (781) 848-3704, (858) 201-9793
Fax: (781) 848-3704

Email: tvbode06@yahoo.com, Website: www.tvbode.com
Viện chủ: Trưởng lão Hòa thượng Thích Thanh Từ
Trụ trì: Thượng tọa Thích Tuệ Tĩnh

Thiền viện Bồ Đề được Đại đức Thích Tuệ Chấn và một số Phật tử ở miền Đông Bắc Hoa Kỳ thành lập vào năm 2001. Thiền viện đã tổ chức Đại lễ khánh thành vào tháng 10 năm 2002 dưới sự quang lâm chứng minh của Trưởng lão Hòa thượng Thích Thanh Từ. Đến tháng 10 năm 2005, thiền viện khánh thành ngôi chánh điện với sự chứng minh của chư Tôn đức Thiền phái Trúc Lâm: Hòa thượng Thích Đắc Pháp, Hòa thượng Thích Nhật Quang, Thượng tọa Thích Thông Phương ... Từ năm 2009, thiền viện được mở rộng sang căn nhà bên cạnh (763 Granite Street), sửa chữa và nâng cấp lên 4 tầng

lầu, dành cho các lớp học tiếng Việt (150 em), các lớp học võ Vovinam (70 em) ...

Điện Phật được bài trí tôn nghiêm, thờ tượng đức Bổn sư Thích Ca thuyết pháp. Hai bên có phù điêu Bồ tát Văn Thù và Bồ tát Phổ Hiền. Sân trước, bảo tượng Bồ tát Quán Thế Âm bằng đá hoa cương cao 4,5m (15ft) được thiền viện tổ chức lễ An vị trọng thể vào ngày 28 tháng 8 năm 2011.

Với diện tích chỉ hơn 3.000m² (0.8ac), nhưng thiền viện thiết kế một cách hài hoà giữa hòn non bộ, vườn hoa, cây cảnh, nhà dừng chân, lối đi lót đá tạo cảm giác thoáng mát, thanh tịnh cho người tu học và khách viếng thăm.

Thiền viện có lịch sinh hoạt, tu học hàng ngày. Chủ nhật hàng tuần có sinh hoạt sám hối, pháp thoại, tọa thiền và thọ trai. Các em thiếu niên có lớp học Phật pháp, học tiếng Việt và học võ Vovinam. Mỗi tháng 2 lần, thiền viện tổ chức ngày tu Bát quan trai giới từ 17g thứ bảy đến 17g chủ nhật. Hàng năm, thiền viện tổ chức trang nghiêm, chu đáo các ngày tết Nguyên Đán, Đại lễ Phật Đản, lễ Vu Lan, lễ An cư kiết hạ của chư Tăng, Ni và khóa tu 3 ngày, đón tiếp đông đảo chư Tăng, Ni, Phật tử, đồng hương xa gần về lễ bái, tu tập, sinh hoạt.

BỒ ĐỀ MEDITATION CENTER
BRAINTREE, MASSACHUSETTS, USA

773 Granite Street, Braintree, MA 02184
Tel: (781) 848-3704, (858) 201-9793, Fax: (781) 848-3704
Email: tvbode06@yahoo.com, Website: www.tvbode.com
Founding Abbot: Elder Most Venerable Thích Thanh Từ
Abbot: Senior Venerable Thích Tuệ Tĩnh

In 2001, Bhikkhu Thích Tuệ Chấn and a group of Buddhist followers, founded Bồ Đề Meditation Center in the Northeastern United States. In October 2002, the inauguration was organized under the approval of Zen Master Thích Thanh Từ. In October 2005, another inauguration ceremony for the Main hall was celebrated with the honor of the attendance of Trúc Lâm Zen Shanga, including; Most Venerable Thích Đắc Pháp, Most Venerable Thích Nhật Quang, Venerable Thích Thông Phương and others. Since 2009, the center was expanded to the next house (763 Granite Street), which has been repaired and upgraded to be a four floor building which is beneficial to the Vietnamese language classes (150 students), Võ Vi Nam Kung-fu classes (70 students) and others.

The Buddha shrine is respectfully decorated with the Sakyamuni Buddha in the preaching posture. At the altars of both sides, there are the skillful reliefs of Manjushri and Samantabhadra Bodhisattvas. On 28th August 2011, the Installation Ceremony of the 4.5-meter (15 feet) high marble Avalokitesvara Bodhisattva statue, in the front yard was organized. With the modest area of just over 3,000m² (0.8 acre), the temple is a serene and solemn place of green trees, bonsai, flowers, plants, rest huts and stone walkways. The harmony of nature and architecture has been achieved, which is effective in calming tourists and devotees' minds.

The center has its practice sessions in daily. Every Sunday, the repentance ceremony, Dharma talk, meditation, lunch. Adults are served while teenagers can learn Dharma, Vietnamese language class and Võ Vi Nam kung-fu. Twice monthly, the Eight precepts retreat is held from 5pm Saturday to 5pm Sunday. The center also organizes the annual festivals to celebrate the Lunar New Year, Vesak's Day, Ullambana Festival, the summer clergy retreat and the 3-day retreat for Buddhist followers to practice following the Buddha's way.

菩提禪院

BRAINTREE, MASSACHUSETTS, USA

地址：773 Granite Street, Braintree, MA 02184
Tel: (781) 848-3704, (858) 201-9793, Fax: (781) 848-3704
Email: tvbode06@yahoo.com, Website: www.tvbode.com
院主：釋清慈長老法師
住持：釋惠靜法師

菩提禪院由釋惠鎮法師和美國東北部的佛子們於2001年合力成立的。禪院在2002年10月舉行落成儀式，由釋清慈長老法師光臨證明。2005年10月，禪院的正殿落成，竹林禪派諸尊德：釋得法法師，釋日光法師，釋通方法師等等證明。從2009年開始，購置隔鄰的房子(763 Granite Street)，把禪院擴大，修建為4層樓，開設越語班（150名學生），越南武術班（70名學生）

佛殿的佈置莊嚴，尊奉本師釋迦說法像。兩旁有文殊菩薩像和普賢菩薩像浮雕。在前院，尊置用花崗石雕鑿的觀世音菩薩像，像高4.5米（15英尺），禪院於2011年8月28日隆重組織安位儀式。

面積只有3.000多平方米（0.8英畝），但禪院的景緻和諧，花園裡有假山，盆景，歇腳室，通道鋪上石塊，使到來修學和參觀者有清涼，安靜的感覺。

禪院每日均有修學課。每週週日組織懺悔課，講法，坐禪和受齋等等活動。設有少年佛法班、越語班和越南武術班。每個月兩次，禪院組辦八關齋戒修，從週六下午5時至週日下午5時。每年的春節，佛誕大典，盂蘭盆節，諸僧，尼的安居結夏課和3日修課，禪院均莊嚴和周到地組辦各種佛事活動，迎接遠近各地的諸僧，尼，佛子和同鄉到來禮佛，修習和參加各種活動。

菩提禅院

BRAINTREE, MASSACHUSETTS, USA

住所：773 Granite Street, Braintree, MA 02184
Tel：(781)848-3704, (858)201-9793, Fax：(781)848-3704
Email：tvbode06@yahoo.com, Website：www.tvbode.com
院長：ティック・タン・トゥ長老和尚
住職：ティック・トエー・ティン尚座

菩提禅院は2001年ティック・トエー・チャン大徳とアメリカの東北地方にいる数人の仏教徒と共に創立したベトナム禅仏教のお寺である。この寺院の落成式は2002年10月にティック・タン・トゥ長老和尚の証明で執り行われた。2005年10月、寺院のご正殿が「竹林禅宗派」の諸尊徳（ティック・ダック・ファップ和尚、ティック・ニャット・クアーン和尚、ティック・トーン・フオーン尚座…）の証明で落成された。

2009年、禅院は隣家（住所：763 Granite Street）を購入し、それを4階建ての物件に改増築して、児童のベトナム語教室（生徒150名）及びヴォヴィナム武術教室（門生70名）の施設にした。

仏殿は荘厳されており、説法釈迦本師像を祀っている。ご本尊の両側は文殊菩薩と普賢菩薩の浮彫がある。前庭には、高さ4.5メートルの大理石の観世音菩薩宝像があり、その安置式は2011年8月28日に厳かに行われた。

総面積　3.000m2しか持たない菩提禅院の境内だが、花園・盆石・盆栽・休憩室等の配置は礼拝客や学僧が広く明るく感じる程、美術的に非常に上手く出来ている。

菩提禅院は毎日仏事生活や修学を行う。毎日曜日に懺悔・法話・座禅と受斎がある。また、少年の仏法教室、ベトナム語教室、ヴォヴィナム武術教室もある。更に、月2回土曜日17時～日曜日17時までまる一日で八関斎戒が行われる。

その他に、毎年の旧正月・灌仏会・盂蘭盆会・結夏安居・三日間修行などのときに、厳かにかつ周到に祭式を執り行って礼拝・修学の為に訪問する学僧や同郷の礼拝客をお迎えしておる。

CHÙA VIỆT NAM HẢI NGOẠI - tập 2

Mặt tiền thiền viện
The front of the Meditation Center
禪院正門
禅院の正面

Mặt bên thiền viện
A side of Meditation Center
禪院側門
禅院の側面

Thiền viện vào mùa Đông
Meditation Center in Winter
禪院的冬景
冬季の禅院

THIỀN VIỆN BỒ ĐỀ

Điện Phật
The Buddha shrine
佛殿
仏殿

Phù điêu Bồ tát Văn Thù và Bồ tát Phổ Hiền
The reliefs of Manjushri and Samantabhadra Bodhisattvas
文殊菩薩和普賢菩薩浮雕
文殊・普賢菩薩の表石

Bàn thờ Tổ sư Bồ Đề Đạt Ma
The altar of Bodhidharma Patriarch
菩提達摩祖師供案
菩提達磨祖師の仏壇

Ảnh chân dung Thiền sư Thích Thanh Từ
The portrait of Zen Master Thích Thanh Từ
釋清慈禪師肖像
ティック・タン・トゥ禅師の写真

CHÙA VIỆT NAM HẢI NGOẠI - tập 2

Bảo tượng Bồ tát Quán Thế Âm
The statue of Avalokitesvara Bodhisattva
觀世音菩薩寶像
観世音菩薩宝像

Thiền hành
Walking meditation
禪行
禅行

THIỀN VIỆN BỒ ĐỀ

Tết Nguyên Đán
Lunar New Year

春節
旧正月

Sinh hoạt thiếu nhi
Children's activities

少年兒童活動
児童向けの活動

CHÙA VIỆT NAM HẢI NGOẠI - tập 2

Tụng kinh và giảng pháp
Chanting and Dharma talks

誦經與講法
念経と講法

VÕ VĂN TƯỜNG & TỪ HIẾU CÔN

CHÙA LÂM TỲ NI

LAWRENCE, MASSACHUSETTS, USA

79 Margin Street, Lawrence, MA 01841

Tel: (978) 975-3874, (978) 902-4212

Fax: (978) 975-3874

Email: lamtynitu@yahoo.com, Website: www.lamtyni.com

Trụ trì: Tỳ Kheo Thích Nhuận Bình

Chùa Lâm Tỳ Ni được Hội Phật giáo Lâm Tỳ Ni, thành phố Lawrence, tiểu bang Massachusetts thành lập vào năm 1987 trên diện tích hơn 4.000m² (1ac). Massachusetts là tiểu bang giữ vị trí hàng đầu về giáo dục tại Hoa Kỳ với nhiều trường Đại học danh tiếng như: Harward, MIT, Williams ...

Chùa đã được trùng tu, xây dựng mở rộng những năm gần đây. Bảo tượng Bồ tát Quán Thế Âm bằng đá hoa cương cao 7,5m (24.6ft) đứng trước hòn non bộ ở sân bên phải đã được chùa tổ chức lễ An vị trọng thể vào các ngày 12, 13 và 14 tháng 7 năm 2013. Bảo tháp Báo Ân được xây dựng năm 2015.

Điện Phật được bài trí tôn nghiêm, tôn trí tượng đức Phật Thích Ca, Bồ tát Di Lặc, Bồ tát Quán Thế Âm, Bồ tát Đại Thế Chí ... Sân trước chùa có đài Quán Thế Âm.

Chùa đã tổ chức long trọng và trang nghiêm Lễ cung nghinh Phật Ngọc Hòa bình Thế giới từ ngày 26 tháng 6 đến ngày 13 tháng 7 năm 2014.

Chùa có lịch sinh hoạt, tu học hàng tuần, hàng tháng; có khóa tu xuất gia gieo duyên hàng năm. Mỗi thứ bảy hằng tuần, chùa có lớp Việt ngữ cho thiếu nhi để giúp các em lớn lên tại hải ngoại biết được ngôn ngữ và truyền thống văn hóa Việt Nam. Trong các buổi học Việt ngữ tại chùa, các em còn được quý Thầy giảng dạy những kiến thức Phật Pháp căn bản và văn hóa Việt Nam bằng Anh ngữ.

Chùa thường tổ chức các chuyến hành hương về xứ Phật và hành hương chiêm bái các tự viện Phật giáo trong vùng. Website của chùa có nhiều chuyên mục Phật học hữu ích, hấp dẫn. Vào các ngày tết Nguyên Đán, Đại lễ Phật Đản, lễ Vu Lan ... hàng năm, chùa tổ chức chu đáo, đón tiếp đông đảo Phật tử và đồng hương đến lễ bái, tu học, sinh hoạt.

LÂM TỲ NI TEMPLE
LAWRENCE, MASSACHUSETTS, USA

79 Margin Street, Lawrence, MA 01841
Tel: (978) 975-3874, (978) 902-4212, Fax: (978) 975-3874
Email: lamtynitu@yahoo.com, Website: www.lamtyni.com
Abbot: Bhikkhu Thích Nhuận Bình

The Lumbini Buddhist Association in Lawrence, Massachusetts, founded Lâm Tỳ Ni Temple on the 4.000m² (1 acre) plot of land. Massachusetts leads the way in education in the United States with many prestigious universities, including; Harvard, MIT & Williams. The temple has been renovated and expanded in the recent years. On 12th to 14th July 2013, the Installation Ceremony of the 7.5-meter (24.6 feet) high marble Avalokitesvara Bodhisattva statue, near at the rockery to the right of the temple, was organized. In 2015, Báo Ân stupa was also built for the sake of Buddhist followers.

The Buddha hall is respectfully presented for the worship of Sakyamuni Buddha, Maitreya, Avalokitesvara and Mahasthamaprapta Bodhisattvas and there is an Avalokitesvara Bodhisattva statue in the front yard. From 26th June to 13th July 2014, the temple held the solemn ceremony of Jade Buddha for Universal Peace in which a large number of Buddhist followers and tourists visited and worshiped.

The temple has conducts its practice sessions weekly and monthly. There is an annual ordained ritual for Buddhist followers who can practice the monastery life style for a short period of time. Every Saturday, Vietnamese language classes are organized to help children who have grown up overseas to learn Vietnamese traditional language and culture. Buddhist monks also teach them the Buddha-Dharma and Vietnamese culture in English. The temple often organizes pilgrimages to the land of Buddha in India so that the pilgrims can worship at the Buddhist holy places. It also hosts the website which has the rich and useful information on Buddhism and the temple's activities. On the annual Lunar New Year, Vesak's Day, Ullambana Festival, and others, it has welcomed many Buddhist followers to worship and practice following the Buddha's way.

藍毗尼寺

LAWRENCE, MASSACHUSETTS, USA

地址：79 Margin Street, Lawrence, MA 01841
Tel: (978) 975-3874, (978) 902-4212, Fax: (978) 975-3874
Email: lamtynitu@yahoo.com, Website: www.lamtyni.com
住持：釋潤平法師

　　藍毗尼寺由麻薩諸塞州勞倫斯市藍毗尼佛教會於1987年成立。面積逾4.000 平方米（1英畝）。麻薩諸塞州是有很多有名大學的州，如：哈佛大學、麻省理工學院、威廉大學……。

　　寺院在近幾年來重修，擴建。寺院右邊庭院假山前尊置用花崗石雕鑿的觀世音菩薩寶像，高7.5米（24.6英尺），2013年7月12、13和14日，寺院為此寶像舉行隆重的安位儀式。報恩寶塔於2015年建設。

　　佛殿的佈置莊嚴，尊置釋迦佛像，彌勒菩薩像，觀世音菩薩像，大勢至菩薩像…。寺的前院尊置觀音臺。

　　2014年6月26日至7月13日，寺院隆重舉行恭迎世界和平玉佛儀式。

　　寺院每週和每個月均有組辦佛法修學活動；每年組織出家結緣課。每週週六，寺院為兒童開辦越語班，讓海外的兒童有機會學越語和越南文化傳統。在寺院學習越語時，學童們還得到法師用英語講授基本的佛法和越南文化。

　　寺院經常組織到佛地行香，到區內的佛教寺院拜佛。寺院的網頁有很多有裨益和吸引的佛學專欄。每年的春節，佛誕大典，盂蘭盆節，寺院周到地舉辦各種佛事活動，讓遠近的佛子和同鄉到來拜佛，修學和參加各種活動。

ルンビニ寺

LAWRENCE, MASSACHUSETTS, USA

住所：79 Margin Street, Lawrence, MA 01841
Tel：(978)975-3874, (978)902-4212, Fax：(978)975-3874
Email：lamtynitu@yahoo.com, Website：www.lamtyni.com
住職：ティック・ニュアン・ビン大徳

　　ルンビニ寺は1987年マサチューセッツ州ローレンス市の「ルンビニ仏教会」によって4000㎡以上の土地に建立されたベトナム寺院である。マサチューセッツ州は著名な大学（ハーバード、MIT, ウィリアムズ等）が多く集まっていて米国の教育中心地となっている。

　　ルンビニ寺の僧舎は近年大きく修造・増改築されている。寺院の右庭に安置されている高さ7.5mの大理石の観世音菩薩宝像の安置式は2013年7月12，13，14日に厳粛に行われた。その他、報恩宝塔は2005年に建設された。

　　荘厳な仏殿は釈迦仏像・弥勒菩薩像・観世音菩薩・大勢至菩薩像を本尊としている。前庭には観音立像がある。

　　2014年6月26日〜7月13日に「世界平和のための翡翠仏招聘式典」を厳粛に執り行った。

　　寺院の修習活動は毎週毎月定期的に開催されている。毎年、出家を目指す人向けの結縁灌頂も行われている。土曜日には、米国に生まれ育ったベトナム系アメリカ人の子供がベトナム文化を理解するための児童ベトナム語教室がある。こちらのベトナム語教室では子供たちがベトナム語以外、英語で基礎の仏法とベトナム文化の知識を学ぶ事が出来る。

　　また、ルンビニ寺はよく地元の仏教寺院や仏教の聖地への巡礼の旅を開催している。寺院のウェブサイトには面白く有益な仏学項目が数多く用意されている。そのほか、一年の伝統祭日（正月・灌仏会・盂蘭盆会等）を機にルンビニ寺は周到に祭式を執り行い、多くの礼拝客や仏教徒をお迎えしている。

CHÙA VIỆT NAM HẢI NGOẠI - tập 2

Điện Phật
The Buddha shrine
佛殿
仏殿

Bàn thờ Bồ tát Đại Thế Chí
The altar of Mahasthamaprapta Bodhisattva
大勢至菩薩供案
大勢至菩薩の仏壇

Bàn thờ Bồ tát Quán Thế Âm
The altar of Avalokitesvara Bodhisattva
觀世音菩薩像供案
観世音菩薩の仏壇

Bàn thờ Tổ
The altar of Patriarchs
祖師供案
祖霊舎

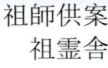

CHÙA LÂM TỲ NI

Lễ An vị Bảo tượng Bồ tát Quán Thế Âm
The installation ceremony of Avalokitesvara Bodhisattva
觀世音菩薩寶像安位儀式
観世音菩薩宝像の安置式

CHÙA VIỆT NAM HẢI NGOẠI - tập 2

Đại lễ Phật Đản 佛誕大典
Vesak's Day 灌仏会

Tết Nguyên Đán 春節
Lunar New Year 旧正月

CHÙA LÂM TỲ NI

Lễ cung nghinh Phật Ngọc Hòa bình Thế giới
The festival of Jade Buddha statue for the Peaceful World

恭迎世界和平玉佛的儀式。
世界平和のための大翡翠仏招聘式典

CHÙA LINH SƠN
WORCESTER, MASSACHUSETTS, USA

16 Ruthven Avenue, Worcester, MA 01606

Tel: (508) 853-8120

Email: trihoathich45@gmail.com
Website: www.linhsonmass.org

Trụ trì: Ni sư Thích Nữ Trí Hòa

Năm 1984, một số Phật tử tại Worcester đã thành hình Hội Phật giáo Việt Nam tại Worcester. Hội được tiểu bang cấp giấy phép hoạt động vào năm 1989 mang tên "The Buddhist Association of Worcester County". Tháng 10 năm 1991, Hội đã mua căn nhà số 16 Ruthven Avenue làm chùa. Sau đó, từ năm 1993 đến năm 2005, Hội đã mua thêm đất làm bãi đậu

xe, xây bếp và cất ngôi chánh điện. Chùa Linh Sơn ngày nay là ngôi phạm vũ trang nghiêm, xinh đẹp, tiện nghi ở tiểu bang Massachusetts.

Điện Phật được bài trí tôn nghiêm. Hương án giữa thờ tượng đức Phật Thích Ca, bộ tượng Tây Phương Tam Thánh và tượng Bồ tát Quán Thế Âm. Án thờ hai bên tôn trí tượng Bồ tát Quán Thế Âm, Bồ tát Địa Tạng và Tổ sư Bồ Đề Đạt Ma. Hai án thờ phía trước tôn trí tượng Hộ Pháp và Tiêu Diện. Sân trước chùa tôn trí tượng Bồ tát Quán Thế Âm lộ thiên. Chùa có thư viện khang trang với nhiều kinh, sách, băng đĩa và tư liệu Phật giáo.

Chùa có lịch tu học, sinh hoạt hàng tuần, hàng tháng; có Gia đình Phật tử sinh hoạt vào chủ nhật mỗi tuần. Đặc biệt, từ ngày 22 tháng 5 đến ngày 05 tháng 6 năm 2010, chùa đã tổ chức trọng thể Lễ cung nghinh Phật Ngọc Hòa bình Thế giới cho hàng ngàn Phật tử đến chiêm bái. Hàng năm, vào các ngày tết Nguyên Đán, Đại lễ Phật Đản, lễ Vu Lan ..., chùa tổ chức trang nghiêm, chu đáo, đón tiếp đông đảo Tăng, Ni, Phật tử, đồng hương khắp nơi về lễ bái, tu học, sinh hoạt.

LINH SƠN TEMPLE
WORCESTER, MASSACHUSETTS, USA

16 Ruthven Avenue, Worcester, MA 01606
Tel: (508) 853-8120
Email: trihoathich45@gmail.com , Website: www.linhsonmass.org
Abbess: Senior Venerable Thích Nữ Trí Hòa

In 1984, some Buddhists in Worcester formed, and received a state license as "The Buddhist Association of Worcester County". In October 1991, the association bought a house at 16 Ruthven Avenue to convert it into a temple. Then, from 1993 to 2005, the association purchased the additional land for building a parking lot, kitchen and Buddha hall. Now Linh Sơn Temple has become a beautiful and sacred religious place in Massachusetts.

The Buddha shrine is includes the respectful statues of Sakyamuni Buddha, the Amitabha Buddha Holy Trinity and Avalokitesvara Bodhisattva in the center. At the altars on both sides, Avalokitesvara, Ksitigarbha Bodhisattvas and Bodhidharma Patriarch are enshrined. On the front altars, Dharmapala and Paladharama are installed. There is the tranquil statue of Avalokitesvara Bodhisattva in the front yard. The temple has a spacious library many Buddhist scriptures, tapes, CDs and material available to serve Buddhism.

The temple has scheduled activities weekly and monthly for Buddhist practice. Every Sunday, the Buddhist group gathers to learn Buddhism. In a special event, lasting from 22nd May to 5th June 2010, it held the great ceremony of the Jade Buddha for Universal Peace in which thousands of Buddhist followers and tourists visited and worshiped. It also hosts the main annual events of Lunar New Year, Vesak's Day, Ullambana Festival and others to serve the Buddhist community.

靈山寺

WORCESTER, MASSACHUSETTS, USA

地址：16 Ruthven Avenue, Worcester, MA 01606
Tel: (508) 853-8120
Email: trihoathich45@gmail.com , Website: www.linhsonmass.org
住持：釋女智和尼師

1984年，伍斯特市的一部分佛子創立了伍斯特市越南佛教會。伍斯特市越南佛教會於1989年得到州政府發給活動執照，名為："The Buddhist Association of Worcester County"。1991年10月，該會購買一間屋成立寺院，地址在 Ruthven Avenue 16號。後來，從1993年至2005年，該會又購買土地做停車場，建築廚房和正殿。今日的靈山寺可以說是麻薩諸塞州一座莊嚴，巍峨，美觀，設備齊全的梵宇。

佛殿的佈置莊嚴，中間香案尊奉釋迦佛像，西方三聖像和觀世音菩薩像。香案兩旁尊置觀世音菩薩像，地藏菩薩像和菩提達摩祖師像。前面的香案尊奉護法和焦面大士像。前院尊置露天觀世音菩薩像。寺院的圖書館宏偉，藏有很多經書，關於佛教的書籍，光盤和資料。

寺院在每週和每個月都有修學佛法和佛事活動；佛子家庭每週週日活動。特別，從2010年5月22日至6月05日，寺院以隆重的儀式，恭迎世界和平玉佛到來，讓數以千計遠近的佛子到來參拜。每年的春節，佛誕大典，盂蘭盆節....等等大節日，寺院均莊嚴和周到地組織各種佛事活動，迎接各地的僧，尼，佛子和同鄉到來禮佛，修學和參加各種活動。

霊山寺

WORCESTER, MASSACHUSETTS, USA

住所：16 Ruthven Avenue, Worcester, MA 01606
Tel：(508) 853-8120
Email：trihoathich45@gmail.com, Website：www.linhsonmass.org
住職：ティック・ヌー・チー・ホア尼師

霊山寺は元々ウースターに1984年に創立された『ベトナム仏教会』、1989年より『The Buddhist Association of Worcester County』（ウースター郡の仏教施設）という名称で活動の許可を得た。1991年10月、現在住所の住宅を購入し、僧舎を建てた。その後、1993年～2005年にかけて駐車場、キッチンと正殿を建設するために次々に土地を購入した。現在の伽藍はマサチューセッツ州の仏教施設の中で建築も綺麗で便利性もある立派な寺院一つである。

仏殿は荘厳に飾られており、釈迦仏・西方三聖・観世音菩薩像を本尊として祀っている。本尊の両側は観世音菩薩立像、地蔵菩薩像と菩提達磨祖師像が安置されている。本尊の手前には護法と燃面大士像である。寺院の前庭にも観世音菩薩像が安置されている。また、寺院の図書館は新しく、多量の蔵経や記録媒体（本、CD等）の仏教資料が収まっている。

毎週、毎月修学活動が開催される。日曜日に仏教徒家庭がある。特に、2010年5月22日から6月5日にかけて霊山寺は『世界平和のための翡翠仏招聘式典』を厳かに執り行った。毎年、伝統祭日の旧正月・灌仏会・盂蘭盆会などを機に、周到に祭式を執り行い、礼拝・修学する多数の僧・尼・仏教徒および同郷の礼拝客をお迎えする。

 **CHÙA LINH SƠN**

Toàn cảnh chùa
Full view of the Temple
寺院全景
全景

CHÙA VIỆT NAM HẢI NGOẠI - tập 2

Điện Phật
The Buddha shrine

佛殿
仏殿

Giảng pháp 講法
Dharma talk 講法

Thư viện 圖書館
Library 図書館

Ảnh kỷ niệm 紀念圖片
Commemorative photo 記念写真

CHÙA VIỆT NAM HẢI NGOẠI - tập 2

Lễ An vị Phật 佛安位儀式
The Buddha installation ceremony 本尊仏像の安置式典

Lễ cung nghinh Phật Ngọc Hòa bình Thế giới
The Jade Buddha for Universal Peace ceremony
恭迎世界和平玉佛的儀式。
世界平和のための大翡翠仏招聘式典

513

VÕ VĂN TƯỜNG & TỪ HIẾU CÔN

CHÙA PHỔ HIỀN

WORCESTER, MASSACHUSETTS, USA

96 Dewey Street, Worcester, MA 01610

Tel: (508) 755-7817
Fax: (508) 755-7817

Email: chuaphohien1@yahoo.com
Web: www.chuaphohienma.com
Trụ trì: Ni sư Thích Nữ Như Tâm

Chùa được Cộng đồng Phật giáo Worcester thành lập từ năm 1991 với căn nhà thuê tại số 29 Millbury Street, Worcester, Massachusetts. Hòa thượng Thích Đức Niệm đến chứng minh buổi lễ An vị Phật. Đến năm 1995, chùa dời về số 96 Dewey Street, Worcester. Năm

2007, chùa được trùng tu, xây cổng tam quan, xây tượng đài Bồ tát Quán Thế Âm lộ thiên, mua chỗ đậu xe gần 50 chiếc. Từ đó, ngôi chùa trở nên khang trang, rộng rãi hơn.

Điện Phật được bài trí tôn nghiêm. Hương án chính thờ tượng đức Phật Thích Ca, thất Phật Dược Sư, Bồ tát Di Lặc, Bồ tát Quán Thế Âm và Bồ tát Địa Tạng. Phía ngoài có bàn thờ tượng đức Phật A Di Đà, Hộ Pháp và Tiêu Diện.

Chùa có Gia đình Phật tử Như Thanh được thành lập từ năm 2002, lấy danh xưng của vị Trưởng lão Ni của Ni giới Việt Nam. Chùa có lịch sinh hoạt, tu học hàng tuần, hàng tháng. Vào các ngày lễ Phật Đản, lễ Vu Lan, lễ vía đức Phật A Di Đà, tết Nguyên Đán, tết Trung Thu ... hàng năm, chùa tổ chức trang nghiêm, chu đáo đón tiếp đông đảo thiện nam, tín nữ, Phật tử ở nhiều thành phố, tiểu bang về lễ bái, tu học, sinh hoạt ...

PHỔ HIỀN TEMPLE
WORCESTER, MASSACHUSETTS, USA

96 Dewey Street, Worcester, MA 01610
Tel: (508) 755-7817
Fax: (508) 755-7817
Email: chuaphohien1@yahoo.com
Web: www.chuaphohienma.com
Abbess: Senior Venerable Thích Nữ Như Tâm

In 1991, Buddhist community in Worcester was founded on a rented house at 29 Millbury Street, Worcester, Massachusetts. Most Venerable Thích Đức Niệm presented and blessed for the ceremony of commemorating the Buddha. In 1995, the temple was moved to the 96 Dewey Street, Worcester. In 2007, the temple was restored with many key features, such as constructing the triple gate, installing a monument of Avalokitesvara Bodhisattva and buying a parking lot for approximately 50 cars. Since then, the temple became more accessible due to the added space.

The Buddha shrine is respectfully shaped with the main altar of Sakyamuni Buddha, seven Bhaishajyaguru Buddhas, Maitreya, Avalokitesvara and Ksitigarbha Bodhisattvas. Outside of the temple, there can also worship the Amitabha Buddha, Dharmapala and Paladharama statues.

In 2002, the Như Thanh Buddhist group was founded, under the name of the Late Most Venerable Như Thanh who was the Leader of Bhikkhuni Sangha of North Vietnamese Buddhist Sect in Vietnam. On the annual occasions of Vesak's Day, Ullambana Festival, Amitabha Buddha Day, Lunar New Year, Autumn festivals, and so on, the temple offers the spiritual retreats for Buddhists from many cities, states, and local.

普賢寺

WORCESTER, MASSACHUSETTS, USA

地址：96 Dewey Street, Worcester, MA 01610
Tel: (508) 755-7817, Fax: (508) 755-7817
Email: chuaphohien1@yahoo.com
Web: www.chuaphohienma.com
住持：釋女如心尼師

　　普賢寺由伍斯特市的佛教教民於1991年成立。最初是在麻薩諸塞州伍斯特市米爾布里街29號。釋德念法師到此證明佛安位儀式。至1995年，寺院遷到伍斯特市德維街96號。2007年，寺院獲得重修，建山門，尊置露天的觀世音菩薩像，購買可停泊50輛汽車的停車場。從此，寺院更加寬敞。

　　佛殿中間尊奉釋迦佛像，七佛藥師像，彌勒菩薩像，觀世音菩薩像，地藏菩薩像。外面有阿彌陀佛像，護法像和焦面大士像，佈置十分莊嚴。

　　2002年，普賢寺成立如青佛子家庭。這是以越南尼界長老法號命名。寺院每週和每個月都組辦各種佛事活動和佛法修學班。每逢佛誕、盂蘭盆節，阿彌陀佛誕，春節，中秋節等等，寺院均莊嚴和周到地組辦各種佛事活動，迎接從多個州、城市到來膜拜和修學的善男信女和佛子。

普賢寺

WORCESTER, MASSACHUSETTS, USA

住所：96 Dewey Street, Worcester, Worcester, MA 01610
Tel: (508) 755-7817, Fax: (508) 755-7817
Email: chuaphohien1@yahoo.com
Webite: www.chuaphohienma.com
住職：ティック・ヌー・ニュー・タム尼師様

　　普賢寺はアメリカ合衆国マサチューセッツ州ウースター市にあるベトナム仏教の寺院。この寺院は1991年にオースター市のベトナム仏教コミュニティにより開創されたもので、ティク・デュック・ニエームという和尚様に司会としてご本尊の開眼供養会を執行されたという。建立当時、普賢寺の施設はウースター市ミルベリー通りにある賃貸の物件であったが、1995年から、現在の住所へ転移した。2007年、三関大門や観世音菩薩大立像が新しく建てられたと伴い、収容台数約50台の駐車場が増えた事で、普賢寺はだいぶ広くなった。

　　荘厳された仏殿は釈迦如来仏像、薬師七仏像、弥勒菩薩像、観世音菩薩像および地藏菩薩像を本尊として祀る。外側は阿弥陀仏と護法菩薩と燃面大士の仏壇が安置されている。

　　活動に関しては、2002年に設立された「ニュー・タイン仏教徒家庭仏子」があり、「ニュー・タイン」という名前はベトナム尼界の長老尼さまの法名を取り、付けられたという。仏法の修学を定例的に（毎週、毎月）行っている。そのほかに、灌仏会、旧正月、阿弥陀仏誕生記念式典などの重要な伝統祭日を機に、普賢寺はいつもおもてなしの接待を準備し、厳かに祭式を執行する。そのためか、地元の人々はもちろん、周辺の町から来る善男信女や参拝客もたくさんいる。

CHÙA VIỆT NAM HẢI NGOẠI - tập 2

Tam quan chùa 山門
Triple gate of the Temple 三関門

Bàn thờ đức Phật A Di Đà
The altar of Amitabha Buddha
阿彌陀佛供案
阿弥陀仏の仏壇

Điện Phật 佛殿
The Buddha shrine 仏殿

Đại hồng chung 大洪鐘
The great bell 梵鐘

Tôn tượng Bồ tát Quán Thế Âm 觀世音菩薩像
The statue of Avalokitesvara Bodhisattva 观世音菩薩立像

517

CHÙA PHỔ HIỀN

Điện Phật
The Buddha shrine
佛殿
仏殿

Bàn thờ Hộ Pháp
The altar of Dharmapala
護法供案
護法菩薩の仏壇

Bàn thờ Tiêu Diện
The altar of Paladharama
焦面大士供案
焦面大士の仏壇

Tủ kinh sách
Buddhist book cabinet
經書櫃
お経

Bàn thờ Tổ
The altar of Patriarchs
祖師供案
祖霊舎

Đại lễ Phật Đản (2013)
Vesak's Day (2013)
佛誕大典 (2013)
灌仏会 (2013)

CHÙA PHỔ HIỀN

Giảng pháp
Dharma talk
講法
講法

Văn nghệ mừng xuân 　　　　迎春文藝
Culture Program celebrating New Year　　迎春の音楽活動

Lễ Vu Lan (2013)　　　　盂蘭盆節（2013）
Ullambana Festival (2013)　　盂蘭盆会(2013)

CHÙA PHẬT ÂN

ROSEVILLE, MINNESOTA, USA

475 Minnesota Avenue, Roseville, MN 55113
P.O. Box 13756, Roseville, MN 55113
Tel: (651) 482-7990

Email: chua_phatan@yahoo.com
Website: www.phatan.org

Lãnh đạo tinh thần: Hòa thượng Thích Nguyên Siêu
Chủ tịch Ban trị sự: Đạo hữu Trí Viên Phạm Anh Toàn

Hội Phật giáo Việt Nam tại Minnesota do các Phật tử Việt Nam tại tiểu bang Minnesota thành lập vào ngày 15 tháng 5 năm 1976 với vị Hội trưởng sáng lập là Giáo sư Vũ Khắc Khoan. Hội đã thành lập Niệm Phật đường vào tháng 10 năm 1977, tổ chức lớp Việt ngữ vào tháng 11 năm 1980 và Gia đình Phật tử Huyền Quang vào tháng 11

năm 1982. Tháng 8 năm 1983, Hội mua khu đất rộng gần 1ha và xây chùa Phật Ân, lạc thành vào ngày 08 tháng 9 năm 1991. Năm 1999, chùa xây khu tăng xá và năm 2010, chùa xây dựng ngôi chánh điện mới.

Điện Phật được bài trí tôn nghiêm thờ tượng đức Phật Thích Ca, Bồ tát Quán Thế Âm, Bồ tát Địa Tạng và bộ tượng Tây Phương Tam Thánh.

Chùa có lịch sinh hoạt tu học hàng tuần, hàng tháng cho Phật tử. Các lớp Việt ngữ hoạt động hàng tuần với 30 thầy cô giáo và khoảng 150 học sinh. Chùa tổ chức trang nghiêm, trọng thể và chu đáo các ngày lễ tết hàng năm như: Tết Nguyên Đán, lễ Phật Đản, lễ Vu Lan ... cho đông đảo thiện nam, tín nữ và Phật tử đến lễ bái, tu học, sinh hoạt.

PHẬT ÂN TEMPLE

ROSEVILLE, MINNESOTA, USA

475 Minnesota Avenue, Roseville, MN 55113
P.O. Box 13756, Roseville, MN 55113
Tel: (651) 482-7990
Email: chua_phatan@yahoo.com
Website: www.phatan.org
Spiritual Master: Most Venerable Thích Nguyên Siêu
Chairman: Mr. Trí Viên Phạm Anh Toàn

The Vietnam Buddhist Association in Minnesota was founded by Minnesota Buddhists under the leadership of the founder and chairman - Professor Vũ Khắc Khoan. In October 1977, the Society of Amitabha Buddha was founded. In November 1980, Vietnamese language classes were held and in November 1982, the Huyền Quang Buddhist Youth Association also was established.

Later, the Minnesota Buddhist Society purchased one hectare of land to build Phật Ân Temple and was delighted to celebrate its inauguration ceremony in August 1983. In the course of time, the temple continued to build monks' rooms in 1999 and a new magnificent shrine in 2010.

The sanctuary is presented respectably with the Sakyamuni Buddha, Avalokitesvara, Ksitigarbha and the statues of the Amitabha Buddha Holy Trinity. The routine for Buddhist practice is every week and month. The Vietnamese classes usually have 30 teachers and 150 students. The temple has successfully organized annual ceremonies such as New Year, Buddha's Birthday and Ullambana Festival, so that many male and female Buddhist believers come to attend and worship.

佛恩寺

ROSEVILLE, MINNESOTA, USA

地址：475 Minnesota Avenue, Roseville, MN 55113
P.O. Box 13756, Roseville, MN 55113
Tel: (651) 482-7990
Email: chua_phatan@yahoo.com, Website: www.phatan.org
精神領導：釋源超法師
理事會會長：智圓-范英全道友

明尼蘇達州（Minnesota）州的越南佛教會由該州的越南佛教徒於1976年5月15日成立。創立會長是武克寬教授。該會於1977年10月成立念佛堂，1980年11月組辦越語班，1982年11月成立玄光佛子家庭。1983年8月，該會購買一塊地，面積將近1公頃興建佛恩寺，1991年9月落成。1999年，該寺建僧舍區。2010年建新的正殿。

佛殿擺設莊嚴，供奉釋迦佛像，觀世音菩薩像，地藏菩薩和西方三聖像。

該寺每週和每個月均為佛教徒組辦佛法修學班和其他的活動。每週內有多個越語班活動，共有30位老師和大約150名學生。每年的春節、佛誕、盂蘭盆節等等大節日，寺院均莊嚴、隆重和周到地組辦各種活動，讓廣大的善男信女和佛教徒到來瞻拜，修學和參加各項活動。

仏恩寺

ROSEVILLE, MINNESOTA, USA

住所：475 Minnesota Avenue, Roseville, MN 55113
P.O.Box 13756, Roseville, MN 55113
Tel：(651)482-7990
Email：chua_phatan@yahoo.com, Website：www.phatan.org
住職：ティック・グエン・シェウ和尚様
知事会会長：ヴェン・ファム・アイン・トアーン様

仏恩寺はアメリカ合衆国ミネソタ州に所在するお寺である。1976年5月15日に地元のベトナム仏教仏教徒たちが「在ミネソタベトナム仏教協会」を設立し、ヴー・カック・カーン様が会長と決定した。この協会の歴史の中で、特筆すべき活動としては、1977年10月に最初の「念仏堂」を設立し、また1980年11月からベトナム語講座を開催し、1982年11月に「玄光仏教徒家庭」を創立したことなどである。特に、1983年8月に面積約1ヘクタールの立地を購入して仏恩寺を建造し、1991年9月8日に落成式を行った。また、仏恩寺は1999年に僧舎、2010年に新しい本殿を建造した。

仏殿は荘厳され、釈迦仏像、観世音菩薩像、地藏菩薩像および西方三聖像を祀る。

仏恩寺では毎週、毎月の定例仏教修学以外、現在、教師30人生徒150人位の規模でベトナム語講座が行われている。また、旧正月や灌仏会および盂蘭盆会などのベトナム伝統行事は華やかに行い、お接待などを用意し、多くの礼拝客や善男信女および仏教徒を迎えている。

CHÙA PHẬT ÂN

Toàn cảnh chùa — 寺院全景
The full view of Temple — 全景

Tượng đài Bồ tát Quán Thế Âm — 觀世音菩薩像台
The statue of Avalokitesvara Bodhisattva — 観世音菩薩記念碑台

Câu đối ở cổng chùa — 寺院大門的對聯
The couplets at the entrance — 大門に貼ってある春聯

Mặt tiền chùa — 寺院正門
The front of the Temple — 寺院の正面

CHÙA VIỆT NAM HẢI NGOẠI - tập 2

Điện Phật
The Buddha shrine

佛殿
仏殿

Tượng Tây Phương Tam Thánh
The statues of the Amitabha Buddha Holy Trinity

西方三聖像
西方三聖

Thư viện
Library

圖書館
図書館

CHÙA PHẬT ÂN

Điện Phật
The Buddha shrine
佛殿
仏殿

Bàn thờ Hộ Pháp　　護法供案
The altar of Dharmapala　　護法菩薩の仏壇

Bàn thờ Tiêu Diện
The altar of Paladharama
焦面大士供案
焦面大士の仏壇

Bàn thờ Tổ　　祖師供案
The altar of Patriarchs　　祖霊舎

Khóa tu học Phật pháp mùa Thu năm 2014
Autumn retreat in 2014
2014年秋季佛法修學班
仏法修学（2014年秋コース）

CHÙA PHẬT ÂN

Lễ sái tịnh tượng đài Bồ tát Quán Thế Âm
Installation ceremony of Avalokitesvara Bodhisattva statue
觀世音菩薩像台灑淨儀式。
観世音菩薩立像の開眼供養

Góc tranh vẽ của thiếu nhi
The picturesque corner of children
少年兒童的畫作
子供の絵コーナー

TU VIỆN TÂY PHƯƠNG

SAVAGE, MINNESOTA, USA

7107 150th Street West, Savage, MN 55378
Tel: (952) 300-8839

Email: thichhanhduc2013@gmail.com
Website: www.tuvientayphuong.org
Viện chủ: Thượng tọa Thích Hạnh Đức

Tu viện được Thượng tọa viện chủ cùng quý Phật tử ở địa phương thành lập vào tháng 01 năm 2012 trên diện tích hơn 14ha (35ac).

Ngôi chánh điện được xây dựng vào tháng 02 năm 2013 và hoàn thành vào tháng 9 năm 2013.

Điện Phật được bài trí trang nghiêm. Hương án chính tôn thờ đức Phật Thích Ca

(bằng đồng) và hai vị Tôn giả Ca Diếp, A Nan. Phía trước có các bàn thờ Bồ tát Di Lặc, Bồ tát Chuẩn Đề, Hộ Pháp và Tiêu Diện. Trong khuôn viên tu viện có những pho tượng lộ thiên lớn bằng đá hoa được tạo tác ở Đà Nẵng (Việt Nam): tượng đức Phật chuyển Pháp luân, tượng Bồ tát Di Lặc, tượng Bồ tát Quán Thế Âm ...

Tọa lạc trên vùng đất rộng lớn với cảnh trí thiên nhiên tuyệt đẹp của xứ Vạn Hồ, tu viện có lịch tu học, sinh hoạt hàng tuần, hàng tháng cho Phật tử; các lớp Việt ngữ cho thiếu nhi và đón tiếp chu đáo đông đảo thiện nam, tín nữ, Phật tử về dự các ngày lễ, tết hàng năm. Đặc biệt, trong Đại lễ Phật Đản năm 2014, tu viện đã tổ chức trang nghiêm, trọng thể lễ cung nghinh Phật Ngọc Hòa bình Thế giới về an vị để hàng ngàn Phật tử, đồng hương đến lễ bái, nguyện cầu.

TÂY PHƯƠNG MONASTERY

SAVAGE, MINNESOTA, USA

7107 150th Street West, Savage, MN 55378
Tel: (952) 300-8839
Email: thichhanhduc2013@gmail.com
Website: www.tuvientayphuong.org
Abbot: Senior Venerable Thích Hạnh Đức

In January 2012, the temple was founded on an area of over 14 hectares (35 acres) by Bhikkhu Hạnh Đức and local Buddhist group. The main hall was built in February 2013 and completed in September 2013. The Buddhist shrine is solemnly presented with the bronze Sakyamuni Buddha statue and two of his great Disciples, Bhante Kasyapa and Ananda. It also has the altars of the Maitreya, the Cundi, Paladharama, and Dharmapala Bodhisattvas.

Within the monastery area, there are many famous marble statues, made in Đà Nẵng (Vietnam) such as the Buddha on Dharma Wheel, Maitreya Bodhisattva, Avalokitesvara Bodhisattva and more. Located on large tracts of land with the beautiful natural scenery of Vạn Hồ (Thousand Lakes), the monastery provides a peaceful place to practice Buddhism. The schedule of its activities is enriched weekly and monthly.

西方修院

SAVAGE, MINNESOTA, USA

地址：7107 150th Street West, Savage, MN 55378
Tel: (952) 300-8839
Email: thichhanhduc2013@gmail.com
Website: www.tuvientayphuong.org
院主：釋行德法師

　　西方修院由釋行德法師和當地的佛子們合力於2012年01月成立。面積逾14公頃（35英畝）。正殿於2013年02月興建，2013年9月落成。

　　修院的佛殿佈置莊嚴。主香案尊奉釋迦牟尼佛像（銅鑄）和迦葉、阿難兩位尊者。前面有彌勒菩薩、準提菩薩、護法和焦面大士供案。在修院範圍內，尊置有在越南峴港市用雲石雕鑿的多座露天佛像，如：佛轉法輪像，彌勒菩薩像，觀世音菩薩像等等。

　　修院位於天然景緻美麗的萬湖區，面積廣闊，環境清幽。修院每週和每個月都為佛子們組辦佛法修學班和各種活動，為少年兒童開辦越語班。在每年的春節和大節日周到地接待來自各方的善男信女和佛子。特別，在2014年的佛誕，修院莊嚴和隆重地舉行恭迎世界和平玉佛安位儀式，數千佛子和越南鄉親到此膜拜和許願。

西方修院

SAVAGE, MINNESOTA, USA

住所：7107 150th Street West, Savage, MN 55378, USA
Tel：(952)300-8839
Email：thichhanhduc2013@gmail.com
Website：www.tuvientayphuong.org
住職：ティック・ハイン・デュック様

　　西方修院はアメリカ合衆国ミネソタ州にあるベトナムのお寺である。14ヘクタールを超える敷地面積があるこの修院は、2012年1月に、住職様及び地方の仏教徒たちによって建造された。御本殿の築造工事は、2013年2月から始まり、2013年9月頃に完成した。

　　荘厳な仏殿では釈迦如来仏（銅像）、大迦葉尊者及び阿難尊者が祀られている。本尊の手前には、弥勒菩薩像、準提菩薩像、護法菩薩像と面燃大士菩薩像の仏壇である。境内では、初転法輪像や弥勒菩薩像および観世音菩薩像など、ベトナムのダナン市で大理石から制作された仏像が安置されている。

　　広い面積を持ち、綺麗な自然に恵まれているこの修院は様々な活動を行っている。毎週・毎月の定例スケジュールとして設定された仏法修学以外、子供向けのベトナム語講座もある。さらに、毎年の重要な行事のときに、修院は多くの仏教徒や善男信女を迎え、懇切丁寧に接待する。特に2014年の灌仏会を機に開催された「世界平和のための大翡翠仏招聘式典」では、仏教徒及びベトナム人の礼拝客は数千人も訪れた。

TU VIỆN TÂY PHƯƠNG

Toàn cảnh tu viện
Full view of the Monastery

修院全景
全景

CHÙA VIỆT NAM HẢI NGOẠI - tập 2

Điện Phật
The Buddha shrine
佛殿
仏殿

Bàn thờ Hộ Pháp
The altar of Dharmapala
護法供案
護法菩薩の仏壇

Bàn thờ Tiêu Diện
The altar of Paladharama
焦面大士供案
焦面大士の仏壇

Bàn thờ Tổ
The altar of Patriarchs
祖師供案
祖霊舎

Đại hồng chung
The great bell
大洪鐘
梵鐘

Trống
The drum
鼓
太鼓

533

TU VIỆN TÂY PHƯƠNG

Đại lễ Phật Đản
Vesak's Day
佛誕大典
灌仏会

Tụng kinh
Chanting
誦經
読経

CHÙA VIỆT NAM HẢI NGOẠI - tập 2

Lễ cung nghinh Phật Ngọc Hòa bình Thế giới (2014)
The grand ceremony welcoming the statue of Jade Buddha (2014)
恭迎世界和平玉佛儀式 （2014）
世界平和のための大翡翠仏招聘式典2014年

TU VIỆN TÂY PHƯƠNG

Ngồi thiền
Sitting meditation
坐禪
座禅

Giảng pháp
Dharma talk
講法
講法

Tết Nguyên Đán
Lunar New Year
春節
旧正月

Các lớp học Việt ngữ
Vietnamese language classes

越語學習班
ベトナム語講座

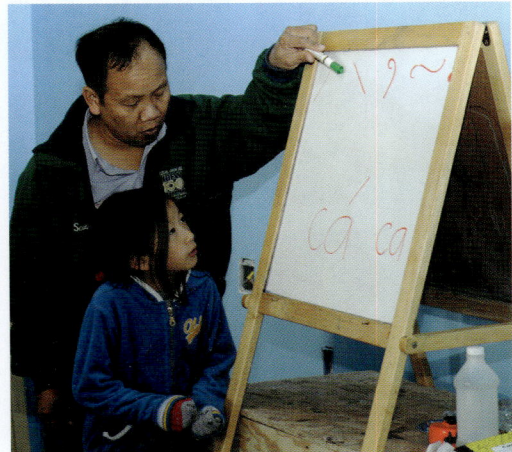

CHÙA THIÊN ÂN

BLAINE, MINNESOTA, USA

10030 Third Street NE, Blaine, MN 55434
Tel: (763) 780-4380

Website: www.thienan.org

Trụ trì: Đại đức Thích Phổ Thuận

Chùa được Đại đức Thích Phổ Thuận và Đạo tràng Thiên Ân kiến lập vào năm 2001, được chính quyền Quận hạt cấp giấy phép hoạt động vào ngày 08 tháng 6 năm 2003. Chùa đã tổ chức lễ An vị Phật vào ngày 04 tháng 10 năm 2003. Tên chùa Thiên Ân là tên của vị sáng tổ đưa Phật giáo Việt Nam vào Hoa Kỳ và thành lập ngôi chùa Việt Nam đầu tiên tại Los Angeles, California vào năm 1975.

Điện Phật được bài trí trang nghiêm, tôn thờ đức Phật Thích Ca, đức Phật A Di Đà, Bồ tát Quán Thế Âm và Bồ tát Địa Tạng. Chùa có nhiều tượng thờ bằng đồng, tượng đức Bổn sư ở chánh điện cao 1,8m, nặng 300kg.

Ở sân và vườn chùa có nhiều tượng Phật, Bồ tát lộ thiên: tượng đức Phật Thích Ca, tượng Bồ tát Quán Thế Âm ...; có vườn Lâm Tỳ Ni, nhà bát giác, hồ tịnh thủy, hòn non bộ. Chùa có hơn 30 cây oak, có cây hơn 60 tuổi.

Chùa có Gia đình Phật tử Thiên Ân thành lập từ năm 1992, sinh hoạt vào ngày thứ bảy hàng tuần.

THIÊN ÂN TEMPLE

BLAINE, MINNESOTA, USA

10030 Third Street NE, Blaine, MN 55434
Tel: (763) 780-4380
Website: www.thienan.org
Abbot: Venerable Thích Phổ Thuận

In 2001, a temple was established by Bhikkhu Phổ Thuận and the Thiên Ân Buddhist group. On 8th June 2003 it received the permission, from the County Authority, to operate in Minnesota. The temple hosted the Buddha Installation ceremony on 4th October 2003 and was named after Thiên Ân, to highlight the name of the Vietnamese Buddhist Monk who brought Buddhism to the United States and established the first Vietnamese Temple in Los Angeles, California, in 1975.

The main hall is respectably presented with the Sakyamuni Buddha, Amitabha Buddha, Avalokitesvara, and Ksitigarbha Bodhisattva. The temple has many bronze statues, especially the Sakyamuni statue in the main hall, which is 1.8m high and weighs 300kg. In the garden, there are many Buddhas and Bodhisattvas including the Sakyamuni Buddha and Avalokitesvara Bodhisattva. It also has a Lumbini garden, the octagon gazebo, Pure Water (Tịnh Thủy) lake, bonsai, and more. Among 30 oak trees, the 60-year-old one is shady and an exquisite tourist attraction as well. The Thiên Ân Buddhist Youth has been established since 1992 and they learn Buddhism at the temple on Saturdays.

天恩寺

BLAINE, MINNESOTA, USA

地址：10030 Third Street NE, Blaine, MN 55434
Tel: (763) 780-4380
Website: www.thienan.org
住持：釋普順法師

　　天恩寺由釋普順法師和天恩道場佛子們於2001年建立。2003年6月08日得到轄區政府批准正式活動。2003年10月04日，該寺舉行佛安位儀式。天恩寺是用把越南佛教傳入美國的始祖法名命名。1975年，釋天恩法師在加州洛杉磯市成立首家寺院——越南寺。

　　佛殿莊嚴，尊置釋迦佛像，阿彌陀佛像，觀世音菩薩像和地藏菩薩像。寺內還有很多銅鑄的神像。正殿的本師釋迦牟尼佛像高達1.8米，重300公斤。

　　寺院外的庭院尊置很多露天佛像、菩薩像，如：釋迦牟尼佛像，觀世音菩薩像等等；還設有林毗尼園、八角亭、淨水湖、假山。寺院內有30多株櫟樹，每株的樹齡60多年。

　　1992年成立天恩佛子家庭，每週週六舉行各種活動。

天恩寺

BLAINE, MINNESOTA, USA

住所：10030 Third Street NE, Blaine, MN 55434
Tel：(763) 780-4380
Website: www.thienan.org
住職：ティック・フォー・テュアン大德樣

　　天恩寺はアメリカ合衆国ミネソタ州アノーカ郡ブレイン市に所在する、ベトナム仏教を祀る寺院である。2001年にティック・フォー・テュアン大德樣と天恩道場樣によって建造されたこの寺院は、2003年6月8日より所在地の役場から運営許可を受け、当年の10月4日に落慶式が執り行われた。

　　天恩寺の名前は、最初に（1975年）ベトナムの仏教を米国に取り入れてカリフォルニア州ロサンゼルス市でベトナムのお寺を建造した方の名を取って命名された。

　　仏殿では、釈迦牟尼仏、阿弥陀如来仏、観世音菩薩、及び地蔵菩薩を尊厳に祀る。寺院の仏像は銅像が多く、御本殿の本師本仏像は高さ180センチで、重さ300キログラムもある。寺院境内には如来仏像や菩薩立像が多く安置され、ルンビニ庭園、八角堂、静水園、ベトナム風盆石などもある。そのほか、30本以上のアメリカンオークがあり、一番古いのは樹齢60年の樹もある。

　　寺院の布教活動は、1992年から現在に至って「天恩仏教徒家庭」という名称で毎週の土曜日に行われている。

CHÙA VIỆT NAM HẢI NGOẠI - tập 2

Toàn cảnh chùa
Full view of the Temple

寺院全景
全景

Mặt sau chùa
Back side of the Temple

寺院後門
寺院の裏面

Mặt bên chùa
One side of the Temple

寺院側門
寺院の側面

541

CHÙA THIÊN ÂN

Tượng đức Phật Thích Ca　　　釋迦佛像
The statue of Sakyamuni Buddha　　釈迦仏像

Hòn non bộ
Bonsai
假山
ベトナム風盆石

Tủ kinh sách
Buddhist book cabinet
經書櫃
お経

Đại hồng chung
The great bell
大洪鐘
梵鐘

CHÙA VIỆT NAM HẢI NGOẠI - tập 2

Điện Phật
The Buddha shrine
佛殿
仏殿

Bàn thờ Bồ tát Địa Tạng
The altar of Ksitigarbha Bodhisattva
地藏菩薩供案
地藏菩薩の仏壇

Bàn thờ đức Phật Thích Ca
The altar of Sakyamuni Buddha
釋迦牟尼佛像供案
釈迦如来仏の仏壇

Bàn thờ Bồ tát Quán Thế Âm
The altar of Avalokitesvara Bodhisattva.
觀世音菩薩像供案
観世音菩薩の仏壇

Bàn thờ Tiêu Diện
The altar of Paladharama
焦面大士供案
焦面大士の仏壇

Bàn thờ Hộ Pháp
The altar of Dharmapala
護法供案
護法菩薩の仏壇

Bàn thờ Tổ
The altar of Patriarchs
祖師供案
祖霊舎

CHÙA THIÊN ÂN

Tụng kinh
Chanting
誦經
読経

Gia đình Phật tử Thiên Ân
Thiên Ân Youth Buddhist group
天恩佛子家庭
天恩仏教徒家庭

CHÙA THIỀN TỊNH

OCEAN SPRINGS, MISSISSIPPI, USA

6405 Old Fort Bayou Road, Ocean Springs, MS 39564

Tel: (228) 872-1491

Trụ trì: Thượng tọa Thích Minh Chơn

Chùa được Thượng tọa Thích Minh Chơn thành lập vào ngày 19 tháng 02 năm 1995 ở thành phố Ocean Springs, tiểu bang Mississippi, miền Nam Hoa Kỳ. Chùa có diện tích hơn 5.000m² (1.25ac), tọa lạc nơi yên tĩnh, khí hậu mát mẻ, cách thành phố Jackson 272km (169 miles) về hướng Đông Nam. Chùa bị thiệt hại khoảng 70% trong trận siêu bão Katrina năm 2005.

Điện Phật được bài trí tôn nghiêm, thờ tượng đức Phật Thích Ca thiền định trên đài sen, tượng đức Phật nhập Niết Bàn, tượng Tây Phương Tam Thánh (đức Phật A Di Đà, Bồ tát Quán Thế Âm, Bồ tát Đại Thế Chí) và hai vị Hộ Pháp, Tiêu Diện. Sân bên cạnh ngôi chánh điện tôn trí đài thờ Bồ tát Quán Thế Âm lộ thiên.

Chùa có lịch sinh hoạt, giảng pháp hàng tháng. Vào các ngày tết Nguyên Đán, Đại lễ Phật Đản và lễ Vu Lan hàng năm, chùa tổ chức trang nghiêm, chu đáo, đón tiếp đông đảo Phật tử về lễ bái, tu tập, sinh hoạt.

THIỀN TỊNH TEMPLE

OCEAN SPRINGS, MISSISSIPPI, USA

6405 Old Fort Bayou Road,
Ocean Springs, MS 39564
Tel: (228) 872-1491
Abbot: Senior Venerable Thích Minh Chơn

On 19th February 1995, Senior Venerable Thích Minh Chơn founded Thiền Tịnh Temple on a 5,000m² (1.25 acre) piece of land, in the city of Ocean Springs, Mississippi in the southern United States. The temple is located in a quiet, serene and cool atmosphere, far from the city of Jackson which is about 169 miles/272km to the southeast. The temple was 70% damaged during Hurricane Katrina in 2005.

The Buddha shrine is the place for many respectful saints, such as the meditating Sakyamuni Buddha on a lotus pedestal, the attained Nirvana Lord Buddha, the Amitabha Buddha Holy Trinity and Dharmapala and Paladharama. In the courtyard, is enshrined the Avalokitesvara Bodhisattva.

The temple has scheduled its monthly activities for practicing Buddhism. On the big annual occasions of the Lunar New Year, Vesak's Day, Ullambana Festival and others, the temple has welcomed many guests and male and female devotees, from near and far, to attend the rituals, retreats and the cultural program in a peaceful Buddhist setting.

禪淨寺

OCEAN SPRINGS, MISSISSIPPI, USA

地址：6405 Old Fort Bayou Road, Ocean Springs, MS 39564
Tel: (228) 872-1491
住持：釋明真法師

禪淨寺由釋明真法師於1995年02月19日在美國南部密西西比州海泉市成立。面積5.000多平方米（1.25英畝），座落在一個安靜的、氣候涼爽的地方，距離傑克遜市東南面272公里（169英里）。2005年的颶風卡特里娜，寺院受到大約70%的損失。

佛殿的佈置莊嚴，尊奉釋迦佛在蓮台上禪定像，釋迦佛入涅槃像，西方三聖像（阿彌陀佛、觀世音菩薩像、大勢至菩薩像）和兩位護法、焦面大士像。正殿旁邊的院子裡尊置了觀世音菩薩露天像。

寺院每個月均有組辦佛法講說活動。每年的春節，佛誕大典和盂蘭盆節，寺院均莊嚴和周到地迎接十方的眾多佛子來參拜，修學和參加各種佛事活動。

禅淨寺

OCEAN SPRINGS, MISSISSIPPI, USA

住所：6405 Old Fort Bayou Road, Ocean Springs, MS 39564
Tel：(228)872-1491
住職：ティック・ミン・チョン尚座

禅淨寺は1995年2月19日にティック・ミン・チョン尚座様によってミシシッピ州オーシャン スプリングス市に建立されたベトナム仏教寺院である。5000㎡の面積を持つこの寺院はジャクソン市から東南に約272km離れた、涼しく静かな地区に位置する。2005年8月末にアメリカ合衆国南東部を襲ったハリケーン・カトリーナによって伽藍の7割が破壊された。

荘厳な仏殿は禅定釈迦仏座像、涅槃仏像、西方三聖（阿弥陀仏・観世音菩薩・大勢至菩薩）及び護法・焦面菩薩像を本尊として祀る。正殿の隣の庭園には観世音菩薩立像が安置されておる。寺院の修習活動や説法は毎月開催される。毎年の旧正月・灌仏会・盂蘭盆会…のとき、参拝・修学で訪問する仏教徒の為に厳かに祭日を行う。

CHÙA VIỆT NAM HẢI NGOẠI - tập 2

Điện Phật
The Buddha shrine
佛殿
仏殿

Chùa Thiền Tịnh
Thiền Tịnh Temple
禪淨寺
禅淨寺

Đài Quán Thế Âm
The statue of Avalokitesvara Bodhisattva
觀世音菩薩像台
観世音台

Tượng đức Phật nhập Niết Bàn
The statue of Lord Buddha's Maha Parinirvana
佛入涅槃像
涅槃仏像

Bàn thờ Hộ Pháp và Tiêu Diện
The altars of Dharmapala and Paladharama
護法和焦面大士供案
護法と焦面大士の仏壇

VÕ VĂN TƯỜNG & TỪ HIẾU CÔN

THIỀN VIỆN BẢO CHƠN

PETERBOROUGH, NEW HAMPSHIRE, USA

729 Wilton Road, Peterborough, NH 03458

Tel: (603) 784-5244

Email: tvbaochon@gmail.com; thichtueman@gmail.com

Website: www.tvbaochon.com

Trụ trì: Đại đức Thích Tuệ Mãn

Thiền viện được Đại đức Thích Tuệ Mãn sáng lập vào đầu năm 2010 trên vùng núi thuộc tiểu bang New Hampshire ở Đông Bắc Hoa Kỳ. Qua 5 năm khai hoang khu đất rộng 4,5ha (11.29ac) bao phủ cây rừng và gai góc đầy dẫy, ngôi thiền viện ẩn mình bên sườn núi cùng một số công trình xây dựng và tượng đài được hoàn thành để phục vụ việc tu học và sinh hoạt của chư tăng và Phật

tử theo tôn chỉ của Thiền phái Trúc Lâm hải ngoại do Trưởng lão Hòa thượng Thích Thanh Từ thành lập.

Điện Phật được bài trí trang nghiêm, tôn thờ đức Bổn sư Thích Ca. Khuôn viên thiền viện tôn trí nhiều pho tượng lớn tạc bằng đá hoa là: vườn Lâm Tỳ Ni, tượng đức Phật thuyết pháp, tượng đức Phật nhập Niết Bàn, tượng Tổ sư Bồ Đề Đạt Ma, tượng đài Bồ tát Quán Thế Âm; và các công trình: tháp chuông, hang Tổ, hòn giả sơn, con đường thiền hành ... Thiền viện đã tổ chức long trọng buổi lễ đặt đá xây dựng ngôi chánh điện mới vào ngày 12 tháng 10 năm 2014. Công việc xây dựng trong hai năm chủ yếu do chư tăng và Phật tử thực hiện.

Thiền viện có lịch sinh hoạt, tu học hàng tuần, hàng tháng. Hàng năm, thiền viện tổ chức trang nghiêm, chu đáo 4 khóa tu học (mỗi khóa một tuần) và hai ngày lễ Phật Đản, Vu Lan cho đông đảo Phật tử. Với cảnh trí thiên nhiên trong lành, mang đầy ắp hương vị núi rừng và lạnh giá, thiền viện là nơi chuyên tu, chiêm bái của nhiều thiện nam, tín nữ và Phật tử khắp nơi.

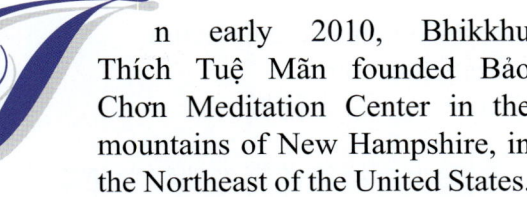

BẢO CHƠN MEDITATION CENTER
PETERBOROUGH, NEW HAMPSHIRE, USA

729 Wilton Road, Peterborough, NH 03458
Tel: (603) 784-5244
Email: tvbaochon@gmail.com; thichtueman@gmail.com
Website: www.tvbaochon.com
Abbot: Venerable Thích Tuệ Mãn

In early 2010, Bhikkhu Thích Tuệ Mãn founded Bảo Chơn Meditation Center in the mountains of New Hampshire, in the Northeast of the United States. After 5 years of reclamation, the 4.5 hectare (11.29 acre) area, which was previously covered with wild trees and thorns, became the ideal Zen center with some retreat buildings and monuments. Nowadays monks and Buddhist followers are able to live here to practice meditation under the principles of Thiền phái Trúc Lâm, which was founded by Zen Master Thích Thanh Từ in Vietnam.

The Sakyamuni Buddha is venerated in the meditation posture at the Buddhist shrines. In the Zen garden, there are many larger marble structures such as Lumbini garden, Buddha giving his first sermon and entering Nirvana Buddha, Bodhidharma Patriarch, Avalokitesvara Bodhisattva, the bell stupa, the cave of the Master, rockery exhibit, meditation road and more. On 12th October 2014, the Meditation Center organized a respectful groundbreaking ceremony to build the main hall. The construction work of two years was mainly carried out by monks and Buddhist followers.

The routine of the Meditation Center is weekly and monthly. Each year it hosts four seasonal retreats (each session lasts a week), the Vesak's Day, and Ullambana Festival celebrations, etc. With the natural landscape of the forests and mountain, Bảo Chơn became a special meditative training center for Buddhists from around the world.

寶真禪院

PETERBOROUGH, NEW HAMPSHIRE, USA

地址：729 Wilton Road, Peterborough, NH 03458
Tel: (603) 784-5244
Email: tvbaochon@gmail.com; thichtueman@gmail.com
Website: www.tvbaochon.com
住持：釋慧滿法師

寶真禪院由釋慧滿法師於2010年創立，位於美國東北部新罕布夏州的一個山區。由山林包圍和長滿荊棘的4.5公頃面積（11.29英畝）經過5年的開荒和建造，建在山腰的一座宏偉禪院和若干建築工程完成，為海外竹林禪派諸僧和佛子的佛法修學和佛事活動而服務。海外竹林禪派由長老釋清慈禪師創立。

佛殿的佈置十分莊嚴，尊奉本師釋迦佛像。禪院的庭園內尊置了不少雲石雕鑿的佛像：林毗尼園，佛說法像，佛入涅槃像，菩提達摩祖師像，觀世音菩薩像；其他的工程：鐘樓、祖師修行洞，假山，禪行路徑等等。2014年10月12日，禪院新正殿的奠基儀式隆重舉行。預算在兩年的時間內建造，主要由諸僧和佛子們負責。

禪院每週，每個月均定期組辦各種佛事活動和佛法修學班。每年禪院均為廣大的佛子們組辦4屆修學班（每屆一星期）和在佛誕、盂蘭盆節舉行供拜儀式莊嚴又周到。建在山上的禪院，周圍是參天的古木，天然景緻美麗，空氣清新，適合各地的善男信女和佛子到此專修和膜拜。

宝真禅院

PETERBOROUGH, NEW HAMPSHIRE, USA

住所：729 Wilton Road, Peterborough, NH 03458
Tel：(603)784-5244
Email: tvbaochon@gmail.com; thichtueman@gmail.com
Website: www.tvbaochon.com
住職：ティック・トエー・マン大徳様

宝真禅院はアメリカ合衆国ニューハンプシャー州の産地にある、2010年にティック・トエー・マン住職様より建造されたお寺である。この禅院は、ティック・タン・トゥー長老様より設立された「在米国竹林禅宗派」のベトナム仏教徒向けの僧院として造られたものである。元々森林で覆われた、面積約4,5ヘクタールもある伽藍を今の姿にするためには、山地を開拓し、その開発地周辺のインフラを整え、全工事期間は5年程かかったという。

仏殿は荘厳され、釈迦如来仏を祀る。境内では、ルンビニ園、涅槃仏像、菩提達磨像、説法仏像、観世音菩薩像等多くの大理石の仏像がある。また、修行洞や梵鐘台やベトナム風盆石および禅行道等の独特な建築の他、禅院の御本殿は、2014年10月12日に厳かに開催された鍬入式を通じて2年計画の改造工事を正式に開始した。工事の作業は主に当院の仏教徒が担当するという。

宝真禅院の活動といえば、毎週のように行われる修学活動の他、年4回（1回が1週間程度）で提供する修禅コースもあり、毎年厳かに開催される灌仏会や盂蘭盆会などがある。静かで神々しい自然に囲まれたこの禅院は、修禅する仏教徒たちはもとより、仏教に興味を持つ善男信女や訪れた地元礼拝客にとって貴重な存在となっている。

CHÙA VIỆT NAM HẢI NGOẠI - tập 2

Đường vào thiền viện
Road to Meditation Center
進入禪院的道路
表参道

Ngôi chánh điện
The Main hall

正殿
御本殿

Vườn Lâm Tỳ Ni
The Lumbini garden
藍毗尼園
ルンビニ園

Tượng đức Phật nhập Niết Bàn
The statue of Lord Buddha's Maha Parinirvana
釋迦涅槃像
涅槃像

553

THIỀN VIỆN BẢO CHƠN

Tượng đài Bồ tát Quán Thế Âm
The statue of Avalokitesvara Bodhisattva
觀世音菩薩像台
观世音菩薩記念碑台

Hòn giả sơn
Rockery exhibit
假山
盆石

Con đường thiền hành
Walking meditation road
禪行路徑
禅行道

CHÙA VIỆT NAM HẢI NGOẠI - tập 2

Điện Phật
The Buddha shrine
佛殿
仏殿

Con đường thiền hành
Walking meditation road

禪行路徑
禅行道

Tượng Tổ sư Bồ Đề Đạt Ma
The statue of Bodhidharma Patriarch
菩提達摩祖師像
菩提達磨立像

Tháp chuông
The bell stupa
鐘樓
梵鐘台

Hang Tổ
The cave of Master

祖師修行洞
修行洞窟の風景

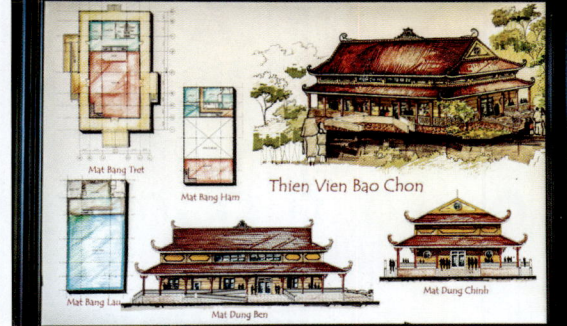

Bản vẽ ngôi chánh điện mới
The master plan of the Main hall
新正殿的藍圖
新しい御本殿のイメージ（建造中）

555

THIỀN VIỆN BẢO CHƠN

Tụng kinh
Chanting
誦經
読経

Giảng pháp
Dharma talk
講法
講法

Thiền hành 禪行
Walking meditation 修禅

CHÙA PHỔ ĐÀ

CAMDEN, NEW JERSEY, USA

2505 Carman Street, Camden, NJ 08105

Tel: (856) 963-6370, (609) 876-7824

Email: thichthienbinhcamden@gmail.com

Trụ trì: Tỳ kheo Thích Thiện Bình

Chùa Phổ Đà do Thầy Thích Thiện Bình thành lập vào năm 1999 tại thành phố Camden, tiểu bang New Jersey - tiểu bang nằm ven bờ Đại Tây Dương, phía Bắc giáp New York. Sân chùa tôn trí tượng chư Phật, Bồ tát lộ thiên: Thích Ca sơ sinh, Bồ tát Di lặc, Bồ tát Quán Thế Âm. Chùa đã tạo mãi khu đất rộng trên đường North Wood Avenue và Oliver Street (thành phố Cherry

Hill), sẽ xây dựng ở đây ngôi phạm vũ trang nghiêm với nhiều công trình kiến trúc chùa, tháp mang kiểu thức Á Đông.

Điện Phật được bài trí tôn nghiêm. Hương án chính thờ đức Phật Thích Ca, đức Phật Dược Sư. Các bàn thờ hai bên và phía trước thờ Bồ tát Quán Thế Âm, Bồ tát Địa Tạng, Bồ tát Chuẩn Đề, Hộ Pháp và Tiêu Diện.

Chùa có lịch sinh hoạt, tụng niệm hàng tuần, hàng tháng. Hàng năm, vào các ngày tết Nguyên Đán, Đại lễ Phật Đản, lễ Vu Lan … chùa tổ chức chu đáo đón tiếp chư Tôn đức Tăng, Ni và đông đảo Phật tử đến lễ bái, tu tập, sinh hoạt.

PHỔ ĐÀ TEMPLE
CAMDEN, NEW JERSEY, USA

2505 Carman Street, Camden, NJ 08105
Tel: (856) 963-6370, (609) 876-7824
Email: thichthienbinhcamden@gmail.com
Abbot: Bhikkhu Thích Thiện Bình

In 1999, Bhikkhu Thích Thiện Bình founded Phổ Đà Temple in the city of Camden, New Jersey, a state on the Atlantic coast, north of New York. In the temple yard, there are many tranquil statues, such as the Newborn Buddha, Maitreya, and Avalokitesvara Bodhisattvas. Later the temple will move to Oliver Street and North Wood Avenue, where in the future, the new temple with many oriental structures will be built.

The Buddha shrine is decorated by statues of many respectful saints, such as Sakyamuni and Medicine Buddhas, located in the center, while at both sides of the altars, Avalokitesvara, Ksitigarbha, the Cundi Bodhisattvas, Dharmapala, and Paladharama are worshiped.

The temple has scheduled weekly and monthly activities for Buddhist practice. On annual occasion of the Lunar New Year, Vesak's Day, Ullambana Festival and others, it has welcomed monks and nuns, guests, male and female devotees, from near and far to attend the rituals, retreats and cultural programs in the peaceful Buddhist activities.

普陀寺

CAMDEN, NEW JERSEY, USA

地址：2505 Carman Street, Camden, NJ 08105
Tel: (856) 963-6370, (609) 876-7824
Email: thichthienbinhcamden@gmail.com
住持：釋善平比丘

　　普陀寺由釋善平法師於1999年在新澤西州肯頓市成立。新澤西州瀕臨大西洋，北面是紐約州。寺院的前院尊置多位露天的佛、菩薩像：釋迦初生像，彌勒菩薩像，觀世音菩薩像。寺院又購買了在North Wood Avenue 和 Oliver Street 兩條街的大片土地，將在此建造巍峨、莊嚴的梵宇，包括很多項具有亞東建築形式的寺院、寶塔建築工程。

　　佛殿的佈置莊嚴。正中香案尊奉釋迦佛像，藥師佛像。兩旁和前面的香案尊奉觀世音菩薩像，地藏菩薩像，準提菩薩像，護法像和焦面大士像。

　　寺院每週和每個月組織誦經和佛事活動。每年的春節，佛誕大典和盂蘭盆節等等大節日裡，寺院均組辦很多莊嚴的佛事活動，迎接遠近很多僧，尼和眾多佛子到來禮佛，修習和參加各種活動。

普陀寺

CAMDEN, NEW JERSEY, USA

住所：2505 Carman Street, Camden, NJ 08105
Tel：(856)963-6370, (609)876-7824
Email：thichthienbinhcamden@gmail.com
住職：ティック・ティエン・ビイン比丘

　　普陀寺は米国東部の大西洋沿岸にあるニュージャージー州カムデンに位置し、1999年ティック・ティエン・ビイン比丘に設立されたベトナム仏教寺院である。寺院の庭園には多数の仏像（誕生釈迦、観音菩薩、弥勒菩薩）が安置されている。当市のノースウッド通りとオリバー通りにある土地を購買した普陀寺はこれからベトナム伝統建築様式を持つ伽藍を建造する予定である。

　　尊厳に飾られた仏殿は釈迦仏像と薬師仏像を本尊としている。両側の仏壇は観世音菩薩、地蔵菩薩、準提菩薩、護法と焦面大士である。

　　毎週、毎月の念経や生活のスケジュールがある。毎年の伝統祭日に寺院は多数の諸尊徳僧侶・尼僧及び礼拝・修学する仏教徒をお迎えして厳かに祭日を執り行う。

 **CHÙA PHỔ ĐÀ**

Tượng Bồ tát Quán Thế Âm
The statue of Avalokitesvara Bodhisattva
觀世音菩薩像
观世音菩薩像

CHÙA VIỆT NAM HẢI NGOẠI - tập 2

Điện Phật
The Buddha shrine
佛殿
仏殿

Tượng đức Phật Dược Sư
The statue of Medicine Buddha
藥師佛像
藥師仏像

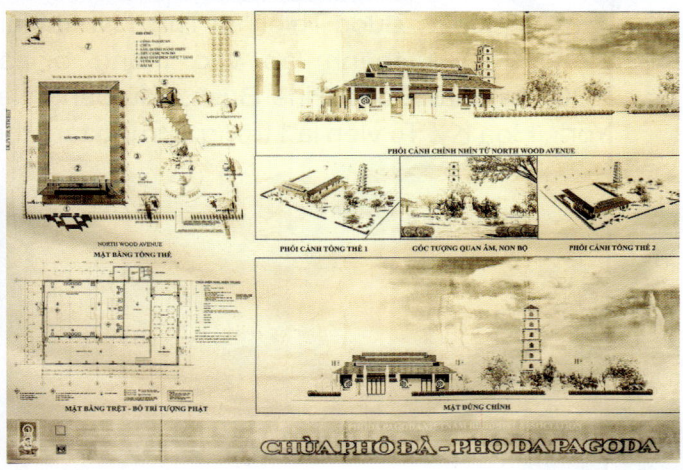

Bản vẽ ngôi chùa mới
Master plan of a new Temple
新寺院的藍圖
新しい伽藍のイメージ図

VÕ VĂN TƯỜNG & TỪ HIẾU CÔN

TU VIỆN BÍCH NHAM
PINE BUSH, NEW YORK, USA

3 Mindfulness Road, Pine Bush, NY 12566
Tel: (845) 213-1785
Email: office@bluecliffmonastery.org
Website: www.bluecliffmonastery.org

Tu viện Bích Nham là một trung tâm thực tập Chánh niệm và trung tâm đào tạo Tăng, Ni được Thiền sư Thích Nhất Hạnh thành lập vào tháng 5 năm 2007 tại thành phố Pine Bush, tiểu bang New York, Hoa Kỳ. Tu viện là 1 trong 9 trung tâm thực tập Chánh niệm trong truyền thống Làng Mai trên thế giới được sự chỉ đạo trực tiếp của Hòa thượng Thích Nhất Hạnh. Ngài là nhà lãnh đạo tinh thần, nhà thơ, nhà hoạt động hòa bình toàn cầu, được hàng triệu người trên thế giới tôn kính. Ngài đã đi tiên phong trong việc đưa Phật giáo vào phương Tây, đã xuất bản hơn 100 tựa sách về thiền và chánh niệm.

Nằm trên 32ha (80ac) đất yên bình, xanh mát của thông, sồi, phong, tùng ..., tu viện là nơi tĩnh tâm, nhìn sâu, và tận hưởng những điều kỳ diệu của cuộc sống chúng ta thông qua việc thực hành ngồi thiền, đi thiền, ăn chánh niệm, thiền thư giãn sâu, và pháp đàm, pháp thoại.

Bích Nham trước đây là khu nghỉ mát mùa hè cho các gia đình sống xung quanh New York và các vùng phụ cận. Ngày nay, tu viện đã và đang được sửa sang, xây cất nhiều công trình phục vụ cho việc tu tập của Tăng, Ni và thiện nam, tín nữ khắp nơi. Tu viện chia thành hai xóm: xóm Tùng Xanh dành cho nam và xóm Hạc Trắng dành cho nữ. Xóm Tùng Xanh có thiền đường Đại Đồng được xây năm 2008 với sức chứa 1.000 người vào tu học và ngồi thiền. Xóm Hạc Trắng có Phật đường Nến Ngọc, ni xá và cư xá cho Phật tử về tu viện tu học.

Tu viện có lịch tu học hàng tuần, hàng tháng. Mỗi tháng đều có 1, 2 khóa tu. Ở Bích Nham, hơn 30 tu sĩ và giáo viên đã chia sẻ nghệ thuật tâm sống chung với hàng ngàn người lớn và trẻ em mỗi năm.

BLUE CLIFF MONASTERY

PINE BUSH, NEW YORK, USA

3 Mindfulness Road, Pine Bush, NY 12566
Tel: (845) 213-1785
Email: office@bluecliffmonastery.org , Website: www.bluecliffmonastery.org

In May 2007, Zen Master Thích Nhất Hạnh founded Blue Cliff Monastery as the mindfulness center and the training center for clergy. Located on 32 hectares (80 acres) land in the city of Pine Bush, New York, Blue Cliff Monastery is one of nine mindfulness centers following the Plum Village tradition under the leadership of Zen Master Thích Nhất Hạnh. Zen Master Thích Nhất Hạnh is the worldwide spiritual leader, poet and peace activist, to whom millions of people around the world have showed their respect and follow his mindful method. He has been a pioneer in bringing Buddhism to the West and has published more than 100 books on meditation and mindfulness.

Covered by the expansive green pine, oak, maple trees, the Blue Cliff Monastery is an ideal serene and solemn place and is effective in calming devotees' minds. Practitioners can enjoy the wonders of their lives in the natural beauty through the practice of mindful sitting, walking, eating, relaxation, Dharma talk and more.

Blue Cliff Monastery was previously a summer resort for families who live around New York and the surrounding areas. Today, the monastery has been renovated and many facilities for the benefit of monks, nuns and devotees have been built. There are two parts: Tùng Xanh Village is the Buddhist men's place while Hạc Trắng Village is for Buddhist women. Tùng Xanh has Đại Đồng hall which was built in 2008, and has a capacity of 1,000 people for study and meditation. Hạc Trắng Village has the Nến Ngọc Buddha hall, nunnery and guest rooms for the retreats.

The monastery has weekly and monthly practice sessions and two retreats per month. Around 30 monks and masters in the monastery annually share the art of living, from Zen Master Thích Nhất Hạnh, to thousands of adults and children.

碧岩修院

PINE BUSH, NEW YORK, USA

地址：3 Mindfulness Road, Pine Bush, NY 12566
Tel: (845) 213-1785
Email: office@bluecliffmonastery.org , Website: www.bluecliffmonastery.org

碧岩修院是一所正念實習中心和僧、尼培訓中心，由釋一行禪師於2007年5月成立。地址在美國紐約州Pine Bush市。修院是由釋一行法師直接指導的世界梅花村傳統9個正念實習中心之一。法師是一位精神領導家，詩人，全球和平活動家，受到世界上數以百萬計民眾尊敬。法師是把佛教傳入西方的先鋒者，出版了100多本關於禪和正念的書籍。

寺院位於32公頃（80英畝）的土地上，周圍是松樹、櫟樹、楓樹和其它多種樹木。環境幽靜，空氣清新。修院是個安靜的地方。通過在此坐禪、行禪、正念吃、禪定舒閒、法談和法話，盡享人生生活的奇妙。

碧岩修院以前是生活在紐約市和鄰近各區家庭夏季避暑之地。目前，修院已經而且正在修葺，新建很多工程，為各地僧、尼和善男信女修習而服務。修院分成兩區：青松區是男界用的，白鶴區是女界用的。青松區有大同禪堂，2008年建設的，可容納1.000人修學和坐禪。白鶴區有玉燭佛堂，尼舍和讓到修院修學的佛子留宿的居舍。

修院每週、每個月均有修學佛法的活動。每個月均有1至2個修學課。在碧岩修院，有30名修士和教員，每年跟數以千計的成人和兒童分享心靈生活的藝術。

碧岩修院

PINE BUSH, NEW YORK, USA

住所：3 Mindfulness Road, Pine Bush, NY 12566
Tel：(845)213-1785
Email：office@bluecliffmonastery.org, Website：www.bluecliffmonastery.org

碧岩修院は2007年5月にティック・ニャッ・ハイン禅師によって創立されたもので、アメリカ合衆国ニューヨーク州パイン・ブッシュに位置するベトナム禅仏教の僧・尼を育てる寺院で、『正念』を実習する仏教センターでもある。この修院は、ティック・ニャッ・ハイン禅師の直接な指導のもとで活動している9つのラーン・マイ（フランスに創立された梅村道場の事）的正念実習センターの一つである。ティック・ニャッ・ハイン禅師は世界で尊敬されている世界平和のための活動者、著名な詩者であり寺院の大事な精神的指導者でもある。西方文化にベトナム仏教を取り入れた先駆者であるティック・ニャッ・ハイン禅師は100以上の禅と正念に関する本を出版したという。

オークや松やなどの緑が多くて静かな地区に位置する、面積32ヘクタールを持った土地に建てられたこの修院は、座禅・行禅・正念食禅・法談・法話などを通じて心を穏やかにし、世の中の素晴らしい物事を感じて楽しめるという禅を修習する場所として最適である。

碧岩修院の敷地は、以前はニューヨーク郊外や周辺の都市に住む庶民の夏旅行の目的地であったが、現在は僧舎となって僧侶・尼・仏教徒たちの修習のために増改築されておる。境内には2つの村に分けられており、男性用はトゥン・サイン村で女性はハック・チャン村という。トゥン・サイン村には1000人も収容できる大同禅堂がある。ハック・チャン村にはネン・ゴック仏堂、尼舎、外来の仏教徒用の居舎がある。

毎週、毎月定期的な修学活動がある。具体的に、月2回修学が行われる。更に、修院の30人の修士と教師は、毎年数千人の礼拝客に幸福が訪れる禅的生活の思考法の普及をしている。

CHÙA VIỆT NAM HẢI NGOẠI - tập 2

Tu viện Bích Nham
Blue Cliff Monastery

碧岩修院
碧岩修院

TU VIỆN BÍCH NHAM

Điện Phật
The Buddha shrine
佛殿
仏殿

Ni xá và cư xá Phật tử
Nunnery and guest houses
尼舍和佛子居舍
僧・尼僧・仏教徒の居舎

TU VIỆN BÍCH NHAM

Phật đường Nến Ngọc 玉燭佛堂
Nến Ngọc Buddha hall ネン・ゴッ仏堂

Cảnh quan tu viện 修院景觀
Landscape of Monastery 修院

CHÙA PHẬT TÍCH VẠN HẠNH

RALEIGH, NORTH CAROLINA, USA

4229 Forestville Road, Raleigh, NC 27616

Tel: (919) 266-4230

Website: www.phattichvanhanh.org

Trụ trì: Hòa thượng Thích Thiện Tâm

Chùa Phật tích Vạn Hạnh do quý Thầy Thích Thiện Tâm, Thích Bửu Minh và Thích Minh Đức tạo dựng vào năm 1995 trên diện tích 2,8ha (7ac). Cảnh chùa thoáng đãng, an tịnh với nhiều tượng chư Phật, Bồ tát lộ thiên được đặt ở sân trước và sân sau. Các công trình kiến trúc đã xây dựng gồm có: đài Quán Thế Âm (1997), đài Di Lặc (1998), đài Phật nhập Niết Bàn (1999), đài Phật chuyển Pháp Luân

(2000), đài Thái tử xuất gia (2001), đài Lâm Tỳ Ni (2003), chùa Một Cột (2005) và nhà thờ cốt.

Ngôi chánh điện được xây dựng vào ngày 26 tháng 7 năm 2013 với quy mô rộng lớn, mang nét kiến trúc Á Đông. 17 tôn tượng Phật, Bồ tát, Hộ Pháp, Tổ sư Bồ Đề Đạt Ma ... cùng các bộ kinh: Pháp Hoa, Hoa Nghiêm, Địa Tạng, Niết Bàn, nhật tụng ... đã được thỉnh từ Việt Nam, sẽ tôn trí tại điện Phật mới.

Điện Phật được bài trí tôn nghiêm, thờ đức Phật Thích Ca, Bồ tát Quán Thế Âm, Bồ tát Địa Tạng, Hộ Pháp và Tiêu Diện.

Chùa có lịch sinh hoạt, tụng kinh hàng tuần. Đạo tràng Bát quan trai giới tu tập hàng tháng. Hàng năm, vào các ngày tết Nguyên Đán, Đại lễ Phật Đản, vía Quán Thế Âm, lễ Vu Lan ... chùa tổ chức trang nghiêm, chu đáo đón tiếp đông đảo chư thiện nam, tín nữ, Phật tử khắp nơi về lễ bái, tu học, sinh hoạt.

PHẬT TÍCH VẠN HẠNH TEMPLE
RALEIGH, NORTH CAROLINA, USA

4229 Forestville Road, Raleigh, NC 27616
Tel: (919) 266-4230
Website: www.phattichvanhanh.org
Abbot: Most Venerable Thích Thiện Tâm

In 1995, Venerable Thích Thiện Tâm, Thích Bửu Minh and Thích Minh Đức founded Phật Tích Vạn Hạnh Temple on a 2.8 hectare (7 acre) property. Many architectural features were built including the Avalokitesvara statue (1997), a Maitreya statue (1998), a Attained Nirvana Buddha (1999), the Sermon Giving Buddha (2000), the ordained Prince Siddhartha (2001), Lumbini park (2003), One Pillar Pagoda (2005) and the hall of the deceased. The monastery grounds are covered with green trees and it is the place of a serene and solemn atmosphere. The architecture of the temple achieves harmony with nature.

On 26th July 2013, the main hall was built on a large scale, following the oriental design. There are 17 statues of Buddhas, Bodhisattvas, Dharmapala, Bodhidharma Patriarch and the sutras of the Saddharmapuṇḍarīka, Buddhāvataṃsaka-mahāvaipulyasūtra, Ksitigarbha, Nirvana and others which were purchased from Vietnam and will be displayed in the new main hall.

The Buddha shrine is respectfully designed with Sakyamuni Buddha, Avalokitesvara, Ksitigarbha Bodhisattvas, Dharmapala and Paladharama.

The temple has its practice sessions weekly. The monthly Eight precepts retreat is often held. It also hosts main annual events including: Lunar New Year, Vesak's Day, Ullambana Festival and Avalokitesvara's Days to serve the Buddhist community.

萬行佛跡寺

RALEIGH, NORTH CAROLINA, USA

地址：4229 Forestville Road, Raleigh, NC 27616
Tel: (919) 266-4230
Website: www.phattichvanhanh.org
住持：釋善心法師

萬行佛跡寺由釋善心法師、釋寶明法師和釋明德法師於1995年建造。面積2.8公頃（7英畝），寺院景觀優雅，安靜，前院和後院都尊置很多露天的佛像和菩薩像。寺院內的建築工程有：觀世音菩薩像臺（1997），彌勒臺（1998），佛入涅槃像（1999），佛轉法輪像（2000），太子出家像（2001），藍毗尼園（2003），一柱寺（2005）和靈骨堂。

正殿於2013年7月26日建設，面積廣大，具亞東建築風格。17尊佛、菩薩、護法、菩提達摩祖師像。法華、華嚴、地藏、涅槃、日誦等等經書，都是從越南請來，尊置在新佛殿內。

佛殿的佈置莊嚴，尊奉釋迦佛像，觀世音菩薩像，地藏菩薩像，護法像和焦面大士像。

寺院每週均有誦經和佛事活動。八關齋戒道場每個月舉行修習。每年的春節、佛誕大典、觀音誕、盂蘭盆節等等大節日裡，寺院均莊嚴和周到地組織佛事活動，迎接各地眾多善男信女，佛子到來禮佛，修學和參加活動。

萬行仏跡寺

RALEIGH, NORTH CAROLINA, USA

住所：4229 Forestville Road, Raleigh, NC 27616
Tel:(919)266-4230
Website:www.phattichvanhanh.org
住職：ティック・ティエン・タム和尚

萬行仏跡寺は1995年面積2.8ha の土地にティック・ティエン・タム和尚、ティック・ビュウ・ミイン和尚及びティック・ミイン・ドゥック和尚の主導で建立されたベトナム仏教寺院。寺院の境内は明るく安淨で、前庭と裏庭に仏像と菩薩像が多数安置されている。現在まで造られた建築作品は：観音菩薩立像(1997)、弥勒仏立像（1998）、大涅槃仏像（1999）、大転法輪仏像(2000)、大出家太子像 （2001）、ルンビニ群像 （2003）、一柱寺（2005）及び一つの納骨堂である。

寺院の正殿は2013年7月26日からベトナム建築様式を基本にして大規模に建てられた。そこで、17の仏像（仏・菩薩・護法・菩提達磨祖師などの像）及びベトナムから請来された大蔵経（法華、華厳、地藏、涅槃、日誦）を安置する予定である。

尊厳に飾られた仏殿は釈迦仏像・観世音菩薩像・地蔵菩薩像及び護法・焦面大士を本尊として祀る。

毎週念経や仏事生活が開催される。月一回八関斎戒道場の修習が行われる．毎年、旧正月、灌仏会、観世音菩薩に関する祭日、盂蘭盆会などを機に、厳かに祭式を執り行い、礼拝・修学する善男信女や仏教徒を大歓迎する。

CHÙA PHẬT TÍCH VẠN HẠNH

Toàn cảnh chùa
Full view of the Temple
寺院全景
全景

Mặt tiền chùa
The front of the Temple
寺院正門
寺院の正面

Ngôi chánh điện mới
The New Main hall
新正殿
新正殿

Chùa Một Cột
The One Pillar Pagoda
一柱寺
一柱寺

Điện thờ Tây Phương Tam Thánh
The shrine of Amitabha Buddha Holy Trinity
西方三聖殿
西方三聖の仏壇

Đài Lâm Tỳ Ni
The statues of Lord Buddha's Birth
藍毗尼臺
ルンビニ諸立像

Đài Thái tử xuất gia
The statues of Lord Buddha when entering Monkhood
太子出家臺
出家太子立像

Đài Phật chuyển Pháp Luân
The statues of Lord Buddha's turning the Dharma-cakra
佛轉法輪臺
転法輪仏立像

Đài Phật nhập Niết Bàn
The statue of Lord Buddha's Maha Parinirvana
佛入涅槃臺
涅槃仏立像

Đài Phật Thành Đạo
The statue of Lord Buddha's Attainment of Enlightenment
佛成道臺
成道仏立像

Đài Di Lặc
The statue of Maitreya Bodhisattva
彌勒佛臺
弥勒菩薩立像

CHÙA PHẬT TÍCH VẠN HẠNH

Điện Phật
The Buddha shrine
佛殿
仏殿

Bàn thờ Hộ Pháp 護法供案
The altar of Dharmapala 護法菩薩の仏壇

Bàn thờ Tiêu Diện 焦面大士供案
The altar of Paladharama 焦面大士の仏壇

Bàn thờ Tổ 祖師供案
The altar of Patriarchs 祖霊舎

CHÙA PHƯỚC HẢI

CHARLOTTE, NORTH CAROLINA, USA

1818 Little Rock Road, Charlotte, NC 28214

Tel: (704) 394-6869

Email: phuochainc@gmail.com

Trụ trì: Ni sư Thích Nữ Minh Nghiêm

Chùa được Ni sư Thích Nữ Minh Nghiêm thành lập vào tháng 10 năm 2006 tại thành phố Charlotte. Hiện chùa đã mua được một khu đất rộng hơn 2,6ha (6.5ac) ở gần chùa và đã có kế hoạch xây dựng ngôi phạm vũ khang trang, mỹ lệ vào năm tới.

Điện Phật được bài trí tôn nghiêm. Hương án chính thờ tượng đức Phật Thích

Ca; tượng chư Phật: A Di Đà, Thích Ca, Dược Sư; tượng Bồ tát Văn Thù và tượng Bồ tát Phổ Hiền. Chùa có các bàn thờ: Tây Phương Tam Thánh, Bồ tát Quán Thế Âm và chư Tổ.

Sân trước chùa có tôn tượng Bồ tát Di Lặc và tôn tượng Bồ tát Quán Thế Âm được tạc bằng đá trắng ở Đà Nẵng (Việt Nam).

Chùa có lịch sinh hoạt, tu học hàng tuần, hàng tháng, hàng năm. Ban Pháp Hoa gồm 40 Phật tử chuyên tụng kinh Pháp Hoa mỗi tuần. Khóa An cư kiết hạ được chùa tổ chức cho chư Ni ở nhiều thành phố lân cận đến tu học 3 tháng mỗi năm. Trong các ngày lễ, tết, chùa đều tổ chức trang nghiêm, chu đáo, đón tiếp đông đảo thiện nam, tín nữ, Phật tử, đồng hương đến lễ bái, tu học, sinh hoạt, văn nghệ ... thật vui vẻ, thắm tình đạo vị.

PHƯỚC HẢI TEMPLE

CHARLOTTE, NORTH CAROLINA, USA

1818 Little Rock Road, Charlotte, NC 28214
Tel: (704) 394-6869
Email: phuochainc@gmail.com
Abbess: Senior Venerable Thích Nữ Minh Nghiêm

In October 2006, Senior Venerable Thích Nữ Minh Nghiêm founded Phước Hải Temple in the city of Charlotte. Currently she bought a large 2.6 hectare (6.5 acre) plot of land and has plans to build a new spacious Buddhist temple next year.

The Buddha shrine is respectfully formed with the main altar of Sakyamuni Buddha and other Buddhas, such as Amitabha, Sakyamuni, and Bhaishajyaguru Buddhas, Manjushri and Samantabhadra Bodhisattvas. The temple also worships the Amitabha Buddha Holy Trinity, Avalokitesvara Bodhisattva and many patriarchs.

The temple practices its routines weekly, monthly and yearly. The Pháp Hoa group consists of 40 Buddhists who frequently chant the Lotus Sutra every week. The summer retreat is often held in the temple for nuns who are from many neighboring cities. They come to attend in a period of three months each year. During the holidays and Lunar New Year, the temple welcomes many local male and female Buddhist believers to take part and worship. They enjoy the cultural art programs, ceremonies as well as retreats in the cheerful Buddhist environment.

福海寺

CHARLOTTE, NORTH CAROLINA, USA

地址：1818 Little Rock Road, Charlotte, NC 28214
Tel: (704) 394-6869
Email: phuochainc@gmail.com
住持：釋女明嚴尼師

　　福海寺由釋女明嚴尼師於2006年10月在北卡羅來納州夏洛特市成立。目前寺院在鄰近購買一塊土地，面積達2.6公頃（6.5英畝），計劃在明年興建一座寬闊，宏偉和巍峨的梵宇。

　　寺院佛殿的佈置莊嚴。正中香案供奉釋迦佛像，諸佛像如：阿彌陀佛像，釋迦佛像，藥師佛像；文殊菩薩像和普賢菩薩像。寺內還有供奉西方三聖像，觀世音菩薩像和諸位祖師像。

　　福海寺前院尊置彌勒菩薩像和觀世音菩薩像，兩尊菩薩像是在越南峴港市用白石雕鑿。

　　寺院在每週，每個月，每年都有組辦修學佛法的活動。法華班共40名佛子，每週專誦法華經。寺院還為鄰近各城市諸尼每年組辦三個月的安居結夏修學班。在各大節日，春節裡，寺院均舉辦各種佛事活動，讓鄰近各區的善男信女、佛子和同鄉們到來膜拜，修學，參加佛事活動和觀看文藝表演，氣氛歡快。

福海寺

CHARLOTTE, NORTH CAROLINA, USA

住所：1818 Little Rock Road, Charlotte, NC 28214
Tel: (704) 394-6869
Email: phuochainc@gmail.com
住職：ティック・ヌー・ミン・ギエム尼師様

　　福海寺はアメリカ合衆国ノースカロライナ州シャロット市に所在するベトナム仏教の寺院である。2006年10月にティック・ヌー・ミン・ギエム住職様により建立された。現在、現住所の近くにある面積約2.6ヘクタールの敷地を購入した福海寺は、近頃に立派な新しい僧家を建造する予定がある。

　　大仏殿が荘厳されている。ご本尊は釈迦仏像、阿弥陀・釈迦・薬師諸像、文殊菩薩像および普賢菩薩像である。また、西方三聖や観世音菩薩および祖師の仏壇もある。

　　寺院の前庭に、ベトナムのダナン市で制作された大里石の弥勒菩薩像と観世音菩薩立像が安置されている。

　　福海寺の活動は豊富で、定期的に（毎週、毎月、毎年）行われている。たとえば、「法華班」（現在班員40人）は毎週「法華経」の読経を開催しており、地元と周辺の都市の僧侶の希望に応じたい思いから、毎年の夏頃に「結夏安居」行事（3か月）を行っている。また、仏法修学以外、一年の祝日を機に、多くの善男信女を歓迎し、厳かに祭式を挙行する。

CHÙA PHƯỚC HẢI

Toàn cảnh chùa / 寺院全景
Full view of the Temple / 全景

Mặt tiền chùa / 寺院正門
The front of the Temple / 寺院の正面

Tôn tượng Bồ tát Quán Thế Âm
The statue of Avalokitesvara Bodhisattva
觀世音菩薩像
観世音菩薩立像

Ni xá / 尼舍
Nun hall / 尼舍

Bản vẽ ngôi chùa mới / 新寺院的建築藍圖
Master plan of a new Temple / 寺院のデザイン

Điện Phật
The Buddha shrine
佛殿
仏殿

Bàn thờ Tây Phương Tam Thánh
The statues of the Amitabha Buddha Holy Trinity
西方三聖供案
西方三聖の仏壇

Các tủ kinh
The cabinets of scriptures
經書櫃
お経が収められた棚

CHÙA PHƯỚC HẢI

Đại lễ Phật Đản / Vesak's Day — 佛誕大典 / 灌仏会

Lễ Vu Lan / Ullambana Festival — 盂蘭盆節 / 盂蘭盆会

Lễ xuất gia / The ceremony of Novice ordination — 出家儀式 / 出家式

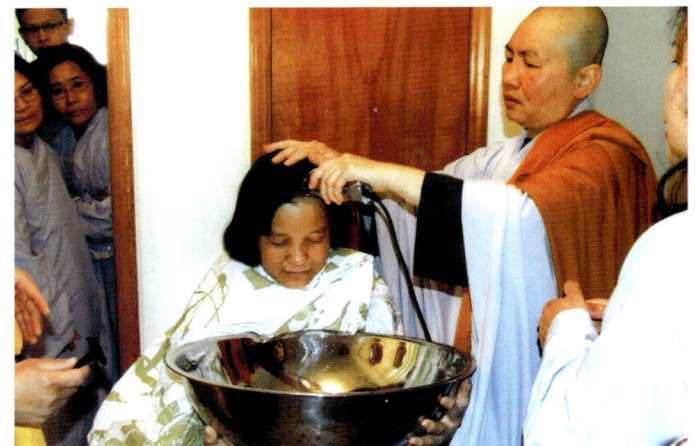

Công tác từ thiện xã hội / Social charity work — 社會慈善工作 / ボランティア活動

580

CHÙA VIỆT NAM HẢI NGOẠI - tập 2

Tết Nguyên Đán 春節
Lunar New Year 旧正月

Giảng pháp 講法
Dharma talk 講法

Du lịch hành hương 行香旅遊
Buddhist Pilgrimage 巡礼旅行

581

CHÙA LINH SƠN
COLUMBUS, OHIO, USA

4045 Cleveland Avenue, Columbus, Ohio 43224

Tel: (614) 476-3758

Trụ trì: Tỳ kheo Thích Trí Long

Chùa Linh Sơn Ohio được sự lãnh đạo tinh thần của Tỳ kheo Thích Trí Long - trụ trì Đạo tràng Linh Sơn (Ohio) kiêm Viện trưởng Tu viện Linh Sơn A Di Đà, Quitman (Texas).

Ban đầu, chùa được chư vị hội viên hiệp lực tạo mãi một ngôi nhà nhỏ tọa lạc tại thành phố Columbus, được cải gia vi tự. Do kính ngưỡng đạo hạnh của Hòa thượng Thích Huyền Vi, Tăng thống Giáo hội Phật giáo Linh Sơn Thế giới, nên cộng đồng Phật giáo Việt Nam tại Columbus đệ văn thư thỉnh nguyện xin được nương theo sự chỉ đạo của Ngài, và được Ngài chấp thuận cho gia nhập Giáo hội vào năm 1990. Năm 1997, Đức Tăng thống đã ban giáo chỉ bổ nhiệm Tỳ kheo Thích Trí Long về trụ trì chùa. Thầy Thích Trí Long cùng chư thiện nam, tín nữ, Phật tử xa gần đã phát tâm xây dựng ngôi Đại hùng bửu điện trang

nghiêm, đầy đủ tiện nghi sinh hoạt Phật sự. Chùa được khánh thành vào tháng 9 năm 2005. Nhân Đại lễ Vu Lan năm 2015, chùa đã tổ chức trang nghiêm, long trọng lễ kỷ niệm 10 năm thành lập.

Điện Phật được bài trí tôn nghiêm. Giữa là hương án. Bửu tòa trên cao tôn trí tượng Tây Phương Tam Thánh và tượng đức Phật Thích Ca. Án thờ hai bên tôn trí tượng Bồ tát Văn Thù, Bồ tát Phổ Hiền, Hộ Pháp và Tiêu Diện. Chung quanh chùa là hoa viên, có lối đi thiền hành. Nhiều pho tượng lộ thiên được tôn trí nơi đây: Tượng Thích Ca sơ sinh, tượng Bồ tát Di Lặc, đài Quán Thế Âm,

tượng Thập bát A La Hán. Điểm đặc biệt là tất cả cột bên trong và bên ngoài ngôi chánh điện đều được đắp rồng.

Chùa có lịch sinh hoạt, tu học hàng tuần, hàng tháng; hai kỳ Phật thất (9 - 10 ngày), An cư kiết Hạ và An cư kiết Đông thường niên, được in ấn trong bản tin Linh Sơn xuất bản mỗi cuối năm. Hàng năm, các ngày tết Nguyên Đán, rằm tháng Giêng, Đại lễ Phật Đản, lễ Vu Lan ... được chùa tổ chức trọng thể, chu đáo, đón tiếp đông đảo chư Tôn đức Tăng, Ni và thiện nam, tín nữ khắp nơi về lễ bái, tu học, sinh hoạt.

LINH SƠN TEMPLE
COLUMBUS, OHIO, USA

4045 Cleveland Avenue, Columbus, Ohio 43224
Tel: (614) 476-3758
Abbot: Bhikkhu Thích Trí Long

Bhikkhu Thích Trí Long is the spiritual leader and the Abbot of Linh Sơn Temple (Ohio) and Linh Sơn A Di Đà, Quitman (Texas). Initially, the temple's members purchased a small house in the city of Columbus and converted it to a temple. Due to admiration of Most Venerable Thích Huyền Vi – the Supreme Patriarch of Linh Sơn Buddhist Sangha in the World, the Vietnamese Buddhist community in Columbus filed the petition to be a member in his Sangha and in 1990 he approved it.

In 1997, Most Venerable Thích Huyền Vi appointed Bhikkhu Thích Trí Long to be the Abbot of this temple. Bhikkhu Thích Trí Long and the devoted Buddhists worked hard to build the great Buddha shrine for the sake of many. The temple was inaugurated in September 2005. On the occasion of Ullambana Festival in 2015, the temple also held a dignified ceremony to mark the tenth anniversary of establishing the temple.

The Buddha shrine is respectfully designed with the main altar in the center. On the top, there are the Amitabha Buddha Holy Trinity and Sakyamuni Buddha statues. At the both sides of the altar, Manjushri, Samantabhadra Bodhisattvas, Dharmapala and Paladharama are worshiped. Around the temple are the gardens with several the beautiful walking meditation paths. Many statues are enshrined here, such as the elegant statues of the Newborn Sakyamuni, Maitreya and Avalokitesvara Bodhisattvas and Eighteen Arhats. A special feature are the magnificent dragons, which are carved both outside and inside of all columns in the main hall.

The temple has scheduled its activities weekly and monthly, the 9-10 day retreat for Buddhist practice, the annual summer and winter retreats which are all published in Linh Sơn News at the end of every year. On the main annual occasions, such as Lunar New Year, the First Month of Full Moon Day, Vesak's Day, Ullambana Festival and others, the temple has welcomed many devotees and clergy from near and far to participate in activities at the temple.

靈山寺
COLUMBUS, OHIO, USA

地址：4045 Cleveland Avenue, Columbus, Ohio 43224
Tel: (614) 476-3758
住持：釋智龍法師

俄亥俄州靈山寺由俄亥俄州靈山道場住持兼得克薩斯州奎特曼市阿彌陀靈山修院院長釋智龍法師任精神領導。

最初，寺院由會員們合資在哥伦布市購買一間小屋，改家為寺。由於敬仰世界靈山佛教教會僧統釋玄為法師的道行，所以在哥伦布市的越南佛教社群，上呈文書要求跟隨法師的指導，1990年得到法師允許加入教會。1997年，釋玄為法師下教旨委任釋智龍法師作該寺的住持。釋智龍法師和遠近的善男，信女，佛子們發心為該寺建設莊嚴，設備齊全的大雄寶殿，作為佛事活動的地方。2005年9月寺院舉行落成儀式。值2015年的盂蘭盆節，寺院莊嚴和隆重舉行成立10週年紀念儀式。

佛殿佈置莊嚴。中間是香案。上面寶座尊置西方三聖像和釋迦佛像。兩旁香案尊置文殊菩薩像，普賢菩薩像，護法和焦面大士。寺院周圍是花園，有禪行道路。在此尊置了很多露天的佛像：釋迦佛初生像，彌勒菩薩像，觀世音像臺，十八阿羅漢像。特別是正殿內外的柱子都貼上龍塑，手工精緻。

寺院在每月每週組織修學佛法活動；兩期佛七（9到10日），每年的結夏安居和結冬安居，每年年底出版的小報都有報導這些活動。每年的春節，上元節，佛誕大典，盂蘭盆節，寺院均莊嚴組織佛事活動，周到的迎接各方諸尊德僧，尼和善男，信女們來瞻拜，修學和參加各種佛事活動。

霊山寺
COLUMBUS, OHIO, USA

住所：4045 Cleveland Avenue, Columbus, Ohio 43224
Tel：(614)476-3758
住持職：ティック・チー・ローン比丘

霊山寺はアメリカ合衆国オハイオ州に所在する「霊山道場」の住職兼「霊山阿弥陀修院」（テキサス州）の院長であるティック・チー・ローン比丘さまの精神的指導を受けておるベトナム仏教寺院。創立当初、オハイオ州のベトナム仏教コミュニティに属する創立会員たちが同州コロンバス市に位置する或る小さな住宅を購買し、僧舎にして活動していた。その後、「世界霊山仏教教会」の僧統であるティック・フエン・ヴィ和尚の道行を敬仰して彼の直接指導を得るためにオハイオ州ベトナム仏教コミュニティが請願の手紙を出した。その結果、1990年にフエン・ヴィ師の許可を受け、世界霊山仏教教会に加入できた。1997年、僧統さまの指示に従ってティック・チー・ローン比丘は霊山寺の住職となった。ティック・チー・ローン住職は多数の善男信女や仏教徒の献金を集めて設備の整っている立派な大雄宝殿を建てることが出来た。2005年9月より霊山寺は正式に活動を開催し、2015年の盂蘭盆会を機に10周年記念式を華やかに執り行った。

荘厳に配置された本仏殿の中心は御本尊の祭壇である。一番高い宝座には西方三聖像及び釈迦仏像、その両側は文殊菩薩像・普賢菩薩像・護法像・燃面大士菩薩像が安置されている。本殿の外に出ると、周りは花園であり、禅行道もある。花園には多数の仏像が安置されている：誕生釈迦像、弥勒菩薩像、観世音菩薩立像、十八阿羅漢諸像等…特に、伽藍の柱がすべて龍の浮彫りが付いているという独特な建築特徴がある。

寺院の修学・仏事生活が毎週・毎月定期的に開催されている。また、毎年行われている修行は「仏七」（年2回、9～10日間/回）、結夏安居と結冬安居（年1回ずつ）等がある。その具体的なスケジュールは毎年末に出版される「霊山掲示板」に掲載される。その他に、ベトナム仏教の伝統祭日の元旦節・一月の満月・灌仏会・盂蘭盆会を機に、修学・礼拝の目的で訪れる外来の諸尊徳・僧・尼及び多数の善男信女を迎え、厳かに、かつ周到に祭式を執り行う。

CHÙA VIỆT NAM HẢI NGOẠI - tập 2

Toàn cảnh chùa
Full view of the Temple
寺院全景
全景

Mặt tiền chùa
The front of the Temple
寺院正門
寺院の正面

CHÙA LINH SƠN

Điện Phật
The Buddha shrine
佛殿
仏殿

CHÙA VIỆT NAM HẢI NGOẠI - tập 2

Tượng đức Phật Thích Ca 釋迦佛像
The statue of Sakyamuni Buddha 釈迦仏像

Bàn thờ Tổ
The altar of Patriarchs
祖師供案
祖霊舎

587

CHÙA LINH SƠN

Tượng Thập bát A La Hán
The statues of Eighteen Arhats
十八阿羅漢像
十八阿羅漢諸像

Tượng Thập bát A La Hán
The statues of Eighteen Arhats
十八阿羅漢像
十八阿羅漢諸像

VÕ VĂN TƯỜNG & TỪ HIẾU CÔN

THIỀN VIỆN CHƠN TÂM

OKLAHOMA CITY, OKLAHOMA, USA

5400 Garrett Road, Oklahoma City, OK 73121

Tel: (405) 424-1788

Email: tvchontam@yahoo.com
Website: www.thienvienchontam.net

Trụ trì: Thượng tọa Thích Tuệ Giác
Quản viện: Đại đức Thích Đạo Tuân

Thiền viện Chơn Tâm tọa lạc ở hướng Đông Bắc của thành phố Oklahoma thuộc tiểu bang Oklahoma, là nơi sản xuất nhiều dầu mỏ, khí đốt và thực phẩm cho Hoa Kỳ. Thiền viện là thành viên của Hội Thiền học Việt Nam tại hải ngoại, được thành lập dưới sự hướng dẫn của Thượng tọa Thích Tuệ Giác. Thượng tọa đã tiếp nhận cơ sở vật chất vào năm 2005 từ một số Phật tử ở Oklahoma bàn giao. Với diện tích hơn 10ha (25ac) được bao phủ bởi rừng cây xanh ngát, thiền viện có cảnh trí yên tịnh, thoáng đãng, mát mẻ thích hợp cho việc học Phật và tu thiền. Đại lễ khánh thành ngôi chánh điện được thiền viện tổ chức trang nghiêm, trọng thể vào ngày 21 tháng 10 năm 2012.

Điện Phật được bài trí tôn nghiêm. Hương án giữa thờ đức Bổn sư Thích Ca thuyết pháp. Án thờ hai bên tôn trí tượng Bồ tát Văn Thù và tượng Bồ tát Phổ Hiền. Sân vườn trước ngôi chánh điện, thiền viện tôn trí tượng Tổ sư Bồ Đề Đạt Ma bằng đá hoa và tượng đài Bồ tát Quán Thế Âm. Lễ An vị tượng Bồ tát được thiền viện tổ chức vào ngày 06 tháng 8 năm 2012.

Thiền viện có lịch tu tập, sinh hoạt hàng tuần, hàng tháng. Mỗi năm có các khóa tu mùa Xuân và khóa tu Phản quang tự kỷ cho Phật tử nhằm phản tỉnh nội tại, chuyển hóa nghiệp lực, bớt khổ an tâm, sống đời vui đạo. Vào các ngày tết Nguyên Đán, Đại lễ Phật Đản và lễ Vu Lan hàng năm, thiền viện tổ chức trang nghiêm, chu đáo đón tiếp đông đảo đồng hương, Phật tử và khách hành hương xa gần về tu học, nghe pháp, sinh hoạt.

CHƠN TÂM MEDITATION CENTER

OKLAHOMA CITY, OKLAHOMA, USA

5400 Garrett Road, Oklahoma City, OK 73121
Tel: (405) 424-1788
Email: tvchontam@yahoo.com, Website: www.thienvienchontam.net
Abbot: Senior Venerable Thích Tuệ Giác
Manager: Venerable Thích Đạo Tuân

Chơn Tâm Meditation Center is located in the northeast of Oklahoma City in the state of Oklahoma, where they produce a lot of oil, gas and food in the United States. The center is a member of the Vietnamese Meditation Association in Overseas and was established under the guidance of Senior Venerable Thích Tuệ Giác. By 2005, a group of Buddhists in Oklahoma offered him a 10 hectare (25 acre) piece of land, covered by lush forest, which provides a quiet, serene and solemn atmosphere. Therefore, it is effective in calming worshipers' minds and suitable for Buddhist study and meditation. The great inauguration of the main hall was organized on 21st October 2012.

The Buddha shrine is respectfully presented with a statue of Lord Buddha Turning the Dharma-cakra. At both sides, the Manjushri and Samantabhadra Bodhisattvas are enshrined. In the front yard, there are the marble Bodhidharma Patriarch statue and the Avalokitesvara Bodhisattva statue. The Avalokitesvara Bodhisattva Installation Ceremony was held on 6th August 2012.

The center has practice sessions daily and monthly. It often organizes the annual spring retreats and the self-reflection course to transform karma and suffering. On the big annual occasions of Lunar New Year, Vesak's Day, Ullambana Festival and others, it has welcomed many people from all over the world to participate, listen to Dharma, and practice meditation.

真心禪院

OKLAHOMA CITY, OKLAHOMA, USA

地址：5400 Garrett Road, Oklahoma City, OK 73121
Tel: (405) 424-1788
Email: tvchontam@yahoo.com, Website: www.thienvienchontam.net
住持：釋惠覺法師
管院：釋道遵法師

真心禪院座落奧克拉荷馬州奧克拉荷馬市東北面。奧克拉荷馬州是美國石油、天然氣和食品生產最多的地方。真心禪院是海外越南禪學會成員，在釋惠覺法師的主持下成立。2005年，奧克拉荷馬市佛子把這塊地供養給釋惠覺法師，面積超過10公頃（25英畝）。禪院的正殿於2010年10月21日莊嚴和隆重地舉行落成儀式。禪院周圍是翠綠的叢林，環境幽靜，空氣清新，景緻優美，適合佛子們修學佛法和修禪。

佛殿的佈置莊嚴。中間香案尊奉本師釋迦佛說法像。兩旁的香案尊奉文殊菩薩像和普賢菩薩像。正殿前的庭院，尊置花崗石雕鑿的菩提達摩祖師像和觀世音菩薩像臺。菩薩像安位儀式於2012年8月06日舉行。

禪院在每週、每月均有組辦修學佛法的活動。每年一次為佛子組辦春季修學班和自我反醒班，讓佛子在內心反省，轉化業力，減少苦難，安心過活，遵從教規，造福人群。在每年的春節、佛誕大典和盂蘭盆節，遠近的同鄉、佛子和香客均到來參加由禪院組辦的莊嚴和周到佛事活動。

真心禅院

OKLAHOMA CITY, OKLAHOMA, USA

住所：5400 Garrett Road, Oklahoma City, OK 73121
Tel : (405) 424-1788
Email : tvchontam@yahoo.com, Website : www.thienvienchontam.net
住職：ティック・トエ―・ジャック尚座
管理者：ティック・ダオ・トアン大徳

真心（チョン・タム）禅院はアメリカの石油、天然ガス及び食品の重要な生産地であるオクラホマ州オクラホマ市東北に所在する、ベトナム仏教寺院である。この禅院は海外でのベトナム禅学協会の成員であり、ティック・トエ―・ジャック尚座様の下で建立された。現在の施設（伽藍）は2005年にオクラホマの仏教徒たちから受け取られたものである。森林に囲まれ、面積10ヘクタール以上を持つこの禅院は広く明るく静かで、修禅修学に最適な環境である。ご正殿の落成式は2012年10月21日に華やかに、かつ厳かに行われた。

仏殿は荘厳されており、本尊は説法釈迦本師像である。その両側は文殊・普賢菩薩像が安置される。正殿前の庭園には、大理石の菩提達磨祖師像と観世音菩薩立像がある。この観世音菩薩立像の安置式は2012年8月6日に行われたという。

真心禅院の修習生活は毎週、毎月開催される。毎年、修学中の仏教徒たちが自己反省・業力転化・苦悩解脱・安楽生活できる機会を作る目的で、禅院は春期修学コースと反光自己修学コースを行っておる。その他、旧正月、灌仏会、盂蘭盆会などの祭日に、禅院は祭式を厳かに行い、観光・修学・参詣する礼拝客や仏教徒などを迎える。

CHÙA VIỆT NAM HẢI NGOẠI - tập 2

Biển tên thiền viện
The sign of the Meditation Center

禪院牌匾
禅院の看板

Cảnh quan thiền viện
Landscape

禪院景觀
禅院の風景

Ngôi chánh điện
The Main hall

正殿
御本殿

Tượng Tổ sư Bồ Đề Đạt Ma
The statue of Bodhidharma Patriarch
菩提達摩祖師像
菩提達磨立像

Thất của Thượng tọa trụ trì
The hut of the Abbot

住持法師的寢室
住職上座樣の寝室

593

THIỀN VIỆN CHƠN TÂM

Tượng đài Bồ tát Quán Thế Âm
The statue of Avalokitesvara Bodhisattva
觀世音菩薩像台
觀世音菩薩記念碑台

Tăng xá
Monastic Residential Quarter

僧舍
僧舍

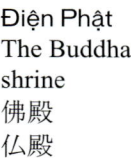

CHÙA VIỆT NAM HẢI NGOẠI - tập 2

Điện Phật
The Buddha shrine
佛殿
仏殿

Tượng chân dung Hòa thượng Thích Thanh Từ
The portrait of Most Venerable Thích Thanh Từ
釋清慈法師肖像
ティック・タン・トゥ和尚の肖像

Thượng tọa trụ trì
The portrait of the Abbot
住持法師
尚座

Đại hồng chung
The great bell
大洪鐘
梵鐘

Trống bát nhã
The prajna prum
般若鼓
般若鼓

595

CHÙA TAM BẢO

TULSA, OKLAHOMA, USA

16933 E. 21st Street, Tulsa, OK 74134

Tel: (918) 438-0714, (918) 409-7784

Website: www.ducquanam.com

Trụ trì: Tỳ kheo Thích Quảng Hiển

Chùa được thành lập vào năm 1993 tại thành phố Tulsa. Đến năm 2005, Hòa thượng Thích Mãn Giác, Hội chủ Tổng hội Phật giáo Việt Nam tại Hoa Kỳ, lãnh đạo tinh thần của chùa, đã cử Thượng Tọa Thích Đức Trí về trụ trì chùa.

Điện Phật được bài trí tôn nghiêm, thờ tượng đức Phật Thích Ca, đức Phật A Di Đà, Bồ tát Quán

Thế Âm, Bồ tát Địa Tạng, Bồ tát Chuẩn Đề, Hộ Pháp và Tiêu Diện. Đặc biệt, trong khuôn viên chùa có tượng đài Bồ tát Quán Thế Âm bằng đá hoa cương cao 17,37 m (57 ft), nặng 210 tấn, được tôn trí tại khu vườn rộng gần 7 ha (17 ac). Lễ đặt đá vào ngày 05 tháng 11 năm 2006; hoàn thành vào ngày 16 tháng 7 năm 2010. Lễ lạc thành tượng đài được chùa tổ chức trang nghiêm, trọng thể vào ngày 09 tháng 6 năm 2013 nhân Đại lễ Phật Đản Phật lịch 2.557. Chùa tôn trí nhiều pho tượng lộ thiên bằng đá trắng: tượng đức Phật Thích Ca cao 3 m (10 ft), tượng đức Phật nhập Niết Bàn dài 6 m (20 ft), tượng Thập bát A La Hán, tượng Tổ sư Bồ Đề Đạt Ma v.v...

Chùa có hơn 1.500 cây đại thụ, hoa lâu năm đặc trưng vùng Trung Mỹ như; Oak tree, Pears, Peach, Pine ...; chùa là nơi tập trung nhiều loại chim, ngỗng trời, hươu, nai qua lại.

Với cảnh quan thiên nhiên tươi đẹp, với không gian thanh tịnh thoáng đãng, với sự linh ứng mầu nhiệm của đức Quán Tự Tại, chùa thường xuyên tiếp đón đông đảo thiện nam, tín nữ, Phật tử và du khách khắp nơi trên thế giới đến lễ bái, tu học, sinh hoạt.

TAM BẢO TEMPLE
TULSA, OKLAHOMA, USA

16933 E 21st Street, Tulsa, OK 74134
Tel: (918) 438-0714, (918) 409-7784
Website: www.ducquanam.com
Abbot: Bhikkhu Thích Quảng Hiển

In 1993 the temple was founded in the city of Tulsa, Oklahoma. By 2005, Most Venerable Thích Mãn Giác, who was the Leader of Vietnamese United Buddhist Churches in the United States and the spiritual leader of Tam Bảo Temple, appointed the Senior Venerable Thich Đức Trí as the Abbot.

The Buddha shrine is respectfully presented with many holy saints such as Sakyamuni Buddha, Amitabha Buddha, Avalokitesvara, Ksitigarbha, the Thousand Eye-Hand, Dharmapala and Devil-Controlled Bodhisattvas. In the 7 hectare (17 acre) precinct of the temple, there is an outstanding marble monument of Avalokitesvara Bodhisattva, which is 17.37 m (57 ft) high and weighs 210 tons. As you may know, on 5th November 2006, the groundbreaking ceremony for the Avalokitesvara Bodhisattva monument was held and the construction was completed on 16th July 2010. On the occasion of the Vesak's Day ceremony on 9th June 2013 (Buddhist calendar 2557), the Grand Completion Ceremony of the Avalokitesvara Bodhisattva monument was respectfully organized. In the garden, there are also other valuable white marble statues, such as Sakyamuni Buddha standing 3 m (10 ft) high, Lord Buddha's Maha Parinirvana 6m (20 ft) long, Eighteen Arhats, Bodhidharma Patriarch and more.

Tam Bảo Temple has more than 1,500 giant trees and perennial flowers, which characterize central North American areas. These include oak trees, pears, peaches and pine trees. The temple also became a warm home for many wandering birds, geese, deer, etc. With a beautiful natural landscape, pure atmosphere and with the sacred blessing of Avalokitesvara Bodhisattva, many male and female Buddhists, as well as tourists around the world, come to the temple to worship and practice Buddhism.

三寶寺

TULSA, OKLAHOMA, USA

地址：16933 E 21st Street, Tulsa, OK 74134
Tel: (918) 438-0714, (918) 409-7784
Website: www.ducquanam.com
住持：釋廣顯比丘

三寶寺於1993年在奧克拉荷馬州的土爾沙成立。至2005年，時任該寺的精神領導、美國越南佛教總會會長釋滿覺法師，舉派釋德智法師到此任住持。

三寶寺的佛殿佈置莊嚴，供奉釋迦佛像，阿彌陀佛像，觀世音菩薩像，地藏菩薩像，準提菩薩像，護法像和焦面大士像。特別，三寶寺內有一個面積將近7公頃（17英畝）的庭院區。一座高17.37米（57呎），重210噸，用花崗石雕鑿的觀世音菩薩像就尊置在這個廣闊的庭院裡。值佛曆2557年佛誕大典，即2013年6月09日，三寶寺為此像舉行落成儀式，莊嚴和隆重。庭院裡還有很多專用玉石雕鑿的露天佛像：3米高（10 ft) 釋迦佛像，長6米（20 ft)的佛入涅槃像，十八阿羅漢像，菩提達摩祖師像等等。

三寶寺的庭院種有1500多株中美地區的樹木和花卉，如：櫟樹、梨樹、桃樹、松樹等等；還有很多雀鳥、天鵝、長頸鹿和梅花鹿在庭院裡來來往往。在如此美麗的天然景色中，在那令人心曠神怡的寧靜氣氛下，加上有觀自在菩薩的靈應，世界各地的不少善男信女、佛子和遊客都到三寶寺膜拜、修學佛法和參加各種佛事活動。

三宝寺

TULSA, OKLAHOMA, USA

住所：16933 E 21st Street, Tulsa, OK 74134
Tel：(918)438-0714, (918)409-7784
Website: www.ducquanam.com
住職：釋廣顯比丘

三宝寺はアメリカ合衆国オクラホマ州タルサ市に所在する、1993年に建造されたお寺である。2005年にティック・ドゥック・チー比丘様は、在米国ベトナム仏教協会会長のティック・マン・ジャック会長に任命され、この寺院の住職を務めることとなった。

荘厳された仏殿には釈迦如来仏像、阿弥陀如来仏像、観世音菩薩像、地蔵菩薩像、准提菩薩像、護法菩薩及び焦面大士菩薩像が厳かに安置されている。特に、伽藍の中で一番目立つのは、高さ17,37メットル、重さ約210トンもある、御影石の巨大な観世音菩薩像である。寺院の御苑（面積約7ヘクタール）に建っているこの巨大像は、2006年11月05日に鍬入れ式が行われ、2010年7月16日に制作事業が完成された。そして、2013年6月9日、仏歴2557年の灌仏会を機におごそかに開催された落成式を通じて正式に展示された。

庭園では、高さ約3メートルの釈迦如来仏像、長さ約6メートルの涅槃仏像、十八阿羅漢群像、菩提達磨像など大きな大理石の仏像がたくさんある。

その他、優れた自然も寺院の誇るべき財産である。中米地方の植物約1500本以上があり、動物、特に鳥類も豊富である。聖なる土地にあるこの三宝寺はお寺の活動や自然との触れ合いを通して訪れた世界からの礼拝客に、安らぎや希望を届けるよう努めている。

CHÙA VIỆT NAM HẢI NGOẠI - tập 2

Vườn cây 花園
The fruit garden 庭園

Trụ biểu 柱表
The Buddhist pillar 柱標

Tượng đức Phật Thích Ca 釋迦佛像
The statue of Sakyamuni Buddha 釈迦仏像

Tượng đức Phật nhập Niết Bàn 釋迦涅槃像
The statue of Lord Buddha's Maha Parinirvana 涅槃像

Tượng đài Bồ tát Quán Thế Âm
The statue of Avalokitesvara Bodhisattva
觀世音菩薩像台
観世音菩薩記念碑台

Tượng Tổ sư Bồ Đề Đạt Ma
The statue of Bodhidharma Patriarch
菩提達摩祖師像
菩提達磨立像

CHÙA TAM BẢO

Ngôi chánh điện 正殿
The Main hall 御本殿

Bàn thờ Bồ tát Di Lặc
The alter of Maitreya Bodhisattva
彌勒菩薩供案
弥勒菩薩の仏壇

Điện Phật
The Buddha shrine
佛殿
仏殿

Bàn thờ Hộ Pháp
The altar of Dharmapala
護法供案
護法菩薩の仏壇

Bàn thờ Tiêu Diện
The altar of Paladharama
焦面大士供案
焦面大士の仏壇

Đại hồng chung
The great bell
大洪鐘
梵鐘

Tượng Thập bát A La Hán
The statues of Eighteen Arhats
十八阿羅漢像
十八阿羅漢諸像

CHÙA TAM BẢO

Tượng Thập bát A La Hán
The statues of Eighteen Arhats
十八阿羅漢像
十八阿羅漢諸像

CHÙA VIỆT NAM HẢI NGOẠI - tập 2

CHÙA TAM BẢO

TỊNH XÁ MINH QUANG

PORTLAND, OREGON, USA

14719 SE Powell Blvd, Portland, OR 97236

Tel: (503) 760-0634, (503) 789-7680

Email: minhquangtemple@gmail.com
Email: tinhxangocnhien@gmail.com

Trụ trì: Thượng tọa Thích Minh Ẩn

Tịnh xá ban đầu là một ngôi nhà nhỏ ở khu North East, được một số Phật tử tín tâm thành lập vào năm 1980 và cúng dường Hòa thượng Thích Giác Nhiên, Pháp chủ Giáo hội Phật giáo Tăng già Khất sĩ Thế giới. Thượng tọa Thích Minh Ẩn được Hòa thượng Pháp chủ bổ nhiệm trụ trì năm 2000. Thượng tọa đã dời tịnh xá về khu South East năm 2001 trên

diện tích 1ha (2.5ac). Không gian tịnh xá thoáng đãng, an tịnh với nhiều cây cao bóng mát. Ngôi chánh điện hình chữ nhật, rộng gần 300m² (3,000sq.ft), hai tầng mái, trang trí rồng cách điệu ở các đầu mái, được xây dựng năm 2013 và khánh thành trọng thể vào ngày 20 tháng 10 năm 2014.

Điện Phật được bài trí tôn nghiêm. Hương án chính thờ đức Phật Thích Ca thiền định trên tòa sen và tượng Thất Phật Dược Sư. Bàn thờ hai bên tôn trí tượng Bồ tát Di Lặc, tượng Bồ tát Quán Thế Âm, tượng Tây Phương Tam Thánh và tượng Tôn sư Minh Đăng Quang (vị Tổ sư khai sáng đạo Phật Khất sĩ Việt Nam). Trên tường, tịnh xá trang trí 500 phù điêu hình tượng đức Phật Thích Ca được thếp vàng rực rỡ. Ở sân vườn chùa, tịnh xá thiết trí tượng đài đức Phật A Di Đà và tượng đài Bồ tát Quán Thế Âm.

Tịnh xá có lịch sinh hoạt, tu học hàng tuần vào ngày chủ nhật. Các ngày tết Nguyên Đán, Đại lễ Phật Đản, lễ Vu Lan và các ngày lễ vía chư Phật, chư Bồ tát, tịnh xá tổ chức trang nghiêm, chu đáo tiếp đón đông đảo chư Tăng, Ni và Phật tử xa gần về lễ bái, tu học, sinh hoạt.

MINH QUANG MONASTERY
PORTLAND, OREGON, USA

14719 SE Powell Blvd, Portland, OR 97236
Tel: (503) 760-0634, (503) 789-7680
Email: minhquangtemple@gmail.com, Email: tinhxangocnhien@gmail.com
Abbot: Senior Venerable Thích Minh Ẩn

In 1980, Minh Quang Monastery was originally a small house in North East Portland and was founded by Buddhist followers who offered it to Most Venerable Thích Giác Nhiên, the leader of Mendicant Buddhist Sangha of the World. Senior Venerable Thích Minh Ẩn was appointed as Abbot in 2000. In 2001, he moved the monastery from North East to South East on a 1 hectare (2.5 acre) plot of land. Now it has more space and tranquility with many green trees providing shade. In 2013, the 300m² (3,000sq.ft) Buddha hall was built with a dragon stylized decoration on the two rooftops and was formally inaugurated on 20th October 2014.

The main hall is respectfully presented with Sakyamuni Buddha meditating on a lotus and Seven Medicine Buddha statues. There are the altars of Maitreya, Avalokitesvara Bodhisattvas, the Amitabha Buddha Holy Trinity and the portrait of the Late Master Minh Đăng Quang (the Patriarch of Vietnamese Mendicant Sangha). The walls are decorated by 500 brilliantly gilded reliefs of the Sakyamuni Buddhas. In the garden, there are the tranquil Amitabha Buddha and Avalokitesvara Bodhisattva statues.

The monastery's routine is for Buddhist practice every Sunday. On the Lunar New Year, Vesak's Day, Ullambana Festival, the Days of Bodhisattvas, and others, the monastery welcomes hundreds of monks and nuns, guests, male and female devotees, from near and far, to attend rituals, retreats and the cultural program, in a peaceful Buddhist setting.

княCHÙA VIỆT NAM HẢI NGOẠI - tập 2

明光精舍

PORTLAND, OREGON, USA

地址：14719 SE Powell Blvd, Portland, OR 97236
Tel:(503)760-0634, (503)789-7680
Email:minhquangtemple@gmail.com, Email:tinhxangocnhien@gmail.com
住持：釋明隱法師

精舍最初是由當地佛子們於1980年在東北區建造的一間小屋，並送給世界乞士僧伽佛教教會法主釋覺然法師。釋明隱法師得到法主釋覺然法師委任，從2000年開始任住持。2001年，法師把精舍遷到東南區，面積1公頃（2.5英畝）。精舍的空間寬敞、安靜，有很多高大的樹木，因此非常涼爽。正殿呈日字形，面積將近3000平方米（3,000sq.ft），雙重屋簷，屋簷的四角裝飾了栩栩如生的飛龍塑形。正殿於2013年建造，2014年10月20日舉行隆重的落成儀式。

正殿的佈置莊嚴。中間香案尊奉釋迦佛在蓮座上禪定像和七佛藥師像。兩旁供案尊置彌勒菩薩像，觀世音菩薩像，西方三聖像和明燈光宗師像（越南乞士佛教派始創祖師）。精舍的牆壁上，尊置了500個貼金的釋迦佛浮雕。在寺院的前院，尊置了阿彌陀佛臺和觀世音菩薩像臺。

精舍在每週週日組辦佛法修學活動。在春節，佛誕大典，盂蘭盆節和諸佛誕，諸菩薩誕，精舍均莊嚴和周到地組辦各種活動，迎接遠近的諸僧尼和佛子到來禮佛，修學和參加各種佛事活動。

明光精舍

PORTLAND, OREGON, USA

住所：14719 SE Powell Blvd, Portland, OR 97236
Tel：(503)760-0634, (503)789-7680
Email①：minhquangtemple@gmail.com, Email②：tinhxangocnhien@gmail.com
住職：ティック・ミイン・アン尚座様

明光精舎は1980年オレゴン州ポートランド市ノースイースト区に建立されたベトナム仏教のお寺である。ただの小さな住宅である当初の伽藍を持ったこの精舎は、「世界乞士老僧仏教教会」法主のティック・ジャク・ニエン和尚を供養していた。2000年からティック・ミイン・アン尚座が寺院の住職となり、2001年から伽藍はサウスイースト区にある土地面積約1ヘクタールの敷地に移動された。　　　新しい伽藍は明るく静かで緑が多い。長方形で広さ約300㎡のご正殿は龍の彫刻が飾られた二重屋根というベトナム伝統建築方式で2013年に建造され、2014年10月20日に落成式が挙行された。正殿の中にある荘厳な金堂仏殿は乗蓮花台釈迦仏像と薬師七仏像を本尊として祀る。本尊の両側は弥勒菩薩・観世音菩薩・西方三聖・乞士派創立者明灯光祖師の仏壇である。正殿の壁に500の釈迦仏の鋳造彫刻が華やかに飾られている。その他、寺院の前庭に阿弥陀仏・観世音菩薩の立像が安置されている。

精舎の修学・活動は毎週の日曜日に開催される。旧正月・灌仏会・盂蘭盆会・諸佛諸菩薩に関する祭式等を機に、明光精舎は礼拝・修学しに訪れる諸高僧・尼や外来の仏教徒を歓迎し、周到にかつ厳かに祭事を執り行う。

TỊNH XÁ MINH QUANG

Toàn cảnh tịnh xá
Full view of the Monastery
精舍全貌
明光精舍

Tăng xá
Resident Monk's rooms
僧舍
僧舍

CHÙA VIỆT NAM HẢI NGOẠI - tập 2

Điện Phật
The Buddha shrine

佛殿
仏殿

TỊNH XÁ MINH QUANG

Tượng đài đức Phật A Di Đà
The statue of Amitabha Buddha
阿彌陀像臺
阿弥陀仏立像

CHÙA NAM QUANG

PORLAND, OREGON, USA

3337 NE 148th Avenue, Porland, OR 97230

Tel: (503) 254-0875

Email: info@namquangtemple.org
Website: www.namquangtemple.org

Trụ trì: Thượng tọa Thích Chân Quán

Chùa ban đầu là Niệm Phật đường do Hội Phật giáo Việt Nam tại Portland, Oregon thành lập vào năm 1977. Ngày 24 tháng 02 năm 1977, Hòa thượng Thích Tâm Châu đến hoằng pháp tại Niệm Phật đường, được toàn thể Phật tử cung thỉnh Hòa thượng đảm nhận ngôi vị Chứng minh Đạo sư cho Hội. Hòa thượng đặt tên chùa Nam Quang, bổ nhiệm Ni sư Thích Giác Nghiêm trụ trì đầu tiên. Chùa đã qua tám đời trụ trì, di dời hai lần, được trùng tu, mở rộng diện tích và xây dựng các Phật tượng

lộ thiên vào các năm 1993, 1997, 1998, 2001, 2002, 2005, 2008 và 2010. Ngày 13 tháng 10 năm 2010, chùa mua thêm một mẫu đất (1ac) bên cạnh, nâng diện tích chùa lên 1ha (2.5ac) và có kế hoạch tái thiết, xây lại chánh điện từ năm 2015.

Điện Phật được bài trí tôn nghiêm, thờ tượng đức Phật Thích Ca Mâu Ni, Bồ tát Quán Thế Âm và Bồ tát Địa Tạng. Sân trước chùa tôn trí nhiều tượng lộ thiên lớn: Thích Ca Phật đài (1998), đài Quán Thế Âm (1994), tượng Bồ tát Địa Tạng (2001), vườn tượng Tứ Động Tâm (2005) gồm 23 pho tượng bằng đá hoa: Thích Ca sơ sinh, đức Phật Thành Đạo, đức Phật chuyển Pháp luân và đức Phật nhập Niết Bàn.

Chùa có lịch tu học, sinh hoạt hàng tuần, hàng tháng. Gia đình Phật tử Thiện Sinh sinh hoạt vào chủ nhật mỗi tuần. Vào các ngày tết Nguyên Đán, Đại lễ Phật Đản, lễ Vu Lan và các ngày lễ vía chư Phật, chư Bồ tát ... hàng năm, chùa tổ chức trang nghiêm, chu đáo đón tiếp đông đảo chư Tăng Ni và thiện nam, tín nữ Phật tử xa gần về lễ bái, tu tập, sinh hoạt, văn nghệ.

NAM QUANG TEMPLE
PORLAND, OREGON, USA

3337 NE 148th Avenue, Porland, OR 97230
Tel: (503) 254-0875
Email: info@namquangtemple.org , Website: www.namquangtemple.org
Abbot: Senior Venerable Thích Chân Quán

By 1977, the temple originally was the Pure Land House, established by the Vietnam Buddhist Association in Portland, Oregon. On 24th February 1977, Most Venerable Thích Tâm Châu came to the temple to guide the retreats; and was invited to be the spiritual master of the temple. He named the temple "Nam Quang" and appointed Senior Venerable Thích Nữ Giác Nghiêm to be the first Abbess. Eight Abbots and Abbesses have since been in charge in this temple. The temple was shifted two times, been renovated and expanded, with many Buddha statues installed in 1993, 1997, 1998, 2001, 2002, 2005, 2008 and 2010. On 13th October 2010, a neighboring land was bought to increase the temple perimeter to 1 hectare (2.5 acres) and to rebuild the Buddha hall.

The main hall is respectfully presented with the tranquil statues of Sakyamuni Buddha, Avalokitesvara and Ksitigarbha Bodhisattvas. In the front yard, there are many elegant statues, such as Sakyamuni statue (installed in 1998), Avalokitesvara Bodhisattva statue (installed in 1994), Ksitigarbha Bodhisattva (installed in 2001), Four Holy Buddhist Places (2005) consisting of 23 marble statues, like the Lord Buddha's Birth, Lord Buddha's Attainment of Enlightenment, Lord Buddha's turning the Dharma-cakra and Lord Buddha's Maha Parinirvana.

The temple has scheduled its activities weekly and monthly for Buddhist practice. The Thiện Sinh Buddhist group is involved every Sunday. On the big annual occasions, such as; the Lunar New Year, Vesak's Day, Ullambana Festival and the Days of Bodhisattvas, the temple has welcomed many priests and devotees from near and far to take part in worship, retreats, and the cultural program, in a peaceful Buddhist setting.

南光寺
PORLAND, OREGON, USA

地址：3337 NE 148th Avenue, Porland, OR 97230
Tel:(503)254-0875
Email:info@namquangtemple.org, Website:www.namquangtemple.org
住持：釋真觀法師

寺院在初階段時是念佛堂，由俄勒岡州波特蘭市（Portland, Oregon）越南佛教會於1977年成立。1977年02月24日，釋心珠法師到念佛堂弘法，得到全體佛子恭請法師擔任會的證明導師。法師以南光寺為名，委任釋覺嚴尼師任首位住持。寺院歷經8任住持，遷徙兩次，並於1993, 1997, 1998, 2001, 2002, 2005, 2008和2010年重修，擴大面積和建造各尊露天佛像。2010年10月13日，寺院在鄰近多購置一畝土地，把寺院的面積擴大到1公頃（2.5英畝），並計劃在2015年重建正殿。

佛殿的佈置莊嚴，尊奉釋迦牟尼佛像，觀世音菩薩像和地藏菩薩像。前院尊置很多尊大的露天佛像：釋迦佛臺（1998），觀世音臺（1994），地藏菩薩像（2001），佛教四大聖地像群（2005），共有23座花崗石佛像：釋迦佛初生像，佛成道像，佛轉法輪像和佛入涅槃像。

寺院在每週，每個月均有組辦很多修學佛法的活動。善生佛子家庭每週週日組織活動。在每年的春節，佛誕大典，盂蘭盆節和諸佛誕、諸菩薩誕，寺院均莊嚴和周到地舉辦各種佛事活動，迎接遠近的諸僧尼和佛子、善男信女來禮佛，修習，參加各種佛事活動和文藝活動。

南光寺
PORLAND, OREGON, USA

住所：3337 NE 148th Avenue, Porland, OR 97230
Tel：(503)254-0875
Email：info@namquangtemple.org, Website：www.namquangtemple.org
住職：ティック・チャン・グアン尚座

南光寺は1977年オレゴン州ポートランド市の「ベトナム仏教会」により建立された、元念仏堂である。2007年2月24日、ティック・タム・チャウ和尚様が弘法の為にこの念仏堂に訪れた契機に、門徒全員の依頼で念仏堂の証明道師（精神面の指導者という意味）となった。それで、ティック・タム・チャウ和尚様は「南光寺」と名付け、ティック・ジャック・ギエム尼師様を最初の住職に任命したという。現在まで8代住職の歴史があるこの寺院は、2回も所在地を変更し、何回も改増築され、特に、1993, 1997, 1998, 2001, 2002, 2005, 2008と2010年に多くの露天仏像を次つぎに境内に安置してきた。また、2010年10月13日隣の土地を購入し、伽藍の面積が1ヘクタールとなった南光寺は、2015年よりご正殿を新しく建造する計画がある。

寺院の仏殿は荘厳されており、釈迦牟尼仏像、観世音菩薩像、地藏菩薩像を本尊として祀る。前庭には釈迦仏立像（1998）・観世音菩薩立像（1994）・地藏菩薩像（2001）など大きな仏像が安置されている。そのほか、四大仏跡の庭園（2005）もあり、その中に：誕生釈迦・成道釈迦・初転法輪仏・涅槃仏という23の大理石仏像が配置されている。

毎週、毎月定例的に修学活動が行われる。寺院の「善生（ティエン・シイン）仏子家庭」は毎週日曜日に活動している。

特に、毎年の旧正月・灌仏会・盂蘭盆会・諸佛諸菩薩に関する儀礼を機に 、南光寺は厳かに祭式を執り行い、礼拝や修学の為に訪れてきた多くの仏教徒・善男信女・諸僧侶諸尼を歓迎する。

CHÙA NAM QUANG

CHÙA VIỆT NAM HẢI NGOẠI - tập 2

Vườn tượng Tứ Động Tâm 佛教四大聖地像群
The statues of Four Holy Places 四大聖地庭園

Thích Ca Phật đài 釋迦佛臺
The statue of Sakyamuni Buddha 釈迦仏台

CHÙA NAM QUANG

Đài Quán Thế Âm
The statue of Avalokitesvara Bodhisattva
觀世音菩薩像台
观世音台

Tượng Bồ tát Địa Tạng
The statue of Ksitigarbha Bodhisattva
地藏菩薩像
地藏菩薩像

CHÙA VIỆT NAM HẢI NGOẠI - tập 2

Điện Phật — 佛殿
The Buddha shrine — 仏殿

Đại hồng chung — 大洪鐘
The great bell — 梵鐘

Bàn thờ Bồ tát Quán Thế Âm — 觀世音菩薩像供案
The altar of Avalokitesvara Bodhisattva — 観世音菩薩の仏壇

Bàn thờ Bồ tát Địa Tạng — 地藏菩薩供案
The altar of Ksitigarbha Bodhisattva — 地藏菩薩の仏壇

Trống bát nhã — 般若鼓
The prajna drum — 般若太鼓

Bàn thờ Hộ Pháp — 護法供案
The altar of Dharmapala — 護法菩薩の仏壇

Bàn thờ Tiêu Diện — 焦面大士供案
The altar of Paladharma — 焦面大士の仏壇

619

VÕ VĂN TƯỜNG & TỪ HIẾU CÔN

TU VIỆN VIÊN QUANG

CLOVER, SOUTH CAROLINA, USA

1038-1044 Galway Lane, Clover, SC 29710

Tel: (803) 222-6629

Email: tuvienvienquang@gmail.com
Web: www.phatgiaovietnamhaingoai.org

Sáng lập: Trưởng lão Hòa thượng Thích Tâm Châu

Tu viện được Hòa thượng Viện chủ sáng lập và chỉ đạo thực hiện từ năm 2008 trên khu đất rộng gần 10ha (23ac) ở vùng núi đồi của thành phố Clover.

Trong ngôi Viên Quang Đại Giác điện, điện Phật được bài trí tôn nghiêm. Hương án chính thờ tượng Thích Ca Tam Tôn (đức Phật Thích Ca, Bồ tát Văn Thù và Bồ tát Phổ Hiền). Các

bàn thờ hai bên tôn trí tượng Bồ tát Quán Thế Âm, Bồ tát Địa Tạng, Tứ Thiên Vương, Hộ Pháp, Tiêu Diện, Quan Công ... Sân trước Đại Giác điện tôn trí tượng đức Phật Thích Ca bằng đá trắng cao 5m.

Cảnh quan tu viện rộng lớn, có nhiều pho tượng lộ thiên bằng đá trắng như: bộ tượng Tứ Động Tâm, tôn tượng đức Phật A Di Đà (cao 5m), tôn tượng Bồ tát Di Lặc (cao 2,5m), tượng đài Bồ tát Quán Thế Âm (cao 5m), bộ tượng Thập bát A La Hán ... cùng những hoa viên, thiền quán, đường thiền hành được thiết trí mỹ thuật, hài hòa trong không gian tĩnh lặng, thoáng đãng có chim hót, suối chảy, thông reo.

Tu viện có lịch tu học, sinh hoạt hàng tuần, hàng tháng, hàng năm. Là một danh lam thắng cảnh bậc nhất ở Hoa Kỳ, tu viện là điểm đến tâm linh của hàng ngàn Tăng, Ni, Phật tử và khách du lịch trên khắp thế giới.

VIÊN QUANG MONASTERY
CLOVER, SOUTH CAROLINA, USA

1038-1044 Galway Lane, Clover, SC 29710
Tel: (803) 222-6629
Email: tuvienvienquang@gmail.com
Web: www.phatgiaovietnamhaingoai.org
The Founder: Most Venerable Thích Tâm Châu

In 2008, the 10 hectare (23 acre) Viên Quang Monastery, in the mountain of Clover, was established and directed by Most Venerable Thích Tâm Châu.

The main hall is respectfully presented with three large statues of Sakyamuni Buddha, Manjushri and Samantabhadra Bodhisattvas. The altars at both sides are enshrined with Avalokitesvara, Ksitigarbha Bodhisattva, Four Heavenly Kings, Dharmapala, Paladharama and Heavenly Judge. In the front lawn, there is a 5 metre tall, white stone statue of Sakyamuni Buddha.

Situated on a vast green hill, Viên Quang monastery has many white marble statues ranging from 2.5 to 5 meters in height, such as Amitabha Buddha, Maitreya and Avalokitesvara Bodhisattvas and Eighteen Arhats. It also has a garden, Zen hall, walking meditation, purity stream, wood bridge, pine trees and singing birds, which make a quaint atmosphere in the monastery.

The monastery has weekly, monthly and yearly activities. As one of the greatest temples in the United States, it is the spiritual destination of thousands of monks and nuns, Buddhist laymen, and tourists around the world.

圓光修院

CLOVER, SOUTH CAROLINA, USA

地址：1038-1044 Galway Lane, Clover, SC 29710
Tel: (803) 222-6629
Email: tuvienvienquang@gmail.com
Web: www.phatgiaovietnamhaingoai.org
創立人和院主：釋心珠長老法師

修院由院主法師於2008年在克羅弗市一個山崗區的將近10公頃（23英畝）面積上建立。

修院的圓光大覺殿佈置尊嚴。正中香案尊奉釋迦三尊（釋迦佛，文殊菩薩和普賢菩薩）。兩旁的香案尊奉觀世音菩薩像，地藏菩薩像，四天王，護法，焦面大士，關公……。大覺殿前的庭院尊置白石雕鑿，5米高的釋迦佛像。

修院面積寬闊，尊置很多用白石雕鑿的露天佛像，如：佛教四大聖地像群，阿彌陀佛像（高5米），彌勒菩薩像（高2.5米），觀世音菩薩像（高5米），十八阿羅漢像……還有設計美術的花園、禪館、禪行道路。鳥叫蟲鳴，溪流潺潺，風吹松葉沙沙地響，融和在靜謐、寬敞的空間。

修院在每週、每個月、每年都有組織修學佛法和佛學活動。是美國第一級的名藍勝景，修院也是世界各地數以千計僧、尼、佛子和遊客心靈寄託之地。

円光修院

CLOVER, SOUTH CAROLINA, USA

住所：1038-1044 Galway Lane, Clover, SC 29710
Tel: (803) 222-6629
Email: tuvienvienquang@gmail.com
Web: www.phatgiaovietnamhaingoai.org
創立者兼院長：ティック・タム・チャウ長老様

円光修院はアメリカ合衆国サウスカロライナ州クローバー市に所在するベトナム仏教の寺院である。この寺院は2008年にクローバー市郊外の丘陵に設立され、面積約10ヘクタールもある大きな仏教施設の一つとして知られている。

荘厳された仏殿は「円光大覚殿」の中に設置されている。「釈迦三尊」（釈迦如来像、文殊菩薩像および普賢菩薩像）を本尊としている。その周りは、観世音菩薩像、地藏菩薩像、四天王像、護法像、燃面大士像、關公像などの仏壇である。円光大覚殿の前の庭園には御影石の釈迦像が安置されており、身の丈約5メートル余の大きな石造である。

広々とした丘陵の景観と共に、壮大な伽藍のあちこちに御影石の仏像がたくさん置いてあることはこの修院の特色である。その仏像の中では、仏教の四大聖地群像、身の丈5メートルの阿弥陀仏像、2.5メートルの弥勒菩薩像、5メートルの観世音菩薩立像および十八阿羅漢諸像が一番目立っている。他には、花園、禅堂、禅行道などのデザインが美しく、伽藍の奇麗な自然をさらに彩りを添えている。

円光修院の仏法修学活動は毎週、毎月、毎年の定例的なスケジュールがある。現在、この寺院はアメリカの有名な観光地の一つとなり、仏教徒はもちろん、世界中の参拝客もたくさん訪れている。

CHÙA VIỆT NAM HẢI NGOẠI - tập 2

Tôn tượng Bồ tát Di Lặc
The statue of Maitreya Bodhisattva

彌勒菩薩像
弥勒菩薩像

Tôn tượng Bồ tát Quán Thế Âm (bằng đồng)
The bronze Avalokitesvara Bodhisattva statue
觀世音菩薩尊像（用銅鑄）
観世音菩薩銅像

Tượng Thập bát A La Hán
The statues of Eighteen Arhats

十八阿羅漢像
十八阿羅漢諸像

TU VIỆN VIÊN QUANG

Điện Phật
The Buddha shrine
佛殿
仏殿

Bàn thờ Bồ tát Quán Thế Âm
The altar of Avalokitesvara Bodhisattva.
觀世音菩薩像供案
観世音菩薩の仏壇

Bàn thờ Bồ tát Địa Tạng
The altar of Ksitigarbha Bodhisattva
地藏菩薩供案
地藏菩薩の仏壇

Bàn thờ Tiêu Diện
The altar of Paladharama
焦面大士供案
焦面大士の仏壇

Bàn thờ Hộ Pháp
The altar of Dharmapala
護法供案
護法菩薩の仏壇

Bàn thờ Già Lam
The altar of Guardian
伽藍供案
關公の仏壇

Tượng Tứ Thiên Vương
The statues of Four Heavenly Kings
四天王像
四天王諸像

TU VIỆN VIÊN QUANG

Đại lễ kỷ niệm 30 thành lập Giáo hội Phật giáo Việt Nam trên Thế giới
30th Anniversary of the Establishment of Vietnamese Buddhist Sangha in the World
世界越南佛教教會成立30 週年紀念大典
ベトナム仏教教会30周年記念式典

Trưởng lão Hòa thượng Thích Tâm Châu
Elder Most Venerable Thích Tâm Châu
釋心珠長老法師
ティック・タム・チャウ様

VÕ VĂN TƯỜNG & TỪ HIẾU CÔN

CHÙA BẢO QUANG

SAN ANTONIO, TEXAS, USA

14837 Santa Gertrudis Street, San Antonio, TX 78217
Tel: (210) 390-4220
Website: www.ttpgchuabaoquang.weebly.com

Trụ trì: Sư cô Thích Nữ Như Thanh
Hội trưởng: Ông Diệp Phước Ngà

Bảo Quang là ngôi chùa Phật giáo đầu tiên của cộng đồng người Mỹ gốc Việt tại San Antonio, được thành lập vào năm 1978. Chùa được chuyển về địa điểm hiện nay, tọa lạc trên mảnh đất rộng hơn 2ha (5ac) và tổ chức trọng thể lễ đặt đá xây dựng ngôi chánh điện hai mái chồng diêm theo phong cách kiến trúc Á Đông vào ngày 10 tháng 10 năm 1992, Phật lịch 2.536.

Điện Phật được bài trí trang nghiêm. Hương án giữa thờ đức Phật Thích Ca, Tây Phương Tam Thánh, Bồ tát Quán Thế Âm, Bồ tát Văn Thù và Bồ tát Phổ Hiền. Hai bên có án thờ Hộ Pháp và Tiêu Diện. Trong khuôn viên chùa có tôn trí tượng đức Bổn sư Thích Ca và tượng Bồ tát Quán Thế Âm.

Chùa có lịch tu học, sinh hoạt hàng tuần, hàng tháng. Nằm trong thành phố du lịch San Antonio nổi tiếng thế giới, với không gian thoáng đãng, cảnh trí tươi đẹp; chùa đón tiếp đông đảo thiện nam, tín nữ, Phật tử và du khách đến chiêm bái, tu học, sinh hoạt vào các dịp tết Nguyên Đán, Đại lễ Phật Đản, lễ Vu Lan ... hàng năm.

BẢO QUANG TEMPLE
SAN ANTONIO, TEXAS, USA

14837 Santa Gertrudis Street, San Antonio, TX 78217
Tel: (210) 390-4220
Website: www.ttpgchuabaoquang.weebly.com
Abbess: Bhikkhuni Thích Nữ Như Thanh
Chairman: Mr. Diệp Phước Ngà

Bảo Quang Buddhist Temple, which was founded in 1978, was the first Vietnamese-American community in San Antonio, Texas. Later, it was moved to its present 2 hectare (5 acre) lot. On 10th October 1992, (Buddhist calendar 2536), the temple organized the great groundbreaking ceremony for engraving lintels and brackets. The two-roof style, following the brightness and liveliness of Asian architecture.

The focal point of temple is the main shrine hall in which are revered the statues of Sakyamuni Buddha, The statues of the Amitabha Buddha Holy Trinity, Avalokitesvara, Manjushri and Samantabhadra Bodhisattvas. On both sides, there are the Paladharama and Dharmapala statues. Within the Zen garden, there are the shrines of Sakyamuni Buddha and Avalokitesvara Bodhisattva.

Buddhist followers often come to listen to Dharma and practice Buddhism weekly and monthly. Located in the famous beautiful tourist city of San Antonio, Bảo Quang Temple has welcomed a number of large male and female Buddhist believers and tourists to visit and worship, especially in the annual ceremonies, such as the Lunar New Year, Vesak's Day, Ullambana Festival and more.

寶光寺

SAN ANTONIO, TEXAS, USA

地址：14837 Santa Gertrudis Street, San Antonio, TX 78217
Tel：(210) 390-4220
Website: www.ttpgchuabaoquang.weebly.com
住持：釋女如清法師
會長：葉福雅

寶光寺是越裔美國人社群在聖安東尼奧（San Antonio）第一間佛寺，於1978年成立。1992年寶光寺遷至目前的地址，面積逾2公頃（5英畝）。1992年（佛曆2536年）10月10日，該寺正殿舉行隆重的奠基儀式。寶光寺正殿依照亞東建築風格建造。

佛殿的佈置莊嚴，中間香案供奉釋迦牟尼佛，西方三聖，觀世音菩薩，文殊菩薩和普賢菩薩。兩邊的香案供奉護法和焦面大士。寺的庭院尊置本師釋迦牟尼佛像和觀世音菩薩像。

寶光寺每週，每月都舉辦佛學進修班和各種佛事活動。佛寺位於舉世聞名的旅遊城市聖安東尼奧（San Antonio），面積廣闊，景緻美麗，環境優雅；每年春節、佛誕大典，盂蘭盆節等等大節日裡，寺院迎來不少善男信女，佛教徒和遊客到來瞻拜，修學和參加各項活動。

宝光寺

SAN ANTONIO, TEXAS, USA

住所：14837 Santa Gertrudis Street, San Antonio, TX 78217
Tel：(210)390-4220
Website: www.ttpgchuabaoquang.weebly.com
住職：ティック・ヌー・ニュー・テァイン 尼御前様
会長：イエップ・フーク・ガー様

宝光寺はアメリカ合衆国テキサス州サンアントニオ市の最初のベトナム仏教寺院である。その後、総面積2ヘクタールを持つ、より広い伽藍（現在地）に移動され、1992年10月10日（仏暦2536年）にご本殿の落成式が行われた。

ご本殿は東方建築の典型二重屋根を持つ。荘厳な仏殿では釈迦仏、西方三聖、観世音菩薩、文殊菩薩と普賢菩薩を祀る。本尊の手前は護法菩薩と面燃大士菩薩の仏壇である。境内には観世音菩薩立像や釈迦如来仏像が安置されている。

世界の有名な観光地であるサンアントニオ市に所在し、奇麗な景色に囲まれた宝光寺は毎年大勢の礼拝客や仏教徒及び善男信女を迎えている。仏教講座は関心を持つ方々がいつでも受けられるよう定期的に行われている。

Toàn cảnh chùa
Full view of Temple
寺院全景
全景

Mặt tiền chùa
The front of the Temple
寺院正門
寺院の正面

CHÙA BẢO QUANG

Đài Quan Âm
The statue of Avalokitesvara Bodhisattva
觀音台
観音台

Đại hồng chung
The great bell
大洪鐘
梵鐘

Trống
Drum
鼓
太鼓

Khu vui chơi của thiếu nhi
Buddhist Youth garden
少年兒童娛樂區
子供の遊び場

Điện Phật
The Buddha shrine
佛殿
仏殿

Bàn thờ Bồ tát Văn Thù
The altar of Manjushri Bodhisattva
文殊菩薩供案
文殊菩薩仏壇

Bàn thờ Bồ tát Phổ Hiền
The altar of Samantabhadra Bodhisattva
普賢菩薩供案
普賢菩薩仏壇

Bàn thờ Hộ Pháp
The altar of Dharmapala
護法供案
護法菩薩の仏壇

Bàn thờ Tiêu Diện
The altar of Paladharama
焦面大士供案
焦面大士の仏壇

Bàn thờ Tổ
The altar of Patriarchs
祖師供案
祖霊舎

THIỀN VIỆN BẢO TÍCH

HOUSTON, TEXAS, USA

7727 Hollow Glen Lane, Houston, TX 77072
Tel: (832) 830-6103; (281) 323-9858
Email: thichmathanh@gmail.com
Trụ trì: Thượng tọa Thích Mật Hạnh

Thiền viện Bảo Tích được Thượng tọa Thích Mật Hạnh thành lập vào tháng 6 năm 2011 tại thành phố Houston, tiểu bang Texas. Tọa lạc ở một khu đất yên tĩnh, mát mẻ, thiền viện có những phòng trưng bày rộng rãi tôn trí trên 200 pho tượng chư Phật, chư Bồ tát và các pháp khí cổ quý hiếm được tạo tác bằng đồng và nhiều chất liệu khác như: ngọc, ngà voi, trầm hương, thủy trầm, sành sứ, thủy tinh, gỗ sơn son thếp vàng ... Đây là công trình sưu tập công phu hơn 20 năm của Thượng tọa trụ trì, nhắm hướng tới thành lập một bảo tàng tượng Phật giáo tại hải ngoại.

Đại hùng bảo điện được bài trí tôn nghiêm, thờ tượng đức Phật Thích Ca, tượng đức Phật A Di Đà, tượng Tây Phương Tam Thánh và tượng Bồ tát Di Lặc. Mặt tiền thiền viện tôn trí tượng ngài Di Lặc lộ thiên.

Thiền viện có lịch tụng niệm, tu học hàng tuần, hàng tháng. Vào các ngày tết Nguyên Đán, Đại lễ Phật Đản, lễ Vu Lan, lễ vía đức Phật A Di Đà ... hàng năm, thiền viện tổ chức trang nghiêm, chu đáo, đón tiếp đông đảo chư thiện nam, tín nữ, Phật tử về lễ bái, nghe pháp, sinh hoạt.

Đặc biệt, thiền viện có lập đạo tràng Ân Đức do hai đạo hữu Minh Phước và Diệu Hạnh quản lý, tổ chức cho người thân trong gia đình và bạn hữu trong vùng đến tu tập hàng tuần. Đây là tư gia của bác sĩ Lê Minh Đức, một Phật tử thuần thành, đã tham gia tích cực trong nhiều hoạt động Phật sự tại tiểu bang.

BẢO TÍCH MEDITATION CENTER

HOUSTON, TEXAS, USA

7727 Hollow Glen Lane, Houston, TX 77072
Tel: (832) 830-6103; (281) 323-9858
Email: thichmathanh@gmail.com
Abbot: Senior Venerable Thích Mật Hạnh

In June 2011, Senior Venerable Thích Mật Hạnh founded the Bảo Tích Meditation Center in a quiet area of Houston, Texas. There is a display room on the second floor to exhibit around 200 valuable statues of Buddhas, Bodhisattvas and various ancient Buddhist artifacts which are made of bronze, jade, ivory, sandalwood, bass, porcelain, glass, gilded wood and more. These have been meticulous collected, for over 20 years, by Senior Venerable Thích Mật Hạnh who wants to establish a Buddhist museum abroad.

The Buddha hall is the place for respectful statues of Sakyamuni Buddha, Amitabha Buddha, Maitreya Bodhisattva and the Amitabha Buddha Holy Trinity. In the front yard, the Maitreya Bodhisattva statue is smiling to welcome visitors and pilgrims.

The center has weekly and monthly practice sessions and it also hosts well the main annual events of Lunar New Year, Vesak's Day, Ullambana Festival, Amitabha Buddha, Buddha enlightenment and others, to serve the Buddhist community.

In particular, Senior Venerable Thích Mật Hạnh plays the spiritual master role for Ân Đức group which was founded by Minh Phước (Dr. Lê Minh Đức) and his wife Diệu Hạnh (Phương Hiền). Many local Buddhists and relatives often gather weekly at the Ân Đức group to chant and discuss Buddha Dharma. Minh Phước and Diệu Hạnh are devout Buddhists, who have often participated in many activities to support Buddhism and the community in Houston, Texas.

VÕ VĂN TƯỜNG & TỪ HIẾU CÔN

寶積禪院

HOUSTON, TEXAS, USA

地址：7727 Hollow Glen Lane, Houston, TX 77072
Tel: (832) 830-6103; (281) 323-9858
Email: thichmathanh@gmail.com
住持：釋密行法師

　　寶積禪院由釋密行法師於2011年6月在得克薩斯州休斯敦市成立。環境安靜，空氣涼爽，禪院內有多間寬闊的陳列室，尊置着200多尊諸佛、諸菩薩像，各種古老罕貴的法器，有用銅鑄的，也有用其他質料造的如：玉石、象牙、沉香、水沉香、陶瓷器、玻璃、木材油朱貼金。這是住持法師花20多年功夫蒐集，目的是在今後建立一間海外佛教博物館。

　　大雄寶殿的佈置莊嚴，尊奉釋迦佛像，阿彌陀佛像，西方三聖像和彌勒菩薩像。禪院正門尊置露天的彌勒菩薩像。

　　禪院在每週，每個月均有組織誦念、修學的活動。在春節，佛誕大典，盂蘭盆節，阿彌陀佛誕等等大節日裡，禪院莊嚴、周到地組辦各種佛事活動，迎接各地善男信女、佛子到來拜佛，聽講佛法和參加各種活動。

　　特別，禪院成立恩德道場，由明福和妙行兩位道友管理，讓家庭的親友和區內的道友每週到來修學。這是虔誠佛子黎明德醫生的住家。黎明德醫生積極參加州內的很多佛事活動。

宝積禅院

HOUSTON, TEXAS, USA

住所：7727 Hollow Glen Lane, Houston, TX 77072
Tel：(832)830-6103；(281)323-9858
Email：thichmathanh@gmail.com
住職：ティック・マット・ハイン尚座

　　宝積禅院はテキサス州ハウストン市にあるベトナム禅仏教の寺院で、2011年6月にティック・マット・ハイン尚座により建立された。静かで涼しい地区に位置し、この禅院には展覧室が多数あって、そこで200以上の諸仏菩薩像および貴重で珍しい法器などが展示されておる。こちらの法器は主に銅であり、その他：真珠、象牙、サンダルウッド、磁器、ガラス、金メッキされた木材など、様々な素材から作られたモノもある。これは将来海外で仏教の像の博物館を建立する目的で、上座住職様が20年以上をかけて収集してきたという。

　　大雄宝殿（正殿）は釈迦仏像、阿弥陀仏像、西方三聖像及び弥勒菩薩を祀る。禅院の正面辺りに弥勒仏像が安置されておる。

　　禅院での念経・修学は毎週、毎月開催される。毎年の旧正月、灌仏会、盂蘭盆会、阿弥陀仏聖誕記念日…を機に、禅院は礼拝・聴法する善男信女や仏教徒を迎え、周到に祭式を執り行う。

　　特に、禅院には「恩徳道場」がある。現在、ミン・フーク道友及びイエウ・ハイン道友という、二人の担当者に管理され、主に家族と親友の範囲で活動している。「恩徳道場」の施設は仏事を積極的に参加している地元の医者ーレ・ミン・ドゥック様の自宅である。

Điện Phật
The Buddha shrine
佛殿
仏殿

Bộ sưu tập tượng chư Phật, chư Bồ tát và các pháp khí ở thiền viện
The collections of Buddhas, Bodhisattvas and other valuable Buddhist artifacts
禪院內諸佛像、諸菩薩像和各種法器的蒐集。
諸仏像、菩薩像、禅院法器の所蔵品

 **THIỀN VIỆN BẢO TÍCH**

Bộ sưu tập tượng chư Phật, chư Bồ tát và các pháp khí ở thiền viện
The collections of Buddhas, Bodhisattvas and other valuable Buddhist artifacts
禪院內諸佛像、諸菩薩像和各種法器的蒐集。
諸仏像、菩薩像、禅院法器の所蔵品

Bộ sưu tập tượng chư Phật, chư Bồ tát và các pháp khí ở thiền viện
The collections of Buddhas, Bodhisattvas and other valuable Buddhist artifacts
禪院內諸佛像、諸菩薩像和各種法器的蒐集。
諸仏像、菩薩像、禅院法器の所蔵品

THIỀN VIỆN BẢO TÍCH

Bộ sưu tập tượng chư Phật, chư Bồ tát và các pháp khí ở thiền viện
The collections of Buddhas, Bodhisattvas and other valuable Buddhist artifacts
禪院內諸佛像、諸菩薩像和各種法器的蒐集。
諸仏像、菩薩像、禅院法器の所蔵品

CHÙA VIỆT NAM HẢI NGOẠI - tập 2

Tụng kinh 誦經
Chanting 読経

Giảng pháp 講法
Dharma talk 講法

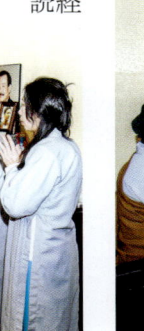

Ảnh kỷ niệm
Photo for memories
紀念圖片
記念写真

641

THIỀN VIỆN BẢO TÍCH

Đạo tràng Ân Đức 恩德道場
Ân Đức group 恩德道場

Tượng chư Phật và chư Bồ tát
The statues of Buddhas and Bodhisattvas
諸佛和諸菩薩像
諸仏・菩薩像

CHÙA VIỆT NAM HẢI NGOẠI - tập 2

Đạo tràng Ân Đức — 恩德道場
Ân Đức Buddhist house — 恩德道場

Ngồi thiền — 坐禪
Sitting meditation — 座禅

643

VÕ VĂN TƯỜNG & TỪ HIẾU CÔN

CHÙA BỬU MÔN

PORT ARTHUR, TEXAS, USA

2701 Procter Street, Port Arthur, TX 77640
Tel: (409) 880-5157, (409) 982-9319, Fax: (409) 985-3749
Email: cbmtemple@yahoo.com, thichtriquang@yahoo.com
Website: www.buumon.org
Viện chủ: Hòa thượng Thích Huyền Việt
Trụ trì: Thượng tọa Thích Trí Quảng

Chùa Bửu Môn thành lập vào năm 1980, là trung tâm Phật giáo đầu tiên ở Beaumont, Texas. Sau đó, chùa chuyển đến Orange và Port Arthur (địa điểm hiện nay) năm 1986. Từ một nhà thờ Thiên Chúa giáo cũ kỹ, Hòa thượng Thích Huyền Việt cùng tăng chúng và Phật tử đã tạo mãi và chỉnh trang lại thành ngôi chùa Phật giáo thanh tịnh, thoáng đãng. Thượng tọa Thích Trí Quảng đảm nhiệm trụ trì

chùa từ năm 2012.

Điện Phật được bài trí tôn nghiêm, thờ tượng đức Phật Thích Ca an nhiên và uy nghi thiền định. Phong cảnh làng quê Việt Nam cũng được tái hiện qua hình ảnh tre trúc, hoa sen, hoa súng mọc lên trên đất chùa đã thu hút hàng ngàn khách du lịch và giới truyền thông, nhiếp ảnh hằng năm đến thăm viếng danh lam thắng cảnh Bửu Môn.

Trong khuôn viên chùa còn có Phật cảnh với pho tượng đức Phật Thích Ca hóa đạo lộ thiên cao 4,5m (15ft) được tôn trí năm 2014.

Chùa có lịch sinh hoạt, tu học hàng tuần, hàng tháng. Chùa tổ chức 3 lớp dạy tiếng Việt cho thiếu nhi vào trưa chủ nhật và lớp thiền cho người Mỹ vào tối thứ tư hàng tuần. Hàng năm, chùa tổ chức trang nghiêm, chu đáo các ngày tết Nguyên Đán, Đại lễ Phật Đản và lễ hội vườn cảnh, Đại lễ Dâng Y Kathina, lễ Vu Lan ... cho đông đảo đồng hương, Phật tử khắp các tiểu bang của Hoa Kỳ về lễ bái, tu học, sinh hoạt văn nghệ ...

BỬU MÔN TEMPLE
PORT ARTHUR, TEXAS, USA

2701 Procter Street, Port Arthur, TX 77640
Tel: (409) 880-5157, (409) 982-9319
Fax: (409) 985-3749
Email: cbmtemple@yahoo.com; thichtriquang@yahoo.com
Website: www.buumon.org
Founding Abbot: Most Venerable Thích Huyền Việt
Abbot: Senior Venerable Thích Trí Quảng

Bửu Môn Buddhist Temple was founded in 1980, the first Buddhist center in Beaumont, Texas. In 1986, the temple moved to Orange and Port Arthur which is the current location. Most Venerable Thích Huyền Việt, monks, and Buddhist followers renovated and transformed an old Catholic church, into a beautiful Buddhist Temple. Since 2012, Senior Venerable Thích Trí Quảng has taken the position of Abbot.

The Buddha shrine is respectfully formed with the tranquil Sakyamuni Buddha statue. In 2014, the statue of Sakyamuni Buddha which is 4.5m (15ft) high was installed in the precincts of the temple. The design of Vietnamese landscape has been reproduced through the aesthetic images of poetic bamboo, lotus, lilies and trees which attract thousands of tourists, media and photographers who visit to appreciate the religious experiences.

There are weekly and monthly sessions for Buddhist followers. The temple organizes three Vietnamese language classes for children on Sunday afternoon and the meditation class, for the broader community, on Wednesday nights. The temple also organizes the annual ceremonies of Lunar New Year, Vesak's Day, Flower show, Kathina, Ullambana Festival and others for the Buddhist community. Numerous Buddhists from many states of the United States come to worship, practice and enjoy the culture program and Buddhist rituals.

寶門寺

PORT ARTHUR, TEXAS, USA

地址：2701 Procter Street, Port Arthur, TX 77640
Tel: (409) 880-5157, (409) 982-9319, Fax: (409) 985-3749
Email: cbmtemple@yahoo.com; thichtriquang@yahoo.com, Website: www.buumon.org
院主：釋玄越法師，住持：釋智廣法師

寶門寺於1980年成立，是得克薩斯州博蒙特市第一個佛教中心。後來，寺院遷往橙郡，1986年遷到阿瑟港（目前的地址）。從一間古舊的天主教教堂，釋玄越法師與僧眾和佛子們重新修葺，改建成為目前的清淨和寬敞佛教寺院。釋智廣法師從2012年開始至今擔任主持。

佛殿的佈置莊嚴，尊奉釋迦佛禪定像，安然和威儀。寺院內的竹樹、蓮花、睡蓮景象重現越南鄉村風景，每年吸引上千遊客和媒體、攝影家到來參觀這座名藍勝景。

在寺院範圍內，尊置露天的釋迦佛化道像，高4.5米（15 英尺）。該像於2014年尊置。

寺院在每週，每個月均組辦佛法修學班和各種活動。每週週日中午，寺院為兒童們開辦三個越語班，每週週三晚上為美國人開辦禪班。每年的春節，佛誕大典和園景盛會，供僧衣節，盂蘭盆節⋯⋯，寺院都莊嚴和周到地組辦各種供拜活動，讓美國各州的同鄉和佛子們到來膜拜，修學和參加文藝活動。

宝門寺

PORT ARTHUR, TEXAS, USA

住所：2701 Procter Street, Port Arthur, TX 77640
Tel：(409)880-515；(409)982-9319, Fax：(409)985-3749
Email：①cbmtemple@yahoo.com, ②thichtriquang@yahoo.com
Website：www.buumon.org
院主：ティック・フエン・ヴエット和尚様，住職：ティック・チー・グアーン尚座様

宝門寺は1980年建立され、当時テキサス州ジェファーソン郡ボーモント市の最初の仏教機関となった。それから一時的にオレンジ郡へ移り、1986年より現在の住所に伽藍を置くことになった。もともと古いキリスト教の教会から改造されたこの寺院はティック・フエン・ヴィエット和尚様と仏教徒たちの努力により、威厳がある清浄な現在の姿が出来た。寺院の住職は2012年よりティック・チー・グアーン尚座様となっている。

寺院の仏殿は厳粛に飾られ、本尊の威厳な釈迦如来仏像を祀る。境内いっぱいに散らばる蓮の花と竹の木はベトナムの田舎の風景を再現しているように生き生きと生え、伽藍を華やかに彩る。そのお陰か、この宝門寺は観光名所となり、毎年、数千人もの観光客や取材者やアマチュアカメラマンなどに訪れられる。

寺院の境内に高さ約4.5ｍの露天の成道釈迦仏像（2014年配置済み）が安置される仏景園もある。

寺院の修道生活と仏法修学活動は毎週、毎月行われる。また、三つの子供向けベトナム語教室（日曜日の昼頃）と、アメリカ人向けの座禅講座（毎週水曜日の晩）も実施しておる。宝門寺は毎年旧正月、灌仏会、盂蘭盆会、庭園フェア、イ・カティナ儀式、文芸活動などを華やかに執り行い、大勢の参拝客や同郷や仏教徒を迎えておる。

CHÙA VIỆT NAM HẢI NGOẠI - tập 2

Điện Phật
The Buddha shrine

佛殿
仏殿

Ngôi chánh điện
The Main hall

正殿
御本殿

Hành lang
Corridor

走廊
廊下

CHÙA BỬU MÔN

Tôn tượng đức Phật Thích Ca
The statue of Sakyamuni Buddha
釋迦佛像
釈迦仏立像

Bàn thờ Bồ tát Quán Thế Âm
The altar of Avalokitesvara Bodhisattva
觀世音菩薩像供案
観世音菩薩の仏壇

Tượng Bồ tát tu khổ hạnh
The Ascetic Bodhisattva
菩薩修苦行像
苦行菩薩像

Bàn thờ Già Lam
The altar of Guardian
伽藍供案
關公の仏壇

Một góc vườn sen
A corner of lotus pond
蓮池的一個角落
蓮苑の一部

CHÙA VIỆT NAM HẢI NGOẠI - tập 2

Lễ khánh thành chùa 寺院落成儀式
Inauguration ceremony of the Temple 寺院の落成式

Giờ học tiếng Pali 學習巴利文
Pali language class パリ語講座

Sinh hoạt văn nghệ 文藝節目
Cultural activities 音楽活動

VÕ VĂN TƯỜNG & TỪ HIẾU CÔN

CHÙA LINH SƠN

AUSTIN, TEXAS, USA

4604 Duval Road, Austin, TX 78727

Tel: (512) 794-8998

Email: linhson.austin@gmail.com
Website: www.linhsonaustin.org

Viện chủ: Hòa thượng Thích Trí Huệ
Liên lạc: Sư cô Thích Nữ Linh Chơn
Ban hộ trì: Đạo hữu Ông Thành Nhiêu

Chùa Linh Sơn ở thành phố Austin, từ năm 1982 là một Niệm Phật đường được Hòa thượng Thích Huyền Vi từ Pháp Quốc sang lãnh đạo tinh thần cho Phật tử trong vùng lễ bái, tu học. Năm 1983, Thầy Thích Trí Huệ từ Pháp Quốc được cử sang làm trụ trì, Thầy đã cùng quý Phật tử xây dựng chùa Linh Sơn trên mảnh đất rộng hơn 1,2ha (3ac) tại trung tâm thành phố Austin. Để đáp ứng sự tăng trưởng các hoạt động Phật sự, ngôi chánh điện mới đã được xây dựng vào cuối năm 2011 và hoàn thành vào đầu năm 2013. Chùa có không gian thoáng đãng, thanh tịnh với nhiều cây xanh bóng mát.

Kiến trúc chùa với mái chồng diêm nhẹ nhàng, thanh thoát, mang phong cách Á Đông. Điện Phật được bài trí trang nghiêm, thờ tượng đức Bổn sư Thích Ca, Tây Phương Tam Thánh, Bồ tát Di Lặc, Bồ tát Quán Thế Âm, Hộ Pháp. Trước ngôi chánh điện, chùa tôn trí tượng đức Phật A Di Đà, và bên phải tôn trí tượng Bồ tát Quán Thế Âm lộ thiên.

Chùa có lịch sinh hoạt, tu học hàng tuần, hàng tháng. Gia đình Phật tử Linh Sơn được thành lập từ năm 2007. Chùa có lớp võ Sa Long Cương, lớp Càn khôn Thập linh, lớp vi tính, Guitar Club và đặc biệt là các lớp Việt ngữ học tập hàng tuần với 200 học sinh và 30 thầy cô giáo. Các ngày tết Nguyên Đán, Đại lễ Phật Đản, lễ Vu Lan, tết Trung Thu hàng năm, chùa tiếp đón chu đáo đông đảo thiện nam, tín nữ, Phật tử khắp nơi về lễ bái, tu học, sinh hoạt.

LINH SƠN TEMPLE
AUSTIN, TEXAS, USA

4604 Duval Road, Austin, TX 78727
Tel: (512) 794-8998
Email: linhson.austin@gmail.com , Website: www.linhsonaustin.org
Founding Abbot: Most Venerable Thích Trí Huệ
Contact: Bhikkhuni Thích Nữ Linh Chơn
Committee: Mr. Ông Thành Nhiêu

In 1982, Linh Sơn Temple in the city of Austin was originally a Buddha House and Most Venerable Huyền Vi in France was its spiritual leader. In 1983, Bhikkhu Thích Trí Huệ, arrived from France, and was appointed Abbot. He joined the local Buddhist group to build Linh Sơn Temple on 1.2 hectares (3 acres) of land in downtown Austin. To meet the growth of Buddhist activities, a new Buddha hall was built in 2011 and completed in early 2013. The temple is more significant and sacred due to the quiet and greenly surroundings.

Architecturally, the temple roof bears an elegant oriental style. The Buddha shrine is respectfully shaped for the worship of Sakyamuni Buddha, The statues of the Amitabha Buddha Holy Trinity, Maitreya Bodhisattva, Avalokitesvara Bodhisattva and Dharmapala. Before the main hall, there is Amitabha Buddha while at the right side, the Avalokitesvara Bodhisattva, is enshrined.

The temple routine is practiced weekly and monthly. Linh Sơn Buddhist group was established in 2007. It organizes many programs, such as the Sa Long Cương martial art, Càn khôn Thập linh, computer classes, guitar club and especially the weekly Vietnamese language learning classes with 200 students and 30 teachers. On the annual Lunar New Year, Vesak's Day, Ullambana Festival and the mid-autumn festivals, Linh Sơn Temple welcomes many people from all over the world to participate.

靈山寺

AUSTIN, TEXAS, USA

地址：4604 Duval Road, Austin, TX 78727
Tel: (512) 794-8998
Email: linhson.austin@gmail.com , Website: www.linhsonaustin.org
院主：釋智惠法師, 聯絡人：釋女靈真師姑, 護持會：翁成饒道友

靈山寺座落奧斯丁市，1982年是一座念佛堂，由來自法國的釋玄微法師任區內佛子們禮佛、修學的精神領導。1983年，在法國的釋智惠法師獲舉派到此擔任住持。釋智惠法師同佛子們一道在奧斯丁市中心的1.2公頃（3英畝）土地上建造靈山寺。為了滿足各種佛事活動的需求，2011年底動工興建新的正殿，並於2013年初竣工。寺院的空間寬敞，綠蔭處處，環境清淨，空氣清新。

寺院建有雙重的屋簷，輕盈和清脫，具亞東建築風格。佛殿內的佈置莊嚴，尊奉釋迦本師像，西方三聖像，彌勒菩薩像，觀世音菩薩像，護法像。在正殿之前，尊奉了阿彌陀佛像，右邊尊置了露天的觀世音菩薩像。

寺院在每週、每個月都舉辦各種佛事和佛法修學活動。靈山佛子家庭於2007年成立。寺院還組辦沙龍崗武術班，乾坤十靈班，電腦班，吉他俱樂部，特別是每週學習的越語班，有200名學生和30位老師。每年的春節，佛誕，盂蘭盆節，中秋節，寺院周到地接待到來禮佛，修學的十方善男信女，佛子。

靈山寺

AUSTIN, TEXAS, USA

住所：4604 Duval Road, Austin, TX 78727
Tel: (512) 794-8998
Email: linhson.austin@gmail.com, Website: www.linhsonaustin.org
住職：ティック・チー・フエ和尚様
連絡担当者：ティック・ヌー・リン・チョン尼師様
管理委員会会長：オーン・タン・ニュー氏

靈山寺はアメリカ合衆国テキサス州オースティン市に所在しているベトナム仏教のお寺である。

1982年、フランスから来たティック・フエーン・ヴィー和尚様の下で、もともと「念仏堂」であったこのお寺は、地元の仏教徒たちが礼拝・修学する寺院として、「靈山寺」という名前で建立された。1983年、フランスから派遣されたティック・チー・フエ和尚様がこの寺院の住職に務めた。それから、オースティン市の中心部にある、面積約1.2ヘクタールの敷地へ転移し、現在の伽藍を建造した。年々寺院の活動が豊富になったと伴い、前の施設が狭くなったため、新しいご正殿を造ろうとしたという。その建造は2011年年末から始まり、2013年頃に完成した。靈山寺の最大の特色は静かな空間と奇麗な自然である。

靈山寺の建築の特徴は二重屋根、つまり東方建築スタイルである。仏殿は荘厳されており、釈迦仏像、西方三聖像、弥勒菩薩像、観世音菩薩像および護法菩薩像を祀る。ご正殿の前には、阿弥陀仏像とその右側に観世音菩薩立像が安置されている。

靈山寺の活動はとても豊富で、2007年に設立された「靈山仏教徒家庭」以外、ベトナムの伝統武術－「沙龍崗」講座、中国太極気功講座、コンピューター講座、ギタークラブなどもある。また、毎週行われている当院のベトナム語講座は大変人気で、現在は教師30人、学生200年人位の規模となっている。その他に、毎年、旧正月、灌仏会、盂蘭盆会、中秋節などのベトナムの伝統祭日を機に、多くの仏教徒や善男信女や礼拝客を迎えている。

CHÙA VIỆT NAM HẢI NGOẠI - tập 2

Toàn cảnh chùa
Full view of Temple

寺院全景
全景

CHÙA LINH SƠN

Điện Phật
The Buddha shrine
佛殿
仏殿

Tượng đức Phật A Di Đà
The statue of Amitabha Buddha
阿彌陀佛像
阿弥陀仏像

Tượng Bồ tát Di Lặc
The statue of Maitreya Bodhisattva
彌勒菩薩像
弥勒菩薩像

Bàn thờ Bồ tát Quán Thế Âm
The altar of Avalokitesvara Bodhisattva
觀世音菩薩像供案
観世音菩薩の仏壇

Bàn thờ Hộ Pháp
The altar of Dharmapala
護法供案
護法菩薩の仏壇

Bàn thờ Tổ
The altar of Patriarchs
祖師供案
祖霊舎

Đại hồng chung
The great bell
大洪鐘
梵鐘

654

CHÙA LINH SƠN

HOUSTON, TEXAS, USA

13506 Ann Louise Road, Houston, TX 77086

Tel: (281) 999-1623

Fax: (281) 820-5725

Website: www.chualinhson.com

Trụ trì: Hòa thượng Thích Trí Huệ

Chùa có diện tích hơn 3,2ha (8ac), tọa lạc ở vùng Northwest của thành phố Houston. Đây là ngôi chùa lớn nhất trong bốn ngôi chùa Linh Sơn ở tiểu bang Texas được Hòa thượng Thích Trí Huệ khai lập ở Leander, Northwest Houston, Southwest Houston và Austin. Chùa đã tổ chức lễ khánh

thành trọng thể vào ngày 21 tháng 9 năm 1985. Ngôi chánh điện hiện nay được xây dựng vào năm 2002, với quy mô to lớn, mang phong cách kiến trúc Á Đông.

Điện Phật được bài trí trang nghiêm. Hương án chính tôn thờ tượng đức Bổn sư Thích Ca thuyết pháp, đức Phật nhập Niết Bàn, Bồ tát Văn Thù và Bồ tát Phổ Hiền. Các bàn thờ hai bên thờ tượng Thích Ca sơ sinh, Bồ tát Quán Thế Âm, Hộ Pháp ... Trên các vách tường, chùa tôn trí 108 pho tượng chư Phật: Thích Ca, A Di Đà và Dược Sư. Đặc biệt, trong điện Phật có trang trí 12 đầu rồng với lưỡi rộng dài. Các pho tượng thờ chính trong chùa đều được tạc bằng gỗ ở Việt Nam. Sân trước chùa, tôn trí tượng Bồ tát Di Lặc, Bồ tát Quán Thế Âm, Tổ sư Bồ Đề Đạt Ma và ngôi chùa Một Cột thu nhỏ.

Là ngôi danh lam ở Hoa Kỳ ngày nay, với không gian thoáng đãng, chùa đón tiếp đông đảo Phật tử, đồng hương và du khách thường xuyên đến chiêm bái, tu học, sinh hoạt.

LINH SƠN TEMPLE
HOUSTON, TEXAS, USA

13506 Ann Louise Road, Houston, TX 77086
Tel: (281) 999-1623
Fax: (281) 820-5725
Website: www.chualinhson.com
Abbot: Most Venerable Thích Trí Huệ

The temple, which covers an area of more than 3.2 hectares (8 acres), situated in the Northwest of Houston, is the largest temple among four Linh Son Pagodas. The others are located in Leander, Southwest Houston and Austin, Texas. They were all founded by Most Venerable Thích Trí Huệ. On 21st September 1985, the temple held a solemn inauguration ceremony. The current worship hall's construction was completed in 2002 and is a great example of oriental architecture.

The Buddha shrine is solemnly decorated. The main objects of worship are the Sakyamuni Buddha (on giving lecture as well as attaining Nirvana), Manjushri and Samantabhadra Bodhisattvas. The altar also has many statues of Lord Buddha's Birth, Avalokitesvara, Dharmapala Bodhisattvas and more. On the walls there are of 108 small Buddha statues such as the Sakyamuni, Amitabha and Bhaishajyaguru. In particular, the main hall has unique characteristics, with 12 large dragon heads along with their long tongues. All statues in the main hall were carved by wood in Vietnam. In the front yard there are the Maitreya and Avalokitesvara Bodhisattvas, Bodhidharma Patriarch and a small One-pillar stupa.

As a famous and large temple in the United States today, hundreds of fellow travelers and Buddhists often make the pilgrimage as well as attending the retreats there.

靈山寺

HOUSTON, TEXAS, USA

地址：13506 Ann Louise Road, Houston, TX 77086
Tel: (281) 999-1623, Fax: (281) 820-5725
Website: www.chualinhson.com
住持：釋智慧法師

　　靈山寺面積逾3.2公頃（8英畝）。座落休斯頓市（Houston）西北區（Northwest）。這是在德克薩斯州（Texas）4座靈山寺中最大的一間。這四間寺院均由釋智慧法師開立，分別座落在列恩得爾（Leander），西北區（Northwest Houston），西南區（Southwest Houston）和奧斯丁（Austin）等地。靈山寺的落成儀式於1985年9月21日隆重舉行。目前的正殿是於2002年興建，規模巨大，具亞東建築風格。

　　佛殿內的佈置莊嚴。正中的香案尊奉本師釋迦說法像，佛入涅槃像，文殊菩薩和普賢菩薩像。供案兩旁尊奉釋迦誕生像，觀世音菩薩像，護法像等等。在寺內的各道牆壁上，尊置108尊佛像：釋迦佛像，阿彌陀佛像和藥師佛像。特別，佛殿內裝飾了一條有12個龍頭，龍舌又長又寬的龍雕。寺內供奉的佛像均是在越南用木雕刻的。寺院前面，尊置了彌勒菩薩像，觀世音菩薩像，菩提達摩祖師像和一座微縮的一柱寺。

　　這是美國目前的一座名藍。面積廣闊，景色怡人。每年迎來不少的佛子、同鄉和遊客來膜拜、修學佛法和參加各種佛事活動。

靈山寺

HOUSTON, TEXAS, USA

住所：13506 Ann Louise Road, Houston, TX 77086
Tel：(281)999-1623
Fax：(281)820-5725
Website:www.chualinhson.com
住職：ティック・チー・フエー和尚様

　　靈山寺はアメリカ合衆国テキサス州ヒューストン郡ノースウエスト地区に所在する、ベトナム仏教を祀る寺院である。面積約3.2ヘクタールを持つこの寺院は、テキサス州の四大霊山寺の中一番大きいと言われている。四大霊山寺とは、テキサス州ヒューストン市リーンダー通り、ノースウエスト・ヒューストン、サウスウエスト・ヒューストン、オースチンそれぞれに位置する、ティック・チー・フエー和尚様に建立された四つの仏教寺院のこと。この霊山寺の開創式は1985年9月21日に厳粛に行われた。現在の御本殿は2002年に造られたモノであり、東方建築の伝統的特徴をもっている。

　　荘厳な仏殿の中心には御本尊：説法釈迦像、涅槃仏像、文殊菩薩像及び普賢菩薩像を祀る。御本尊の両側には観世音菩薩像、護法菩薩像なども安置されている。仏殿の壁の上に、釈迦仏や阿弥陀仏など108の仏像が荘厳されている。そのほか、長い舌を出す12の龍頭も飾られている。寺院の仏像の殆どはベトナムで制作された木材像である。霊山寺の前庭には弥勒菩薩像、観世音菩薩像、菩提達磨像と小さい一柱寺がある。

　　一つの観光名所でもあるこの霊山寺は常に礼拝客が訪れる。

CHÙA LINH SƠN

Mặt tiền chùa
The front of the Temple

寺院正門
寺院の正面

Tôn tượng Bồ tát Quán Thế Âm
The statue of Avalokitesvara Bodhisattva
觀世音菩薩像
観世音菩薩立像

Tượng Tổ sư Bồ Đề Đạt Ma
The statue of Bodhidharma Patriarch
菩提達摩祖師像
菩提達磨立像

CHÙA VIỆT NAM HẢI NGOẠI - tập 2

Điện Phật
The Buddha shrine
佛殿
仏殿

Tượng đức Phật nhập Niết Bàn
The statue of Lord Buddha's Maha Parinirvana
釋迦涅槃像
涅槃像

Bàn thờ Thích Ca sơ sinh
The statue of Lord Buddha's Birth
釋迦佛出生像
誕生釈迦仏の仏壇

Tượng Bồ tát Phổ Hiền
The statue of Samantabhadra Bodhisattva
普賢菩薩像
普賢菩薩像

Tượng Bồ tát Văn Thù
The statue of Manjushri Bodhisattva
文殊菩薩像
文殊菩薩像

CHÙA LINH SƠN

Tượng chư Phật và đầu rồng trang trí trong Phật điện
Statues of Buddhas and dragon heads in main hall
佛殿內的諸佛像和龍雕裝飾
仏殿に飾られた諸仏像と龍頭

Tượng Bồ tát Di Lặc　　彌勒菩薩像
The statue of Maitreya Bodhisattva　弥勒菩薩像

Bàn thờ Bồ tát Quán Thế Âm
The altar of Avalokitesvara Bodhisattva.
觀世音菩薩像供案
観世音菩薩の仏壇

Bàn thờ Tây Phương Tịnh Độ
The altar of The Pure Land in the West
西方淨土供案
西方淨土仏壇

Bàn thờ Hộ Pháp
The altar of Dharmapala
護法供案
護法菩薩の仏壇

Bàn thờ Tổ
The altar of Patriarchs
祖師供案
祖霊舎

Lễ khánh thành chùa năm 1985
The inauguration ceremony in 1985
1985年寺院落成儀式。
落成典礼（1985）

VÕ VĂN TƯỜNG & TỪ HIẾU CÔN

CHÙA LINH SƠN

SANTA FE, TEXAS, USA

1334 FM 646 North Road, Santa Fe, TX 77539

Tel: (409) 927-1862

Email: hanhdac2012@yahoo.com
Website: www.linhsonsantafe.org

Trụ trì: Thượng tọa Thích Trí Toại

hùa được Thượng tọa Thích Trí Toại thành lập vào năm 2000 trên mảnh đất rộng hơn 4ha (10ac) ở thành phố Dickinson. Chùa đã tổ chức xây dựng ngôi chánh điện quy mô rộng lớn với 3 lớp mái ngói theo phong cách kiến trúc Á Đông vào ngày 19 tháng 9 năm 2010, Phật lịch 2.554.

Điện Phật được bài trí trang nghiêm.

Hương án giữa thờ tượng đức Phật Thích Ca và tượng Tây Phương Tam Thánh (đức Phật A Di Đà, Bồ tát Quán Thế Âm và Bồ tát Đại Thế Chí); các án thờ hai bên tôn trí tượng Bồ tát Văn Thù, Bồ tát Phổ Hiền, Hộ Pháp và Tiêu Diện.

Trong khuôn viên chùa có điện Dược Sư, tháp chuông và nhiều pho tượng lộ thiên lớn được tạc bằng đá hoa ở Việt Nam trong hai năm 2004 và 2005: bộ tượng Tứ Động Tâm, tượng đức Phật A Di Đà, tượng Bồ tát Di Lặc, tượng Bồ tát Quán Thế Âm, tượng Bồ tát Văn Thù, tượng Bồ tát Phổ Hiền ... Đặc biệt, ở sân trước chùa có tôn trí 48 tượng đức Phật A Di Đà cùng tấm bia khắc 48 đại nguyện của Ngài được an vị năm 2005; và cặp rồng chầu (mỗi con dài 25m, thực hiện năm 2014) ở đạo lộ dẫn vào chùa.

Với cảnh quan thoáng đãng, tươi đẹp, chùa Linh Sơn là nơi chiêm bái, tu học, sinh hoạt của đông đảo thiện nam, tín nữ, Phật tử hàng tuần, hàng tháng và vào các ngày lễ, tết trong năm.

LINH SƠN TEMPLE
SANTA FE, TEXAS, USA

1334 FM 646 North Road, Santa Fe, TX 77539
Tel: (409) 927-1862
Email: hanhdac2012@yahoo.com
Website: www.linhsonsantafe.org
Abbot: Senior Venerable Thích Trí Toại

In 2000, Venerable Thích Trí Toại founded the temple on a 4 hectare (10 acre) piece of land in Dickinson city. On 19th September 2010, (Buddhist calendar 2554), the large Buddha shrine with three-layer, oriental style roof, was constructed.

The Buddha hall is formed by the statues of the respectful saints, such as Sakyamuni Buddha and the Holy Trinity in Pure Land (Amitabha Buddha, Avalokitesvara and Mahasthamaprapta Bodhisattvas). At the both sides, it is enshrined between Manjushri, Samantabhadra, Dharmapala and Paladharama.

Within the temple precinct, there is the Medicine stupa, a bell tower and several large marble statues, such as the: The statues of Four Holy Places, Amitabha Buddha, Maitreya, Avalokitesvara, Manjushri and Samantabhadra Bodhisattvas. They were carved in Vietnam in 2004 and 2005. In 2005, in the front yard, a rare installation of 48 Amitabha Buddha statues along with the headstones was carved with 48 great vows, was completed. It also has a pair of dragons, each 25 meters long, which lie along the path leading to the temple, constructed in 2014.

With the airy, beautiful landscape, Linh Son Temple is an ideal religious place to worship and practice. Many believers come to attend Buddhist activities on occasions of annual festivals or holidays.

靈山寺

SANTA FE, TEXAS, USA

地址：1334 FM 646 North Road, Santa Fe, TX 77539
Tel: (409) 927-1862
Email: hanhdac2012@yahoo.com
Website: www.linhsonsantafe.org
住持：釋智遂法師

　　靈山寺由釋智遂法師於2000年成立，面積逾4公頃（10英畝），座落在狄金森市。2010年即佛曆2554年9月19日，寺院動工興建正殿，面積寬大，有三層屋簷，具亞東建築風格。

　　寺院佛殿中間香案供奉釋迦佛像和西方三聖像（阿彌陀佛，觀世音菩薩和大勢至菩薩）；兩旁的供案尊奉文殊菩薩像，普賢菩薩像，護法和焦面大士像。佈置莊嚴。

　　在寺院內還有藥師殿，鐘樓和很多露天的大型佛像，是於2004和2005年在越南用花崗石雕鑿的，如：佛教四大聖地像群，阿彌陀佛像，彌勒菩薩像，觀世音菩薩像，文殊菩薩像，普賢菩薩像等等，特別，在寺院前，尊置48尊阿彌陀佛像及刻有阿彌陀佛48大願的石碑；在進入寺院大路口築有一對石龍（每隻長達25米，於2014年建造）。

　　靈山寺的面積寬敞，景觀優美，是鄰近眾多善男信女和佛子在每週，每個月，尤其在每年的各大節日和春節裡膜拜佛、菩薩，修學佛法和進行佛事活動的地方。

靈山寺

SANTA FE, TEXAS, USA

住所：1334 FM 646 North Road, Santa Fe, TX 77539
Tel: (409) 927-1862
Email: hanhdac2012@yahoo.com
Website: www.linhsonsantafe.org
住職：ティック・チー・トアーイ尚座様

　　靈山寺はアメリカ合衆国テキサス州ディキンソン市に所在しているベトナム仏教の寺院である。2000年、ティック・チー・トアーイ住職様は面積約4ヘクタールの敷地を購入し、この寺院を建造した。2010年9月19日（仏暦2554年）に、靈山寺は「三重屋根」という東方建築様式の特徴を持つ、立派な正殿を建造した。

　　荘厳された仏殿は釈迦如来仏と西方三聖（阿弥陀仏、観世音菩薩および大勢志菩薩）を本尊として祀る。ご本尊の両側に文殊菩薩や普賢菩薩や護法菩薩及び燃面大士の仏壇である。

　　境内には、「薬師殿」や「梵鐘塔」および多くの大里石の仏像が安置される。これらの仏像（阿弥陀仏像、弥勒菩薩像、観世音菩薩立像、普賢菩薩像、四大聖地群像など）は2004年から2005年までの間にベトナムで制作されたものである。特に、寺院の前庭には、2005年に造立完成された四十八阿弥陀如来仏諸像とその四十八願の大願を刻んだ碑が安置され、寺院の表参道に大きな二頭の龍の彫刻（一頭の長さは約25mもあり、2014年に完成されたという）もある。

　　美しい自然に囲まれた靈山寺は定例的に様々な活動を行い、いつもたくさんの仏教徒や善男信女を歓迎している。

CHÙA VIỆT NAM HẢI NGOẠI - tập 2

Toàn cảnh chùa — 寺院全景
Full view of Temple — 全景

Cặp rồng (dài 25m) — 雙龍（長25米）
Pair of dragons (25m long) — 二頭の龍（長さ約25メートル）

Ngôi chánh điện — 正殿
The Main hall — 御本殿

Điện Dược Sư — 藥師殿
The shrine of Bhaishajyaguru Buddha — 薬師殿

Nhà tiếp khách — 會客室
Visitor houses — 接客室

CHÙA LINH SƠN

Ngôi chánh điện
The Main hall
正殿
御本殿

Bộ tượng 48 đức Phật A Di Đà　　　48尊阿彌陀佛像
A set of 48 Amitabha Buddha statues　　四十八阿弥陀諸仏像

Tháp chuông
The bell tower
鐘樓
梵鐘台

Tôn tượng đức Phật A Di Đà　　　阿彌陀佛像
The statue of Amitabha Buddha　　阿弥陀仏像

Bộ tượng Tứ Động Tâm
The statues of Four Holy Places
佛教四大聖地像群
四大聖地群像

Bộ tượng Đường Huyền Trang đi thỉnh kinh
The statues of Most Venerable Tang Xuanzang go for Buddhist scriptures
玄奘大師請經道路微縮景
唐玄奘請経三蔵法師像

 CHÙA LINH SƠN

Tượng đức Phật Thích Ca 釋迦佛像
The statue of Sakyamuni Buddha 釈迦仏像

Tượng Bồ tát Văn Thù 文殊菩薩像
The statue of Manjushri Bodhisattva 文殊菩薩像

Tượng Bồ tát Phổ Hiền 普賢菩薩像
The statue of Samantabhadra Bodhisattva 普賢菩薩像

Tượng Bồ tát Di Lặc
The statue of Maitreya
Bodhisattva
彌勒菩薩像
弥勒菩薩像

Tượng Bồ tát Địa Tạng 地藏菩薩像
The statue of Ksitigarbha Bodhisattva 地藏菩薩像

CHÙA VIỆT NAM HẢI NGOẠI - tập 2

Điện Phật
The Buddha shrine
佛殿
仏殿

CHÙA LINH SƠN

Điện Dược Sư
The shrine of Medicine Buddha
藥師殿
薬師殿

Bàn thờ Bồ tát Quán Thế Âm
The altar of Avalokitesvara Bodhisattva.
觀世音菩薩像供案
観世音菩薩の仏壇

Bàn thờ Tổ   祖師供案
The altar of Patriarchs   祖霊舎

Tết Nguyên Đán (2014)　　　　　春節（2014）
Lunar New Year (2014)　　　　　旧正月（2014）

CHÙA LINH SƠN

Đại lễ Phật Đản (2013)
Vesak's Day (2013)

佛誕大典（2013）
灌仏会（2013）

Giảng pháp
Dharma talk

講法
講法

Thư viện
Library

書院
図書館

THIỀN VIỆN MINH ĐĂNG QUANG

HOUSTON, TEXAS, USA

14634 Bellaire Blvd, Houston, TX 77083
Tel: (281) 988-9989

Viện chủ: Hòa thượng Pháp chủ Thích Giác Nhiên
Trụ trì: Ni sư Thích Nữ Tường Liên
Phó trụ trì: Ni sư Thích Nữ Vân Liên

Thiền viện Minh Đăng Quang được Ni sư Thích Nữ Tường Liên thành lập vào ngày 16 tháng 6 năm 2003 dưới sự chứng minh của Hòa thượng Trưởng lão Thích Giác Nhiên, Pháp chủ Giáo hội Phật giáo Tăng già Khất sĩ Thế giới. Tịnh xá khang trang, rộng rãi với nhiều tiện nghi sinh hoạt, tu tập; được Ni sư trụ trì (với sự giúp đỡ tài chánh của ông bà Đại Thành và các Phật tử hảo tâm) mua

lại từ một ngôi nhà thờ Thiên Chúa giáo ở thành phố Houston có diện tích hơn 1,2ha (3ac).

Điện Phật ở tầng lầu được bài trí tôn nghiêm. Hương án chính hình pháp tháp tôn trí tượng đức Phật Thích Ca. Hai bên đặt tượng Bồ tát Quán Thế Âm, Bồ tát Văn Thù, Bồ tát Phổ Hiền và ảnh Tổ sư Minh Đăng Quang. Bàn thờ hai bên thờ tượng Tây Phương Tam Thánh và tượng Bồ tát Địa Tạng. Sân trước thiền viện có đài Quán Thế Âm với pho tượng Bồ tát được tạo tác mỹ thuật bằng đá hoa. Bên phải thiền viện, tôn trí bộ tượng Tứ Động Tâm: Thích Ca sơ sinh, đức Phật Thành Đạo, đức Phật chuyển Pháp Luân và đức Phật nhập Niết Bàn.

Thiền viện có lịch sinh hoạt, tu học hàng tuần, hàng tháng. Vào các ngày tết Nguyên Đán, Đại lễ Phật Đản, lễ Vu Lan ... hàng năm, thiền viện tổ chức trang nghiêm, chu đáo, đón tiếp đông đảo đồng hương, Phật tử tham dự. Đặc biệt, từ ngày 08 đến ngày 23 tháng 01 năm 2011, thiền viện đã tổ chức đại lễ cung nghinh Phật Ngọc Hòa bình Thế giới tại thiền viện cho hàng ngàn Phật tử và thập phương bá tánh đến lễ bái, tụng kinh, cầu an.

MINH ĐĂNG QUANG ZEN MONASTERY

HOUSTON, TEXAS, USA

14634 Bellaire Blvd, Houston, TX 77083
Tel: (281) 988-9989
Adviser: Most Venerable Thích Giác Nhiên
Abbess: Senior Venerable Thích Nữ Tường Liên
Vice-Abbess: Senior Venerable Thích Nữ Vân Liên

On 16th June 2003, Senior Venerable Thích Nữ Tường Liên established Minh Đăng Quang Zen Monastery under the guidance of Most Venerable Thích Giác Nhiên, the leader of the Mendicant Buddhist Sangha in the World. With the financial support of Mr. and Mrs. Đại Thành and other Buddhists, Senior Venerable Thích Nữ Tường Liên purchased Christian church on a 1.2 hectare (3 acre) property, in Houston, Texas and converted into the Zen Monastery. It is spacious, quiet and has facilities for living and practice.

The upstairs Sakyamuni Buddha's statue is respectfully positioned in the Buddha shrine, while the Avalokitesvara, Manjushri, and Samantabhadra Bodhisattvas, and the Late Patriarch Minh Đăng Quang photo at both sides. The Amitabha Buddha Holy Trinity and Ksitigarbha Bodhisattva statues are enshrined at both side altars. At the front yard, there is the beautiful marble statue of Avalokitesvara Bodhisattva. On the right of the pagoda, there are the Four Holy Places, such as the newborn, the enlightening, the turning the Dharma-cakra and the Sakyamuni Buddha Maha Parinirvana.

The monastery has daily and monthly practice sessions. On the main annual occasions, such as Lunar New Year, Vesak's Day, Ullambana Festival and others, it has welcomed many devotees to participate. In particular, from 8th to 23rd January 2011, it organized the ceremony to exhibit the Jade Buddha for the Universal Peace, to which thousands of Buddhists pilgrims, from near and far, took part chanting and paying homage.

明燈光禪院
HOUSTON, TEXAS, USA

地址：14634 Bellaire Blvd, Houston, TX 77083
Tel: (281) 988-9989
院主：釋覺然法主法師
住持：釋女祥蓮尼師
副住持：釋女雲蓮尼師

明燈光禪院由釋女祥蓮尼師於2003年6月16日成立，並由世界乞士僧伽佛教教會法主釋覺然長老法師證明。精舍寬敞、清靜。生活和修學設備齊全；這是在大成伉儷和多位佛子的贊助下，住持尼師購買了休斯敦市一間天主教教堂舊址改建，面積逾1.2公頃（3英畝）。

佛殿設在樓上，佈置莊嚴。主香案呈法塔形，尊奉釋迦佛像。主香案兩旁尊置觀世音菩薩像、文殊菩薩像、普賢菩薩像和明燈光祖師像。兩旁供案尊奉西方三聖像和地藏菩薩像。禪院前面庭院裡尊置了觀世音菩薩像臺，這是用花崗石雕鑿的美術作品。禪院的右邊，尊置了佛教四大聖地像群：釋迦初生像、佛成道像、佛轉法像和佛入涅槃像。

禪院在每週和每個月都有佛法修學活動。在每年的春節，佛誕大典、盂蘭盆節等等的多個大節日裡，禪院均組辦多種莊嚴和周到的佛事活動，讓各地的同鄉和佛子到來參加。特別，從2011年01月08日至23日，禪院舉行隆重的儀式，恭迎世界和平玉佛到來，數以千計的佛子和十方百姓到此禮佛、誦經和祈安。

明灯光禅院
HOUSTON, TEXAS, USA

住所：14634 Bellaire Blvd, Houston, TX 77083
Tel：(281) 988-9989
院長：ティック・ジャック・ニエン和尚法主
住職：ティック・ヌー・トゥーン・リエン尼師
副住職：ティック・ヌー・ヴァン・リエン尼師様

明灯光禅院は、『世界乞士僧伽仏教教会』の法主であるティック・ジャック・ニエン長老様の証明のもとで、2003年6月16日にティック・ヌー・トゥーン・リエン尼師様によって建立されたベトナム禅仏教の寺院である。新しくて広くて（面積約1.2ha）、修習用の設備が整って便利であるこの寺院の精舎は、テキサス州ハウストンに位置し、もともとキリスト教の教会であったが、多くの有心者（ダイ・タイン夫妻及び他の仏教徒の方々）の献金で住職様は購買できたという。

荘厳な仏殿は２階に配置されておる。本尊の仏壇は法塔の形をしており、真中に釈迦仏像が安置され、その両側に観世音菩薩像・文殊菩薩像・普賢菩薩像および明灯光祖師の遺影がある。本尊の両側の仏壇は西方三聖像と地蔵菩薩像を祀る。前庭には大里石の観世音菩薩立像が安置されておる。精舎の右側には四大聖地群像：誕生釈迦像、成道仏像、転法輪仏像、涅槃仏像 が安置されておる。

毎週毎月開催される修習活動以外、旧正月・灌仏会・盂蘭盆会などの伝統祭日を機に、禅院は参詣する同郷や仏教徒を迎え、周到に祭式を執り行う。

特に、2011年1月8日～23日は当院の伽藍で『世界平和のための翡翠仏招聘式典』を開催し、数千の礼拝客を迎えた。

THIỀN VIỆN MINH ĐĂNG QUANG

Toàn cảnh thiền viện — 禪院全景
Full view of the Monastery — 禅院の全景

Ngôi chánh điện — 正殿
The Main hall — 御本殿

Vườn tượng Tứ Động Tâm — 佛教四大聖地像群
The garden of Four Holy Places — 四大聖地庭園

CHÙA VIỆT NAM HẢI NGOẠI - tập 2

Điện Phật
The Buddha shrine
佛殿
仏殿

Tượng Bồ tát Phổ Hiền
The statue of Samantabhadra Bodhisattva
普賢菩薩像
普賢菩薩像

Tượng Bồ tát Văn Thù
The statue of Manjushri Bodhisattva
文殊菩薩像
文殊菩薩像

677

THIỀN VIỆN MINH ĐĂNG QUANG

Bàn thờ Tây Phương Tam Thánh
The altar of the Amitabha Buddha Holy Trinity
西方三聖供案
西方三聖を祀る壇

Bàn thờ Bồ tát Quán Thế Âm
The altar of Avalokitesvara Bodhisattva
觀世音菩薩像供案
観世音菩薩の仏壇

Trai đường Hương Sen
Hương Sen Dining hall
蓮香齋堂
フーン・セン（蓮香）食堂

Bàn thờ Địa Tạng và chư hương linh
The altars of Ksitigarbha Bodhisattva and the Deceased
地藏菩薩和諸香靈供案
地蔵と諸香霊（祖先の霊魂）の仏壇

CHÙA PHÁP LUÂN

HOUSTON, TEXAS, USA

13913 S. Post Oak Road, Houston, TX 77045
Tel: (713) 433-4364, (281) 216-3588, Fax: (713) 456-2606
Email: phapluan@yahoo.com, Email: trangphapluan@gmail.com
Website: www.phapluan.net
Khai sơn: Hòa thượng Thích Hộ Giác, Trụ trì: Thượng tọa Thích Giác Đẳng

Chùa Pháp Luân được Hòa thượng Thích Hộ Giác thành lập vào năm 1994 tại thành phố Houston trên diện tích gần 2ha (4.7ac). Hòa thượng quê ở Đồng Tháp (Việt Nam), vào chùa từ lúc 6 tuổi. Ngài là vị cao tăng thạc đức, dành trọn cuộc đời cho việc tu học và hoằng dương chánh pháp. Ngài là vị Tăng thống Giáo hội Tăng già Nguyên Thủy Việt Nam đầu tiên tại Hoa Kỳ. Ngài đã viên tịch vào ngày 05 tháng 12 năm 2012, trụ thế 86 năm, 66 hạ lạp.

Chùa được Thượng tọa Thích Giác Đẳng tổ chức đại trùng tu vào năm 2011. Chùa ngày nay là ngôi đại tự mỹ lệ với nhiều công trình xây dựng mang phong cách Á Đông như: ngôi chánh điện, hội trường, pháp xá, tăng viện, văn phòng, tháp

chuông, nhà kỷ niệm cố Trưởng lão Hòa thượng Thích Hộ Giác. Chùa tôn trí Thích Ca Phật đài ở sân trước và vườn tượng Tứ Động Tâm ở sân sau.

Điện Phật được bài trí tôn nghiêm thờ tượng đức Phật Thích Ca thuyết pháp. Tiền đường tôn trí pho tượng đồng đức Phật Thích Ca ban pháp lành. Chùa có bảo tượng Thích Ca cao 1,40m (4.6ft) bằng bạch ngọc được thỉnh về từ Myanmar.

Chùa có lịch sinh hoạt, tu học hàng tuần, hàng tháng. Hàng năm, vào các ngày tết Nguyên Đán, Đại lễ Phật Đản, Lễ Dâng Y Kathina, lễ Vu Lan ... chùa đều tổ chức trang nghiêm, trọng thể và chu đáo, đón tiếp đông đảo Tăng, Ni, Phật tử và thiện nam, tín nữ xa gần về lễ bái, tu học, sinh hoạt văn nghệ ...

PHÁP LUÂN TEMPLE

HOUSTON, TEXAS, USA

13913 S. Post Oak Road, Houston, TX 77045
Tel: (713) 433-4364, (281) 216-3588
Fax: (713) 456-2606
Email: phapluan@yahoo.com, Email: trangphapluan@gmail.com
Website: www.phapluan.net
Founder: Most Venerable Thích Hộ Giác
Abbot: Senior Venerable Thích Giác Đẳng

In 1994, Most Venerable Thích Hộ Giác founded Pháp Luân Temple on an area of 2 hectares (4.7 acres) in Houston, Texas. His origin was from Đồng Tháp (Vietnam). He became a novice when he was 6 years old. He is a virtuous master who devoted his whole life to study and propagate Buddhism. He is also the first patriarch of Vietnamese Theravada Sangha in the United States. He passed away on 5th December 2012 at 86 years of age in life and 66 years in the Buddhist precept.

In 2011, Senior Venerable Thích Giác Đẳng, who was his successor, renovated Pháp Luân Temple. At present, the temple is constructed in oriental style, it has become a majestic one, with many architectural marvels, such as the main hall, lecture hall, monks' room, office, bell stupa, the Late Most Venerable Thích Hộ Giác's worship hall and more. The statue of Sakyamuni Buddha is located in the front yard while the Four Holy Places are in the backyard.

The Buddha shrine is respectfully decorated with the statue of Lord Buddha's the Turning the Dharma-cakra. At the front there is the copper Sakyamuni Buddha statue and the Jade Buddha that is 1.40m (4.6ft) tall, which was made in Myanmar.

The temple has daily and monthly practice sessions. On the big annual occasions of Lunar New Year, Vesak's Day, Kathina, Ullambana Festival and others, the temple often organizes these large festivals and the cultural programs to serve the clergy and Buddhist community.

法輪寺

HOUSTON, TEXAS, USA

地址：13913 S. Post Oak Road, Houston, TX 77045
Tel: (713) 433-4364, (281) 216-3588, Fax: (713) 456-2606
Email: phapluan@yahoo.com, Email: trangphapluan@gmail.com, Website: www.phapluan.net
開山：釋護覺法師
住持：釋覺等法師

　　法輪寺由釋護覺法師於1994年成立，位於休士頓市，面積將近2公頃（4.7英畝）。法師原籍越南同塔省，6歲時入寺。法師是一位碩德的高僧，畢生修學和弘揚正法。法師是在美國的越南原始僧伽教會首位僧統。法師於2012年12月05日圓寂，住世86年，夏臘66載。

　　2011年，寺院由釋覺等法師組織大重修。今日的寺院已成為輝煌巍峨的大寺，有很多項工程具亞東建築風格，如：正殿、會堂、法舍，僧院，辦事處，鐘樓，釋護覺故法師紀念堂。寺院前院尊置釋迦佛臺，後院佈置佛教四大聖地像群。

　　佛殿的佈置莊嚴，尊奉釋迦牟尼佛說法像。前堂尊置銅鑄的釋迦佛賜法像。寺院有一座從緬甸請回來用白玉雕成的1.4米（4.6英尺）高的釋迦寶像。

　　寺院在每週、每個月都舉辦各種佛事活動。每年的春節、佛誕、供僧衣節、盂蘭盆節等等，寺院均莊嚴和隆重組辦各種佛事活動，周到地迎接在遠近的眾多僧、尼、佛子和善男信女來禮佛，修學佛法，參加文藝活動。

法輪寺

HOUSTON, TEXAS, USA

住所：13913 S. Post Oak Road, Houston, TX 77045
Tel : (713) 433-4364, (281) 216-3588, Fax: (713) 456-2606
Email : phapluan@yahoo.com, Email : trangphapluan@gmail.com, Website : www.phapluan.net
創立者：ティック・ホー・ジャック和尚
住職：ティック・ジャック・ダーン尚座

　　法輪寺はテキサス州ハウストン市にある面積約2ヘクタールを持つ土地に、1994年ティック・ホー・ジャック和尚様によって建立されたベトナム仏教寺院である。

　　ティック・ホー・ジャック和尚様はドン・タップ（ベトナム）出身で、6歳の時からお寺に入居された。彼は道徳の有る高僧であり、正法修学と弘法に人生を捧げ、更に、アメリカでの「越南原始僧伽教会」の最初の僧総でもある。ティック・ホー・ジャック和尚様は2012年12月5日に円寂され、住世86年、夏臘66年だという。

　　法輪寺は2011年にティック・ジャック・ダーン尚座の下で大規模に改修された。現在の伽藍は非常に立派で、複数のベトナム伝統の建築様式を持つ建築作品：例えば、正殿、会場、法舎、僧院、事務所、梵鐘塔、ティック・ホー・ジャック故和尚の記念堂など…から成る。その他、寺院の前庭に釈迦仏台、裏庭には四動心園群像がある。

　　仏殿は本尊の説法釈迦仏像を祀る。前堂には祝福釈迦仏銅像が安置されておる。また、境内には高さ約1.4mのミアンマーからの白玉釈迦像もある。

　　毎週・毎月、定期の修学活動がある。毎年の旧正月・灌仏会・迦絺那衣式典・盂蘭盆会など重要な祭日に、厳かに祭式を執り行い、参拝・修学する大勢の僧侶・仏教徒・善男信女を接待する。

CHÙA PHÁP LUÂN

Ngôi chánh điện 正殿
The Main hall 御本殿

CHÙA VIỆT NAM HẢI NGOẠI - tập 2

Thích Ca Phật đài
The statue of
Sakyamuni Buddha
釋迦佛臺
釈迦仏台

Vườn tượng Tứ Động Tâm
The garden of Four Holy Places
佛教四大聖地像群
四大聖地群像（四動心園）

 CHÙA PHÁP LUÂN

Điện Phật
The Buddha shrine
佛殿
仏殿

Bàn thờ Bồ tát Quán Thế Âm
The altar of Avalokitesvara Bodhisattva
觀世音菩薩像供案
観世音菩薩の仏壇

Tháp chuông
The bell stupa
鐘樓
梵鐘台

CHÙA VIỆT NAM HẢI NGOẠI - tập 2

Nhà kỷ niệm Trưởng lão Hòa thượng Thích Hộ Giác
The Late Most Venerable Thích Hộ Giác's memorial house
釋護覺故法師紀念堂
ティック・ホー・ジャック故和尚の記念堂

685

VÕ VĂN TƯỜNG & TỪ HIẾU CÔN

CHÙA PHẬT QUANG

SOUTH HOUSTON, TEXAS, USA

701 Arizona Street, South Houston, TX 77587

Tel: (713) 946-5490, (713) 947-1420

Trụ trì: Hòa thượng Thích Chân Tôn
Hội trưởng: Đạo hữu Hoàng Văn Huệ

Chùa do Hội Phật giáo Việt Nam tại Texas thành lập vào năm 1976. Đến năm 1986, Hội tổ chức xây dựng ngôi chùa khang trang trên diện tích hơn 1,8ha (4.5ac) tại phía Nam thành phố Houston. Đại lễ khánh thành chùa được tổ chức trọng thể vào ngày 19 tháng 10 năm 1987. Chùa tiếp tục xây dựng tháp Phật Quang 7 tầng năm 1989; hội trường và nhà tăng năm 2006; nhà ăn và vườn Lâm Tỳ Ni năm 2012. Chùa có hai nghĩa trang được tạo lập vào năm 1985 và năm 1988, mỗi nghĩa trang có 500 huyệt.

Điện Phật rộng thoáng được bài trí tôn nghiêm. Hương án chính thờ tượng đức Phật Thích Ca ngồi thiền định trên đài sen. Án thờ hai bên tôn trí tượng Bồ tát Quán Thế Âm và Bồ tát Địa Tạng. Ở tiền đường đặt hai tượng Hộ Pháp. Sân trước chùa thờ tôn tượng Bồ tát Quán Thế Âm. Tượng Tổ sư Bồ Đề Đạt Ma ở nhà Tổ là một tác phẩm nghệ thuật được tiệm bánh Bảo Hiên Rồng Vàng (Việt Nam) cúng dường năm 1996.

Chùa có lịch sinh hoạt hàng tuần vào ngày chủ nhật. Vào các ngày tết Nguyên Đán, Đại lễ Phật Đản, lễ Vu Lan và các ngày lễ vía chư Phật, chư Bồ tát hàng năm, chùa đón tiếp đông đảo Phật tử gần xa về lễ bái, nghe pháp, sinh hoạt.

PHẬT QUANG TEMPLE
SOUTH HOUSTON, TEXAS, USA

701 Arizona Street, South Houston, TX 77587
Tel: (713) 946-5490, (713) 947-1420
Abbot: Most Venerable Thích Chân Tôn
Chairman: Mr. Hoàng Văn Huệ

In 1976, Phật Quang Temple was established by the Vietnamese Buddhist Association in Texas. By 1986, the temple was built on the area of 1.8 hectares (4.5 acres), south of Houston. On the 19th October 1987, the great inauguration ceremony was organized. The association continued to construct many architectural marvels, such as the 7-storey Phật Quang stupa in 1989, the halls of lecture and monks in 2006, the dining hall and Lumbini Park in 2012. The temple also established two cemeteries in 1985 and 1988, each cemetery has 500 graves.

The Buddhist shrine is spacious with the respectful decoration. The meditating Sakyamuni Buddha is on a lotus at the center, while Avalokitesvara and Ksitigarbha Bodhisattvas are enshrined at both sides. There are two Dharmapala statues at the front. The Avalokitesvara Bodhisattva statue is very tranquil in the open front yard. In the master room, stands the statue of Bodhidharma Patriarch which is a masterpiece of art, donated by the Bảo Hiên Golden Dragon Bakery (from Viet Nam) in 1996.

The temple has scheduled weekly activities for Buddhist practice. The temple also organizes large festivals on holidays and for the Lunar New Year, Vesak's Day, Ullambana Festival, and others for Buddhist followers to worship and cultivate following the Buddha's way.

佛光寺

SOUTH HOUSTON, TEXAS, USA

地址：701 Arizona Street, South Houston, TX 77587
Tel: (713) 946-5490, (713) 947-1420
住持：釋真尊法師
會長：黃文惠道友

　　寺院由得克薩斯州越南佛教會於1976年成立。至1986年，教會在休斯敦市南面興建巍峨的寺院，面積逾1.8公頃（4.5英畝）。1987年10月19日舉行落成儀式。1989年，繼續興建7層的佛光塔；2006年間會堂和僧舍；2012年建食堂和藍毗尼園。寺院有兩個義莊，分別建於1985和1988年，每個義莊有500個墓穴。

　　佛殿面積寬闊，佈置莊嚴。正香案尊奉釋迦佛在蓮台上禪定像。香案兩旁尊置觀世音菩薩像和地藏菩薩像。在前堂尊置兩位護法像。前院尊奉觀世音菩薩像。在祖師堂的菩提達摩祖師像是一座藝術作品，由金龍寶軒餅家（越南）於1996年捐贈。

　　每週週日，寺院均組辦佛法修學活動。在每年的春節，佛誕大典、盂蘭盆節和諸佛誕、諸菩薩誕，寺院迎來遠近的眾多佛子參拜、聽法和進行佛事活動。

仏光寺

SOUTH HOUSTON, TEXAS, USA

住所：701 Arizona Street, South Houston, TX 77587
Tel：(713) 946-5490, (713) 947-1420
住職：ティック・チャン・トン和尚
会長：ホアーン・ヴァン・ホエー道友様

　　仏光寺は1976年テキサス州のベトナム仏教協会により建立されたお寺である。1986年、ハウストン市南部にある面積約1.8haを持つ土地に寺院の伽藍が造られた。寺院の落成式は1987年10月19日に厳かに開催された。次に、1989年は寺院の7重の仏光塔、2006年は会場と僧舎、2012年は食堂とルンビニ園が建てられた。また、仏光寺には2つの霊園（1985、1988）があり、いずれも収容規模は最大500基である。

　　金堂仏殿は広く明るく厳かに飾られておる。本尊は禅定釈迦仏坐像である。本尊の両側には観世音菩薩と地蔵菩薩の仏壇が配置されておる。仏殿の前には2つの護法菩薩像がある。前庭には観世音菩薩立像が安置されておる。その他に、寺院の霊屋にある菩提達磨祖師像はベトナムにある"Bảo Hiên Rồng Vàng"というベーカリーから贈られたモノである。

　　寺院の活動は毎週日曜日に開催される。毎年の旧正月・灌仏会・盂蘭盆会・諸佛諸菩薩に関する祭日を機に、厳かに祭式を執り行い、礼拝・聴法しに来る多くの仏教徒を歓迎する。

Tam quan chùa
Triple gate of the Temple
寺院山門
三関大門

Sân trước chùa
Front yard
寺院前院
前庭

CHÙA PHẬT QUANG

Bảo tháp Phật Quang
The Phật Quang stupa
佛光寶塔
仏光宝塔

Ngôi chánh điện
The Main hall
正殿
御本殿

Điện Phật
The Buddha shrine
佛殿
仏殿

Bàn thờ Bồ tát
Địa Tạng
The altar of
Ksitigarbha
Bodhisattva
地藏菩薩供案
地蔵菩薩の仏壇

Bàn thờ Bồ tát
Quán Thế Âm
The altar of
Avalokitesvara
Bodhisattva
觀世音菩薩像供案
観世音菩薩の仏壇

VÕ VĂN TƯỜNG & TỪ HIẾU CÔN

THIỀN VIỆN PHỔ MÔN

SUGAR LAND, TEXAS, USA

2619 Charles Lane, Sugar Land, TX 77498
Tel: (281) 565-9718
Email: contact@universaldoor.org, Email: udmc2001@yahoo.com
Website: www.universaldoor.org
Trụ trì: Ni sư Thích Nữ Diệu Thiện

Thiền viện được Ni sư Thích Nữ Diệu Thiện thành lập vào năm 2003 trên mảnh đất rộng hơn 4.000m² (1ac). Nhân duyên đến từ năm 2001, trong chuyến về thăm Houston, Ni sư đã hướng dẫn nhiều Phật tử tu học, chuyển hóa nội tâm, tìm niềm vui vốn sẵn nơi chính mình. Vì thế, các Phật tử đã chung nhau tạo mãi khu đất, xây dựng thiền viện để thuận lợi cho việc tu học của mình và đông đảo thập phương bá tánh.

Thiền viện mang tên Phổ Môn, tên một phẩm trong kinh Diệu Pháp Liên Hoa, là noi theo ý nghĩa của phẩm kinh trên, nguyện giúp mọi người không phân biệt nam nữ, chủng tộc và tôn giáo, quay về thắp sáng nội tâm ...nhận ra khả năng giác ngộ nơi chính mình, để có cuộc sống tươi vui, hạnh phúc, tự tại và giải thoát.

Cảnh trí thiền viện đơn sơ nhưng thật thiền vị với nhiều công trình: thiền đường, nhà tăng, phòng khách, phòng thiền trà, thiền thất, nhà sàn và một vườn thiền xinh xắn.

Điện Phật thờ một tượng đức Phật Thích Ca, đơn giản và trang nghiêm.

Thiền viện có lịch tu tập hàng tuần, hàng tháng với các khóa thiền căn bản cho người Mỹ và người Mỹ gốc Việt, các buổi pháp thoại, khóa tu tuổi trẻ ... Mỗi năm có khóa tu 5 ngày vào mùa xuân và mùa hạ. Hàng năm, vào các ngày tết Nguyên Đán và Đại lễ Phật Đản, lễ Vu Lan, vía Bồ tát Quán Thế Âm ..., thiền viện đều tổ chức chu đáo, đầy ý nghĩa, nhằm nêu rõ tôn chỉ Giác ngộ và Giải thoát trong lòng đông đảo Phật tử và khách thập phương về tham dự lễ và tu học.

UNIVERSAL DOOR MEDITATION CENTER

SUGAR LAND, TEXAS, USA

2619 Charles Lane, Sugar Land, TX 77498
Tel: (281) 565-9718
Email: contact@universaldoor.org, Email: udmc2001@yahoo.com
Website: www.universaldoor.org
Abbess: Senior Venerable Thích Nữ Diệu Thiện

In 2001, Senior Venerable Thích Nữ Diệu Thiện went to Houston to guide meditation for Buddhist followers who received the benefit of their inner peace. From this big occasion, in 2003, Senior Venerable Thích Nữ Diệu Thiện and Buddhists purchased a 4,000m^2 (1 acre) site to build the Universal Door Meditation Center in Houston for the sake of many.

Phổ Môn is the title of a chapter in the Saddharmapuṇḍarīka-sūtra. It means a Buddhist who is willing to help all human beings regardless of sex, race and religion and guides them to return their enlightened nature, so that they can lead the peaceful and liberated lives in this world.

The landscape of Universal Door Meditation Center is simple but it has many artistic works, such as the meditation hall, nunnery, visitor's room, tea hut, retreat house, house on stilts and a lovely Zen garden. There is only the Sakyamuni Buddha statue in the main hall. It looks simple, elegant and dignified, when appreciating the meditation experiences.

The center has daily and monthly practice sessions, mainly Dharma talks, youth retreats, and basic meditation courses for the Vietnamese-Americans and the broader community. Every year the center hosts 5-day summer and spring retreats. On the days of annual events such as the Lunar New Year, Vesak's Day, Ullambana Festival, Avalokitesvara Bodhisattva's Day and others, Universal Door Meditation Center has welcomed many devotees from near and far to worship and practice following the liberation and enlightenment of the Buddha.

普門禪院
SUGAR LAND, TEXAS, USA

地址：2619 Charles Lane, Sugar Land, TX 77498
Tel: (281) 565-9718
Email: contact@universaldoor.org, Email: udmc2001@yahoo.com, Website: www.universaldoor.org
住持：釋女妙善尼師

　　禪院由釋女妙善尼師於2003年成立，面積4.000多平方米（1英畝）。2001年，在到休斯敦市探望時，尼師指引當地很多佛子修學佛法，轉化內心，尋求自身原有的歡樂。因此，佛子們合資購買一塊地，建造禪院以方便自己和眾多十方百姓修學佛法。

　　禪院名為普門，是妙法蓮華經內一品的名稱，依照上述經品的意義，願幫助各人，部分男女，種族和宗教，回頭照亮內心等等，看出自己覺悟的能力，以便生活愉快，幸福，自在和解脫。

　　禪院的景緻簡單，但很有禪位，包括禪堂，僧舍，客廳，禪茶室，禪室，高腳屋和一個小小精緻的禪園。佛殿只尊奉一位釋迦佛像，簡單又莊嚴。

　　禪院在每週和每個月均有組辦佛法修習班，為美國人和越裔美國人開辦基本禪課，法話班和年輕人修學課。每年在春季和夏季都舉辦5天的修學班。每年，在春節，佛誕大典，盂蘭盆節，觀世音菩薩誕等等，禪院周到地組辦各種佛事活動，充滿意義，其宗旨是讓到來拜佛和修學佛法的十方佛子和香客在佛前得以覺悟和解脫。

普門禅院
SUGAR LAND, TEXAS, USA

住所：2619 Charles Lane, Sugar Land, TX 77498
Tel：(281)565-9718
Email：contact@universaldoor.org, Email：udmc2001@yahoo.com, Website：www.universaldoor.org
住職：ティック・ヌー・イエウ・ティエン尼師

　　普門禅院は2003年ティック・ヌー・イエウ・ティエン尼師様　に建立され、面積4.000㎡以上があるベトナム禅仏教の寺院である。この禅院の趣旨については、2001年にティック・ヌー・イエウ・ティエン尼師様がハウストン市を訪問し、地元の仏教徒達を修習の指導する機会があって、その後、その時の仏教徒達が土地を購買し、今後一般庶民も修学できるよう新しい伽藍を建てた事によって普門禅院の誕生となったという。

　　禅院の「普門」という名前は『妙法蓮華経』の一品（妙法蓮華経観世音菩薩普門品偈と呼ばれ）であり、その意味は：人々が性別・民族・宗教を問わず自分の苦悩ことに本心を察して痛みや苦しみから自分を解放する、より楽しい幸せな人生を歩めるよう力を尽くす事である。

　　境内の配置は簡易であるが、禅堂・僧舍・客室・禅茶室・禅室・高床式住居および小さな禅苑の合わせ方によって非常に禅味がある。仏殿の本尊は威厳がある釈迦仏像その一つだけである。

　　禅院の活動については、毎週・毎月の修習・生活以外、ベトナム系アメリカ人と他の民種のアメリカ人も参加できる「禅の基本」プログラムや法話や青少年修学など…がある。更に、1年2回－春季と夏季の修学プログラムが行われる。また、旧正月・灌仏会・盂蘭盆会・観世音菩薩聖誕記念日などの大事な祭日に、修学・参詣する礼拝客や仏教徒の「覚悟と解脱」という御旨通りに周到に祭式を執り行う。

CHÙA VIỆT NAM HẢI NGOẠI - tập 2

Toàn cảnh thiền viện 禪院全景
Full view of Meditation Center 禅院の全景

Ngôi chánh điện 正殿
The Main hall 御本殿

Điện Phật 佛殿
The Buddha shrine 仏殿

Vườn thiền 禪園
Zen garden 禅園

Ni sư trụ trì và chư ni 住持尼師和諸尼
The Abbess and Nuns 住職尼師様と諸尼僧

695

THIỀN VIỆN PHỔ MÔN

Giảng pháp 講法
Dharma talk 講法

Thiền hành 禪行
Walking meditation 修禪

Thọ trai 受齋
Lunch 受斎

CHÙA VIỆT NAM HẢI NGOẠI - tập 2

Khóa tu tuổi trẻ
Youth retreat

年輕人修學班
青少年向けの修習プログラム

Các khóa tu học
Retreats

各個修學班
修学活動

697

CHÙA PHƯỚC HUỆ

SAN ANTONIO, TEXAS, USA

6292 Lockhill Road, San Antonio, TX 78240
Tel: (210) 561-1225, (210) 860-7370
Email: thichphuocquang@gmail.com
Website: www.chuaphuochue.blogspot.com

Sáng lập: Sa môn Thích Phước Quang
Viện chủ: Tỳ kheo Ni Thích Nữ Quang Thông
Trụ trì: Tỳ kheo Thích Thắng Quang

Chùa Phước Huệ được Sa môn Thích Phước Quang thành lập vào tháng 01 năm 2008 tại San Antonio, thành phố lớn thứ 7 của Hoa Kỳ, thành phố du lịch nổi tiếng của Hoa Kỳ. Chùa có diện tích hơn 1,2ha (3ac), cảnh trí yên tĩnh, mát mẻ. Vườn chùa có hơn 400 cây xanh tạo không khí trong lành và thanh tịnh nơi cửa Phật. Kiến trúc chùa có: ngôi chánh điện, phòng khách, trai đường, tăng phòng và dãy nhà 9 căn dành cho chư Tăng và Phật tử tứ phương.

Điện Phật được bài trí tôn nghiêm. Chùa có vườn tượng lộ thiên lớn, các tượng đều được tạo tác tại Sài Gòn (Việt Nam) từ năm 2007 đến năm 2010. Đó là: 1. Vườn tượng Tứ Động Tâm gồm các Thánh tích Phật giáo: vườn Lâm Tỳ Ni, tượng Thái tử cắt tóc xuất gia, tượng đức Phật Thành Đạo, tượng đức Phật chuyển Pháp Luân và tượng đức Phật nhập Niết Bàn. 2. Tượng đài Bồ tát Quán Thế Âm. 3. Tượng Bồ tát Di Lặc. 4. Chùa Một Cột thờ tượng Tây Phương Tam Thánh.

Chùa có hai thời khóa tụng niệm hàng ngày. Chủ nhật có sinh hoạt, tụng kinh, ngồi thiền, giảng pháp cho Phật tử. Hàng năm, vào các ngày tết Nguyên Đán, Đại lễ Phật Đản, lễ Vu Lan, chùa tổ chức trang nghiêm, chu đáo, đón tiếp đông đảo Tăng, Ni, Phật tử và thập phương bá tánh về lễ bái, sinh hoạt.

PHƯỚC HUỆ TEMPLE
SAN ANTONIO, TEXAS, USA

6292 Lockhill Road, San Antonio, TX 78240
Tel: (210) 561-1225, (210) 860-7370
Email: thichphuocquang@gmail.com, Website: www.chuaphuochue.blogspot.com
Founder: Bhikkhu Thích Phước Quang
Founding Abbot: Bhikkhuni Thích Nữ Quang Thông
Abbot: Bhikkhu Thích Thắng Quang

In January 2008, Bhikkhu Thích Phước Quang established Phước Huệ Temple in San Antonio, the famous tourist city and the 7th largest city in the United States. Located on an area of 1.2 hectares (3 acres), the land is covered with more than 400 trees to create a solemn and serene atmosphere which is effective in calming the devotees' minds. The temple facilities include; the Buddha hall, living room, dining hall, monk's rooms and a nine-room guest house for the clergy and disciples.

The Buddha shrine is respectfully formed. Especially in the large Zen garden, there are many artistic statues which were made in Saigon (Vietnam) between 2007 to 2010. They include: 1) The Four Holy Places: Lumbini park, the renouncement, the enlightenment, the sermon giving and the attaining Nirvana Buddha. 2) The statue of Avalokitesvara Bodhisattva. 3) The statue of Maitreya Bodhisattva. 4) The statues of the Amitabha Buddha Holy Trinity is enshrined in the One Pillar Pagoda.

The temple has two daily chanting courses. Every Sunday, Buddhists can come to listen to Dharma talks, recite, meditate and more. The temple also often organizes the main annual festivals on holidays, including the New Year, Vesak's Day, Ullambana Festival and others for monks and Buddhist followers to worship and practice following the Buddha's way.

福惠寺

SAN ANTONIO, TEXAS, USA

地址：6292 Lockhill Road, San Antonio, TX 78240
Tel: (210) 561-1225, (210) 860-7370
Email: thichphuocquang@gmail.com, Website: www.chuaphuochue.blogspot.com
創立者：釋福光沙門
院主：釋女光通比丘尼
住持：釋勝光比丘

　　福惠寺由釋福光沙門於2008年01月成立，寺院設在聖安東尼奧市，這是美國第七大城市，更是有名的旅遊城市。寺院面積逾1.2公頃（3英畝）。景緻寧靜，環境涼爽。寺的庭院內種有400多株綠樹，為佛門營造清新的空氣和安靜的環境。寺院的建築物有：正殿、客房、齋堂、僧房和有一列房屋是供四方的諸僧和佛子留宿。

　　佛殿佈置莊嚴。寺院有很大的露天像群。所有的像是從2007年至2010年在越南西貢造作。那是：1. 佛教四大聖地像群：藍毗尼園、太子落髮出家像、佛成道像、佛轉法輪像和佛入涅槃像。2. 觀世音菩薩像。3. 彌勒菩薩像。4. 尊奉西方三聖像的一柱寺。

　　寺院每日有兩個誦念課。週日為佛子組織誦經、坐禪和講法的活動。在每年的春節、佛誕大典、盂蘭盆節，寺院周到和莊嚴地組辦各種佛事活動，迎接眾多僧、尼、佛子和十方百姓到來拜佛和參加活動。

福惠寺

SAN ANTONIO, TEXAS, USA

住所：6292 Lockhill Road, San Antonio, TX 78240
Tel: (210) 561-1225, (210) 860-7370
Email: thichphuocquang@gmail.com, Website: www.chuaphuochue.blogspot.com
創立者：ティック・フーク・クアーン沙門
院長：ティック・ヌー・クアーン・トーン比丘尼
住職：ティック・ターン・クアーン比丘

　　福惠寺はアメリカの著名な観光地であるテキサス州サン・アントニオに位置するベトナム仏教寺院であり、2008年1月にティック・フーク・クアーン沙門様によって建立された。面積約1.2haを持ち、静かで涼しい境内は400本以上の緑の樹木もあるため、いつも清浄な空気が満ちておる。寺院の建築については正殿、客室、食堂、僧屋および9軒部屋の下宿屋（外来の諸僧侶と仏教徒用）という構成である。

　　仏殿は尊厳に配置されておる。福惠寺の庭園には仏像に関する建築作品が多数あり、その全てはベトナムのサイゴンで2007年から2010年にかけて作製されたモノである。具体的に、①四大聖地群像：ルンビニ園、出家太子像、成道仏像、転法輪仏像、涅槃仏像　②観世音菩薩立像③弥勒菩薩像④西方三聖を祀る一柱寺という。

　　寺院では毎日2回誦念をする。日曜日には仏法生活・念経・座禅・説法の活動が行われる。毎年、旧正月・灌仏会・盂蘭盆会…重要な祭日に、福惠寺は周到にかつ厳かに祭式を行い、礼拝・修学する多くの僧侶や尼僧、一般庶民及び仏教徒を歓迎する。

Toàn cảnh chùa
Full view of the Temple
寺院全景
全景

Chùa Một Cột
One Pillar Pagoda
一柱寺
一柱寺

Bàn thờ Tây Phương Tam Thánh trong chùa Một Cột
The altar of the Amitabha Buddha Holy Trinity
一柱寺的西方三聖像供案
一柱寺の中の西方三聖仏壇

CHÙA PHƯỚC HUỆ

Vườn tượng các Thánh tích Phật giáo
The garden of Holy Buddhist Places

佛教聖地像群
仏跡群像

CHÙA VIỆT NAM HẢI NGOẠI - tập 2

Tượng Bồ tát Di Lặc
The statue of Maitreya Bodhisattva
彌勒菩薩像
弥勒菩薩像

Tượng đài Bồ tát Quán Thế Âm
The statue of Avalokitesvara Bodhisattva
觀世音菩薩像台
観世音菩薩記念碑台

Kinh hành niệm Phật
Recite the Buddha name while walking
經行念佛
念仏経行

703

VÕ VĂN TƯỜNG & TỪ HIẾU CÔN

THIỀN VIỆN QUANG CHIẾU

FORTWORTH, TEXAS, USA

5251 Rendon Road, Fortworth, TX 76140

Tel & Fax: (817) 483-8670

Email: quangchieuzen@yahoo.com

Phương trượng: Thiền sư Thích Thanh Từ
Trụ trì: Ni sư Thích Nữ Hạnh Diệu

Thiền viện được thành lập vào tháng 3 năm 2000 do một nhóm Phật tử vùng Dallas và Fort Worth với ý nguyện mong có một nơi thuận tiện để tu thiền và truyền bá Thiền tông Việt Nam. Tháng 9 năm 2001, thiền viện với diện tích khoảng 4ha (10ac) được chính thức hiến cúng cho Thiền sư Thích Thanh Từ. Tọa lạc trên đỉnh đồi, ngôi chánh điện uy nghiêm, trang nhã được khánh thành trọng thể vào ngày 14 tháng 12 năm 2003.

Điện Phật được bài trí trang nghiêm, tôn thờ đức Phật Thích Ca và hai vị Bồ tát Văn Thù, Phổ Hiền. Ba pho tượng được tạc bằng đá hoa ở Đà Nẵng (Việt Nam) vào năm 2003. Sân trước ngôi chánh điện tôn trí tượng đài Bồ tát Quán Thế Âm bằng đá granite trắng. Hai bên ngôi chánh điện có hai vườn cảnh đẹp, tôn trí tượng Bồ tát Quán Thế Âm và Tổ sư Bồ Đề Đạt Ma.

Thiền viện có lịch tu học, sinh hoạt hàng tuần, hàng tháng. Ngày thứ bảy hàng tuần có lớp dạy thiền và Phật pháp cho người Mỹ. Các ngày lễ, tết trong năm như: Tết Nguyên Đán, lễ Phật Đản, lễ Vu Lan, khóa tu học Phật pháp ... đều được thiền viện tổ chức quy mô, chu đáo cho đông đảo Phật tử, đồng hương xa gần về tham dự.

QUANG CHIẾU MEDITATION CENTER
FORTWORTH, TEXAS, USA

5251 Rendon Road, Fortworth, TX 76140
Tel & Fax: (817) 483-8670
Email: quangchieuzen@yahoo.com
Founding Abbot: Zen Master Thích Thanh Từ
Abbess: Senior Venerable Thích Nữ Hạnh Diệu

The Meditation Center was founded in March 2000, by a group of Buddhists in Dallas and Fort Worth, with the goal to be a convenient place to meditate and spread Vietnamese style Meditation. In September 2001, the 4 hectare (10 acre) center was formally offered to Zen Master Thích Thanh Từ. Located on a hilltop, the solemn temple was grandly inaugurated on 14th December 2003.

The main hall is decorated elegantly with the Sakyamuni Buddha, Manjushri, and Samantabhadra Bodhisattva statues. Three marble statues were carved in Đà Nẵng (Vietnam) in 2003. There is a white, granite Avalokitesvara Bodhisattva statue in the front-yard. In the beautiful gardens of both sides of the main hall, the Bodhidharma Patriarch and Avalokitesvara Bodhisattva are tranquilly enshrined.

There are weekly and monthly sessions for Buddhist practitioners. On Saturdays, the meditation and Dharma classes are held for the broader community. The Meditation Center has received numerous Buddhist followers, from near and far, to practice and worship on the occasions of New Year, Vesak's Day, Ullambana Festival, Dharma retreats and more.

光照禪院

FORTWORTH, TEXAS, USA

地址：5251 Rendon Road, Fortworth, TX 76140
Tel & Fax: (817) 483-8670
Email: quangchieuzen@yahoo.com
方丈：釋清慈禪師
住持：釋女行妙尼師

　　2000年03月，居住在達拉斯（Dallas）和沃斯堡（FortWorth）的佛子們希望有一個方便的地方修禪和傳揚越南禪宗，於是各人起了成立禪院的念頭。2001年9月，一座面積大約4公頃（10英畝）的禪院正式移交給釋清慈禪師。禪院座落在一個山崗上，正殿外貌巍峨，佈置莊雅。2003年12月14日舉行隆重的落成儀式。

　　佛殿佈置莊嚴，尊奉釋迦牟尼佛和文殊菩薩、普賢菩薩。這三尊佛像於2003年在越南峴港用雲石雕琢。正殿前院尊置用白色花崗石雕琢的觀世音菩薩像。正殿兩旁是兩座美麗的花園，園內尊置了觀世音菩薩像和菩提達摩祖師像。

　　禪院每週和每個月定期組辦修學佛法和舉行佛事活動。每週週六為美國人開設禪學和佛法學習班。每年在慶祝春節、佛誕、盂蘭盆節和佛法修學班開班或結業時，禪院均舉行隆重的儀式，讓遠近的佛子與鄉親到來參加。

光照禅院

FORTWORTH, TEXAS, USA

住所：5251 Rendon Road, Fortworth, TX 76140
Tel & Fax: (817) 483-8670
E-mail: quangchieuzen@yahoo.com
方丈：ティック・タン・トゥ禅師様
住職：ティック・ヌー・ハイン・イエウ尼女房様

　　光照禅院はアメリカ合集国テキサス州フォートワース地域に所在する、ベトナム仏教を祀る寺院。2000年3月に、テキサス州北部タラント郡にあるダラス市とフォートワース市の仏教徒たちに、ベトナムの仏教禅宗派を普及する目的で設立された。2001年9月に、丘の頂上に位置する、4ヘクタール（10AC）の面積を持つこの禅院は正式にティック・タン・トゥ禅師様に寄贈された。新院落成式は2003年12月14日に厳かに行われた。

　　仏殿は厳粛に飾られ、釈迦牟尼仏、文殊菩薩及び普賢菩薩を中心に祀る。御本尊の三位仏像は、2003年にベトナムのダナン市で大理石から制作されたという。御本殿の手前の庭園には、白い御影石の観世音菩薩立像が安置される。両側にも御苑があり、そちらにまた観世音菩薩立像や菩提達磨立像が安置される。

　　禅宗修学活動は毎週・毎個月の定例スケジュールに設定されている。土曜日には、アメリカ人向けの禅宗学や仏法の講座がある。毎年、遠くから礼拝に来る仏教徒や市民のベトナム人を迎え、中国の旧正月、灌仏会、盂蘭盆会などの重要な祭事を豪華に行う共に仏法修学コースをきちんと準備し、丁寧に提供している。

CHÙA VIỆT NAM HẢI NGOẠI - tập 2

Tượng đài Bồ tát Quán Thế Âm
The statue of Avalokitesvara Bodhisattva
觀世音菩薩像台
観世音菩薩記念碑台

Tam quan thiền viện (mặt sau)　　　禪院山門（後面）
Triple gate (back side)　　　　　　禅院の三関

Toàn cảnh thiền viện　　　　　　　　禪院全景
Full view of the Meditation Center　　禅院の全景

Ni đường　　　尼堂
Nunnery　　　尼堂

Nhà khách　　　客房
Guest room　　客室

THIỀN VIỆN QUANG CHIẾU

Tượng Bồ tát Quán Thế Âm
The statue of Avalokitesvara Bodhisattva
觀世音菩薩像
観世音菩薩立像

Tượng Tổ sư Bồ Đề Đạt Ma
The statue of Bodhidharma Patriarch
菩提達摩祖師像
菩提達磨立像

Điện Phật
The Buddha shrine
佛殿
仏殿

Bàn thờ Bồ tát Phổ Hiền
The altar of Samantabhadra Bodhisattva
普賢菩薩供案
普賢菩薩仏壇

Bàn thờ Bồ tát Văn Thù
The altar of Manjushri Bodhisattva
文殊菩薩供案
文殊菩薩仏壇

Tượng Bồ tát Quán Thế Âm
The statue of Avalokitesvara Bodhisattva
觀世音菩薩像
観世音菩薩立像

Tủ kinh và băng đĩa Phật pháp
Dharma Book and CD cabinet
佛法經書，錄音帶和光盤收藏櫃
お経と仏法講座用の磁気テープ等

THIỀN VIỆN QUANG CHIẾU

Sinh hoạt thiếu nhi
Teenager activities
少年兒童活動
児童向けの活動

Chân dung Thiền sư Thích Thanh Từ
Portrait of Zen Master Thanh Từ
釋清慈禪師肖像
ティック・タン・トゥ禅師様

CHÙA VIỆT NAM HẢI NGOẠI - tập 2

Lễ Vu Lan (2014) 　　　盂蘭盆節（2014）
Ullambana Festival (2014)　盂蘭盆会（2014）

Tết Trung Thu (2012)　　中秋節（2012）
Mid-Autumn Festival (2012)　中秋節（2012）

711

Khóa tu học Phật pháp (2014)
Dharma retreat (2014)
佛法修學班（2014）
仏法講座の教室（2014）

CHÙA VIỆT NAM HẢI NGOẠI - tập 2

Khóa tu học Phật pháp (2014) 佛法修學班（2014）
Dharma retreat (2014) 仏法講座の教室（2014）

THIỀN VIỆN TRÚC LÂM TỪ QUANG

MAGNOLIA, TEXAS, USA

26014 Andy Lane, Magnolia, TX 77354
Tel: (281) 789-6720
Email: tvtuquang@gmail.com
Website: www.thienvientuquang.org
Trụ trì: Thượng tọa Thích Tuệ Giác
Quản viện: Đại đức Thích Đạo Mãnh

Thiền viện được Thượng tọa Thích Tuệ Giác, Hội trưởng Hội Thiền học Việt Nam tại hải ngoại thành lập vào năm 2012 trên mảnh đất rộng hơn 4ha (10ac) tọa lạc ở thành phố Magnolia, hướng Tây Bắc thành phố Houston, cách trung tâm thành phố Houston 61km (38 miles). Cảnh trí thiền viện thoáng đãng, yên tịnh, mát mẻ; giao thông thuận tiện cho Phật tử ở nhiều thành phố lân cận về tu học. Năm 2013, thiền viện tổ chức trùng tu thiền đường, trai đường và nhà khách. Các vị quản viện từ ngày thiền viện thành lập đến nay là quý Đại đức: Thích Đạo Tuân, Thích Phổ Đức và Thích Đạo Mãnh. Điện Phật được bài trí tôn nghiêm, thờ tượng đức Bổn sư Thích Ca và Tổ sư Bồ Đề Đạt Ma. Sân trước thiền viện tôn trí tượng đức Bồ tát Quán Thế Âm bằng đá hoa, cao 3,3m (10.8ft) được an vị năm 2013, là một tác phẩm mỹ thuật do các nghệ nhân Đà Nẵng (Việt Nam) thực hiện.

Thiền viện có lịch sinh hoạt vào chủ nhật hàng tuần, có khóa tu Bát quan trai giới hàng tháng. Hàng năm, vào ngày tết Nguyên Đán, Đại lễ Phật Đản, lễ Vu Lan ..., thiền viện tổ chức trang nghiêm, chu đáo đón tiếp đông đảo chư thiện nam, tín nữ, Phật tử xa gần về tu tập, sinh hoạt.

TRÚC LÂM TỪ QUANG MEDITATION CENTER

MAGNOLIA, TEXAS, USA

26014 Andy Lane, Magnolia, TX 77354
Tel: (281) 789-6720
Email: tvtuquang@gmail.com, Website: www.thienvientuquang.org
Abbot: Senior Venerable Thích Tuệ Giác
Manager: Venerable Thích Đạo Mãnh

In 2012, Senior Venerable Thích Tuệ Giác, the president of Vietnamese Meditation Association Overseas, established Trúc Lâm Từ Quang Meditation Center on a 4 hectare (10 acre) piece of land in Magnolia, northwest Houston (38 miles/61km from downtown Houston). The Meditation Center serves for religious purposes because the landscape is large, quiet, cool and convenient for transportation for many Buddhists in the neighboring cities to come.

By 2013, the meditation hall, dining hall and guest house were restored. The governing body, since its establishment, has been Venerable Thích Đạo Tuân, Venerable Thích Phổ Đức, and Venerable Thích Đạo Mãnh.

The Buddha shrine is the home to the elegant Sakyamuni Buddha and Bodhidharma Patriarch. In the front yard, there is the marble Avalokitesvara Bodhisattva statue which is 3.3m (10.8ft) high, was installed in 2013. It is the masterpiece of art and made by the Đà Nẵng (Vietnam) artists.

The center has scheduled its activities every Sunday and the Eight-precept retreat for Buddhist practice in monthly. Especially it also hosts well the big annual events of Lunar New Year, Vesak's Day, Ullambana Festival, and so on, to serve for Buddhist community.

竹林慈光禪院

MAGNOLIA, TEXAS, USA

地址：26014 Andy Lane, Magnolia, TX 77354
Tel: (281) 789-6720
Email: tvtuquang@gmail.com, Website: www.thienvientuquang.org
住持：釋惠覺法師
管院：釋道猛法師

禪院由海外越南禪學會會長釋惠覺法師於2012年成立，位於距離休斯頓市中心西北面61公里（38英里）的木蘭花市，面積逾4公頃（10英畝）。禪院景緻優美安靜，涼爽；交通方便，因此，鄰近多個城市的佛子都到來修學。2013年，禪院重修禪堂，齋堂和客廳。自禪院成立以來，負責管院的有：釋道遵法師、釋普德法師和釋道猛法師。

佛殿的佈置莊嚴，尊奉本師釋迦佛像和菩提達摩祖師像。禪院前院尊置用花崗石雕鑿的觀世音菩薩像，高3.3米（10.8英尺），於2013年安位，是越南峴港市藝人們的美術作品。

禪院在每週週日組辦佛法修學活動，每個月組辦八關齋戒課。每年的春節，佛誕大典，盂蘭盆節等等，禪院莊嚴和周到地組織佛事活動，迎接遠近眾多的善男信女，佛子來修習和參加佛事活動。

竹林慈光禅院

MAGNOLIA, TEXAS, USA

住所：26014 Andy Lane, Magnolia, TX 77354
Tel：(281)789-6720
Email：tvtuquang@gmail.com, Website：www.thienvientuquang.org
住職：ティック・トエ―・ジャック尚座
管長：ティック・ダオ・マイン大徳

竹林慈光禅院は、テキサス州マグノリア市（ハウストン市から西北に61km離れた都市）に所在し、面積4ha以上を持つベトナム禅仏教の寺院である。この禅院は2012年、海外での越南禅学会の会長であるティック・トエ―・ジャック尚座様により建立された。

竹林慈光禅院は使用空間が広く明るく静かで、それに近隣都市の仏教徒にとって交通的に便利な寺院である。2013年、禅院は禅堂、食堂と客室を改修した。建立以降（現在まで）の管長は次の順番で：ティック・ダオ・トアン、ティック・フォー・ドゥックおよびティック・ダオ・マインである。

金堂仏殿は釈迦本師像と菩提達磨祖師像を本尊として祀る。前庭には、ベトナムダナン市の職人に作製された、高さ3.3m位、2013年に安置された大理石の観世音菩薩立像がある。

毎週の日曜に修習生活があり、毎月一回で「受八関斎戒」が行われる。また、毎年の旧正月、灌仏会、盂蘭盆会のときに、修学・参詣する善男信女や仏教徒の団体を迎え、周到に祭式を執り行う。

CHÙA VIỆT NAM HẢI NGOẠI - tập 2

Điện Phật
The Buddha shrine
佛殿
仏殿

Tôn tượng Bồ tát Quán Thế Âm
The statue of Avalokitesvara Bodhisattva
觀世音菩薩像
観世音菩薩立像

Tượng Tổ sư Bồ Đề Đạt Ma
The statue of Bodhidharma Patriarch
菩提達摩祖師像
菩提達磨立像

THIỀN VIỆN TRÚC LÂM TỪ QUANG

Lễ An vị Phật
The Buddha installation ceremony

佛安位儀式
本尊仏像の安置式典

Khóa tu Bát Quan Trai giới
The Eight precepts retreat

八關齋戒修業
八関斎戒会

VÕ VĂN TƯỜNG & TỪ HIẾU CÔN

TRUNG TÂM VẠN HẠNH

CENTREVILLE, VIRGINIA, USA

7605 Bull Run Drive, Centreville, VA 20121
Tel: (703) 968-8460, (703) 629-3141

Email: trungtamvanhanh@gmail.com
Email: sakyatritue@gmail.com
Viện chủ: Hòa thượng Sakya Trí Tuệ

Trung tâm Vạn Hạnh được Hòa thượng Sakya Trí Tuệ thành lập vào năm 1988 với diện tích 4ha (hơn 10ac), trong vùng thủ đô Hoa Kỳ, tại thành phố Centreville, tiểu bang Virginia. Cảnh trí Trung tâm thoáng đãng, an tịnh, tôn nghiêm với nhiều tượng chư Phật, Bồ tát lộ thiên, hòn giả sơn ... được bài trí hài hòa trong vườn cây xinh đẹp, xanh mát quanh năm. Bên phải ngôi chánh điện, chùa Một Cột dạng tháp 3 tầng thờ tượng Tây Phương Tam Thánh, Bồ tát Quán Thế Âm và 700 tượng nhỏ Bồ tát Quán Thế Âm, được dựng vào năm 2010, rộng hơn 700m² (7,534 sq.ft) giữa hồ sen ngát hương.

Điện Phật được bài trí trang nghiêm, thờ tượng đức Phật Thích Ca, đức Phật A Di Đà, Bồ tát Quán Thế Âm, Bồ tát Đại Thế Chí … Sân trước Trung tâm tôn trí tượng: Thích Ca sơ sinh, đức Phật thiền định, đức Phật nhập Niết Bàn, Bồ tát Di Lặc, Bồ tát Quán Thế Âm và hòn giả sơn tuyệt đẹp, an vị tôn tượng Bồ tát Quán Thế Âm.

Trung tâm có lịch tu học hàng tuần, hàng tháng. Trung tâm đã tổ chức lễ hội chiêm bái Xá Lợi Phật và chư Thánh Tăng từ ngày 19 đến ngày 21 tháng 10 năm 2012. Vào các ngày tết Nguyên Đán, vía Bồ tát Quán Thế Âm, Đại lễ Phật Đản, lễ Vu Lan …hàng năm, Trung tâm đều tổ chức trọng thể, chu đáo, tiếp đón đông đảo chư Tăng, Ni và Phật tử về lễ bái, sinh hoạt.

VẠN HẠNH BUDDHIST CENTER
CENTREVILLE, VIRGINIA, USA

7605 Bull Run Drive, Centreville, VA 20121
Tel: (703) 968-8460, (703) 629-3141
Email: trungtamvanhanh@gmail.com
Email: sakyatritue@gmail.com
Abbot: Most Venerable Sakya Trí Tuệ

In 1988, Most Venerable Sakya Trí Tuệ established Trung Tâm Vạn Hạnh on a 4 hectare (10 acre) site in the city of Centreville, Virginia. The visual arts of Buddha's statues and the rockery exhibition in the serene, solemn and green garden, create an explicitly religious sense and are effective in calming Buddhist followers' minds. On the right of the temple, in the fragrant lotus pond, there is an outstanding One Pillar Pagoda which is designed with the 700 m² (7.534 sq.ft) high three-storey stupa, built in 2010. The Amitabha Buddha Holy Trinity, Avalokitesvara Bodhisattva and 700 small statues of Avalokitesvara Bodhisattvas are worshiped inside this beautiful stupa.

The Buddha hall is respectfully enclosed with the tranquil statues of Sakyamuni and Amitabha Buddhas, Avalokitesvara and Mahasthamaprapta Bodhisattvas. In the front yard, there are many other artist statues, such as the newborn, the meditating and the attained Nirvana Sakyamuni Buddha, Maitreya and Avalokitesvara Bodhisattvas, the rockery exhibition on which there is the beautiful Avalokitesvara Bodhisattva located, and so on.

The center has weekly and monthly practice sessions. On 19th to 21st October 2012, the center was honored to organize the festival to display the Buddha's and his great disciples' relics. On the main annual occasions, such as Lunar New Year, Vesak's Day, Ullambana Festival, and Avalokitesvara's Day and others, the temple has welcomed hundreds of monks and nuns, guests, male and female devotees from near and far to attend the rituals, retreats, and the cultural program in the peaceful Buddhist setting.

VÕ VĂN TƯỜNG & TỪ HIẾU CÔN

萬行中心

CENTREVILLE, VIRGINIA, USA

地址：7605 Bull Run Drive, Centreville, VA 20121
Tel: (703) 968-8460, (703) 629-3141
Email: trungtamvanhanh@gmail.com, Email: sakyatritue@gmail.com
院主：Sakya 智慧法師

萬行中心由Sakya智慧法師於1988年成立，面積4公頃（逾10英畝），座落在美國維吉尼亞州的Centreville市。中心的精緻寬敞、寧靜、莊嚴，尊置很多露天的佛像和菩薩像，還有假山等等，種有很多終年翠綠的樹木，佈置和諧。正殿右邊是一座3層高的塔形獨柱寺，尊奉西方三聖像，觀世音菩薩像和700座觀世音菩薩小像。佛塔於2010年建設，面積逾700平方米（7,534 sq.ft），建在清香的蓮池上。

佛殿的佈置莊嚴，尊奉釋迦佛像，阿彌陀佛像，觀世音菩薩像，大勢至菩薩像等等。中心前院尊置：釋迦佛初生像，釋迦佛禪定像，釋迦佛入涅槃像，彌勒菩薩像，觀世音菩薩像。在美麗的假山上，尊置了觀世音菩薩像。

中心在每週、每個月都有佛法修學班。中心還在2012年10月19日至21日組辦佛舍利和諸聖僧供拜盛會。在每年的春節、觀世音菩薩誕和佛誕大典，盂蘭盆節等等的大節日裡，中心周到和隆重組織各種佛事活動，迎來不少僧、尼和佛子拜佛和參加各種活動。

萬行中心

CENTREVILLE, VIRGINIA, USA

住所：7605 Bull Run Drive, Centreville, VA 20121
Tel：(703) 968-8460, (703) 629-3141
Email：trungtamvanhanh@gmail.com, sakyatritue@gmail.com
住職：シャキア・チー・トエ―和尚様

萬行センターは1988年シャキア・チー・トエ―和尚様によりバージニア州センタービレ市に建立された、面積4haを持つお寺である。

広々な境内は静かで明るく、緑が多い花園に諸仏像・菩薩像や盆石が多数安置されておる。正殿の右側の蓮池に浮かぶ一柱寺が3重の構造で、西方三聖像や観世音菩薩像および700の小型の観世音菩薩像を祀る。この一柱寺は2010年から造られたもので、その面積は700㎡以上もある。

仏殿は釈迦仏像・阿弥陀仏像・観世音菩薩像・大勢至菩薩像を厳かに祀っておる。前庭には、誕生釈迦仏像・禅定仏像・涅槃仏像・弥勒菩薩像・観世音菩薩像および観音菩薩立像がある盆石などが設置されておる。

萬行センターは毎週、毎月修学活動を行っておる。目立った活動といえば、2012年10月19日から21日まで三日間で仏沙利と諸聖僧の参拝式を開催した。毎年の旧正月、灌仏会、観世音菩薩に関する祭日、盂蘭盆会などを機に、厳かに祭式を執り行い多くの人々を歓迎する。

CHÙA VIỆT NAM HẢI NGOẠI - tập 2

Toàn cảnh Trung tâm Vạn Hạnh
Full view of Vạn Hạnh Buddhist Center
萬行中心全貌
萬行中心全貌

Cảnh quan Trung Tâm　　　中心景觀
Landscape　　　　　　　　中心景觀

TRUNG TÂM VẠN HẠNH

Cảnh quan Trung Tâm 中心景觀
Landscape 中心景觀

Chùa Một Cột 獨柱寺
One Pillar Pagoda 獨柱寺

Điện Phật
The Buddha shrine
佛殿
仏殿

Bàn thờ đức Phật Thích Ca
The altar of Sakyamuni Buddha
釋迦牟尼佛像供案
釈迦如来仏の仏壇

Tôn tượng Bồ tát Quán Thế Âm
The statue of Avalokitesvara Bodhisattva
觀世音菩薩像
観世音菩薩立像

VÕ VĂN TƯỜNG & TỪ HIẾU CÔN

CHÙA KỲ VIÊN

WASHINGTON, D.C., USA

1400 Madison Street NW, Washington, D.C. 20011

Tel: (202) 882-6054

Email: sunamnguyen64@gmail.com

Viện chủ: Đại lão Hòa thượng Kim Triệu

Chùa được Hội Phật giáo Việt Mỹ ở thủ đô Washington thành lập. Năm 1981, Hội mời Hòa thượng Kim Triệu sang Hoa Kỳ hoằng pháp, lưu ngụ tại chùa. Hòa thượng Thiền sư Kim Triệu là một danh tăng lỗi lạc của Phật giáo Nguyên Thủy Việt Nam. Ngài sinh năm 1930 tại Trà Vinh (Việt Nam), xuất gia năm 17 tuổi. Từ năm 1958 đến năm 1961, thời gian tu học ở chùa Pháp Quang, được sự hướng dẫn và giới thiệu của Hòa thượng Hộ Giác nên đến năm 1964, Ngài được Viện Đại học Phật giáo Nalanda cấp học bổng du học tại Ấn Độ. Về thiền tập, từ năm 1967 đến năm 1980, Ngài có cơ duyên thực tập Thiền Minh Sát Vipassanà tại Ấn Độ, Thái Lan, Miến Điện dưới sự hướng dẫn của các thiền sư danh tiếng thế giới.

Tại chùa Kỳ Viên, Ngài mở 4 khóa thiền Xuân, Hạ, Thu, Đông hàng năm, mỗi khóa 10 ngày. Ngài còn đi giảng pháp ở nhiều ngôi chùa tại Hoa Kỳ và nhiều nước trên thế giới; đã hướng dẫn khoảng 20 chuyến hành hương về thăm đất Phật tại Ấn Độ, Nepal.

Điện Phật được bài trí tôn nghiêm, thờ đức Phật Thích Ca Mâu Ni.

Chùa có lịch sinh hoạt, tu học hàng tuần. Các ngày Đại lễ Phật Đản, lễ Vu Lan, lễ dâng y Kathina ... hàng năm, chùa tổ chức trang nghiêm, chu đáo, đón tiếp đông đảo thiện nam, tín nữ, Phật tử về lễ bái, tu học.

KỲ VIÊN TEMPLE
WASHINGTON, D.C., USA

1400 Madison Street NW, Washington, D.C. 20011
Tel: (202) 882-6054
Email: sunamnguyen64@gmail.com
Abbot: Zen Master Kim Triệu

The Vietnamese-American Association in Washington, DC, established Kỳ Viên Temple. In 1981, the association invited Zen Master Kim Triệu to stay and preach Buddhism for the sake of many in America. He is the prominent monk in the Theravada Buddhist Sangha in Vietnam. He was born in 1930 in Trà Vinh (Vietnam) and became a novice at the age of 17. From 1958 to 1961, he studied Buddhism at Pháp Quang Temple. In 1964, under the guidance and recommendation from Master Hộ Giác, Venerable Kim Triệu received a scholarship to study abroad in Nalanda University, India. From 1967 to 1980, where he had the good chances to learn and practice Vipassana meditation in India, Thailand and Burma under the guidance of many world renowned Zen masters.

At the Kỳ Viên Temple, he annually organizes the 10-day retreats in Spring, Summer, Fall and Winter for Buddhist followers. He often gives lectures at many temples in the United States and other countries around the world. He has guided about 20 pilgrimages to visit the Buddhist land in India and Nepal.

The Buddha hall is simple and respectful for the worship of Sakyamuni Buddha. The temple has weekly practice sessions and it also hosts main annual events including; of Lunar New Year, Vesak's Day, Ullambana Festival, Kathina and others to serve the Buddhist community.

祇園寺

WASHINGTON, D.C., USA

地址：1400 Madison Street NW, Washington, D.C. 20011
Tel: (202) 882-6054
Email: sunamnguyen64@gmail.com
院主：金兆大老和尚

寺院由首都華盛頓的越美佛教會成立。1981年，越美佛教會恭請金兆法師到美國弘法，留居在寺內。金兆禪師是越南原始佛教的一位磊落名僧。法師於1930年在越南茶榮出生，17歲時出家。從1958年至1961年在法光寺修學，得到護覺法師的指引和介紹，1964年，法師得到那爛陀佛教大學院（Nalanda）發助學金在印度修學。在禪習方面，從1967年至1980年，法師有機緣到印度，泰國，緬甸，在世界有名的禪師指導下修習觀禪。

在祇園寺，法師每年開辦春、夏、秋、冬4個禪班，每個班為期10天。法師還到美國和世界各國很多寺院講法；帶領大約20個行香團到佛國印度和尼泊爾禮佛。

佛殿佈置莊嚴，尊奉釋迦牟尼佛像。

寺院每週均有修學佛法的活動。在每年的春節、佛誕大典、盂蘭盆節、供僧衣節，寺院都隆重和莊嚴地組辦佛事活動，周到地接待眾多善男信女和佛子到來參拜和修學。

祇園寺

WASHINGTON, D.C., USA

住所：1400 Madison Street NW, Washington, D.C. 20011
Tel：(202)882-6054
Email：sunamnguyen64@gmail.com
院長：キム・チエウ大老和尚

祇園寺は首都ワシントンの越米仏教会のもとで創立されたベトナム仏教寺院。1981年、キム・チエウ和尚を米国に請来して、寺院に在留して弘法していた。キム・チエウ禅師和尚はベトナム原始仏教の名僧の一名である。1930年生まれ、ベトナムチャービン省出身で、17歳から出家；1958年から1961年まで法光寺で修学していた。その後、ホー・ジャック和尚様の指導と推薦を受け、1964年よりインドのナランダ仏教大学院に留学する奨学金を得られた。禅の修習に関しては、1967年から1980年にかけ、キム・チエウ和尚はインドやミャンマーやタイで世界の著名な禅師の指導でヴィパッサナー禅派を修習していたという。

祇園寺園寺で年4回（10日間/回）春期・夏期・秋期・冬期の禅学プログラムを開催する他、他州や海外のベトナム禅寺院に行き回って修業と説法の生活を送っている。更に、インドやネパールへ行香する仏教徒団体を20回以上指導者として案内してきたという。

尊厳に飾られた祇園寺の仏殿は釈迦牟尼仏像を本尊としておる。

寺院の修習生活は毎週のスケジュールがある。毎年の伝統祭日：灌仏会・盂蘭盆会・などを機に、厳かに祭式を執り行い、礼拝・修学する善男信女や仏教徒を大歓迎する。

CHÙA VIỆT NAM HẢI NGOẠI - tập 2

Mặt tiền chùa
The front of the Temple
寺院正門
寺院の正面

Biển tên chùa
The sign of the Temple
寺院牌匾
看板

 **CHÙA KỲ VIÊN**

Điện Phật
The Buddha shrine
佛殿
仏殿

Tượng Ngài Sìvali (bằng ngọc)
The Jade statue of Sivali
佛像（玉雕）
シヴァリ尊者の翡翠像

Chân dung Thiền sư Kim Triệu
Portrait of Zen Master Kim Triệu
金兆禪師肖像
キム・チエウ禅師

CHÙA PHƯỚC HUỆ

TACOMA, WASHINGTON STATE, USA

2625 72nd Street East, Tacoma, WA 98404
Tel: (253) 536-4996
Email: thiengia50@yahoo.com
Viện chủ: Thượng tọa Thích Phước Toàn

Chùa được thành lập vào tháng 8 năm 1994 ở đường 48th, thành phố Tacoma. Tên chùa Phước Huệ do cố Hòa thượng Thích Mãn Giác (thầy của Thượng tọa Viện chủ) đặt tên với ý nghĩa Phước Huệ song tu, nghĩa là lấy Chánh Trí Tuệ làm sự nghiệp và lấy Chánh Phước Đức tức là từ bi và khiêm cung làm năng lượng để tiến tu. Đến năm 2001, chùa quyết định mua mảnh đất mới rộng 2,4ha (6ac) và xây ngôi

chùa mới từ năm 2007. Chùa đã được khánh thành vào ngày 05 tháng 9 năm 2010.

Điện Phật được bài trí trang nghiêm, tôn trí tượng kim thân đức Bổn sư bằng đồng cao 3,5m, nặng 3 tấn uy nghi, hùng tráng. Chùa có nhiều tượng lộ thiên và vườn cảnh Tứ Động Tâm. Giữa sân trước chùa là tôn tượng Bồ tát Quán Thế Âm bằng đá cẩm thạch. Bên phải là vườn Lâm Tỳ Ni được thiết kế trong vườn cảnh của hồ Tịnh Thủy mang hình dáng bản đồ Việt Nam và khung cảnh Bồ Đề Đạo Tràng. Bên trái là vườn Lộc Uyển và khung cảnh đức Phật nhập Niết Bàn.

Ngôi chùa ngày nay uy nghiêm, thanh tịnh, bốn bề hương đạo giải thoát, là nơi tu tập thiền tịnh của những người con Phật, là một Trung tâm Văn hóa Phật giáo ở vùng Tây Bắc Hoa Kỳ.

PHƯỚC HUỆ TEMPLE

TACOMA, WASHINGTON STATE, USA

2625 72nd Street East, Tacoma, WA 98404
Tel: (253) 536-4996
Email: thiengia50@yahoo.com
Abbot: Senior Venerable Thích Phước Toàn

In August 1994, the temple was established in 48th Street, Tacoma, Washington. The Late Most Venerable Thích Mãn Giác who was Senior Venerable Thích Phước Toàn's master, named the temple as Phước Huệ. Phước Huệ means merit and wisdom. Buddhists should consider this insight as their main career and merit, compassion and modesty, as their main manners. In 2001, the temple was shifted to a new site of 2.4 hectares (6 acres) and started to build a new in 2007. The Grand Completion Ceremony was happily inaugurated on 5th September 2010.

The Buddha shrine is respectfully formed with the golden bronze Sakyamuni Buddha statue, which is 3.5 metres high and weighs 3 tons. The temple also has many other statues and Four Holy Buddhist Places. In the front yard, there is the marble statue of Avalokitesvara Bodhisattva. On the right, in Tịnh Thủy lake, Lumbini garden is designed with the "S" Vietnamese map and Bodhgaya shapes. On the left, there is the Deer Park and Lord Buddha's Maha Parinirvana.

Today, Phước Huệ is a pure religious place to practice meditation and it is worthy as the Buddhist Cultural Center in Northwest of the United States.

福慧寺

TACOMA, WASHINGTON STATE, USA

地址：2625 72nd Street East, Tacoma, WA 98404
Tel: (253) 536-4996
Email: thiengia50@yahoo.com
院主：釋福全法師

　　福慧寺於1994年8月在華盛頓州塔科馬市48th街成立。福慧寺是由釋滿覺故法師（院主法師的師傅）起名的，取其福慧雙修的意義，即是以正智慧做事業和以正福德也就是慈悲與謙恭做能量以便進修。至2001年，寺院決定購買一塊新地，面積2.4公頃（6英畝），並於2007年建新寺院。2010年09月05日新寺院落成。

　　佛殿內的佈置十分莊嚴，尊置高3.5米，重3噸的本師金身像，威儀和莊嚴。寺內還有很多露天的佛、菩薩像和佛教四大聖地像群。福慧寺的前院尊置了用玉石雕鑿的觀世音菩薩像。右邊是藍毗尼園，內有一個越南版圖形狀的淨水湖和菩提道場的景觀。左邊的是鹿苑和佛入涅槃像。

　　福慧寺巍峨、莊嚴和清淨，適合佛子們修學佛法和禪淨的地方，是美國西北區的佛教文化中心。

福恵寺

TACOMA, WASHINGTON STATE, USA

住所：2625 72nd Street East, Tacoma, WA 98404
Tel：(253)536-4996
Email: thiengia50@yahoo.com
住職：ティック・フーク・トアン尚座さま

　　福恵寺はアメリカ合衆国ワシントン州タコマ市にある、1994年8月に建立されたお寺である。寺院の「福恵」という名前は、仏教の修道過程に求められておる「福徳」（慈悲）および「知徳」（知恵）という両徳を表しておる。門徒たちが知恵を事業とし、慈悲を能量として修道していけるようにという願いを込め、現在の住職様の恩師であるティック・マン・ジャック故和尚さまが名付けたという。2001年、福恵寺は、面積約2.4ヘクタールの敷地を購入し、2007年より新しい僧家を建造し始めた。そして新伽藍の落成典礼は2010年9月5日におごそかに開催された。

　　福恵寺のご仏殿は荘厳され、釈迦牟尼仏金身立像を本尊として祀る。この本尊は身の丈3.5メートル、重さ3トンもあり、非常に威儀犯すべからざる銅像である。境内には多くの仏像および四大聖地を再現した庭園がある。寺院の前庭に出ると、真中に聖観世音菩薩立像が見える。その右側は小さな「ルンビニ園」を中心にする、ベトナム国土の形「S字」をしている浄水池と菩提道場がある。左側は鹿野苑（サールナート）とご涅槃の仏像がある。

　　威厳と清浄感の溢れるこの福恵寺は現在、アメリカ西北部の仏教文化の名所となり、多くの仏教徒たちの仏法修学・修道の重要な存在となっている。

CHÙA PHƯỚC HUỆ

Toàn cảnh chùa
Full view of the Temple
寺院全景
全景

CHÙA VIỆT NAM HẢI NGOẠI - tập 2

Vườn cảnh Tứ Động Tâm
The statues of Four Holy Places

佛教四大聖地像群景觀
四大聖地が再現された庭園

CHÙA PHƯỚC HUỆ

Tượng Bồ tát Di Lặc — 彌勒菩薩像
The statue of Maitreya Bodhisattva — 弥勒菩薩像

Chùa Phước Huệ vào mùa Đông — 福慧寺的冬天景色
Phước Huệ Temple in winter — 冬季の福惠寺

Nhà sinh hoạt đa năng — 多功能起居室
Multi-purpose hall — 多目的室

CHÙA VIỆT NAM HẢI NGOẠI - tập 2

Hồ Tịnh Thủy
Tịnh Thủy lake
淨水湖
净水池

Tôn tượng Bồ tát Quán Thế Âm
The statue of Avalokitesvara Bodhisattva
觀世音菩薩像
观世音菩萨立像

CHÙA PHƯỚC HUỆ

Điện Phật
The Buddha shrine
佛殿
仏殿

Đại hồng chung　　大洪鐘
The great bell　　　梵鐘

Trống　　　　　　鼓
The prajna drum　　太鼓

Bàn thờ Tổ　　　　　　祖師供案
The altar of Patriarchs　祖霊舎

Tượng đức Phật Thích Ca
The statue of Sakyamuni Buddha

釋迦佛像
釈迦仏像

Tượng Bồ tát Quán Thế Âm
The statue of Avalokitesvara Bodhisattva
觀世音菩薩像
観世音菩薩立像

Tượng Tổ sư Bồ Đề Đạt Ma
The statue of Bodhidharma Patriarch
菩提達摩祖師像
菩提達磨立像

VÕ VĂN TƯỜNG & TỪ HIẾU CÔN

CHÙA PHƯỚC HẬU

WAUWATOSA, WISCONSIN, USA

4750 North Mayfair Road, Wauwatosa, WI 53225

Tel: (414) 383-1155

Email: chuaphuochau@gmail.com , Website: www.phuochau.org

Trụ trì: Sa môn Thích Nhuận Dung
Cố vấn: Cư sĩ Lê Văn Kế, pháp danh Phúc Hòa
Hội trưởng: Cư sĩ Trần Văn Tấn, pháp danh Viên Bảo Tự

Chùa Phước Hậu do các Phật tử tín tâm tại thành phố Milwaukee thành lập vào năm 1983. Năm 1984, Niệm Phật Đường Phước Hậu chính thức sinh hoạt tại số nhà 1501 South 11th Street, thành phố Milwaukee. Năm 1994, chùa di chuyển đến số nhà 1575 West Oklahoma Avenue, thành phố Milwaukee. Đến năm 2013, chùa mua và sửa chữa lại ngôi nhà thờ rộng rãi có hơn 100 chỗ đậu xe tại thành phố Wauwatosa. Đại lễ khánh thành và An vị Phật được chùa tổ chức trang nghiêm, trọng thể vào 2 ngày 31 tháng 8 và 01 tháng 9 năm 2013.

Hội Phật giáo chùa đã cung thỉnh Ni sư Thích Nữ Giới Hương về trụ trì chùa từ năm 2005 đến năm 2010, và Thầy Thích Nhuận Dung kế tiếp trụ trì từ năm 2012 đến nay. Trước đây, trong thời gian chưa có trụ trì, Hội đã mời một số chư Tôn đức cố vấn tinh thần, thường đến giảng pháp và hướng dẫn Phật tử tu học như: Cố Hòa thượng Thích Mãn Giác, Hòa thượng Thích Tịnh Từ, Hòa thượng Thích Nguyên Hạnh ...

Điện Phật được bài trí tôn nghiêm, thờ đức Phật Thích Ca, Bồ tát Quán Thế Âm, Bồ tát Địa Tạng, Bồ tát Di Lặc, Hộ Pháp và Tiêu Diện.

Chùa có lịch tụng kinh, sám hối hàng tuần. Gia đình Phật tử Tịnh Giác và lớp Việt ngữ sinh hoạt vào mỗi chủ nhật. Đạo tràng Bát quan trai giới tu tập hàng tháng. Hàng năm, vào các ngày tết Nguyên Đán, Đại lễ Phật Đản, lễ Vu Lan ... chùa tổ chức long trọng, chu đáo đón tiếp đông đảo thiện nam, tín nữ, Phật tử, đồng hương và nhiều hội đoàn Việt-Mỹ về chùa lễ bái, sinh hoạt.

PHƯỚC HẬU TEMPLE
WAUWATOSA, WISCONSIN, USA

4750 North Mayfair Road, Wauwatosa, WI 53225
Tel: (414) 383-1155
Email: chuaphuochau@gmail.com , Website: www.phuochau.org
Abbot: Bhikkhu Thích Nhuận Dung
Adviser: Mr. Lê Văn Kế - Phúc Hòa
Chairman: Mr. Trần Văn Tấn - Viên Bảo Tự

In 1983, a group of the devoted Buddhists in Milwaukee founded Phước Hậu Temple. In 1984, the Phước Hậu Buddha House was officially opened at 1501 South 11th Street, Milwaukee. In 1994, it moved to 1575 West Oklahoma Avenue, Milwaukee. By 2013, the Buddhist Association bought a church which had 100 parking spaces in the city of Wauwatosa. On 31st August and 1st September 2013, the inauguration and the Buddha installation ceremonies were organized.

The Phước Hậu Buddhist Association invited Senior Venerable Thích Nữ Giới Hương to be the Abbess from 2005 to 2010, and Bhikkhu Thích Nhuận Dung to be an Abbot from 2012 to the present. Previously, during the time without the Abbess and Abbot at the temple, the Association often invited respectful Elder Monks, such as the Late Most Venerable Thích Mãn Giác, Most Venerable Thích Tịnh Từ, Most Venerable Thích Nguyên Hạnh and others, as their spiritual leaders who came to teach and guide the Buddhists following the Buddha's way.

The Buddha shrine is elegantly decorated with the statues of Sakyamuni Buddha, Avalokitesvara, Ksitigarbha Bodhisattvas, Dharmapala and Paladharama. The temple has practice sessions every week. Every Sunday, Tịnh Giác Buddhist group gathers at the temple to learn Vietnamese language and Buddhism. There is the monthly Eight precepts retreat for the Buddhist adults. On the main annual occasions of the Lunar New Year, Vesak's Day, Ullambana Festival, and others, the temple has welcomed hundreds guests, male, and female devotees from near and far to attend the rituals, retreats, and the cultural program in the peaceful Buddhist setting.

福厚寺

WAUWATOSA, WISCONSIN, USA

地址：4750 North Mayfair Road, Wauwatosa, WI 53225
Tel:(414)383-1155
Email:chuaphuochau@gmail.com , Website:www.phuochau.org
住持：釋潤容沙門
顧問：黎文繼居士，法名福和
會長：陳文晉居士，法名圓寶嗣

　　福厚寺由密爾瓦基市誠心的佛子們於1983年成立。1984年福厚念佛堂在密爾瓦基市1501 South 11th Street號正式活動。1994年，福厚寺遷往密爾瓦基市奧克拉荷馬・阿文努西街1575號。2013年，福厚寺在瓦攸瓦圖沙市購買和修葺一所教堂作為新寺。這裡面積寬闊，有一個可以停泊100輛汽車的停車場。2013年8月31日和9月01日，寺院隆重和莊嚴地舉行落成和佛安位儀式。

　　寺院的佛教會恭請釋女戒香尼師從2005年至2010年任住持，釋潤容法師從2012年至今繼任住持。以前，在寺院未有住持期間，佛教會恭請多位諸尊德任精神顧問，經常到來講法和指引佛子修學，如：釋滿覺故法師、釋淨慈法師、釋元行法師等等。

　　寺院佛殿佈置莊嚴，尊奉釋迦佛像，觀世音菩薩像、地藏菩薩像、彌勒菩薩，護法和焦面大士像。

　　寺院每週安排了誦經、拜懺的活動。淨覺佛子家庭和越語班在每週週日活動。每月八關齋戒道場都舉行修習課。每年的春節、佛誕大典、盂蘭盆節，寺院均隆重和周到地組辦佛事活動，迎接眾多善男信女，佛子，同鄉和很多越-美教會團到寺院禮佛和參加活動。

福厚寺

WAUWATOSA, WISCONSIN, USA

住所：4750 North Mayfair Road, Wauwatosa, WI 53225
Tel：(414)383-1155
Email:chuaphuochau@gmail.com, Website:www.phuochau.org
住職：ティック・ニュアン・ユーン沙門
諮問員：レ・ヴァン・ケー居士（法名：フック・ホア）
会長：チャン・ヴァン・タン居士（法名：ヴィエン・バオ・トゥ）

　　福厚寺は1983年、ウィスコンシン州ミルウォーキーにいるベトナム仏教の仏教徒たちに創立されたお寺。1984年より、住所：ミルウォーキー市1501 South 11th Streetの住宅で「福厚念仏堂」という名称で正式に活動を始めた。1994年、念仏堂は同市住所1575 West Oklahoma Avenueに移された。その後、2003年、同州ウォーワトサ市にある元教会物件を購入し、再建築を経て100台の収容量がある駐車場も含めて現在の広い伽藍を造った。伽藍の落成式と本尊の安置式は2013年8月31日〜9月1日に二日間で厳かに執り行われた。

　　2005年から2010年にかけて寺院の仏教会に将来されたティック・ヌー・ジョイ・フオーン尼師が住職を担当していた。ティック・ニュアン・ユーン沙門はその次に2012年から就任して現在まで在職している。以前住職がまだいない時期には、福厚寺の仏教会は説法や学僧の修学を支援する精神的指導者として多数の尊徳・高僧を請来した。それは：ティック・マン・ジャック故和尚、ティック・ティン・トゥー和尚、ティック・グエン・ハイン和尚…

　　荘厳な仏殿は釈迦仏像・観世音菩薩像・地蔵菩薩像・護法と焦面大士を祀っておる。

　　寺院の活動については、毎週の念経と懺悔のスケジュールがあり、日曜日に「ベトナム語教室」と「淨覚仏教徒家庭」が行われる。また、月一回八関斎戒道場の修習が開催されておる。　その他に、毎年の旧正月・灌仏会・盂蘭盆会などを機に、厳かに祭式を執り行い、礼拝・修学する善男信女や仏教徒や様々な越米交流団体をお迎えしておる。

Toàn cảnh chùa
Full view of the Temple
寺院全景
全景

CHÙA PHƯỚC HẬU

Điện Phật
The Buddha shrine
佛殿
仏殿

CHÙA VIỆT NAM HẢI NGOẠI - tập 2

Lễ Vu Lan (2015) 盂蘭盆節（2015）
Ullambana Festival (2015) 盂蘭盆会(2015)

Lễ Vu Lan (2015)
Ullambana Festival (2015)

盂蘭盆節（2015）
盂蘭盆会（2015）

CHÙA VIỆT NAM HẢI NGOẠI - tập 2

THƯ CẢM ƠN

Nhà xuất bản Hương Quê và tác giả bộ sách **CHÙA VIỆT NAM HẢI NGOẠI**

Chân thành cảm ơn chư vị Trụ trì, Viện chủ, chư vị Tăng, Ni các tự viện Phật giáo tại Canada và Hoa Kỳ; quý vị nhiếp ảnh gia, quý vị Phật tử đã cung cấp nhiều thông tin về lịch sử ngôi chùa và nhiều hình ảnh về kiến trúc tự viện, các sinh hoạt Phật sự để chúng tôi hoàn thành tập 2 vào năm 2017.

Có 100 ngôi chùa tại Bắc Mỹ được giới thiệu trong tập 2. Chúng tôi đã trực tiếp đến từng chùa lễ Phật, ghi nhận thông tin về lịch sử ngôi chùa và chụp ảnh. Tuy nhiên, chúng tôi không thể chụp ảnh đầy đủ các sinh hoạt trong nhiều năm ở mỗi tự viện được. Sự giúp đỡ về hình ảnh của quý vị vừa làm phong phú nội dung tác phẩm, vừa là tư liệu quý cho hoạt động Phật giáo Việt Nam tại hải ngoại.

Chúng tôi xin cảm ơn:

Anh Nghĩa Đỗ, cô An Châu, cô Minh Ngọc (Canada)

Anh Thiên Nhân (Indiana); Sư Hộ Pháp, TT. Thích Tuệ Uy, Ni sư Thích Nữ Thuần Bạch, ông Phạm Trí Thanh, anh Tài Nguyễn, anh Minh Trí, anh Lâm Minh Nghị, cô Vạn Liên, chị Kim Phượng (California); Sư Thanh Tâm (Washington D.C.); Sư Thích Chân Pháp Khôi (New York); Sư cô Thích Nữ Thông Nghi và Sư cô Thích Nữ Nguyên Tuệ (Georgia); Sư cô Huệ Thanh, ông Diệp Phước Ngà (Texas) v.v... cùng quý Thầy, quý anh chị mà chúng tôi chưa được biết quý danh.

Chân thành cảm ơn Ban biên tập các website Phật giáo: quangduc.com; hoavouu.com; daophatngaynay.com; phattuvietnam.net; Ban biên tập Nguyệt san *Chánh Pháp*, tạp chí *Đại Từ Bi*, *Lạc Việt* Magazine, tuần báo *Mõ*, đặc san *Hiếu và Thương*, báo *Giác Ngộ* (VN) v.v... và TT. Thích Từ Lực trong tác phẩm *Vạn dặm rong chơi, đường rộng mở*; các Thư viện quốc gia Úc Châu, Canada, Đức Quốc ... và Thư viện Quốc hội Hoa Kỳ đã giới thiệu rộng rãi đến độc giả cuốn *Chùa Việt Nam hải ngoại* tập 1. Chúng tôi xin cảm ơn chư Tôn đức, chư vị cư sĩ, Phật tử đã viết thư, viết bài giới thiệu cuốn *Chùa Việt Nam hải ngoại* tập 1. Chúng tôi đã chọn một số thư và bài in vào cuối tập sách này.

Chân thành cảm ơn quý vị đã tham gia dịch và hiệu đính bản dịch các tiếng Anh, Hoa và Nhật:

Tiếng Anh: Ni sư Thích Nữ Giới Hương dịch. Thượng tọa Thích Nhật Từ hiệu đính.

Tiếng Hoa: Bà Huỳnh Thục Nghi dịch. Hòa thượng Thích Như Điển hiệu đính.

Tiếng Nhật: Cô Quách Huệ Linh và cô Nguyễn Thanh Thảo dịch. Hòa thượng Thích Như Điển hiệu đính.

Chân thành cảm ơn anh Phan Trung Kiên, chị Nguyễn Thị Tuyết Mai là những kỹ thuật viên photoshop, họa sĩ mỹ thuật, cùng quý anh chị ở nhà xuất bản, nhà in đã góp sức hoàn thiện công trình này.

Kính chúc chư Tôn đức, chư vị Tăng, Ni cùng quý anh chị vô lượng phước lạc.

Giám đốc nhà xuất bản Hương Quê,

Từ Hiếu Côn

GIỚI THIỆU TÁC GIẢ

Võ Văn Tường, Từ Hiếu Côn

VÕ VĂN TƯỜNG
Tác giả, **Nhiếp ảnh gia**.

Tel: (510) 909-0619 (Hoa Kỳ)
Email: vvtuong04@yahoo.com
Website: www.vovantuong.com

Ông sinh năm 1953 tại thành phố Đà Nẵng, nguyên quán thành phố Huế; cựu học sinh trường Hàm Long và trường Quốc Học, Huế; cựu sinh viên Viện Đại học Vạn Hạnh, Sài Gòn. Ông đã được Bộ Giáo dục & Đào tạo Việt Nam cấp bằng Thạc sĩ Khoa học xã hội và Nhân văn ngày 20-6-1996 với đề tài: *"Ngôi chùa trong truyền thống văn hóa làng xã Việt Nam"*; Đại học Kỷ lục Thế giới (Anh quốc) cấp bằng Tiến sĩ danh dự Kỷ lục Thế giới ngày 21-9-2013 với đề tài: *"Người chụp ảnh, viết sách và triển lãm hình ảnh chùa Việt Nam nhiều nhất"*.

Từ năm 1990 đến năm 2015, ông đã có 20 tác phẩm về Phật giáo và văn hóa Việt Nam được xuất bản: *Việt Nam Danh lam Cổ tự* (1992), *Những ngôi chùa nổi tiếng Việt Nam* (1995), CD Rom *Chùa Việt Nam xưa và nay* (2007) ... Ông đã giảng dạy các môn học *Danh lam Cổ tự Việt Nam, Phương pháp luận nghiên cứu khoa học, Nhiếp ảnh kỹ thuật số*... tại 24 trường đại học, cao đẳng tại Sài Gòn và các tỉnh phía Nam: Học viện Phật giáo Việt Nam, Học viện Hàng không Việt Nam, Đại học Văn hóa, Đại học Kinh tế, Đại học KHXH&NV, Đại học Hùng Vương ...

Ông được *Tổ chức Kỷ lục Việt Nam* xác lập 4 kỷ lục Việt Nam: 1. Người chụp ảnh và lưu trữ ảnh ngôi chùa nhiều nhất Việt Nam (2006); 2. Tác giả CD Rom *"Những ngôi chùa nổi tiếng Việt Nam"* là

INTRODUCTION OF AUTHORS

Võ Văn Tường & Từ Hiếu Côn

VÕ VĂN TƯỜNG
Author & Photographer

Tel: (510) 909-0619 (Hoa Kỳ)
Email: vvtuong04@yahoo.com
Website: www.vovantuong.com

He was born in 1953 in the city of Đà Nẵng, originated from Huế and an ex-student from Hàm Long Middle School, Quốc Học High School (Huế), and Vạn Hạnh University (Sài Gòn). On June 20, 1996, he received the Master Degree of Social Sciences and Humanities from the Ministry of Education and Training in Vietnam with his famous dissertation: "The Temple in the Traditional Village Culture of Vietnam." On September 21 2013, he was awarded the Honorable Doctorate Degree of World Record from the Guinness World University (UK) with his highlight as: "The one has the great contributions in photograph, write and display about the Vietnamese Temples."

During the period of 1990-2015, he published 20 books on Buddhism and Vietnamese culture: *Việt Nam Danh lam Cổ tự* (The Ancient Vietnamese Temples, 1992), *Những ngôi chùa nổi tiếng Việt Nam* (The Well-known Vietnamese Temples, 1995), CD Rom *Chùa Việt Nam xưa và nay* (CD Rom on the Ancient and Modern Vietnamese Temples, 2007), and so on. He has taught many academic courses on *Việt Nam Danh lam Cổ tự* (The Ancient Vietnamese Temples), the methodology of scientific research, and the digital photography, and so forth at 24 universities and colleges in Sài Gòn and other provinces in the South, such as Vietnam Buddhist Institute, Vietnam Aviation Academy, the University of Culture, University of Economics, University of Social Sciences and Humanities, University of Hùng Vương, and so on.

The Vietnam Record Organizing granted him with his four outstanding records in Vietnam: 1. The cameraman has taken and collected the largest number of photos on the Vietnamese Temples (2006); 2. The author of CD

介紹作者

武文祥，徐孝昆

武文祥先生
本書作者，攝影家

電話：(510) 909-0619（美國）
郵箱：vvtuong04@yahoo.com
網址：www.vovantuong.com

　　武文祥先生1953年出生於峴港市，原籍順化市；順化咸龍學校和國學學校學生；西貢萬行大學學生。1996年6月20日獲得越南教育和培訓部發給社會與人民科學碩士文憑，題材是"越南鄉村傳統文化的寺院"；世界紀錄大學（英國）2013年9月21日發給世界紀錄名譽博士文憑，題材是"攝影、撰寫和展覽越南寺院圖片最多者"

　　1990至2015年，著作和出版20本有關越南佛教和文化的作品：《越南名藍古寺》（1992），《越南有名的寺院》（1995），《越南古今的寺院》CD光盤（2007）….作者曾在西貢和南部各省的：越南佛教學院、越南航空學院、文化大學、經濟大學、社會與人文科學大學、雄王大學等等24所大學和高專學校主講越南名藍古寺，科學研究方法論，數碼攝影技術等等科目。

　　作者獲得越南紀錄組織證明取得越南4　項紀錄：1.攝影和留存最多越南寺院圖片者（2006）；　2.　越南第一部電

著者紹介

ヴォー・ヴァン・トゥーン、トゥ・ヒエウ・コン

ヴォー・ヴァン・トゥーン
作家、フォトグラファー

Tel：(510) 909-0619（Hoa Kỳ）
Email：vvtuong04@yahoo.com
Website：www.vovantuong.com

　　1953年、ベトナム・ダナン生まれ。フエ出身の親を持ち、フエのハム・ロン小学校及び国学フエ中高校卒業。サイゴンのヴァン・ハイン大学院卒業。1996年6月20日に『ベトナム村落文化におけるお寺』という研究主題でベトナム教育・教練省から社会・人文科学修士号取得。そして、2013年9月21日に世界一ベトナム寺院を撮影・記録・関連作品展示をした人としてイギリスの世界記録大学（WRU）から世界記録名誉博士号取得。1990〜2015年現在まで出版したベトナム文化と仏教についての作品の数が20部を超える：『ベトナム名所・古寺』（1992、本）、『ベトナムの名寺』（1995、CD）、『ベトナム寺院－昔と今』（2007、CD）等…

　　ベトナム仏教学院・ベトナム空港学院・文化大学・経済大学・社会文人科学大学・雄王大学等のベトナム南部にある24校以上の大学や高等学院で教授に務め、「ベトナム名所・古寺」・「科学研究の方法論」・「デジタル撮影」を講義する。

　　ベトナム記録組織に4つのベトナム記録を認められている：
□　ベトナム一お寺の写真を撮影・所有している人（2006）
□　ベトナム初の電子書籍作品となった『ベトナムの名寺』（2005、CD）の著者

tác phẩm điện tử đầu tiên ở Việt Nam (2005); 3. Tác giả CD Rom *"Chùa Việt Nam xưa và nay"* là tác phẩm có số lượng hình ảnh và bài viết về ngôi chùa nhiều nhất Việt Nam (2007); 4. Đồng tác giả cuốn sách *"Hành hương xứ Phật Ấn Độ - Nepal"* là tác phẩm viết về xứ Phật được dịch nhiều ngôn ngữ nhất Việt Nam (2010).

Rom *"Những ngôi chùa nổi tiếng Việt Nam"* (The well-known Temples in Vietnam) is the first electronic work in Vietnam (2005); 3. The author of CD Rom *"Chùa Việt Nam xưa và nay"* (The Ancient and Modern Vietnamese Temples) is a unique work where has the largest number of photos and articles about the temples in Vietnam (2007); 4. Co-author of the book *"Hành hương xứ Phật Ấn Độ – Nepal"* (Buddhist Pilgrimage in India – Nepal). This book of Buddhist Holy Places is translated into many foreign languages (2010).

TỪ HIẾU CÔN
Tác giả, Giám đốc Nhà xuất bản Hương Quê.

Tel: (408) 464-3379 (Hoa Kỳ)
Email: huongque@sbcglobal.net
Website: www.huongque.net

TỪ HIẾU CÔN
Author and Director of Hương Quê Publishing

Tel: (408) 464-3379 (Hoa Kỳ)
Email: huongque@sbcglobal.net
Website: www.huongque.net

Sinh quán ở Tây Ninh;
Dạy học, viết báo từ năm 1972.
Biên tập viên, Chủ bút, Chủ nhiệm các báo: *Việt Nam Nhật báo, Thời báo, Nhật báo Đông Nam Á, Nhật báo Sài Gòn USA, Tuần báo Thị trường Tự Do*... ở hải ngoại (1983-2003).
Giám đốc nhà xuất bản Hương Quê từ năm 2003.
Hàng năm, nhà xuất bản Hương Quê phát hành gần một triệu ấn phẩm sách và các loại lịch ngày, tuần, tháng, năm đủ các ngôn ngữ: Việt, Pháp, Anh, Hoa, Nhật, Tây Ban Nha...
Đã ấn hành hàng trăm bộ sách kinh điển Tôn giáo (Phật Giáo, Thiên Chúa Giáo, Tin Lành, Cao Đài, Phật Giáo Hòa Hảo...); nhiều bộ sách hàng ngàn trang, điển hình như bộ: *Phật Quang Đại Từ Điển, Kinh Đại Bát Niết Bàn, Kinh Pháp Hoa, Kinh Thánh, Sấm Giảng Thi Văn, Tân Luật Pháp Chánh Truyền*...

He was born in Tây Ninh.
He has taught and written since 1972.
During the period of 1983-2003, he is an editor, writer, and chairman of many newspapers, such as *Việt Nam Nhật báo* (Vietnam Journal), *Thời báo* (Times), *Nhật báo Đông Nam Á* (Daily Southeast Asia News), *Nhật báo Sài Gòn USA* (Daily Saigon USA News), *Tuần báo Thị trường Tự Do* (Weekly Freedom Market News) in overseas.
Since 2003, he has became the director of Hương Quê publishing and published hundreds of classic religious books (on Buddhism, Catholic, Protestant, Cao Đài, Hòa Hảo Buddhism, and so on); some thick books reached to thousands of pages, typically as a series of *Phật Quang* Dictionary, Mahaparinirvana Scripture, the Lotus Sutra, The Bible, *Sấm Giảng Thi Văn, Tân Luật Pháp Chánh Truyền*, and so forth.
Every year, Hương Quê publishes around one million of books and many kinds of the daily, weekly, monthly calendars, which are printed in different languages, such as Vietnamese, French, English, Chinese, Japanese, Spanish, and so on.

子作品《越南有名的寺院》CD光盤作者（2005）；3.《越南古今的寺院》CD光盤（2007）作者，此光盤集有越南最多關於寺院圖片與文章；4.《印度-尼泊爾佛國行香》同作者，是撰寫佛國，譯出多種文字的一部越南作品(2010)。

□　ベトナムでお寺の写真と記録が一番多い作品となっている『ベトナム寺院－昔と今』（2007、CD）の著者

□　仏跡を主題にする、数一番多く他国語に翻訳されたベトナムの書籍－『仏跡巡拝の旅、インド・ネパール』（2010）の同著者

徐孝昆先生
本書作者，鄉貴出版社社長

電話：(408) 464-3379（美國）
郵箱：huongque@sbcglobal.net
網址：www.huongque.net

トゥ・ヒエウ・コン
作家、フオーン・クエ出版社の社長

Tel: (408) 464-3379 (Hoa Kỳ)
Email: huongque@sbcglobal.net
Website: www.huongque.net

徐孝昆先生

徐孝昆先生出生於西寧；西寧孝善中學，師範學校，西貢法律大學和西貢萬行大學學生。

1972年任教員和為報刊寫文章。

歷任海外越南日報、時報、東南亞日報、美國西貢日報、自由市場週刊(1983-2003)編輯員、主編、主任。

2003年任鄉貴出版社社長。

已印行上百部宗教經典書籍（佛教、天主教、基督教、高臺教、和好佛教……）；有很多套數厚達上千頁，典型如：佛光大字典，大般涅槃經，法華經，聖經，讖講詩文，新律法真傳……

每年，鄉貴出版社發行將近一百萬本書籍印刷品和各種日曆、週曆、月曆、年曆。計有越、法、英、華、日和西班牙文。

ベトナム・タイニイン省生まれ。タイニインのヒエウ・ティエン中学校、ス・ファム高校、サイゴンの法律大学サイゴン学科及びサイゴンヴァン・ハイン大学卒業。1972年より学校や大学で教える、そして新聞や雑誌のコラムを執筆することで大活躍。編集担当、主筆、主任を務めてきた新聞社（新聞＝報）：「越南日報」、「時報」、「東南アジア日報」、「USAサイゴン日報」、海外の「自由市場週刊」(1983~2003)…

2003年よりフオーン・クエ出版社の社長に就任。フオーン・クエ出版社は仏教だけではなく、キリスト教、カオ・ダイ教、ホア・ハオ仏教などの宗教の本を数百部以上出版している。その中に数千ページもの本が多数ある。例えば：『仏光大辞典』、『大般涅槃経』、『法華経』、『バイブル』、『讖講詩文』、『新律法正伝』など…一年で本やカレンダー（ベトナム語・フランス語・英語・日本語・スペイン語等の多言語に翻訳されたもの）合計約100万部を出版している。

GIỚI THIỆU DỊCH GIẢ

INTRODUCTION ON THE TRANSLATORS

Ni sư Thích Nữ Giới Hương (tiếng Anh), **Huỳnh Thục Nghi** (tiếng Hoa), **Quách Huệ Linh** (tiếng Nhật) và **Nguyễn Thanh Thảo** (tiếng Nhật)

Venerable Thích Nữ Giới Hương (translator in English), Huỳnh Thục Nghi (translator in Chinese), Quách Huệ Linh and Nguyễn Thanh Thảo (translators in Japanese)

NI SƯ THÍCH NỮ GIỚI HƯƠNG
Dịch giả tiếng Anh

Tel: (951) 616-8620; (951) 657-7272 (Hoa Kỳ)
Email: huongsentemple@gmail.com; thichnugioihuong@yahoo.com
Website: www.huongsentemple.com

Ni sư Thích Nữ Giới Hương, thế danh Sunyata Phạm, sinh năm 1963 tại Bình Tuy, xuất gia năm 15 tuổi. Năm 1994, Ni sư tốt nghiệp Cử nhân Văn tại Sài Gòn. Ni sư du học tại Ấn Độ 10 năm, tốt nghiệp Tiến sĩ Phật học tại Đại học Delhi năm 2003. Năm 2005, Ni sư định cư tại Hoa Kỳ. Năm 2015, Ni sư tốt nghiệp Cử nhân Văn tại Đại học Riverside, California và đang theo học chương trình Cao học Văn tại trường. Ni sư lập tủ sách Bảo Anh Lạc, đã viết và chuyển ngữ 18 tác phẩm Anh và Việt, 8 đĩa ca nhạc Phật giáo được xuất bản, phát hành từ năm 2004 đến 2015. Ni sư tham gia trao đổi thư tín, giảng pháp và hướng dẫn thiền cho các tù nhân Mỹ và Châu Á ở các nhà tù và cũng thường trao đổi văn hóa Phật giáo với người Mỹ ở các trường đại học, nhà thờ, nơi sinh hoạt cộng đồng, v.v...

Ni sư có 12 đệ tử xuất gia ở Mỹ và Việt Nam; đã quy y cho hơn 1.000 người Việt-Mỹ và Mỹ trở thành Phật tử. Năm 2000, Ni sư đã thành lập chùa Pháp Quang, Bình Chánh, Sài Gòn (Việt Nam) và năm 2010, Ni sư đã thành lập và là trụ trì chùa Hương Sen, thành phố Perris, tiểu bang California (Hoa Kỳ).

VENERABLE THÍCH NỮ GIỚI HƯƠNG
Translator in English

Tel: (951) 616-8620;
(951) 657-7272 (Hoa Kỳ)
Email: huongsentemple@gmail.com; thichnugioihuong@yahoo.com
Website: www.huongsentemple.com

Venerable Thích Nữ Giới Hương (world name *Sunyata Phạm*) was born in 1963 in Bình Tuy and ordained at the age of 15. In 1994, she received a Bachelor Degree in Literature from Sài Gòn University. She studied in India for 10 years and in 2003, graduated with the Ph.D. Degree of Buddhist Philosophy in University of Delhi, India. In 2005, she settled down in the United States and in 2015, she earned the second Bachelor's Degree in Literature at University of Riverside, California. Currently, she is pursuing the Master of Arts Program at the University of Riverside, California. She likes to quietly reflect thought on Dharma that leads her to be the author as well as translator of 18 Buddhist books (English - Vietnamese) and 8 Buddhist music albums since 2004-2015 in her Bảo Anh Lạc Bookshelf. She goes the prisons and often writes letters to guide Buddhism and meditation to American and Asian inmates. She also goes to universities, churches, and public halls to exchange the cultures and religions.

She has 12 nun disciples in Vietnam and America. She has organized the take refuge ceremonies for more than 1,000 Vietnamese-Americans and Americans to be Buddhists. In 2000, she established Pháp Quang Temple, Bình Chánh, Sài Gòn (Việt Nam). In 2010 to present, she is the founder and abbess of Hương Sen Temple, Perris, California, (USA).

介紹譯者

釋女戒香尼師（英文），黃淑儀（中文），郭惠鈴（日文）和阮青草（日文）。

釋女戒香尼師
英文譯者

Tel: (951) 616-8620; (951) 657-7272 (Hoa Kỳ)
電話: (951) 616-8620; (951) 657-7272 (Hoa Kỳ)
郵箱: huongsentemple@gmail.com; thichnugioihuong@yahoo.com
網址: www.huongsentemple.com

　　釋女戒香尼師，俗名范性空，1963年出生於平綏，15歲出家。1994年，西貢文科大學畢業. 尼師在印度留學10年，2003年德里大學佛學博士畢業。2005年，尼師在美國定居。2015年，加州里弗賽德大學文科學士畢業，目前正在該校修文科研究生。從2004至2015年尼師成立寶英樂書，已撰寫和翻譯18部英文和越文作品，出版、發行8張佛教音樂光盤。尼師到各監獄為美國和亞洲的犯人講法、指引禪修和以書信勸導；經常在各所大學，教堂，社區與美國人交流佛教文化。

　　尼師在美國和越南有12名出家弟子；已為1000多位欲成為佛子的美籍越裔人士和美國本土人士舉行皈依儀式。2000年，尼師在越南西貢平政成立法光寺；2010年尼師在美國加州的佩里斯市成立蓮香寺，並任住持。

訳者紹介

ティック・ヌー・ジョイ・フオーン尼師（英語）フイン・テュック・ギー（中国語）
ワック・フエ・リイン（日本語）
グエン・タイン・タオ（日本語）

ティック・ヌー・ジョイ・フオーン尼師
英語訳者

Tel: (951) 616-8620; (951) 657-7272 (Hoa Kỳ)
Email: huongsentemple@gmail.com; thichnugioihuong@yahoo.com
Website: www.huongsentemple.com

　　1963年、越南共和国・ビイントゥい省生まれ、世名が「ファム・スンヤタ」、15歳で出家。1994年、サイゴンの大学で文学部を卒業後、インドに10年留学。2003年、デリー大学仏学学科博士課程修了。2005年より米国に移民。2015年、カリフォルニア大学リバーサイド校文学部を卒業後、大学院に進学して現在まで研究を継続中。2004〜2015：「宝英楽叢書」を設立して越英双語の本（自作＋翻訳）を18部、仏教音楽のCDを8部出版・発売している。その他、米国の刑務所のアメリカ人やアジア人の受刑者に禅の指導・講法・電信交換に参加。また、教会や大学やコミュニティ交流場等で仏教文化交流に熱心する。

　　ベトナムや米国で出家した弟子が12名。また、千人以上の仏教に帰依する人に授戒会を執り行った経験がある。2000年、サイゴンで「法光寺」を創立する。2010年、米国カリフォルニア州ペリスで「フオーン・セン寺（蓮香寺）」を創立してその住職となっている。

HUỲNH THỤC NGHI
Dịch giả tiếng Hoa

Tel: 0907 338 298 (Việt Nam)
Email: hthucnhi2013@yahoo.com.vn

Bà sinh năm 1959 tại Sài Gòn, Việt Nam. Tốt nghiệp trung học Hoa văn và Việt văn. Năm 1986-1996: Biên dịch viên trang thời sự trong nước và quốc tế báo SGGP (Sài Gòn), bản chữ Hoa. Năm 1996-2015: Biên tập viên trang thời sự quốc tế báo SGGP (Sài Gòn), bản chữ Hoa. Phiên dịch nhiều tài liệu tiếng Việt-Trung cho các tổ chức, công ty. Dịch giả chữ Hoa sách *Chùa Việt Nam Hải Ngoại* tập 1 của hai tác giả Võ Văn Tường và Từ Hiếu Côn, Nhà xuất bản Hương Quê, Hoa Kỳ, 2014.

QUÁCH HUỆ LINH
Dịch giả tiếng Nhật

Tel: 0974 004 201 (Việt Nam)
Email: quachhuelinh@gmail.com

Cô sinh năm 1987 tại Sài Gòn, Việt Nam. Năm 2008, tốt nghiệp ngành Quản trị Kinh doanh do Anh Quốc cấp bằng tại trường Quản lý cán bộ Doanh nghiệp Sài Gòn (CBAM); tốt nghiệp Nhật ngữ tại trường Sakura và Đông Du (Sài Gòn). Năm 2008-2013: trợ lý Giám đốc (người Nhật) tại Công ty V-Mex. Từ 2013 đến nay: thành lập Ward13 Workshop: kinh doanh lĩnh vực quảng cáo thiết kế, phiên dịch và thông dịch các tiếng Trung-Anh-Nhật cho người nước ngoài tại các tổ chức, công ty.

NGUYỄN THANH THẢO
Dịch giả tiếng Nhật

Cô sinh năm 1988 tại thành phố Nha Trang, tỉnh Khánh Hòa. Tốt nghiệp Khoa Kinh tế Luật Đại học quốc gia Sài Gòn, chuyên ngành Luật Thương mại Quốc tế năm 2010.

Năm 2010-2012: du học tại trường Nhật ngữ Kyoritsu Zaidan tại Tokyo. Từ năm 2012 đến hiện tại: tu học chuyên ngành Quản trị tại trường Đại học Gakushuin, Tokyo, Nhật Bản. Trong những năm theo học đại học, cô có tham gia một số hoạt động phiên dịch hai ngôn ngữ Việt-Nhật cho các tổ chức, sinh viên.

HUỲNH THỤC NGHI
Translator in Chinese

Tel: 0907 338 298 (Việt Nam)
Email: hthucnhi2013@yahoo.com.vn

In 1959, she was born in Sài Gòn, Vietnam. She graduated from high school in 1974. During the period of 1986-1996: she worked as the Chinese translator of the domestic and international affairs for SGGP News. In 1996-2015: a Chinese editor of the international issue for SGGP News. In 2014, a Chinese translator of Overseas Vietnamese Temple, volume 1, Võ Văn Tường and Từ Hiếu Côn, Hương Quê Publishing, USA, 2014.

3. QUÁCH HUỆ LINH
Translator in Japanese

Tel: 0974 004 201 (Việt Nam)
Email: quachhuelinh@gmail.com

She was born in 1987 in Saigon, Vietnam. In 2008, she graduated from College of Business Administration and Management (CBAM) with certification from Association of Business Executives UK. She obtained Japanese proficiency certification from Sakura and Dong Du Japanese schools (Saigon). During the period of 2008-2013, she became an assistant to Japanese director at V-Mex Company (Saigon). Since 2013 to present, she startups Ward13 Workshop, operating in field of advertising, design, translation, and interpretation of Chinese - English - Japanese language to foreigners, factories and companies.

4. NGUYỄN THANH THẢO
Translator in Japanese

She was born in 1988 in the city of Nha Trang, Khánh Hòa province. In 2010, she graduated from the Faculty of Economics and Law at the National University, Sài Gòn, with her profession on the International Trade Law.

During the period of 2010-2012, she studied Japanese at Kyoritsu Zaidan school in Tokyo. Since 2012 to present, she has studied the Business Management at Gakushuin University, Tokyo, Japan. In the years in college, she has participated in several activities to translate Vietnamese - Japanese language for many students and organizations.

黃淑儀女士
華文譯者

電話: 0907 338 298 (Việt Nam)
郵箱: hthucnhi2013@yahoo.com.vn

華文譯者黃淑儀女士，1959年出生於越南西貢。中文和越文高中畢業。1986至1996年任越南西貢《西貢解放報》華文版國內和國際時事版編譯員。1996年至2015年《西貢解放報》華文版國際時事版責任編輯。為各組織、公司翻譯很多中越文資料。美國鄉貴出版社2014年出版，由武文祥和徐孝昆聯合著作的《海外越南寺》第一集華文譯者．

日語譯者
郭惠鈴女士

電話: 0974 004 201 (Việt Nam)
郵箱: quachhuelinh@gmail.com

郭惠鈴女士1987年在越南西貢出生。2008年，西貢英國營業幹部管理學校(CBAM)經營管理科畢業；西貢櫻花和東遊學校日語畢業。2008～2013年V-Mex公司經理（日本人）助理。2013年至今：成立Ward13工作室，經營領域廣告設計，在各組織、公司為外國人作中-英-日語翻譯和通譯。

日語譯者
阮青草女士

阮青草女士1988年出生於慶和省芽莊市，西貢國家大學經濟法律畢業，2010年國際貿易法律科畢業。
2010～2012年：留學東京共立財團（Kyoritsu Zaidan）日語學校。2012年至今：在日本東京大學學習院（Gakushuin）管理科修學。
在讀大學期間，曾為各組織、大學生作越-日語翻譯。

フイン・テュック・ギー
中国語訳者

Tel: 0907 338 298 (Việt Nam)
Email: hthucnhi2013@yahoo.com.vn

1959年、サイゴン生まれ。越文・華文中学校卒業。1986～1996：（新聞）報『サイゴン解放』の「国内時事」と「国際時事」の中国語版の編集担当。1996～2015現在：同新聞の「国際時事」の中国語版の編集担当として活躍中。新聞社の仕事以外に、多数の企業や団体に資料の越中翻訳をした経験がある。2014年、フオーン・クエ出版社、ヴォー・ヴァン・トゥーン及びトゥ・ヒエウ・コン著者の『海外のベトナム寺院、Part 1』の中国語訳を担当する。

ワック・フエ・リイン
日本語訳者

Tel: 0974 004 201 (Việt Nam)
Email: quachhuelinh@gmail.com

１９８７年、サイゴン生まれ。2008年、サイゴン事業管理経営高等学校（College of Business Administration and Management, 英国）管理経営学科卒業。同市でドンズー日語学校こ及びさくら日本語学校の日本語学習終了。2008～2013年、日本企業V-Mexの日本人社長の秘書担当。2013～現在、自社「Ward13 Workshop」を設立後、広告デザイン・設計・翻訳・通訳（中、英、日）の分野で活躍中。

グエン・タイン・タオ
日本語訳者

1988年、カインホア省ニャチャン市生まれ。2010年、国家大学ホーチミン市校経済・法律部国際商法学科卒業後、日本に留学。2012年、東京共立財団日語学院で日本語研修終了。2012年より現在まで、東京都学習院大学経済学部経営学科在学中。大学の活動で通訳をした経験がある。

GIỚI THIỆU CHƯ VỊ THAM GIA HIỆU ĐÍNH CÁC BẢN DỊCH

INTRODUCTION ON THE EDITORS

HÒA THƯỢNG THÍCH NHƯ ĐIỂN
Hiệu đính tiếng Hoa và tiếng Nhật

Tel: ++ 49-511 879 630; ++ 49-751 769 5186 (Đức Quốc)
Email: info@viengiac.de
Website: www.viengiac.de

Hòa thượng thế danh Lê Cường, sinh năm 1949 tại Quảng Nam, xuất gia năm 1964 tại Tổ đình Phước Lâm, Hội An. Hòa thượng thọ giới Tỳ kheo năm 1971 tại giới đàn Tu viện Quảng Đức, Sài Gòn. Hòa thượng du học tại Nhật Bản năm 1972, tốt nghiệp tối ưu ngành Giáo dục học Đại học Teikyo (Đế Kinh) năm 1977, học Cao học tại Đại học Risso (Lập Chánh) tại Tokyo một thời gian. Hòa thượng sang Đức năm 1977, học tiếng Đức tại Đại học Kiel một năm, sau đó về Hannover.

Hòa thượng thành lập chùa Viên Giác ở Hannover vào tháng 4 năm 1978, đã quy y cho hơn 7.000 người Việt Nam trở thành Phật tử. Hòa thượng có 45 đệ tử xuất gia, trong đó nhiều vị đã tốt nghiệp thạc sĩ, tiến sĩ tại các Đại học danh tiếng ở Âu, Á và Mỹ châu. Ngoài Việt ngữ, Hòa thượng thông thạo các ngôn ngữ: Hán văn, tiếng phổ thông Trung Quốc, Nhật ngữ, Anh ngữ, Pháp ngữ và Đức ngữ. Từ năm 1974 đến năm 2015, Hòa thượng đã sáng tác 65 tác phẩm và dịch phẩm từ các tiếng Việt, Anh, Hán, Nhật và Đức ngữ. Hiện nay, Hòa thượng là Phương trượng chùa Viên Giác, Đức Quốc.

MOST VENERABLE THÍCH NHƯ ĐIỂN
Editor in Japanese and Chinese

Tel: ++ 49-511 879 630; ++ 49-751 769 5186 (Đức Quốc)
Email: info@viengiac.de
Website: www.viengiac.de

Most Venerable Thích Như Điển (World name *Lê Cường*) was born in 1949 in Quảng Nam and ordained in 1964 at Tổ đình Phước Lâm Pagoda, Hội An. In 1971, he received the Bhikkhu Precept at the Quảng Đức Ordination, Sài Gòn. In 1972, he studied in Japan and in 1977 honorably graduated in Education of Teikyo University (Đế Kinh), as well as graduated the Master Program at the University of Risso (Lập Chánh) in Tokyo. In 1977, he went to Germany, studied German language at the University of Kiel for a year, then returned Hannover.

In April 1978, he founded Viên Giác in Hannover and since that time to now, he has organized the take refuge ceremonies for more than 7,000 people to be Buddhists. He has 45 nun and monk disciples, many of them, who are holding the Master and Ph.D. Degrees at many famous universities in Europe, Asia and America. Besides Vietnamese, he is influential in many foreign languages, such as: the traditional and Mandarin Chinese, Japanese, English, French, and German. During the period 1974 to 2015, he has composed 65 works and translations in the Vietnamese, English, Chinese, Japanese, and German languages. Currently, he is the supreme master and adviser of Viên Giác Pagoda, Germany.

THƯỢNG TỌA THÍCH NGUYÊN TẠNG
Hiệu đính tiếng Anh

Tel: +61.3.9357 3544 (Úc Đại Lợi)
Email: quangduc@quangduc.com
Website: www.quangduc.com

Thượng tọa Thích Nguyên Tạng sinh năm 1967 tại Nha Trang. Xuất gia năm 1980, thọ giới Sa di năm 1985 và thọ giới Tỳ kheo năm 1988. Tốt nghiệp Trường Cơ bản Phật học Vĩnh Nghiêm năm 1992, trường Đại học Sư phạm (ngoại ngữ Anh)

THƯỢNG TỌA THÍCH NGUYÊN TẠNG
Editor in English

Tel: +61.3.9357 3544 (Úc Đại Lợi)
Email: quangduc@quangduc.com
Website: www.quangduc.com

Senior Venerable Thich Nguyen Tang was born in 1967 in Nha Trang City. He became a Novice Monk in 1980. He received his Samanera Ordination

介紹本書譯本校訂者 | 校訂者紹介

釋如典法師
中文和日文譯本校訂

電話：++ 49-511 879 630; ++ 49-751 769 5186 (Đức Quốc)
郵箱：info@viengiac.de
網址：www.viengiac.de

　　釋如典法師俗家名黎強，1949年在越南廣南省出生。1964年在會安福臨祖庭出家。　1971年，法師在西貢廣德修院戒壇受比丘戒。1972年法師到日本留學。1977年在帝京(Teikyo)大學教育學系優秀生畢業。　在東京立正(Risso)大學修碩士一段時間。1977年，法師赴德國，在基爾(Kiel)大學修學德文一年，後來定居漢諾威市。
　　1978年4月，法師在漢諾威成立圓覺寺。已為發心皈依三寶的7000多名越南人主持皈依儀式。法師有45名出家弟子，其中有多位在歐、亞和美洲多所著名的大學碩士、博士畢業。除了越語，法師通曉漢語、中國普通話、日語、英語、法語和德語。1974年至2015年，法師用越、英、漢、日和德文著作有65本書和譯本。目前，法師是德國圓覺寺的方丈。

釋源藏法師
英文譯本校訂者

Tel: +61.3.9357 3544　（澳大利亞）
Email: quangduc@quangduc.com
Website: www.quangduc.com

　　釋源藏法師1967年在芽莊市出生。1980年出家，1985年受沙彌戒和1988年受比丘戒。1992永嚴佛學基本學校畢業，1995年師範大學（外語系）和1997年萬行佛學高級學

ティック・ニュー・ディエン和尚
中国語・日本語訳文の校訂者

Tel: ++ 49-511 879 630; ++ 49-751 769 5186 (Đức Quốc)
Email: info@viengiac.de
Website: www.viengiac.de

　　1949年、ベトナム・クアーンナム省生まれ、世名が「レ・クオーン」。1964年、同省ホイ・アン市の「福林祖庭」で出家。1971年、サイゴンの「クアーン・ドゥック修院」の戒壇で比丘になる。1972年より日本に留学。1977年、帝京大学教育学学科を「優」で卒業後、　東京の立証大学大学院に進学して短期間に研究。そして同年にドイツに留学してキール大学で1年間ドイツ語を学ぶ。以降、ニーダーザクセン州ハンノヴァに転居。1978年4月よりハンノヴァに「円覚寺」を創立して、仏教に帰依する7000名以上のベトナム人に授戒会を執り行った経験。現在まで、弟子が合計45名いる。その中、アジア・欧州・米州の著名な大学で修士や博士課程を修了した人が多数いる。母国語のベトナム語以外に、漢語・中国語・日本語・英語・フランス語・ドイツ語も流暢。1974～2015年の間に執筆した自作及び越語・英語・日本語・ドイツ語など多数の言語から翻訳したものが合計65作もある。現在、ドイツ・ハンノヴァの円覚寺の住職に就任中。

ティック・ニャット・トゥ上座
英語訳文の校訂者

Tel: 0908 153 160 (Việt Nam)
Email: thichnhattu@gmail.com
Website: www.daophatngaynay.com

　　1969年、ベトナムサイゴン生まれ。1984年、出家して沙弥になる。1988年、比丘戒に得戒。2000年、「今日の仏道」を創立。2001年、インドのイラーバーハード大学大学院哲学博士課程

năm 1995 và trường Cao cấp Phật học Vạn Hạnh năm 1997. Đến Úc định cư năm 1998 và sáng lập trang nhà Quảng Đức www.quangduc.com. Tốt nghiệp Cử nhân Xã hội học tại Đại học La Trobe năm 2006. Hiện Thượng tọa là Trụ trì Tu viện Quảng Đức, Melbourne, Úc Châu; và Phó Tổng Thư ký của Giáo hội Phật giáo Việt Nam Thống Nhất Hải ngoại tại Úc Đại Lợi - Tân Tây Lan. Thượng tọa là tác giả và dịch giả của nhiều tập sách như: *Chết và tái sanh, Phật giáo khắp Thế giới, Sức mạnh của lòng Từ, Hỏi hay Đáp đúng, Phật Ngọc hòa bình, Lịch sử Phật giáo Úc Đại Lợi...*

in 1985 and Bhikkhu Ordination in 1988. In 1997 he earned Bachelor degree in Buddhism Major, right just before coming to Australia (1998). He is currently Abbot of Quang Duc Monastery and also a Deputy-Secretary of The Unified Vietnamese Buddhist Congregation of Australia-New Zealand.

In 2006, He received Bachelor of Sociology at Latrobe University. He is the founder and Webmaster of Quang Duc Website (www.quangduc.com) since May 1999. He wrote and published many books such as: *Death & Rebirth, Buddhism around the World, the Power of Compassion, Good Questions Good Answers, The Jade Buddha for World Peace, History of Buddhism in Australia...*

THƯỢNG TỌA THÍCH NHẬT TỪ
Hiệu đính tiếng Anh

Tel: 0908 153 160 (Việt Nam)
Email: thichnhattu@gmail.com
Website: www.daophatngaynay.com

VENERABLE THÍCH NHẬT TỪ
Editor in English

Tel: 0908 153 160 (Việt Nam)
Email: thichnhattu@gmail.com
Website: www.daophatngaynay.com

Thượng tọa Thích Nhật Từ sinh tại Sài Gòn năm 1969, xuất gia, thọ giới Sa di năm 1984 và thọ giới Tỳ kheo năm 1988. Thầy là người sáng lập *Đạo Phật Ngày Nay* từ năm 2000. Thầy tốt nghiệp Tiến sĩ Triết học tại Đại học Allahabad, Ấn Độ, năm 2001 và nhận bằng Tiến sĩ danh dự về Tôn giáo học từ Đại học Mahamakut, Thái Lan, năm 2010.

Thầy là tác giả của hơn 80 quyển sách Phật giáo và thuyết giảng hơn 3.200 pháp thoại về các chủ đề khác nhau. Thầy là Chủ biên và xuất bản *Tùng thư Đạo Phật Ngày Nay* hơn 200 quyển, *Đại Tạng Kinh Việt Nam* (hơn 100 CD âm thanh) và hơn 100 album về âm nhạc Phật giáo.

Thầy truyền bá Phật pháp qua các hoạt động giáo dục, văn hóa và từ thiện, nhằm mang lại lợi lạc cho cộng đồng và xã hội. Thầy hiện là Phó Viện trưởng - Tổng thư ký Viện nghiên cứu Phật học Việt Nam, Phó Viện trưởng Học viện Phật giáo Việt Nam tại Sài Gòn, Chủ biên tạp chí *Đạo Phật Ngày Nay*, Thư ký tạp chí *Thế giới Phật giáo*.

Venerable Thích Nhật Từ who was born in 1969 in Sài Gòn, ordained to be a novice in 1984, and received the Bhikkhu Ordination in 1988. In 2000, he founded *Đạo Phật Ngày Nay* (Buddhismtoday). In 2001, he graduated the Doctorate Program of Philosophy at the Allahabad University, India and in 2010, he was awarded the honorable Doctorate Degree of Religion by Mahamakut University, Thailand.

He is the author of 80 books and preached over 3,200 Dharma lectures in different topics. He is also the editor and publisher of *Tùng thư Đạo Phật Ngày Nay* where now has more than 200 books, Vietnamese Tripitaka (over 100 CD audio) and 100 albums of Buddhist music.

He spreads the Dharma-Buddha through the activities of the education, culture, and charity in order to bring the benefit to the community and society. He is currently the Deputy Director - General Secretary of the Vietnam Buddhist Institute, Deputy Head of Vietnam Buddhist University in Sài Gòn, the magazine editor of *Đạo Phật Ngày Nay* (Buddhism Today), and Secretary of *Thế giới Phật giáo* (Buddhism in the World) magazine.

校畢業。1998年到澳大利亞定居，是廣德網頁www.quangduc.com.的創辦人。2006年La Trobe 大學社會學學士畢業。目前法師是澳大利亞墨爾本廣德修院的住持；海外統一越南佛教教會駐澳大利亞-新西蘭副秘書長。法師創作和翻譯了很多作品，如：《死與再生》，《佛教遍布世界》，《慈悲心的力量》，《正確的問與答》，《和平玉佛》，《澳大利亞佛教史》等等。

英語譯文校訂
釋日慈法師

電話：0908 153 160（Việt Nam）
郵箱：thichnhattu@gmail.com
網址：www.daophatngaynay.com

　　釋日慈法師1969年出生於西貢。1984年出家受沙彌戒，1988年受比丘戒。2000年，法師創立今日佛教雜誌。2001年法師在印度Allahabad大學哲學博士畢業。2010年榮獲泰國Mahamakut大學宗教學名譽博士銜。

　　法師是80多本佛教書籍的作者，以不同主題說講3200多次法話，也是今日佛教叢書的主編和出版人，共出版200 多冊，越南大藏經（100多個CD光盤）和100多個佛教音樂專輯。

　　法師通過教育、文化和慈善活動傳播佛法，旨在為社群和社會帶來利樂。法師目前任越南佛學研究院副院長和秘書長，西貢越南佛教學院副院長，今日佛教雜誌主編，佛教世界雜誌秘書。

修了。2010年、タイのマハーマクットウィッタヤーライ大学宗教学専攻で名誉博士号取得。

　　今まで、80部以上仏教の本を執筆し、様々な主題を採り上げて3200以上の法話を説講した経験。更に、仏教音楽のアルバム（100部以上）・『越南大蔵経』（音声作品、100部以上）、『今日の仏道従書』の200巻を編集・出版担当。ベトナム人の社会・コミュニティに利益をもたらす社会的教育・文化・慈善活動を通じて仏法を普及させることに専念する。現在、ベトナム仏教研究院副院長兼総秘書・ベトナム仏教学院副院長・『今日の仏教』雑誌の編集担当・『仏教世界』雑誌の秘書となっている。

ティック・ニャット・トゥ上座
英語訳文の校訂 者

Tel: 0908 153 160（Việt Nam）
Email: thichnhattu@gmail.com
Website: www.daophatngaynay.com

　　1969年、ベトナムサイゴン生まれ。1984年、出家して沙弥になる。1988年、比丘戒に得戒。2000年、「今日の仏道」を創立。2001年、インドのイラーバーハード大学大学院哲学博士課程修了。2010年、タイのマハーマクットウィッタヤーライ大学宗教学専攻で名誉博士号取得。

　　今まで、80部以上仏教の本を執筆し、様々な主題を採り上げて3200以上の法話を説講した経験。更に、仏教音楽のアルバム（100部以上）・『越南大蔵経』（音声作品、100部以上）、『今日の仏道従書』の200巻を編集・出版担当。ベトナム人の社会・コミュニティに利益をもたらす社会的教育・文化・慈善活動を通じて仏法を普及させることに専念する。現在、ベトナム仏教研究院副院長兼総秘書・ベトナム仏教学院副院長・『今日の仏教』雑誌の編集担当・『仏教世界』雑誌の秘書となっている。

GIÁO-HỘI PHẬT-GIÁO VIỆT-NAM TRÊN THẾ-GIỚI
TỔ-ĐÌNH TỪ-QUANG

2176 Ontario E., Montreal, Quebec H2K 1V6, Canada
Phone : (514) 525.8122

Tổ-Đình Từ-Quang, ngày 12 tháng 10 năm 2014

Kính gửi : Đạo-hữu Võ-văn-Tường
pháp-danh Tâm-Thụy
22354 Happyland Avenue
Hayward, CA. 94541, U.S.A.
Phone : (510) 909-0619

Thưa Đạo-hữu,

Hôm qua, tôi có nhận được lá thư của Đạo-hữu gửi qua email.

Tôi thành thực cảm ơn Đạo-hữu đã hy-sinh nhiều thì giờ quý báu, thân tới tham-dự đại lễ, nhiếp ảnh lưu niệm, tặng cuốn album và đặc biệt tặng cuốn Chùa Việt-Nam Hải Ngoại số 1, tại Tu-Viện Viên-Quang, South Carolina, Hoa-kỳ.

Đối với Đạo-hữu lần này tôi mới được diện kiến, nhưng hình ảnh, tâm-nguyện và tài-năng của Đạo-hữu đã ảnh-hiện trong cuốn Danh Lam Cổ Tự tại Việt-Nam mà tôi có dịp đã được xem qua. Qua cuốn Chùa Việt Nam Hải Ngoại số 1 và có lẽ qua nhiều cuốn ảnh sau này, kỹ-năng càng siêu-tuyệt, tâm-ảnh của Đạo-hữu càng được ghi đậm trong tâm-khảm mọi người và đóng góp công đức không nhỏ vào dòng lịch-sử Phật-Giáo Việt-Nam trong và ngoài nước.

Tôi thành-thực tán-dương công đức Đạo-hữu. Cầu nguyện Tam Bảo từ bi gia-hộ Đạo-hữu và thân-quyến được thân tâm an-lạc và nhiều điều cát-tường như ý.

Kính thư,

Thích Tâm Châu

Trưởng-lão Thích-Tâm-Châu

LỜI GIỚI THIỆU SÁCH

Vừa nhận được quyển **Chùa Việt Nam hải ngoại** tập I do Đạo hữu Nhiếp ảnh gia Võ Văn Tường và Đạo hữu Từ Hiếu Côn, Giám đốc nhà xuất bản Hương Quê tại San Jose, California, Hoa Kỳ gửi đến tặng cho chúng tôi ngày hôm qua (09.9.2014). Cảm tưởng đầu tiên khi nhận được quyển sách nầy là vui mừng khi được thấy một tác phẩm lớn đã được hình thành nơi hải ngoại ngày nay để giới thiệu với Phật tử cũng như chư Tôn đức khắp năm châu về những hình ảnh chùa chiền trong một chiều dài lịch sử của nhiều năm tháng, khi người Phật tử Việt Nam của chúng ta có mặt tại xứ người.

Sách dày 728 trang cộng với 4 trang bìa. Bên trong sách tập I nầy, các tác giả đã giới thiệu 72 ngôi chùa hiện có trên 4 châu lục ngày nay. Ví dụ như Á Châu 5 chùa, Âu Châu 4 chùa, Úc Châu 4 chùa, và 59 chùa thuộc Mỹ Châu gồm Canada và Hoa Kỳ. Có cả 2.800 tấm hình màu thật sinh động giới thiệu tổng quát về mỗi tự viện cũng như cách thờ tự và sinh hoạt của mỗi chùa tại mỗi địa phương khác nhau. Chùa nào cũng có ghi lại đầy đủ về địa chỉ, số điện thoại liên lạc và một bài giới thiệu về lịch sử của ngôi chùa ấy bằng 4 ngôn ngữ: tiếng Việt, tiếng Anh, tiếng Hoa và tiếng Nhật. Đây có thể nói là một tác phẩm đầu tiên được xuất bản tại ngoại quốc bằng nhiều ngôn ngữ như thế, nhằm giới thiệu với người Việt và bạn bè khắp năm châu về hình ảnh chùa chiền cũng như sự sinh hoạt của Phật giáo Việt Nam tại hải ngoại ngày nay.

Kết quả có được nầy là do công lao của Đạo hữu Nhiếp ảnh gia Võ Văn Tường đã miệt mài liên lạc bằng E-mail với những nơi mà Đạo hữu ấy chưa đến được, nhằm thu thập hình ảnh và sử liệu của ngôi chùa. Ngoài ra, những ngôi chùa ở Hoa Kỳ và Á Châu, hầu hết đều do Đạo hữu thân chinh đến nơi để ghi lại những hình ảnh sống động, nhằm giới thiệu với bạn bè đó đây. Phải có cái TÂM mới thực hiện được việc nầy. Nhà xuất bản Hương Quê của Đạo hữu Từ Hiếu Côn cũng đã chi ra một số tiền không nhỏ để in ấn tác phẩm giá trị nầy. Do vậy chúng tôi nghĩ rằng: *mỗi chùa có hình ảnh trong tập sách nầy, chư Tôn đức Trụ trì hay những vị trong Ban Trị sự của chùa nên thỉnh nhiều cuốn để làm tư liệu cho chùa mình và biếu tặng cho những Phật tử có công với chùa lâu nay, cũng là một điều đáng nên làm.*

Được biết, nếu các chùa thỉnh với số lượng nhiều thì mỗi quyển giá 30 USD chưa kể cước gửi. Nếu thỉnh riêng lẻ, giá thành mỗi cuốn là 40 USD cũng chưa kể cước gửi. Mọi việc liên quan về vấn đề thỉnh quyển sách nầy, xin quý vị liên lạc về Nhà xuất bản Hương Quê Inc. 2290 Ringwood Ave., Ste. E, San Jose, CA 95131, USA. Tel. +(408) 433-0078, 433-0098. Fax: +(408) 433-0008. Website: www.huongque.net; Email: huongque@sbcglobal.net, vvtuong04@yahoo.com.

Mong rằng quý vị sẽ được như ý khi chính mình tự lật ra từng trang sách để chiêm ngưỡng những công trình kiến trúc của Phật giáo Việt Nam tại hải ngoại ngày nay.

Xin trân trọng giới thiệu.

Thích Như Điển
Phương trượng chùa Viên Giác, Hannover, Đức Quốc.

LỜI GIỚI THIỆU

Cầm quyển *Chùa Việt Nam hải ngoại tập một*, do anh Võ Văn Tường và Từ Hiếu Côn kính biếu, giở từng trang, nhìn từng hình ảnh của những ngôi chùa, đọc từng tên của ngôi Tam Bảo, do quý Chư Tăng Ni thành lập, hay Phật tử phát tâm hộ pháp, mà thấy lòng kính trọng, quí mến việc làm của anh Võ Văn Tường và Từ Hiếu Côn. Việc làm mang tính văn hóa ngàn năm cho Phật giáo Việt Nam hải ngoại. Việc làm này chỉ có người Việt Nam Phật tử có tấm lòng thương Phật thương chùa, và ý thức một cách sâu sắc về giá trị thực dụng của nền văn hóa giác ngộ làm lợi lạc cho con người mà phát tâm cống hiến hết cả công sức, thời gian... để bảo trì và phát huy nền văn hóa cao đẹp này.

Giá trị của quyển sách không phải chỉ ở hình thức, màu sắc, bốn ngôn ngữ: Việt, Anh, Hán, Nhật, mà còn mang tính tâm linh có chiều sâu của các ngôi Tự viện. Để từ đó, chúng ta cảm nghĩ: Bao nhiêu thời gian, công sức, tịnh tài của Phật tử đã phát tâm để hoàn thành những ngôi chánh điện, quả thật công đức vô lượng. Sở dĩ nói như thế không thái quá, mà những ngôi Tự viện sẽ lưu lại nhiều thập kỷ cho mai sau, để cho bao nhiêu thế hệ con em và người dân bản xứ biết đến Phật pháp; rồi tu trì giữ gìn giềng mối Đạo, hay chỉ có một chút phát tâm tín thành đối với ngôi Tam Bảo là phước đức rồi. Từ những suy nghĩ nói trên, cho chúng ta vài cảm nghĩ:

Thứ nhất: Phật giáo Việt Nam thực sự có mặt nơi hải ngoại vỏn vẹn trên dưới ba mươi năm. Trong ba mươi năm này, chư Tăng Ni thể hiện đạo phong để bảo lưu nền Phật Việt, mở Đạo tràng, thiết lập Pháp hội, tu trì theo hành trạng của Chư vị Lịch đại Tổ sư. Và cũng chính nhờ tâm niệm ấy mà hôm nay, hàng ngàn ngôi chùa đã được thành tựu viên mãn khắp các quốc gia trên thế giới, từ Âu sang Á, từ Đông sang Tây đều có mặt trong quyển *Chùa Việt Nam hải ngoại* này.

Riêng về sự hộ pháp đắc lực của người Phật tử, phải nói rằng một công đức quá to lớn. Dù trong hoàn cảnh nào, môi trường nào, quốc gia nào, trú xứ nào, người Phật tử Việt Nam luôn thể hiện tấm lòng phụng sự Phật pháp được hưng thịnh. Đây chính là điểm son mà những trang lịch sử Phật giáo Việt không thể không viết. Viết để cảm ơn tất cả những tấm lòng cao quí vì Phật pháp của người Phật tử Việt Nam.

Thứ hai: Việc làm của anh Võ Văn Tường và Từ Hiếu Côn đã ghi lại và đánh dấu cho một chặng đường lịch sử Phật giáo Việt Nam hoằng truyền nơi hải ngoại. Tiểu sử của những ngôi chùa được ghi rõ: xây dựng năm nào, tọa lạc ở đâu, viện chủ là ai. Từ đó đã bảo lưu được chứng tích lịch sử của ngôi chùa và nói lên được con đường hoằng pháp thực hữu, thực dụng nơi Phật giáo Việt Nam tại hải ngoại này. Mỗi ngôi chùa tại địa phương đã là nơi xây dựng một đời sống tâm linh cho cộng đồng Phật tử nơi đó. Do vậy, hình ảnh của những ngôi chùa trong quyển *Chùa Việt Nam hải ngoại* là tiềm năng làm xốc dậy tấm lòng hộ pháp mà cũng là động cơ thúc đẩy hơn nữa niềm tự tin của người Phật tử đối với con đường hoằng pháp nơi đây.

Thứ ba: có được một niềm vui chân thật, khi đi tới đâu thấy được chư Tăng Ni, hay Phật tử cầm đọc quyển *Chùa Việt Nam hải ngoại*, biểu tỏ trên khuôn mặt một niềm bình an hoan hỷ. Bình an ở chỗ là nơi nơi đều có chùa làm đạo tràng tu học cho Phật tử mà giữ được con đường đạo đức, lễ nghi, ngõ hầu thăng tiến trên đạo lộ giác ngộ, giải thoát. Hoan hỷ ở chỗ là có được một tác phẩm quí giá, bảo tồn được nền văn hóa Phật Việt trong một phần nào để cho tất cả Phật tử được đọc, được thấy, dù người Phật tử ấy không có phương tiện đi xa mà vẫn thấy các ngôi chùa của các quốc gia, châu lục khác. Đây là sự hoan hỷ chân thật đã biểu tỏ trên từng nét mặt khi chúng tôi có dịp tiếp xúc.

Vài cái nhìn đơn sơ, khái quát, chúng tôi chân thành kính giới thiệu quyển *Chùa Việt Nam hải ngoại tập một* đến chư vị thiện hữu tri thức, cùng quí Phật tử. Sự giới thiệu này chỉ là tấm lòng biết ơn đến với anh Võ Văn Tường và Từ Hiếu Côn mà thôi. Còn sự giới thiệu thực dụng đó là quí Phật tử cầm trên tay quyển *Chùa Việt Nam hải ngoại*, giở từng trang, đọc từng dòng, nhìn từng hình ảnh mái chùa thương yêu thì chừng ấy mới thẩm thấu được những cái gì cao quí đang tồn đọng trong quyển *Chùa Việt Nam hải ngoại tập một* này.

Chân thành tri ân hàng vạn tấm lòng hộ pháp của người Phật tử. Kính chúc chư vị thiện hữu tri thức cùng quí Phật tử vô lượng an khang, cát tường như ý, để tiếp tục xiển dương Phật pháp ngày một hưng long.

San Diego, Chùa Phật Đà

Ngày 01 tháng 10 năm 2014

Thích Nguyên Siêu

VÕ VĂN TƯỜNG & TỪ HIẾU CÔN

THE VIETNAMESE SANGHA CONGREGATION IN AMERICA
TU VIỆN KIM SƠN
Mailing: P.O. Box 1983, Morgan Hill, CA 95038
Address: 574 Summit road, Watsonville, Ca 95076
Web: www.kimson.org
Phone: (408) 848-1541 Email: tvkimson@yahoo.com

23/04/2015

Kính Đt: Võ Văn Tường

Nam Mô A Di Đà Phật,

Thầy chúc đạo hữu, gia đình và ban biên soạn, sưu tập, giới thiệu các ngôi chùa, các tu viện và các bộ bộ tượng tạm, tu học Phật Giáo Việt Nam tại các Quốc Gia ở nước ngoài, được liên hành thuận lợi, tốt đẹp.

"Công trình biên soạn sưu tập
Mái chùa dân tộc dựng tại khắp nơi
Tây Phương Âu Á Mỹ Châu
Ngàn năm rót xuống địa cầu âm vang
Khắc ghi tạc dạ muôn vàn
Bàn tay trí tuệ Phật chan tình đầy
Võ Văn Tường như đượm mây
Cao Ny thâm bao ngày nắng mưa
Toàn cầu tấu cùng quê hương
Mái chùa khỉ chốn Mặt Trời Mùa đỡ."

Cẩn bút, Thích Tịnh Từ
Kiến Thiết Tu Viện Kim Sơn

....

Nhưng, như đã nói, anh không thu hẹp phạm vi hoạt động trong địa phương mà có mặt tại nhiều nơi, những nơi mà đời sống văn hóa xã hội của người Việt được khơi nguồn, phát triển trong đó sự có mặt của những ngôi chùa kèm theo những sinh hoạt tâm linh, văn hóa là một trong những đặc trưng. Tương tự thời gian ở quê nhà, nơi anh từng nhiều phen lặn lội từ Bắc xuống Nam nhằm góp phần đem lại một phác họa chân xác sự hiện diện một mạch văn hóa dồi dào của quê hương được thể hiện bằng hình ảnh những ngôi danh lam cổ tự.

Thực vậy, thời gian vừa qua, hai cha con anh cùng lái xe đường trường qua nhiều tiểu bang ở Bắc Mỹ để thu thập hình ảnh các khóa Tu học Phật Pháp, sinh hoạt trong đại lễ Phật Đản, Vu Lan, các buổi đại hội của các tổ chức Phật giáo. Gần đây, một cống hiến mà tôi để tâm, thán phục là tập *"chùa Việt Nam Hải Ngoại"*, tập 1, vừa được anh cho ra đời, do nhà xuất bản Hương Quê ở San Jose, California ấn hành và phân phối rộng rãi trong mùa Vu Lan. Sách dày trên 700 trang, viết bằng 4 thứ tiếng Việt, Anh, Hoa và Nhật. Nội dung ghi lại bằng hình ảnh lịch sử và hoạt động của 72 ngôi chùa ở hải ngoại như trong lời giới thiệu *"Mỗi chùa, có thông tin về địa chỉ, điện thoại liên lạc và bài giới thiệu lịch sử ngôi chùa, bài trí tượng thờ... cùng nhiều hình ảnh về kiến trúc, điện Phật, về sinh hoạt Phật sự trong các ngày lễ tết hàng năm..."* Như thế, chỉ riêng về mặt tài liệu, sách trên đã là một đóng góp đáng kể vào việc tìm hiểu lịch sử Phật giáo Việt Nam trong giai đoạn đặc biệt nhất, đó là sự hình thành tổ chức có hệ thống của Phật giáo ở hải ngoại.

Với chúng ta, đóng góp trên của anh Võ Văn Tường không chỉ có ý nghĩa một nỗ lực hoằng pháp trên phương diện nghệ thuật mà còn là chứng tích văn hóa trên một chặng đường phát triển của một cộng đồng di dân nhằm góp phần vào việc tạo hiểu biết lẫn nhau để tiến tới cảm thông, hòa hợp. Thật vậy, tập sách trên ngoài công dụng góp phần xiển dương nền tảng đạo đức dân tộc qua những giá trị nhân bản vị tha của nhà Phật, còn là tập tài liệu giới thiệu với người ngoại quốc những nét văn hóa đặc thù của một dân tộc. Sự ra đời của cuốn sách còn khiến ta không quên thiện ý và cố gắng vượt bực nơi anh Từ Hiếu Côn, giám đốc nhà xuất bản, để sách có thể dễ dàng đến tay người đọc với mức giá 40 Mỹ kim.

....

(Trích từ quyển sách "VẠN DẶM RONG CHƠI, ĐƯỜNG RỘNG MỞ"
bài: "Anh VÕ VĂN TƯỜNG: 50 năm bên ống kính nghệ thuật"
của Thích Từ-Lực
chùa Phổ-Từ, 2015
Hayward, California)

HUYỀN DIỆU THAY!
PHẬT, PHÁP, TĂNG HIỆN DIỆN!

Phật, Pháp, Tăng là ba ngôi quý giá nhất trên thế gian này. Nếp sống trong gia đình, trong xã hội và trong tôn giáo mỗi cái có giá trị của nó, nhưng có lẽ ai cũng cảm nhận được nếp sống trong tôn giáo có một cái gì đó thật thiêng liêng, mầu nhiệm và sâu lắng mà chỉ có ai tiếp cận được với đạo sẽ cảm nhận được điều này.

Để tôn vinh một cái gì đó cao quý nhất và mầu nhiệm nhất trên thế gian này thì việc làm đó rất có ý nghĩa. Hình ảnh nhiều màu sắc tươi vui của Phật, Pháp, Tăng và tứ chúng trong cuốn Chùa Việt Nam Hải Ngoại tập 1 (728 trang) là *Thế Gian Trụ Trì Tam Bảo*. Ký giả Võ Văn Tường và Từ Hiếu Côn như hiện thân của những cư sĩ Phật giáo mang đạo vào đời với ước mong các độc giả sẽ thấy nơi *Thế Gian Trụ Trì Tam Bảo* chính là *Xuất Thế Tam Bảo* hay *Đồng Thể Tự Tánh Tam Bảo*.

Ngôi chùa cổ kính cảnh đẹp nên thơ,
Tâm hồn tỉnh thức, phảng phất hương thiền.

Xin trân trọng giới thiệu.

Chùa Hương Sen, Perris, Cali, ngày 19 tháng 2 năm 2016

Kính bút,

Thích Nữ Giới Hương

Denver Aug 31st 2015.

Cụ Trọng khoái tình mến,

Cảm tạ lòng ưu ái Cụ đã gửi tặng cuốn "Chùa VN Hải ngoại tập 1", và một số văn thư về việc làm từ thiện mà Cụ đã về Quê hương (Chùa Nam Phổ và Hội người mù ở Quận Phú Vang Thừa Thiên. Đặc biệt ở các văn bản có bài thơ của Cụ và 2 bài của Cụ Tú Phong rất hay, tỏ cái động tinh thần bác ái của tứ chúng, thiện nam tín nữ. Riêng cuốn chùa VNHN in ấn quá công phu do người "Con Rể" của Cụ ông Cụ bỏ, phát tâm cúng dường. Đây là một việc làm quá siêu ý nghĩa xưa từ trước tới nay chưa có, hệ một tư liệu hình ảnh sử lưu tại trong kho tàng Phật dữ cho mọi người hiểu biết, truyền lại cho các thế hệ mai sau nữa. Chùa VNHN tôi thấy còn nhiều lắm, chẳng hay giả còn có ý định làm thêm tập 2, tập 3? Nếu cần trong tương lai, tôi sẽ cung cấp số hình ảnh các Chùa tại Colorado cho nhé, lúc nào xúc tiến tiếp Cụ cho hay, tôi sẽ sẵn sàng cung ứng. Sau khi làm xong hình ảnh và bài về trong tập sách, tôi cảm hứng làm bài Đường thi, để kính công phu sưu tập của Tác giả và quí vị cộng tác trong bộ sách này như sau:

"CÔNG TRÌNH SƯU TẬP TỰ VIỆN HẢI NGOẠI"

MÓN QUÀ CỤ TẶNG TIẾT VU LAN
HẢI NGOẠI CHÙA TA QUÍ TỰA VÀNG
GIẤY LÁNG, SÁCH DÀY HÌNH ẢNH ĐẸP
VĂN BÀI CHÚ THÍCH RÕ TỪNG TRANG
MỸ, ÂU TỰ VIỆN CÔNG SƯU TẬP
ẤN ĐỘ, THÁI LAN ĐƯỢC XẾP HÀNG
NGÔN NGỮ TRẢI BÀY BỐN LOẠI TIẾNG
PHẬT ĐÀ TƯ LIỆU SẼ LƯU VANG....

Denver Aug 31/15
HT Thích M Châu

Lan mạn đôi dòng chúc Cụ và bà quyến thuộc hưởng lạc vạn sự lành thọ, cát tường.

Cảm nghĩ việc xem tác phẩm
CHÙA VIỆT NAM HẢI NGOẠI
tập 1, 2014

Người Việt có câu:

"Xây chùa, tạo tượng, đúc chuông,
Trong ba việc ấy, thập phương nên làm."

Đúng vậy, người Việt Nam luôn kính hiền trọng đạo, sùng thượng Phật pháp từ hậu bán thế kỷ thứ II, nên tại đất Mẹ thân thương đâu đâu cũng có ngôi chùa, là hạnh nguyện của chư Tổ, liệt vị Tăng Ni được thập phương thiện hữu tiếp tay thực hiện, lưu di cho hậu thế. Chùa tháp cao đẹp, cần có tôn tượng uy nghi, thêm tiếng chuông thanh thoát tạo niềm tin cho tứ chúng, nhắc nhở sinh linh hướng về nẻo thiện. Do đó mà Việt Nam có nhiều ngôi quốc tự, có những vị quân vương, những anh hùng liệt nữ yêu nước thương dân, kính tăng mến đạo, cụ thể là đức Trần Nhân Tông, vị vua thứ 3 nhà Trần, sau khi hoàn thành sứ mạng trừ Nguyên khử bạo, đã xuất gia tu hành chứng thành đạo quả, làm cho thù trong giặc ngoài và các lân bang phải kiêng vì thán phục.

Tinh thần *"ưu thời mẫn thế"*, *"tạo tự độ tăng"* sẵn có trong tâm trí người Việt, nên cận lai các bậc xuất gia, hàng cư sĩ mới định cư ở hải ngoại non 40 năm, đã noi gương Lịch Đại Tổ Sư *"truyền đăng tục diệm"*, nhiệt tình xiển dương đạo pháp phục vụ sinh linh về các phương diện. Do đó mà vô số tự viện lớn nhỏ đã hiện hữu khắp tinh cầu là thành quả đáng ngưỡng vọng!

Nhiếp ảnh gia Võ Văn Tường đồng hương với chúng tôi, phát xuất trong gia đình lễ giáo nho phong, thâm tín Phật pháp, xuất thân tại Viện Đại học Vạn Hạnh, Sài Gòn năm 1975, được chư Tôn đức và các Giáo sư mến thương, các bạn hữu ái mộ. Do thấm nhuần giáo pháp cao, với tinh thần vị tha hướng nghiệp, khởi thủy Võ Văn Tường thích nhiếp ảnh, lâu ngày thành chuyên gia, có nhiều năng khiếu siêu tuyệt, thu hình các danh lam thắng cảnh chùa tháp từ Bắc chí Nam Việt Nam thành tập *"Việt Nam Danh lam Cổ tự"* ấn hành năm 1992, thêm nhiều tác phẩm giá trị: *"Những ngôi chùa nổi tiếng Việt Nam"*, CD-Rom *"Chùa Việt Nam xưa và nay"*… với kỹ thuật tinh vi, hợp tinh thần hoằng dương Chánh pháp, lợi lạc hữu tình, được Giáo hội Phật giáo Việt Nam và thập phương thiện hữu hoan hỷ trợ duyên, tiếp thu nhanh chóng. Rồi nhiều năm nhiếp ảnh gia đi thu hình các tự viện, già lam thắng tích khắp nơi, ấn hành lịch hằng năm để quảng bá Phật pháp, được tiêu thụ rộng rãi trong và ngoài nước.

Đầu thế kỷ XXI, nhà kỹ thuật tạo hình Võ Văn Tường cộng tác với đạo hữu Từ Hiếu Côn, Giám đốc nhà xuất bản Hương Quê tại thành phố San Jose, tiểu bang California với hoài bão thực hiện một Phật sự cao đẹp làm lợi đạo ích đời qua không gian và thời gian, được trong ngoài nhất trí, các thiện hữu đồng tâm tán trợ. Do đó cuốn *"Chùa Việt Nam hải ngoại"* tập 1 đã được chuẩn bị chu đáo, phát hành nhân dịp kỷ niệm Đại lễ Vesak 2014, Phật lịch 2558. Cao vọng bộ sách này gồm nhiều tập, mỗi tập trên dưới 75 tự viện, lần lượt chào đời khi hội đủ thắng duyên.

Cuốn *"Chùa Việt Nam hải ngoại"* tập 1 ấn hành trang trọng đẹp xinh, bìa cứng, dày 728 trang, bên trong các tác giả giới thiệu 72 ngôi chùa hiện hữu tại 4 châu lục ngày nay với 2.800 tấm hình màu tôn nghiêm, sinh động hay vui vẻ, đẹp xinh … là kỹ năng thiện xảo của nhiếp ảnh gia Võ Văn Tường và tư liệu tốt đẹp do các nhà khéo tay thu hình, được lưu giữ tại các chùa địa phương. Mỗi ngôi chùa đều sơ lược lịch sử, đề cao công đức của chư vị khai sơn phá thạch, tạo tự độ tăng, hay nói lên cách trang thiết và sinh hoạt, hướng phát triển và duy trì tự viện của các ban ngành khá ngắn gọn nhưng đầy đủ qua ý hiệp chung của chùa. Có địa chỉ và số điện thoại, fax và email để chư thiện hữu bốn phương hay biết và liên hệ khi cần. Sách với 4 ngôn ngữ thuận tiện trong việc tham khảo của nhiều người nhiều nơi, nhờ vậy mà tập 1 *"Chùa Việt Nam hải ngoại"* được tiếp thu rộng rãi, nhiều vị Trú trì ngôi chùa đã đăng lên rất hoan hỷ, nên có mỹ ý thỉnh số lượng lớn để tặng biếu các thư viện địa phương, các ân nhân thiện hữu, hay tưởng thưởng trong nội bộ … thuận lợi nhiều bề. Phần lớn các tự viện chưa kịp đăng tải, thường nhắc nhở ấn hành tập 2 đúng thời điểm, hay các chùa, ít khuôn hội Phật giáo địa phương đang dè dặt thăm dò, giờ thấy thích đáng nên đã liên hệ với nhà xuất bản khích lệ tiếp tục đều đều …

Nếu mỗi thiện hữu chúng ta hoan hỷ xuất chút tịnh tài thỉnh một vài cuốn để tham khảo, lưu trong tủ sách gia đình, hay trao tặng bà con thân hữu cùng xem là đáp ứng phần nào thiện chí và hoài vọng của tác giả với nhà xuất bản Hương Quê - nơi đã in ấn và phát hành rất nhiều kinh, sách, đặc san, lịch Phật giáo suốt 31 năm qua - đã dùng nhiều công của làm việc tự lợi lợi tha. Thiết tưởng đây cũng là tinh thần *"cảm ứng đạo giao"*, mừng vui về Phật pháp hoằng dương bốn biển, lý tưởng phổ biến năm châu. Đương nhiên mức tiêu thụ sách càng lớn, tinh thần xiển dương đạo pháp càng cao, thật quý hóa biết dường nào !

Trân trọng.

Trần Trọng Khoái
Hội Từ Bi Quán Thế Âm, Hoa Kỳ

Báo Giác Ngộ (Việt Nam)
Ngày 04-11-2014

Ở đâu có người Việt, ở đó có chùa.

GN - Tôi rút ra điều đó và chắc chắn như thế sau khi xem tập sách ảnh *Chùa Việt Nam hải ngoại* của tác giả Võ Văn Tường và Từ Hiếu Côn (NXB Hương Quê - Hoa Kỳ) in vào dịp Đại lễ Vesak PL.2558, DL.2014.

Sở dĩ tôi dám khẳng định như thế vì qua 728 trang sách, in màu với 2.800 hình ảnh chọn lọc ghi từ 72 ngôi chùa ở châu Á, châu Âu, châu Úc và châu Mỹ, tác giả đã dắt người đọc đi vòng quanh thế giới, viếng thăm từng kiểng chùa với nét thân quen chùa Việt, như đang đi hành hương ở khắp thế giới nhưng vẫn thấy quê nhà đâu đó trong lòng.

Chùa Việt Nam hải ngoại, tập sách ảnh của Võ Văn Tường - Từ Hiếu Côn do NXB Hương Quê - Hoa Kỳ ấn hành năm 2014 - Ảnh: B.Toàn

Thực ra, đây chỉ là tập 1 của cuốn sách có thể nói là kỷ lục và đầu tư công phu bằng hình ảnh, tư liệu xác thực do có được sự trải nghiệm thực tế của hai tác giả Võ Văn Tường - Từ Hiếu Côn. Theo hai nhà nhiếp ảnh này, *"với khoảng 600 ngôi tự viện Phật giáo Việt Nam hải ngoại đang hiện diện trong 30 quốc gia ở khắp các châu lục, thì việc chúng tôi giới thiệu 72 ngôi tự viện trong tập 1 là một bước khởi đầu..."*.

Có duyên đọc được cuốn sách và xem 2.800 hình ảnh về 72 tự viện đủ tông phái Phật giáo như Tịnh Độ, Trúc Lâm Yên Tử, Khất sĩ, Nam tông từ 4 châu, 9 nước (Ấn Độ, Nepal, Thái Lan, Pháp, Đức, Na Uy, Canada, Hoa Kỳ, Úc) có lẽ là một duyên may đối với tôi, bởi vì đây là vấn đề mà tôi quan tâm: những ngôi chùa Việt ở nước ngoài. Thi thoảng, có dịp tiếp xúc với quý thầy, quý sư cô đi du học hoặc hoằng pháp cũng như những bạn bè quen biết đang du học ở nhiều nước tôi vẫn thường hỏi, ở chỗ đó (với địa danh thành phố, bang, nước nào đó) có chùa Việt không, nếu có thì có giống chùa ở quê mình không, bà con sinh hoạt đông không... Do vậy, bắt được tập sách này giống như là món quà mà NXB Hương Quê cũng như hai tác giả đã dành tặng cho mình cùng lời hứa hẹn còn nữa những tập tiếp theo, đầy lý thú.

Thiết nghĩ, nhiều Phật tử quan tâm tới lĩnh vực văn hóa, chùa chiền và đời sống tâm linh người Việt xa xứ hẳn cũng sẽ có cảm nhận giống tôi khi hay tin tập sách này ra mắt hoặc có duyên đọc được. Thật sự, tập sách này còn mang một ý nghĩa khác là quảng bá hình ảnh chùa Việt khắp nơi tới bạn bè quốc tế bởi vì sách không phải chỉ được thực hiện dưới một thứ tiếng mà còn được dịch ra thành 4 thứ tiếng (Việt, Anh, Nhật, Trung) cùng hiện diện trong từng trang sách để không chỉ người Việt mà người nước ngoài cũng có thể sở hữu làm tư liệu.

Trong lời giới thiệu đầu sách, tác giả Võ Văn Tường - Từ Hiếu Côn nhắc đến hai câu thơ nổi tiếng của thi sĩ Huyền Không: *"Mái chùa che chở hồn dân tộc/ Nếp sống muôn đời của tổ tông"*. Điều đó có nghĩa, đối với người Việt, nếp sống Phật giáo song hành cùng dân tộc hàng ngàn năm. Tinh thần "Phật giáo đồng hành cùng dân tộc" với tư tưởng "hộ quốc

an dân" đã trở thành nếp sống muôn đời, nên dẫu đi xa Tổ quốc thì người Việt vẫn luôn hướng về quê nhà, bắt đầu từ xây đắp nên mái chùa thân thương, giáo dưỡng con cháu sống trong tinh thần tri ân, báo ân, không quên nguồn cội. Yêu nước khi đó chính là đem văn hóa dân tộc, đương nhiên là văn hóa Phật giáo Việt Nam giới thiệu tới bạn bè năm châu, để thế giới biết đến Việt Nam là biết đến sự hiền hòa thông qua nếp sống đầy bi-trí của người con Phật, nhất là trong mạch nguồn Tổ quốc, dân tộc.

Thật vậy, giờ qua từng trang, những không gian tâm linh nơi mái chùa Việt Nam hiện ra thân thuộc trên đất nước bạn là cổng tam quan với mái cong, chạm khắc tinh tế, chánh điện tôn trí tượng Phật Bổn Sư, Tam Thế Phật cùng tháp thờ vươn lên giữa mây trời, ẩn mình trong cây xanh như ngôi tháp Vạn Phật ở chùa An Việt Nam Phật Quốc (Ấn Độ) ngay những trang đầu tiên. Đặc biệt, dường như chùa nào cũng có tôn tượng Quán Thế Âm cũng như có những sinh hoạt tâm linh, thời khóa kinh kệ nghiêm cẩn y như những chùa Việt ở quê nhà.

Chùa Phổ Từ (California, Hoa Kỳ) - Ảnh: Bảo Toàn chụp lại từ tập sách

Ấn tượng nhất đối với tôi trong tập sách này có lẽ là việc hiện diện của 56/72 ngôi chùa Việt ở Hoa Kỳ, chứng tỏ người Việt định cư nơi đây rất nhiều so với các nước, có đời sống tâm linh được duy trì, kết nối mạnh mẽ từ quê nhà.

Tôi nghĩ, cuốn sách này là tư liệu quý cung cấp cho những ai cần nghiên cứu chùa Việt hải ngoại có thể tham khảo hoặc những người Việt ở nước ngoài muốn đi lễ Phật, viếng chùa có cẩm nang hành trình để tìm tới một cách thuận tiện. Đặc biệt, việc cung cấp cụ thể địa chỉ, số điện thoại, e-mail, trang web của 72 ngôi chùa sẽ giúp độc giả có sự liên hệ dễ dàng cũng như tìm hiểu kỹ càng hơn đối với những ngôi chùa mà mình quan tâm. Đó cũng là chi tiết minh chứng cho sự nghiêm túc, cẩn thận và kỹ lưỡng, sự đầu tư rất lớn của tác giả tập sách, với tâm nguyện "đóng góp nhỏ nhoi" như trong lời giới thiệu.

Riêng, bản thân tôi mong chờ sẽ tiếp tục được đọc tập 2, tập 3 của sách như lời hứa chân thành mà hai tác giả đã viết - xuất bản vào dịp Đại lễ Vesak năm sau, 2015.

- Bộ sách ra đời có ý nghĩa như một sự bày tỏ lòng ngưỡng mộ và tôn vinh những đóng góp, hy sinh của người con Phật Việt Nam ở hải ngoại. Công trình này cũng đồng thời qua đó tán thán công đức của chư vị Tăng, Ni, Phật tử đã dày công hướng dẫn, giữ gìn, phát huy truyền thống dân tộc và thắp sáng đuốc đạo mầu giải thoát của Đức Bổn Sư Thích Ca Mâu Ni Phật. Thành quả sự nỗ lực đó của chư Tăng Ni, Phật tử được thể hiện rõ rệt hơn cả qua công sức đắp xây, hình thành các ngôi chùa Việt khắp nơi trên thế giới**- NXB Hương Quê**

Chùa Khánh Anh tại Bagneux, Pháp - T.H.C (Bảo Toàn chụp lại)

- Đa số các chùa, mỗi ngày đều có thời khóa tụng niệm. Ngoài ra, mỗi tuần nơi đó đều có buổi giảng pháp bằng tiếng Việt, tiếng Anh; tổ chức các lớp Việt ngữ, nhiều hình thức sinh hoạt Gia đình Phật tử và chương trình xã hội, từ thiện. Hằng năm, những ngày Tết Nguyên đán, Tết Trung thu, Đại lễ Phật đản, lễ Vu lan, Phật Thành đạo, Vía Đức Phật A Di Đà, lễ Vía Bồ-tát Quán Thế Âm, pháp hội Dược Sư..., các chùa thường tổ chức trang nghiêm, chu đáo cho đông đảo Phật tử, đồng hương gần xa về chùa tu học, lễ bái, sinh hoạt văn nghệ... - **Võ Văn Tường - Từ Hiếu Côn**

Lưu Đình Long

Kính anh Tường,

Thành khẩn xin lỗi anh, em đã nhận được cuốn Chùa Việt Nam hải ngoại từ tay em trai của anh, sau khi nhận sách, định gởi thư cám ơn, nhưng khoảng thời gian cần gởi thư, thì gặp phải cáp quang từ Việt Nam ra Hong Kong và Mỹ bị hư, ảnh hưởng đường truyền, chạy rất chậm, khó gởi mail, mãi đến đầu tháng 10 mới sửa xong, thì lại bận công việc, đến nay mới rảnh tay.

Cuốn sách Chùa Việt Nam hải ngoại được anh và nhà xuất bản tặng cho, có nội dung và hình ảnh, nhất là có nhiều hình ảnh giới thiệu rất phong phú và sắc nét được in trên vật liệu giấy rất tốt, đã thu hút được sự chú ý các thành viên trong gia đình em. Các con em đều thán phục kỹ thuật chụp ảnh của Bác, cho rằng hình ảnh một ngôi chùa, một tượng Phật trong ống kính của thợ chuyên nghiệp đúng là không tài nào so được, các cháu xem xong cuối tuyển tập này, mong từ đó học được một ít hiểu biết về lấy góc độ, để sau này vận dụng trong lúc chụp ảnh. Còn bà mẹ em, nay đã hơn 80, dù nằm bệnh trên giường cũng cố ngồi dậy xem sách, mẹ em khen rất tuyệt, như đã dẫn dắt mình đến các chùa tham quan. Về phần em thì có xem qua, về phần chính tả thì chưa phát hiện có những sai sót gì. Về phần trình bày thì em thấy như vậy là khá đẹp, màu sắc của hình ảnh rất sáng rất tươi, còn phần nội dung em cũng rất thán phục hai anh tác giả, không ngại đường sá xa xôi, đi khắp nơi trên thế giới sưu tầm các ảnh chùa và Phật, để giới thiệu đến Phật tử và nhân dân các nước, Và một điều em cho là quí nhất không chỉ là cuốn sách được anh và Nhà xuất bản tặng cho, mà là hai dòng chữ và ký tên của anh Tường và anh Côn trên đầu trang sách làm em thật cảm động, em không những nhận được cuốn sách nặng ơi là nặng mà còn nhận được tình hữu nghị quan tâm từ vùng đất thật xa xôi.

Cuốn sách xuất bản thành công là tập 1, em mong rằng Nhà xuất bản sẽ sớm cho xuất bản tập 2, chúng ta không những được tiếp tục hợp tác, còn có cơ hội biết thêm nhiều cảnh chùa trên thế giới.

Kính chúc anh và gia đình luôn yên vui hạnh phúc, công việc luôn thuận lợi.

Thục Nhi kính
(Dịch giả tiếng Hoa)

CHÙA VIỆT NAM HẢI NGOẠI - tập 2

TRANG VÀNG BẢO TRỢ

NHÀ XUẤT BẢN HƯƠNG QUÊ, HOA KỲ & TÁC GIẢ BỘ SÁCH

CHÙA VIỆT NAM HẢI NGOẠI

Trân trọng cảm ơn

Hệ thống Công ty

EV PRINCESS COSMETICS
BL MIRACLE COSMETICS
EQ SKIN SOLUTION

Tel: 1 (800) 918-3017 / (408) 477-8960
Website: www.evprincesscosmetic.com
Website: www.bichlienshop.com
Email: bichlienshop@yahoo.com
Tel: (714) 461-2403

Đã ủng hộ 5,000 Mỹ kim

để in ấn sách
CHÙA VIỆT NAM HẢI NGOẠI
Tập 2 - 2017

Số tịnh tài này,
Nhà xuất bản Hương Quê sẽ chuyển thành sách
kính cúng dường chư Tôn đức lãnh đạo
các Giáo hội Phật giáo Việt Nam tại Hoa Kỳ;
kính tặng Thư viện Quốc Hội Hoa Kỳ,
Thư viện các tiểu bang và
Thư viện các trường Đại học lớn tại Hoa Kỳ.

Hệ thống Công ty

EV PRINCESS COSMETICS
BL MIRACLE COSMETICS
EQ SKIN SOLUTION

Chữa trị - Nuôi dưỡng - Tái tạo - Phục hồi - Bảo vệ làn da

Tel: 1 (800) 918-3017 / (408) 477-8960
Website: www.evprincesscosmetic.com
Website: www.bichlienshop.com
Email: bichlienshop@yahoo.com

Tel: (714) 461-2403

Địa chỉ các cửa hàng tại Hoa Kỳ:

1164 McLaughlin Ave, San Jose, CA 95122
Tel: (408) 477-8960

2877 Senter Road, San Jose, CA 95111
Tel: (408) 360-9620, (408) 509-4480

979 Story Road #7060, San Jose, CA 95122
Tel: (408) 275-9620, (408) 509-4480

86 S. Abel Street, Milpitas, CA 95035
Tel: (408) 946-4227, (408) 821-4456

9200 Bolsa Ave #127, Westminster, CA 92683
Tel: (714) 756-1070

và các nước:

Australia, Canada, Germany, Norway, France,
England, Taiwan, Sweden, Switzerland, Việt Nam.

MỤC LỤC - CONTENTS

LỜI NHÀ XUẤT BẢN	PUBLISHER'S INTRODUCTION		4
CHÙA VIỆT NAM Ở CHÂU MỸ	VIETNAMESE TEMPLES IN THE UNITED STATES		8
CANADA	**CANADA**		26
01. Chùa Phật Quốc Phổ Hiền	Phật Quốc Phổ Hiền Temple	North York — Ontario	27
02. Thiền viện Đạo Viên	Đạo Viên Meditation Center	Lantier — Québec	33
03. Chùa Quan Âm	Quan Âm Temple	Montréal — Québec	40
04. Tổ đình Từ Quang	Tổ đình Từ Quang Temple	Montréal — Québec	47
HOA KỲ	**USA**		54
05. Tu viện Liên Trì	Liên Trì Monastery	Mt. Vernon — Alabama	55
06. Chùa Bát Nhã	Bát Nhã Temple	Bauxite — Arkansas	61
07. Chùa Phổ Minh	Phổ Minh Temple	Fort Smith — Arkansas	71
08. Chùa An Tường	An Tường Temple	Oakland — California	80
09. Chùa Bảo Phước	Bảo Phước Temple	San Jose — California	88
10. Thiền viện Chân Không III	Chân Không Zen Monastery (III)	Chatsworth — California	98
11. Thiền viện Diệu Nhân	Diệu Nhân Meditation Center	Rescue — California	104
12. Chùa Dược Sư	Dược Sư Temple	Garden Grove — California	110
13. Chùa Đại Nhật Như Lai	Đại Nhật Như Lai Temple	San Jose — California	119
14. Tu viện Đạo Tâm	Đạo Tâm Monastery	Big Bear — California	126
15. Chùa Điều Ngự	Điều Ngự Temple	Westminster — California	132
16. Chùa Đức Viên	Đức Viên Temple	San Jose — California	139
17. Tịnh xá Giác Lý	Giác Lý Monastery	Westminster — California	159
18. Chùa Giác Minh	Giác Minh Temple	Palo Alto — California	165
19. Tu viện Hộ Pháp	Hộ Pháp Temple	El Monte — California	171
20. Chùa Huyền Giác	Huyền Giác Temple	Sacramento — California	177
21. Chùa Hương Sen	Hương Sen Buddhist Temple	Perris — California	182
22. Chùa Khánh Hỷ	Khánh Hỷ Temple	Garden Grove — California	188
23. Chùa Kiều Đàm	Kiều Đàm Temple	Santa Ana — California	194
24. Chùa Kim Linh	Kim Linh Temple	Sacramento — California	200
25. Chùa Linh Quang	Linh Quang Temple	Hawthorn — California	206
26. Viện Truyền thống Minh Đăng Quang	Minh Đăng Quang Monastery	Westminster — California	212
27. Tịnh xá Ngọc Hòa	Ngọc Hòa Monastery	San Jose — California	220

28.	Pháp Duyên tịnh xá	Pháp Duyên Monastery	Fresno	California	227
29.	Pháp hội Vô Lượng Thọ	Vô Lượng Thọ Dharma Gathering	San Jose	California	233
30.	Phật Quan Âm thiền tự	Phật Quan Âm Thiền Tự Temple	Stanton	California	245
31.	Chùa Phổ Đà	Phổ Đà Temple	Santa Ana	California	251
32.	Chùa Phổ Hiền	Phổ Hiền Temple	Garden Grove	California	256
33.	Chùa Phổ Minh	Phổ Minh Temple	Sacramento	California	262
34.	Trung tâm tu học Phổ Trí	Phổ Trí Buddhist Center	Vacaville	California	268
35.	Chùa Quang Thiện	Quang Thiện Temple	Ontario	California	276
36.	Tu viện Sơn Tùng	Sơn Tùng Monastery	Phelan	California	285
37.	Chùa Tam Bảo	Tam Bảo Temple	Fresno	California	292
38.	Đạo tràng Tam Bảo	Tam Bảo Temple	Oakland	California	298
39.	Chùa Tâm Từ	Metta Tâm Từ Buddhist Heritage Garden and Meditation Center	Morgan Hill	California	304
40.	Thích Ca thiền viện	Thích Ca Zen Center	Riverside	California	315
41.	Chùa Thiện Ân	Thiện Ân Temple	Fresno	California	323
42.	Tinh xá Thiền Lâm	Thiền Lâm Temple	Winchester	California	330
43.	Thiền Tịnh đạo tràng	Thiền Tịnh Temple	Garden Grove	California	336
44.	Đạo tràng Thôn Yên	Thôn Yên Village	Gilroy	California	343
45.	Chùa Trí Phước	Trí Phước Temple	Westminster	California	349
46.	Chùa Tuệ Viên	Tuệ Viên Temple	San Jose	California	355
47.	Chùa Từ Lâm	Từ Lâm Temple	San Jose	California	361
48.	Chùa Ưu Đàm	Ưu Đàm Temple	Marina	California	367
49.	Chùa Viên Quang	Viên Quang Temple	San Marcos	California	373
50.	Chùa Phật Pháp	Phật Pháp Temple	St. Petersburg	Florida	381
51.	Chùa Phước Huệ	Phước Huệ Temple	Miami	Florida	388
52.	Thiền viện Huyền Không	Huyền Không Zen Monastery	Lawrenceville	Georgia	393
53.	Tu viện Kim Cang	Kim Cang Temple	Lithonia	Georgia	399
54.	Chùa Linh Mụ	Linh Mụ Temple	Stone Mountain	Georgia	407
55.	Chùa Quang Minh	Quang Minh Temple	Atlanta	Georgia	413
56.	Thiền viện Thích Thiên Ân	Thích Thiên Ân Zen Monastery	Atlanta	Georgia	422
57.	Tu viện Trúc Lâm	Buddhist Center - Trúc Lâm Monastery	Riverdale	Georgia	430
58.	Chùa Từ Liên	Từ Liên Temple	Snellville	Georgia	437
59.	Thiền viện Chân Không	Chân Không Meditation Center	Honolulu	Hawaii	443
60.	Chùa An Lạc	An Lạc Temple	Indianapolis	Indiana	453
61.	Chùa Phước Hậu	Phước Hậu Temple	Louisville	Kentucky	466
62.	Tu viện Phước Minh	Phước Minh Monastery	Duson	Louisiana	472
63.	Trung tâm Phật giáo Vạn Hạnh	Vạn Hạnh Buddhist Center	New Orleans	Louisiana	479
64.	Chùa Xá Lợi	Xá Lợi Temple	Frederick	Maryland	485
65.	Thiền viện Bồ Đề	Bồ Đề Meditation Center	Braintree	Massachusetts	492
66.	Chùa Lâm Tỳ Ni	Lâm Tỳ Ni Temple	Lawrence	Massachusetts	500

67.	Chùa Linh Sơn	Linh Sơn Temple	Worcester	Massachusetts	507
68.	Chùa Phổ Hiền	Phổ Hiền Temple	Worcester	Massachusetts	514
69.	Chùa Phật Ân	Phật Ân Temple	Roseville	Minnesota	521
70.	Tu viện Tây Phương	Tây Phương Monastery	Savage	Minnesota	529
71.	Chùa Thiên Ân	Thiên Ân Temple	Blaine	Minnesota	538
72.	Chùa Thiền Tịnh	Thiền Tịnh Temple	Ocean Springs	Mississippi	546
73.	Thiền viện Bảo Chơn	Bảo Chơn Meditation Center	Peterborough	New Hampshire	550
74.	Chùa Phổ Đà	Phổ Đà Temple	Camden	New Jersey	557
75.	Tu viện Bích Nham	Bích Nham Monastery (Blue Cliff Monastery)	Pine Bush	New York	562
76.	Chùa Phật Tích Vạn Hạnh	Phật Tích Vạn Hạnh Temple	Raleigh	North Carolina	569
77.	Chùa Phước Hải	Phước Hải Temple	Charlotte	North Carolina	575
78.	Chùa Linh Sơn	Linh Sơn Temple	Columbus	Ohio	582
79.	Thiền viện Chơn Tâm	Chơn Tâm Meditation Center	Oklahoma	Oklahoma	590
80.	Chùa Tam Bảo	Tam Bảo Temple	Tulsa	Oklahoma	596
81.	Tịnh xá Minh Quang	Minh Quang Monastery	Porland	Oregon	607
82.	Chùa Nam Quang	Nam Quang Temple	Porland	Oregon	613
83.	Tu viện Viên Quang	Viên Quang Monastery	Clover	South Carolina	620
84.	Chùa Bảo Quang	Bảo Quang Temple	San Antonio	Texas	628
85.	Thiền viện Bảo Tích	Bảo Tích Meditation Center	Houston	Texas	634
86.	Chùa Bửu Môn	Bửu Môn Temple	Port Arthur	Texas	644
87.	Chùa Linh Sơn	Linh Sơn Temple	Austin	Texas	650
88.	Chùa Linh Sơn	Linh Sơn Temple	Houston	Texas	655
89.	Chùa Linh Sơn	Linh Sơn Temple	Santa Fe	Texas	662
90.	Thiền viện Minh Đăng Quang	Minh Đăng Quang Zen Monastery	Houston	Texas	673
91.	Chùa Pháp Luân	Pháp Luân Temple	Houston	Texas	679
92.	Chùa Phật Quang	Phật Quang Temple	Houston	Texas	686
93.	Thiền viện Phổ Môn	Phổ Môn Zen Center	Sugar Land	Texas	692
94.	Chùa Phước Huệ	Phước Huệ Temple	San Antonio	Texas	698
95.	Thiền viện Quang Chiếu	Quang Chiếu Meditation Center	Fort Worth	Texas	704
96.	Thiền viện Trúc Lâm Từ Quang	Trúc Lâm Từ Quang Meditation Center	Magnolia	Texas	714
97.	Trung tâm Vạn Hạnh	Vạn Hạnh Buddhist Center	Centreville	Virginia	720
98.	Chùa Kỳ Viên	Kỳ Viên Temple	Washington	Washington D.C.	726
99.	Chùa Phước Huệ	Phước Huệ Temple	Tacoma	Washington State	731
100.	Chùa Phước Hậu	Phước Hậu Temple	Wauwatosa	Wisconsin	740

THƯ CẢM ƠN	**WORDS OF GRATITUDE**	749
GIỚI THIỆU TÁC GIẢ	**INTRODUCTION OF AUTHORS**	750
GIỚI THIỆU DỊCH GIẢ	**INTRODUCTION OF TRANSLATORS**	754
GIỚI THIỆU CHƯ VỊ THAM GIA HIỆU ĐÍNH CÁC BẢN DỊCH	**INTRODUCTION ON THE EDITORS**	758
GIỚI THIỆU SÁCH CHÙA VIỆT NAM HẢI NGOẠI, TẬP 1	**INTRODUCTION OF OVERSEAS VIETNAMESE BUDDHIST TEMPLES, VOLUME 1**	754
TRANG VÀNG BẢO TRỢ	**GOLD PAGE FOR THE SPONSORS**	776
MỤC LỤC	**CONTENTS**	778

目錄 - 次

出版社序言	出版社の言葉			4
美洲的越南寺	米州のベトナム系仏教の寺院			8
加拿大	**カナダ**			26
01. 佛國普賢寺	仏国普賢寺	North York	Ontario	27
02. 道圓禪院	道円禅院	Lantier	Québec	33
03. 觀音寺	観音寺	Montréal	Québec	40
04. 慈光祖庭	慈光祖庭	Montréal	Québec	47
美國	**アメリカ**			54
05. 蓮池修院	蓮池修院	Mt. Vernon	Alabama	55
06. 般若寺	般若寺	Bauxite	Arkansas	61
07. 普明寺	普明寺	Fort Smith	Arkansas	71
08. 安祥寺	安祥寺	Oakland	California	80
09. 寶福寺	宝福寺	San Jose	California	88
10. 真空禪院 III	真空禅院（三）	Chatsworth	California	98
11. 妙仁禪院	妙仁禅院	Rescue	California	104
12. 藥師寺	薬師寺	Garden Grove	California	110
13. 大日如來寺	大日如来寺	San Jose	California	119
14. 道心修院	道心修院	Big Bear	California	126
15. 調御寺	調御寺	Westminster	California	132
16. 德圓寺	徳円寺	San Jose	California	139
17. 覺理精舍	覚理精舎	Westminster	California	159
18. 覺明寺	覚明寺	Palo Alto	California	165
19. 護法修院	護法修院	El Monte	California	171
20. 玄覺寺	玄覚寺	Sacramento	California	177
21. 香蓮寺	蓮香寺	Perris	California	182
22. 慶喜寺	慶喜寺	Garden Grove	California	188
23. 憍曇寺	嬌曇寺	Santa Ana	California	194
24. 金靈寺	金鈴寺	Sacramento	California	200
25. 靈光寺	霊光寺	Hawthorn	California	206
26. 明燈光傳統院	明灯光伝統院	Westminster	California	212
27. 玉和精舍	玉和精舎	San Jose	California	220
28. 法緣精舍	法縁精舎	Fresno	California	227
29. 無量壽法會	無量寿法会	San Jose	California	233

#					
30.	佛觀音禪寺	観音仏禅寺	Stanton	California	245
31.	普陀寺	普陀寺	Santa Ana	California	251
32.	普賢寺	普賢寺	Garden Grove	California	256
33.	普明寺	普明寺	Sacramento	California	262
34.	普智修學中心	普智修学センター	Vacaville	California	268
35.	光善寺	光善寺	Ontario	California	276
36.	山松修院	山松修院	Phelan	California	285
37.	三寶寺	三宝寺	Fresno	California	292
38.	三寶道場	三宝道場	Oakland	California	298
39.	心慈寺	心慈寺	Morgan Hill	California	304
40.	釋迦禪院	釈迦禅院	Riverside	California	315
41.	善恩寺	善恩寺	Fresno	California	323
42.	禪林精舍	禅林精舍	Winchester	California	330
43.	禪净道場	禅静道場	Garden Grove	California	336
44.	村安道場	トン・イエン道場	Gilroy	California	343
45.	智福寺	知福寺	Westminster	California	349
46.	惠圓寺	恵園寺	San Jose	California	355
47.	慈林寺	慈林寺	San Jose	California	361
48.	優曇寺	優曇寺	Marina	California	367
49.	圓光寺	円光寺	San Marcos	California	373
50.	佛法寺	仏法寺	St. Petersburg	Florida	381
51.	福惠寺	福惠寺	Miami	Florida	388
52.	玄空禪院	玄空禅院	Lawrenceville	Georgia	393
53.	金剛修院	金剛修院	Lithonia	Georgia	399
54.	靈姥寺	霊姥寺	Stone Mountain	Georgia	407
55.	光明寺	光明寺	Atlanta	Georgia	413
56.	釋天恩禪院	釈善恩禅院	Atlanta	Georgia	422
57.	竹林修院	竹林修院	Riverdale	Georgia	430
58.	慈蓮寺	慈蓮寺	Snellville	Georgia	437
59.	真空禪院	アメリカ合衆国ハワイ州ホノルル	Honolulu	Hawaii	443
60.	安樂寺	安楽寺	Indianapolis	Indiana	453
61.	福厚寺	福厚寺	Louisville	Kentucky	466
62.	福明修院	福明修院	Duson	Louisiana	472
63.	萬行佛教中心	萬行仏教センター	New Orleans	Louisiana	479
64.	舍利寺	舍利寺	Frederick	Maryland	485
65.	菩提禪院	菩提禅院	Braintree	Massachusetts	492
66.	藍毗尼寺	ルンビニ寺	Lawrence	Massachusetts	500
67.	靈山寺	霊山寺	Worcester	Massachusetts	507
68.	普賢寺	普賢寺	Worcester	Massachusetts	514
69.	佛恩寺	仏恩寺	Roseville	Minnesota	521

70. 西方修院	西方修院	Savage	Minnesota	529
71. 天恩寺	天恩寺	Blaine	Minnesota	538
72. 禪淨寺	禅淨寺	Ocean Springs	Mississippi	546
73. 寶真禪院	宝真禅院	Peterborough	New Hampshire	550
74. 普陀寺	普陀寺	Camden	New Jersey	557
75. 碧岩修院	碧岩修院	Pine Bush	New York	562
76. 萬行佛跡寺	宝真禅院	Raleigh	North Carolina	569
77. 福海寺	普陀寺	Charlotte	North Carolina	575
78. 靈山寺	碧岩修院	Columbus	Ohio	582
79. 真心禪院	萬行仏跡寺	Oklahoma	Oklahoma	590
80. 三寶寺	福海寺	Tulsa	Oklahoma	596
81. 明光精舍	靈山寺	Porland	Oregon	607
82. 南光寺	真心禅院	Porland	Oregon	613
83. 圓光修院	円光修院	Clover	South Carolina	620
84. 寶光寺	宝光寺	San Antonio	Texas	628
85. 寶跡禪院	宝積禅院	Houston	Texas	634
86. 寶門寺	宝門寺	Port Arthur	Texas	644
87. 靈山寺	靈山寺	Austin	Texas	650
88. 靈山寺	靈山寺	Houston	Texas	655
89. 靈山寺	靈山寺	Santa Fe	Texas	662
90. 明燈光禪院	明灯光禅院	Houston	Texas	673
91. 法輪寺	法輪寺	Houston	Texas	679
92. 佛光寺	仏光寺	Houston	Texas	686
93. 普門禪院	普門禅院	Sugar Land	Texas	692
94. 福惠寺	福惠寺	San Antonio	Texas	698
95. 光照禪院	光照禅院	Fort Worth	Texas	704
96. 竹林慈光禪院	竹林慈光禅院	Magnolia	Texas	714
97. 萬行中心	萬行センター	Centreville	Virginia	720
98. 祇園寺	祇園寺	Washington	Washington D.C.	726
99. 福惠寺	福惠寺	Tacoma	Washington State	731
100. 福厚寺	福厚寺	Wauwatosa	Wisconsin	740

感謝信	感謝状	749
介紹作者	著者紹介	751
介紹譯者	訳者紹介	755
介紹本書譯本校訂者	校訂者紹介	759
海外越南寺第一集簡介	海外でのベトナム寺院の紹介　第一冊	762
贊助廣告	支え黄金編	776
目錄	目次	781

Printing & Publishing by Huong Que
2290 Ringwood Ave., Ste. E, San Jose, CA 95131

Tel: 408-433-0098 / 408-433-0078
Fax: 408-433-0008
Email: huongque@sbcglobal.net
Website: www.huongque.net
www.lichhuongque.com